ஐந்து வருட மௌனம்
சிறுகதைத் தொகுப்பு

எஸ். ராமகிருஷ்ணன்

தேசாந்திரி பதிப்பகம்

தேசாந்திரி பதிப்பக வெளியீடு: 97

ஐந்து வருட மௌனம் சிறுகதைத் தொகுப்பு
எஸ்.ராமகிருஷ்ணன்

இரண்டாம் பதிப்பு பதிப்பு: ஜீன் - 2022

தேசாந்திரி பதிப்பகம்,
டி-1, கங்கை அப்பார்ட்மெண்ட்,
110, 80 அடி ரோடு, சத்யா கார்டன்,
சாலிக்கிராமம், சென்னை 600 093,
தொலைபேசி: 044 23644947.
விலை: ரூ.400

Ainthu Varuda Mounam- Short stories
S.Ramakrishnan ©

Second Edition: June 2022, Pages: 408
Size: Demy 1x8, Paper: 18.6 kg maplitho

Published by :
Desanthiri Pathippagam
D-1, Gangai Apartments,
110, 80-Feet Road, Satya Garden, Saligramam,
Chennai - 600 093, Ph: 044 2364 4947
Email : desanthiripathippagam@gmail.com
www.desanthiri.com

ISBN: : 978-81-953937-0-1

Book Design: R.Hariprasad

Wrapper Design: Manikandan
Printed by: Ramani Print Solution, Chennai.

Price: Rs. 400

எஸ். ராமகிருஷ்ணன்

எஸ். ராமகிருஷ்ணன், விருதுநகர் மாவட்டம் மல்லாங்கிணறு கிராமத்தில் 1960இல் பிறந்தார். முழுநேர எழுத்தாளரான இவர் தற்போது சென்னையில் வசிக்கிறார்.

சிறுகதைத் தொகுப்புகள்: எஸ். ராமகிருஷ்ணன் கதைகள், நடந்து செல்லும் நீரூற்று, பதினெட்டாம் நூற்றாண்டின் மழை, அப்போதும் கடல் பார்த்துக்கொண்டிருந்தது, நகுலன் வீட்டில் யாருமில்லை, புத்தனாவது சுலபம், வெளியில் ஒருவன், காட்டின் உருவம், தாவரங்களின் உரையாடல், வெயிலைக் கொண்டு வாருங்கள், பால்ய நதி, மழைமான், குதிரைகள் பேச மறுக்கின்றன, காந்தியோடு பேசுவேன், நீரிலும் நடக்கலாம், என்ன சொல்கிறாய் சுடரே.

நாவல்: உப பாண்டவம், நெடுங்குருதி, உறுபசி, யாமம், துயில், நிமித்தம், சஞ்சாரம், இடக்கை, பதின்.

கட்டுரைத் தொகுப்புகள்: விழித்திருப்பவனின் இரவு, இலைகளை வியக்கும் மரம், என்றார் போர்ஹே, கதாவிலாசம், தேசாந்திரி, கேள்விக்குறி, துணையெழுத்து, ஆதலினால், வாக்கியங்களின் சாலை, சித்திரங்களின் விசித்திரங்கள், நம் காலத்து நாவல்கள், காற்றில் யாரோ நடக்கிறார்கள், கோடுகள் இல்லாத வரைபடம், மலைகள் சப்தமிடுவதில்லை, வாசகபர்வம், சிறிது வெளிச்சம், காண் என்றது இயற்கை, செகாவின் மீது பனி பெய்கிறது, குறத்தி முடுக்கின் கனவுகள், என்றும் சுஜாதா, கலிலியோ மண்டியிடவில்லை, சாப்ளினுடன் பேசுங்கள், கூழாங்கற்கள் பாடுகின்றன, எனதருமை டால்ஸ்டாய், ரயிலேறிய கிராமம், பிகாசோவின் கோடுகள், இலக்கற்ற பயணி, செகாவ் வாழ்கிறார், ஆயிரம் வண்ணங்கள்.

திரைப்பட நூல்கள்: பதேர் பாஞ்சாலி — நிதர்சனத்தின் பதிவுகள், அயல் சினிமா, உலக சினிமா, பேசத்தெரிந்த நிழல்கள், இருள் இனிது ஒளி இனிது, குற்றத்தின் கண்கள், பறவைக் கோணம், சாமுராய்கள் காத்திருக்கிறார்கள்.

குழந்தைகள் நூல்கள்: கால் முளைத்த கதைகள், ஏழு தலைநகரம், கிறுகிறு வானம், லாலிபாலே, நீளநாக்கு, தலையில்லாத பையன், எனக்கு ஏன் கனவு வருது, காசுகள்ளன், பம்பழாபம், சிரிக்கும் வகுப்பறை, அக்கட_ா.

உலக இலக்கியப் பேருரைகள்: ஆயிரத்தொரு அரேபிய இரவுகள், ஹோமரின் இலியட், ஷேக்ஸ்பியரின் மெக்பத், ஹெமிங்வேயின் கடலும் கிழவனும், தஸ்தாயெவ்ஸ்கியின் குற்றமும் தண்டனையும், லியோ டால்ஸ்டாயின் அன்னா கரீனினா, பாஷோவின் ஜென் கவிதைகள்.

வரலாறு: எனது இந்தியா. மறைக்கப்பட்ட இந்தியா.

நாடகத் தொகுப்பு: அரவான், சிந்துபாத்தின் மனைவி, சூரியனைச் சுற்றும் பூமி.

நேர்காணல் தொகுப்பு: எப்போதுமிருக்கும் கதை, பேசிக்கடந்த தூரம்.

மொழிபெயர்ப்புகள்: நம்பிக்கையின் பரிமாணங்கள், ஆலீஸின் அற்புத உலகம், பயணப்படாத பாதைகள்.

தொகை நூல்: அதே இரவு அதே வரிகள் (அட்சரம் இதழ்களின் தொகுப்பு), வானெங்கும் பறவைகள்.

ஆங்கிலத்தில் வெளிவந்துள்ள நூல்கள்: Nothing but water, Whirling swirling sky.

இணையதளம்: www.sramakrishnan.com

மின்னஞ்சல்: writerramki@gmail.com

முன்னுரை

கடந்த ஒன்றரை ஆண்டுகளாக நீண்டு வந்த லாக்டவுன் நாட்களில் நிறைய எழுதவும் படிக்கவும் நேரம் கிடைத்தது. நிறையக் குறுங்கதைகள் எழுதினேன். திடீரென ஒரு ஊற்று திறந்து கொண்டது போல சிறுகதைகள் மனதில் பீறிடத்துவங்கின. ஆறுமாதகாலம் தொடர்ந்து சிறுகதைகள் எழுதினேன். இந்தக் கதைகளில் பெரும்பான்மை எனது இணையதளத்தில் வெளியானவை. காலச்சுவடு, ஆனந்த விகடன், வல்லினம், அந்திமழை போன்ற இதழ்களிலும் சில கதைகள் வெளியாகின.

சிறுகதை எழுதுவதுதான் புனைவிலக்கியத்தின் பெரிய சவால் என்று நினைக்கிறேன். குறிப்பாக, சிறுகதையின் வடிவம் மற்றும் மொழி, சொல்லும் முறையில் நிறைய மாற்றங்களைச் செய்து பார்ப்பதில் ஆர்வம் கொண்டவன். இந்த தொகுப்பில் யதார்த்தவாதக் கதைகளும் மாயமும் யதார்த்தமும் கலந்த கதைகளும் உள்ளன. பெரும்பான்மை கதைகளின் மையம் பெண்கள்.

இளந்தலைமுறையின் வாழ்க்கை இந்த தொகுப்பு கதைகளில் வெளிப்பட்டிருப்பது மகிழ்ச்சியானது. பிகாசோ, போர்ஹேஸ், காந்தி என ஆளுமைகளை முதன்மைப்படுத்திய கதைகளும் தனித்துவமானவை. புலம்பெயர்ந்து வாழும் தமிழர்கள் உலகின் சில தருணங்களும் இதில் கதையாகியுள்ளன. அந்த வகையில் இந்த தொகுப்பு மாறுபட்ட கதைகளை உள்ளடக்கியது.

சிறுவர்கள் மொழியை நிகழ்காலத்திற்கு மட்டுமே பயன்படுத்துகிறார்கள். நாம்தான் மொழியை இறந்த காலத்திற்கும் எதிர்காலத்திற்கும் பயன்படுத்துகிறோம். அதாவது நினைவுகளின் வழியாக இறந்தகாலத்திற்கும் திட்டமிடுதலின் வழியாக எதிர்காலத்திற்கும் பயன்

படுத்துகிறோம் என்று நேர் பேச்சில் கவிஞர் தேவதச்சன் ஒருமுறை சொன்னார். புனைவில் வெளிப்படும் நினைவுகள் இந்த காலவரம்புகளை கடந்து அல்லது மீறியே செயல்படுகின்றன அந்த வகையில் கதைகளின் வழியாகவே வாழ்வின் உண்மைகளைக் கண்டறிகிறேன்.

இந்த நூலை வெளியிடும் தேசாந்திரி பதிப்பகத்திற்கும் என்னையும் எழுத்தையும் நேசிக்கும் மனைவி சந்திரபிரபா, ஆசான் எஸ்.ஏ.பெருமாள், கவிஞர் தேவதச்சன், பிள்ளைகள் ஹரி மற்றும் ஆகாஷ் ஆகியோருக்கு அன்பும் நன்றியும்.

சென்னை. 22.09.21   மிக்க அன்புடன்
                                                                எஸ். ராமகிருஷ்ணன்

பெருமதிப்பிற்குரிய
நீதிநாயகம் பிரபாஸ்ரீதேவன் அவர்களுக்கு

உள்ளே...

1. ஐந்து வருட மௌனம் — 11
2. காகிதப் பறவைகள் — 25
3. தண்ணீரின் திறவுகோல் — 35
4. லீலாவதி ஆவேன் — 51
5. வெயிலில் அமர்தல் — 66
6. தலைகீழ் அருவி — 84
7. இரண்டும் கப்பல் தான் — 98
8. அதிர்ஷ்டத்தின் சுண்டுவிரல் — 110
9. வராத ரயில் — 123
10. இரவின் சிறுபாடல் — 132
11. சித்ரலேகாவின் வகுப்பறைகள் — 144
12. செய்தியின் நிறம் — 163
13. வாளும் மலரும் — 177
14. பஷீரின் திருடன் — 180
15. பதினேழாவது ஆள் — 183
16. காலத்தின் குரல் — 185
17. இந்தியன் குக் — 188
18. கறுப்பு ரத்தம் — 203
19. காற்றில் பறக்கும் மலர் — 223
20. கிணற்றின் வயது — 240
21. நிழல் கலைஞன் — 255

22. மழைப்பயணி	265
23. எளிதானது கோபம்	281
24. கடைசிக் குதிரைவண்டி	296
25. தேவகியின் தேர்	310
26. மூடிய கண்கள்	325
27. இரண்டு ஜப்பானியர்கள்	338
28. கோடைகாலப் பறவை	357
29 சாலைமனிதன்	372
30 நிகழாத அற்புதம்	375
31 இரண்டு கிழவர்கள்	379
32 குற்றத்தின் பாதை	395

1
ஐந்து வருட மௌனம்

பிரார்த்தனை நடந்து கொண்டிருந்தது. அந்த முசாபரி பங்களாவின் வெளியே அதிகாலையில் இவ்வளவு பேர் கூடிவிடுவார்கள் என்று ராஜன் எதிர்பார்க்கவில்லை. காந்தியைக் காண்பதற்காகக் கிராமவாசிகள் திரண்டிருந்தார்கள். இன்னமும் சூரியன் உதயமாகவில்லை. இருளுக்குள்ளாகவே நடந்து கிராமவாசிகள் வந்திருந்தார்கள். இரண்டாயிரம் பேருக்கும் மேலிருக்கும். அதில் பாதிக்கும் மேல் பெண்கள்.

அவர்கள் முதன்முறையாகக் காந்தியோடு ஒன்றாகப் பிரார்த்தனை செய்கிறார்கள். யாருக்காக அந்தப் பிரார்த்தனை, என்ன வேண்டுகிறார் என்று அவர்களுக்குத் தெரியாது. ஆனால் அவர்கள் காந்தியின் அருகில் இருப்பதைக் கடவுளின் அருகில் இருப்பதைப் போலவே உணர்ந்தார்கள்.

ஒவ்வொரு நாளையும் திறக்கும் திறவுகோல் பிரார்த்தனைதான் என்றார் காந்தி.

அந்தப் பங்களாவில் பொதுவாக வெள்ளைக்கார அரசு அதிகாரிகளோ மேல்மலைக்கு வேட்டைக்கு வரும் ஜமீன்தார்களோதான் தங்கியிருப்பார்கள். ஆகவே அதற்குள் கிராமவாசிகள் வந்தது கிடையாது. ஆனால் இரண்டு

நாட்களுக்கு முன்பாகக் காந்தி தனது பயணத்தின்போது இரவு அந்த முசாபரி பங்களாவில் தங்கப்போகிறார் என்ற செய்தி கிடைத்தவுடன் மக்கள் அவரது வருகையை எதிர்பார்த்து திரண்டு விட்டார்கள்.

காந்தி தனது பயணத்திலும் நேரஒழுங்கை மாற்றிக் கொள்ளவில்லை. இரவு மூன்றரை மணிக்கு எழுந்து கொண்டுவிட்டார். வெற்றுடம்புடன் அவர் பங்களாவின் பின்புறமிருந்த பாதையில் நடைப்பயிற்சி சென்று வந்தார். அவரது வேகத்திற்கு ஈடு கொடுக்கமுடியாதவர்கள் பின்தங்கிப்போனார்கள். நடைப்பயிற்சியின்போது ஒரு வார்த்தைகூட எவரோடும் பேசவில்லை.

மாமரங்கள் அடர்ந்த பாதையில் நடந்து கொண்டிருந்தார். பாதை தெரிய வேண்டும் என்பதற்காகக் கையில் ஒரு அரிக்கேன் விளக்குடன் கணபதி நடந்து சென்றார். அந்த வெளிச்சம் பாம்பு போலச் சாலையில் ஊர்ந்து சென்றபடி இருந்தது. காந்தி குளிர்காற்றினை ஆழ்ந்து சுவாசித்தபடியே வேகமாக நடந்தார். வழியில் கிடந்த மயிலிறகு ஒன்றை குனிந்து கையில் எடுத்து வைத்துக் கொண்டார். அதில் ஒரு சிறுவனின் ஆர்வம் வெளிப்பட்டது.

மார்ச் மாதத்தின் முதல் வாரமானபோதும் குளிர் விலகவில்லை. பிப்ரவரி 22லிருந்து அவர் தமிழகம் முழுவதும் சுற்றுப்பயணம் செய்து கொண்டிருந்தார். அவரைக் காண வழியெல்லாம் மக்கள் திரண்டிருந்தார்கள். அவர் காரை வழிமறித்து நின்றார்கள். பூக்களைத் தூவி வழிபட்டார்கள். கருப்பட்டி, வாழைத்தார், தேன், வேர்க்கடலை எனத் தாங்கள் விரும்பிய பொருட்களை எல்லாம் அவருக்காகக் கொண்டு வந்திருந்தார்கள். தேர் நகர்வது போல அவரது கார் ஜனத்திரளினுள் மெதுவாக நகர்ந்தது. காந்தியைத் தொட்டுவிட ஆசை கொண்டவர்கள் கூட்டத்தினுள் முண்டியடித்து அவரை நோக்கி கைகளை நீட்டினார்கள். கூப்பிய கரங்கள். கசிந்த விழிகள். வாழ்த்தொலிகள். பதினாயிரக்கணக்கான கண்கள் அவரைப் பார்த்தபடியே இருந்தன. புன்னகை மாறாத முகத்துடன் அவர் மக்களை நோக்கி கைகளை அசைத்தபடியே வந்தார்.

சில வேளைகளில் காரை விட்டு இறங்கி மக்களோடு மக்களாக நடந்தார். பாதுகாப்பு அதிகாரிகள் என

எவருமில்லை. மக்கள்தான் அவரது பாதுகாப்பு அரண். அவரது பயணத்தைப் புகைப்படம் எடுக்க வந்திருந்த அமெரிக்கப் பத்திரிகையாளருக்கு அந்தக் கிழவரின் மனவுறுதி வியப்பாக இருந்தது. அவர் மக்களில் ஒருவராகவே தன்னை நினைக்கிறார். மக்களுடன் கைகோர்த்து நடப்பதையே விரும்புகிறார் என்பதை அந்தப் பத்திரிகையாளர் உணர்ந்திருந்தார்.

நாள் முழுவதும் பயணம். பகலில் வெயில் உக்கிரமாக இருந்தது. காந்தி ஓய்வெடுத்துக் கொள்ளவில்லை. அவருடன் வந்தவர்கள் களைத்துப் போயிருந்தார்கள். ஒவ்வொரு நாள் இரவும் காந்தியின் உடலைப் பரிசோதனை செய்து பார்த்த மருத்துவர் அவரது ரத்த அழுத்தம் உயர்ந்து கொண்டேயிருப்பதை அறிந்தார். காந்திக்கு நல்ல ஓய்வு தேவை என்பதை வலியுறுத்தினார். காந்தி அந்த மருத்துவரிடம் உங்கள் மருந்தை விடவும் மக்களின் முகங்களே எனக்கு உண்மையான மருந்து. அதை என்னைப் புத்துணர்வு கொள்ள வைத்துவிடும் என்று மெதுவான குரலில் சொன்னார்.

காந்தியின் வருகையைப் பற்றி அறிந்திருந்த கிராமவாசிகள் தங்கள் ஊர்களில் இருந்து மாட்டுவண்டி மூலமும் நடந்தும் அவரது கார் செல்லும் சாலையை நோக்கி வந்து கொண்டேயிருந்தார்கள். இரவெல்லாம் சாலையோரம் காத்துகிடந்தவர்களும் உண்டு.

அதிலும் வெள்ளிக்கிழமை மதியம் திடீரென மழை பிடித்துக் கொண்டபோது அந்த மழைக்குள்ளும் மக்கள் அசையாமல் அப்படியே காத்திருந்ததைக் காந்தி கண்டார். அவர் காரை விட்டு இறங்கியபோது குடையை நீட்டியவரிடம் அதை விலக்கிவிட்டு காந்தியும் மழைக்குள்ளாக நடந்தார். மழையின் சப்தத்தை விடவும் மக்களின் குரல் அதிகமாகயிருந்தது. அந்த முகங்களில் தென்படும் எதிர்பார்ப்பினை, நம்பிக்கையைக் காந்தி நெருக்கமாக உணர்ந்தார். அவர்களின் கண்கள் தன்னிடம் பேசுவதை நன்றாகவே உணர்ந்தார். மழைக்குள்ளாகவும் சில பெண்கள் அவரது காலில் விழுந்து வணங்கினார்கள். அவர்களை ஒரு சகோதரனைப் போல ஆற்றுப்படுத்தினார். இந்த மழைத்துளியைப் போல அவர்கள் நம்பிக்கையை

அளித்தபடியே இருக்கிறார்கள். துளிகள் ஒன்று சேர்ந்து திரண்டிருப்பதுதானே சமுத்திரம்.

நீண்ட பயணமும் நடையும் கூட்டங்களில் தொடர்ந்து உரையாற்றுவதும் காந்தியைக் களைத்துப் போகச் செய்திருந்தது. சில நாட்கள் அவரது கால்கள் வீங்கியிருந்தன. ஆனால் எதற்காகவும் அவர் தனது பயணத்திட்டத்தை மாற்றிக் கொள்ளவில்லை. அன்றாடம் எந்த வழியில் பயணம் செய்கிறோம், எங்கே பேசுகிறோம், யாரை சந்திக்கிறோம், எங்கே நிதி அளிக்கப் போகிறார்கள் என்பதைப் பற்றிக் கேட்டு அறிந்து கொண்டிருந்தார்.

பெண்கள் அதிகம் திரண்டுவந்த இடங்களில் அவரது கார் தானே நின்றது. பெண்களுக்கென்றே தனியான கூட்டத்தை நடத்த வேண்டும் என்பதைக் கறாராகச் சொல்லிக் கொண்டிருந்தார். பயணத்தில் அளிக்கப்பட்ட தானியங்களை, நகைகளை, நிதியை முறையாகக் கணக்கு வைத்துக் கொள்ளும்படி திரும்பத் திரும்ப அறிவுரை சொல்லிக் கொண்டிருந்தார். ஸ்ரீவைகுண்டத்தில் அவருக்கு அளிக்கப்பட்ட ஆட்டுக்குட்டி ஒன்றை அங்கேயே ஏலத்தில் விட்டு அந்தப் பணத்தை அரிஜன் நிதிக்காகச் சேர்த்துக் கொள்ளும்படி செய்தார். காந்தியிடம் ஆட்டுக்குட்டியை ஏலத்தில் எடுத்த பொன்னி நாயக்கர் அந்த ஆட்டுக்குட்டியை வணங்கினார். அந்த ஆடு கிராமத்தில் இனி தனிச்சிறப்பு பெற்றுவிடும்.

காந்தியோடு கூடவே பயணம் செய்து கொண்டிருந்த ராஜனுக்கு அன்பின் மிகுதியால் மக்கள் காந்தியைத் தொல்லை செய்கிறார்கள், இனிப்புப் பண்டத்தைப் பிய்த்து எடுப்பது போலப் பிய்த்து எடுக்கிறார்கள் என்று தோன்றியது. பயணத்திட்டத்தில் முன்னர் நிச்சயம் செய்யாத இடங்களில் அவரது கார் நிற்கும் போதெல்லாம் ராஜன் பதற்றமாகினார். மூடப்பட்ட ரயில்வே கேட் முன்பு ஆயிரம் பேர் காரைச் சுற்றி நின்று கொண்டால் அவர் என்னதான் செய்வார்.

அந்தக் கூட்டத்திற்குள் கதர் சட்டை வேஷ்டி அணிந்த ஒரு இளைஞன் காந்தியிடம் ஒரு கடிதம் ஒன்றைக் கொடுப்பதற்காகப் போராடிக் கொண்டிருந்தான். அவனால் காந்தியை நெருங்கமுடியவில்லை. அவன் தன் கையிலிருந்த

கடிதத்தை ராஜனிடம் கொடுத்துக் காந்தியிடம் ஒப்படைக்கச் சொன்னார். அன்றாடம் இப்படிப் பல நூறு கடிதங்கள், வாழ்த்து மடல்கள், கவிதைகள் தரப்படுகின்றன. அவற்றை எல்லாம் காந்தி படித்துப் பதில் தருவது என்றால் அதற்கே நாள் முழுவதும் போய்விடும். ஆனால் ராஜன் அவற்றைக் கவனமாக வாசித்தார். முக்கியமான தகவலோ செய்தியோ இருந்தால் அதை மட்டும் காந்தி ராட்டை நூற்றுக் கொண்டிருக்கும் தருணத்தில் அவரிடம் தெரிவிப்பார். சில வேளைகளில் அந்தக் கடிதத்தைக் காந்தி படிக்கச் சொல்லிக் கேட்பதுண்டு. உடனே பதிலை டிக்டேட் செய்வதும் உண்டு.

அப்படித்தான் அந்த இளைஞன் கொடுத்த கடிதத்தை ராஜன் அவர்கள் முகாமிட்டிருந்த இடத்தில் இரவு வாசித்தார். அதில் இருந்த விஷயங்களைய படிக்கப் படிக்க அவரை அறியாமல் கண்ணீர் பெருகியது. இது நிஜம்தானா. அவர் காங்கிரஸ் ஊழியர்களில் மூத்தவரான சுதர்சனை அழைத்து அந்தக் கடிதத்தைப் படிக்கச் சொன்னார். அவரும் கடிதத்தைப் படித்துவிட்டுப் பெருமூச்சோடு சொன்னார்.

கதர்க்கொடி கிட்டுவை எனக்கே தெரியும். சுயநினைவு இல்லாமல் ஐந்து வருஷமா படுக்கையில் கிடக்கார். போலீஸ் தலையில அடிச்ச அடியிலே சுயநினைவு போயிருச்சி. விருதுபட்டி வட்டாரத்தில அவரைத் தெரியாதவர் இல்லை. பெரிய தியாகி. லட்சுமியாபுரத்தில்தான் வீடு.

அவருக்குக் காந்திதான் கடவுள். காந்தி உருவத்தைக் கையில் பச்சை குத்தியிருப்பார். அவரை மாதிரியே மேல்சட்டை கிடையாது. எந்தப் போராட்டமானாலும் கதர்க்கொடியை உயர்த்திப் பிடிச்சிக்கிட்டு முன்னால் நிற்பார். மனசில பயமே கிடையாது. அவர் மனைவி இறந்துட்டாங்க. ஒரே மகள். அந்தப் பொண்ணும் காந்தி தொண்டர்தான். ஆளும் காந்தியைப் போலத்தான் இருப்பார். நல்ல உசரம். எங்கே போனாலும் நடைதான். கால்ல செருப்பு கிடையாது. எப்பவும் கையில் கதர்க்கொடியை வச்சிக்கிட்டு இருப்பார். கள்ளுக்கடை போராட்டத்தில போலீஸ் அடிச்ச அடியில ஆள் சுருண்டுவிழுந்துட்டார். அப்புறம் எழுந்திருக்கவே யில்லை. மகள் பார்வதிதான் ஐந்து வருஷமா பீ மூத்திரம் அள்ளி பணிவிடை செய்து பார்த்துக்கிட்டு இருக்கு.

காந்தியை பாத்து சேவிக்கனும் ஆசைப்பட்டுக்கிட்டே இருந்த மனுசன். ஆனா, பாவம் குடுத்து வைக்கலே.

ராஜன் அந்தக் கடிதத்தைக் காந்தி பிரார்த்தனை முடித்துவந்தவுடன் படித்துக் காட்ட வேண்டும் என்று பையிலே வைத்துக் கொண்டார். அன்றைய பிரார்த்தனையில் ஒரு பெண் மனம் உருகப்பாடினாள். அவரது குரலின் வசீகரம் மக்களை மெய்மறக்கச் செய்திருந்திருந்தது. காந்தியும்கூடக் கண் கலங்கிப் போயிருந்தார். அந்தப் பெண் காந்தியின் காலில் விழுந்து ஆசிர்வாதம் வாங்கினாள். அவளை ஊர் ஊராகப் போய்க் கதர் வெற்றிக்காகப் பாடும்படி காந்தி கேட்டுக் கொண்டார்.

பிரார்த்தனை முடிந்தபோதும் மக்கள் கலைந்து போகவில்லை. காந்தி எழுந்து நடக்க ஆரம்பித்தபோது மக்கள் அவரை நடக்கவிடாமல் தள்ளினார்கள். காந்தி அன்றைய பயணத்திற்குத் தயராக முனைந்து கொண்டிருந்தபோது ராஜன் அவரிடம் சென்று கடிதத்தை நீட்டினார்.

காந்தி அதைக் கையில் வாங்கியபடியே என்ன கடிதம் என்று கேட்டார். ராஜன் உணர்ச்சியைக் கட்டுப்படுத்திக் கொண்டு வேகமாகக் கதர்க்கொடி கிட்டுவைப் பற்றிச் சொன்னார். அதைக் கேட்டு முடித்தபோது காந்தியின் கண்கள் மூடியிருந்தன. அவர் ஆழ்ந்த மௌனத்தில் உறைந்து போயிருந்தார். பிறகு அவராக அந்தக் கடிதத்தைப் படித்துப் பார்த்தார்.

எங்கே இருக்கு லட்சுமியாபுரம் என்று ராஜனிடம் கேட்டார்.

பதினைந்து மைல் தூரம். சின்னக் கிராமம்.

நம்ம பயணம் கிளம்பும் முன்பு அங்கே போயிட்டு வந்துரலாமா?

அந்த ஊருக்குக் கார் போற அளவுக்குச் சாலை கிடையாது. மண்ரோடு. அதுவும் வயல் வெளியாகத்தான் போகணும்.

அப்போ நடந்து போவோம்.

அவ்வளவு தூரம் நடக்கணுமே.

பதினைந்து மைல் பெரிய தூரமில்லை. வேற யாரும்கூட வரவேண்டாம். நாம ரெண்டு பேர் போவோம்.

சுதர்சனுக்குத்தான் அந்த ஊர் தெரியும்.

அப்போ அவரை அழைச்சிக்கிடுவோம். யாருக்கும் சொல்ல வேண்டாம்.

காலை ஆறரை மணிக்கு எஸ்.எஸ்.கந்தசாமி முதலியாரோட சந்திப்பு இருக்கு. எட்டுமணிக்கு மூதூர்ல கூட்டம். சிறுகுடியில பணமுடிப்பு வழங்குற நிகழ்ச்சியிருக்கு.

அதுக்குள்ளே வந்துரலாம்.

காந்தி முடிவு எடுத்துவிட்டார் என்றால் அதை எளிதாக மாற்ற முடியாது என ராஜனுக்குத் தெரியும். அவருக்கும் கதர்க்கொடி கிட்டுவைக் காண வேண்டும் போலவே இருந்தது.

சுதர்சன் அழைத்துவரப்பட்டார். அவரால் நம்பமுடிய வில்லை. நினைவு அழிந்து கிடக்கும் கதர்க்கொடி கிட்டுவைக் காண காந்தி வரப்போகிறார். அவர் கசியும் கண்களைத் துடைத்தபடியே தயக்கத்துடன் சொன்னார்.

பாபு, வழியில் உங்களைப் பார்த்தா கூட்டம் திரண்டிரும். அதைச் சமாளிக்கிறது கஷ்டம்.

என்ன செய்யலாம்?

ஒரு கூண்டுவண்டி ஏற்பாடு பண்ணச் சொல்றேன். அதுல போய்ச் சத்திரம் விலக்குல இறங்கிக்கிடலாம். அங்கே இருந்து வேணும்னா நடந்து போய்க்கிடலாம்.

அது உங்க இஷ்டம். ஆனால் தாமதமாகக் கூடாது, உடனே நாம கிளம்பணும்.

சுதர்சன் அவசரமாக ஒரு ஆளைப் பிடித்து ஒரு கூண்டுவண்டியை ஏற்பாடு செய்திருந்தார். அதில் காந்தியும் ராஜனும் சுதர்சனும் ஏறிக் கொண்டார்கள். காந்தி தன் அறையில் ராட்டை நூற்றுக் கொண்டிருப்பதாக வெளியே தகவல் சொல்லி வைத்திருந்தார் ராஜன்.

ஐந்து வருட மௌனம் ◆ 17

அவர்கள் வண்டி வடக்கே செல்லத் துவங்கும்போது சூரியன் உதயமாக ஆரம்பித்திருந்தது. சிறிய மண்சாலையில் வண்டி குலுங்கிக் குலுங்கிப் பயணம் செய்தது.

அந்தக் கடிதம் கொண்டு வந்த இளைஞன் யார் என்று அப்போதுதான் காந்தி கேட்டார்.

கிட்டுவின் தங்கை மகன் என்றார் சுதர்சன்.

அந்தப் பையனையும் நான் சந்திக்க வேண்டும் என்றார் காந்தி.

வரச்சொல்லிவிடுகிறேன் என்றார் சுதர்சன்.

தூரத்துக் குன்றினைப் பார்த்தபடியே வந்தார் காந்தி. ஆடு ஓட்டிச் செல்கிறவர்கள் தொலைவில் போய்க் கொண்டிருந்தார்கள். மூங்கில் கூடை ஒன்றைத் தலையில் வைத்தபடியே ஒரு கிழவி தனியே வரப்பில் நடந்து போய்க் கொண்டிருந்தாள். பறவைகள் கூட்டமாக வானில் போய்க் கொண்டிருந்தன.

மண்பாதை சீரற்றிருந்தது. அதில் கூண்டுவண்டி ஏறி இறங்கும்போது மாடுகள் திணறின. பனைமரங்களைத் தாண்டி அவர்கள் வண்டி சென்றபடியே இருந்தது. அரை மணி நேரப்பயணத்தின் பிறகு அவர்கள் இடிந்துகிடந்த சத்திரம் ஒன்றின் முன்பாக வந்து நின்றார்கள். வண்டியிலிருந்து சுதர்சன் இறங்கியபடி தொலைவில் தெரியும் ஊரைக் காட்டிச் சொன்னார்.

அதுதான் லட்சுமியாபுரம்.

காந்தி விடுவிடுவென அந்த ஊரை நோக்கி நடக்க ஆரம்பித்தார். வழியில் அவரைக் கடந்து போனவர்களுக்கு அது காந்தி என்றோ அவரைக் காணத்தான் மக்கள் இரவெல்லாம் காத்துக்கிடந்தார்கள் என்றோ தெரியாது. அவர்கள் வழக்கம் போலத் தங்கள் விவசாய வேலைகளுக்குக் கிளம்பிப் போய்க் கொண்டிருந்தார்கள்.

வயல்வரப்பில் காந்தி நடந்து போவது வீடு திரும்பும் விவசாயி ஒருவரைப் போலவே தோற்றமளித்தது. சுதர்சன் அவருக்கு முன்பாகப் போக வேண்டும் என்பதற்காக வயலில் இறங்கி வேகமாக முன்னே போகத்துவங்கினார்.

யாரும் அவர்களைக் கவனிக்கவில்லை.

நூறு வீடுகளுக்குள் இருக்கும் சிறிய கிராமம். வீதியில் ஒரு பெண் மாவு இடித்துக் கொண்டிருந்தாள். வீட்டு அடுப்பிலிருந்து வெளிப்படும் புகை காற்றில் சுழன்றபடியே இருந்தது. ஒன்றிரண்டு ஓட்டுவீடுகளைத் தாண்டி பெரும்பான்மை குடிசை வீடுகள். சாக்கடை வழிந்து ஓடும் சிறிய தெருக்கள்.

சுதர்சன் காந்தியின் முன்னே நடந்து போய்க் கொண்டிருந்தார். தெருநாய்கள் குலைத்தபடியே அவர்களைப் பின்தொடர்ந்தன. ஊரின் தென்புறமாக இருந்த வீதியைக் கடந்து அவர்கள் நடந்தார்கள். வைக்கோல் படப்பு ஒன்றினை ஒட்டி சிறிய குடிசை வீடு தென்பட்டது. அருகிலே ஒரு மாட்டுத்தொழுவம். அதையொட்டி ஒரு வேப்பமரம். வழியெங்கும் ஆட்டுப்புழுக்கைகள்.

புகைமூட்டமான அடுப்பில் வெந்நீர் போட்டுக் கொண்டிருந்த கிட்டுவின் மகள் பார்வதி கண்களைக் கசக்கியபடியே யாரோ வீட்டுக்கதவைத் தள்ளி உள்ளே வருவதைப் பார்த்தாள்.

அது சுதர்சன் மாமா. அவர் ஏன் இந்த அதிகாலையில் வந்திருக்கிறார் என்று புரியாதவள் போல அவள் சேலையால் முகத்தைத் துடைத்தபடியே எழுந்து கொண்டாள்.

சுதர்சனைத் தொடர்ந்து காந்தி அந்தக் குடிசைக்குள் நுழைந்தார். அவளால் நம்பமுடியவில்லை.

அது காந்தி. ஆம், காந்தியேதான். அவளுக்குக் காந்தியை நேரில் பார்த்தவுடன் கைகள் நடுங்கத் துவங்கியது. அவள் தன் நடுக்கத்தை மறைத்தபடியே சாஷ்டாங்கமாக அவரது காலில் விழுந்தாள். காந்தி அவளுக்கு ஆசி கொடுத்தார்.

வெளிச்சம் வராத மூலையில் இருந்த ஒரு கயிற்றுக்கட்டிலில் கதர்க்கொடி கிட்டு படுத்துக்கிடந்தார். அவரது வேஷ்டி விலகிக்கிடந்தது. மெலிந்து வற்றிப்போன உடல். ஒடுங்கிப்போன கழுத்து. நீண்டகாலம் படுக்கையிலே கிடந்து உடம்பு சருகு போலாகியிருந்தது.

காந்தி அந்தக் கட்டிலின் அருகில் சென்று கதர்க்கொடி கிட்டுவைப் பார்த்தார். கண்கள் பாதி திறந்திருப்பது

போலிருந்தது. நரைமயிர்கள் ஒட்டிப்போயிருந்தன. புருவத்தில் ஒரு மயிர் நீட்டிக் கொண்டிருந்தது. அழுந்திப்படுத்த காரணத்தால் காது மடங்கியிருந்தது.

அய்யா. அய்யா என்று பார்வதி கிட்டுவை எழுப்ப முயன்றாள்.

தன்உசார் கிடையாது. யாரையும் அடையாளம் தெரியாது. ஐந்து வருஷமா இப்படியேதான் இருக்கார். சூரங்குடி வைத்தியர் வந்து வைத்தியம் பார்க்கிறார். ஆனா நினைப்பு வரவேயில்லை. உசிருதான் ஒட்டிக்கிட்டு இருக்கு என்றாள்.

காந்தி குனிந்து கிட்டுவின் கைகளைத் தடவினார். வெறித்த அந்தக் கண்களைப் பார்த்தபடியே இருந்தார்.

பார்வதி காந்தியைக் கண்ட நெகிழ்ச்சியில் தழுதழுத்த குரலில் தன் தந்தைக்கு நடந்தவற்றைச் சொல்லத் துவங்கினாள்.

பொட்டல்பட்டியில நிறையக் கள்ளுக்கடை இருக்கு. அதை எதிர்த்து அய்யா போராட்டம் பண்ணினாரு. கள்ளுக்கடைக்குக் குடிக்க வர்றவங்கள அய்யா “வேண்டாம் ஐயா! கள் குடிக்காதீங்க. கையெடுத்துக் கும்பிடுறேன்” என்று கேட்டுக்கிட்டு இருந்தாரு. ஒரு ஆள் அய்யா முகத்திலே எச்சில் துப்பினான். அப்பவும் அய்யாவுக்குக் கோபம் வரலை. அவங்க கால்ல விழுந்து கேட்குறேன்னு சொல்லிட்டு இருந்தார். திடீரென்று போலீஸார் வந்து இறங்கி தடியாலே அடிக்க ஆரம்பிச்சிட்டாங்க. அய்யா இடத்தை விட்டு நகரவேயில்லை. அவருக்குத் தலையில் அடி. ரத்தம் கொட்டுது. ஆனா கதர்க்கொடியை விடவேயில்லை. ஒரு போலீஸ்காரன் கதர்க்கொடியைப் பிடிச்சிருந்த கையிலே லத்தியாலே அடிச்சான். இன்னொருத்தன் அய்யா வேஷ்டியை உருவி அம்மணமாக்கினான். நாலு போலீஸ்காரங்க ஒண்ணு சேர்ந்து அவரை அடிச்சாங்க. அதுல மயங்கினவருதான் எழுந்திருக்கவேயில்லை.

அவள் பேசியதை ராஜன் ஆங்கிலத்தில் மொழிபெயர்க்கத் துவங்கியதும் காந்தி வேண்டாம் என்றபடியே அவள் சொல்வது தனக்குப் புரிகிறது என்று வழியும் அவளது கண்ணீரைக் காட்டினாள்.

காந்தி வந்திருக்கிறார் என்ற செய்தி இதற்குள் ஊர் முழுவதும் பரவிவிட்டது. கிட்டுவின் குடிசைக்கு வெளியே மக்கள் திரண்டிருந்தார்கள். காந்திக்குக் கடிதம் கொடுத்த இளைஞனான முத்து கூட்டத்தை விலக்கிவிட்டு குடிசைக்குள் வந்தான்.

அவனால் நம்பமுடியவில்லை.

காந்தி ஒரு எளிய தொண்டரைத் தேடி வந்திருக்கிறார். அதுவும் சுயநினைவு இல்லாமல் இருக்கும் ஒருவரைக் காண வந்திருக்கிறார். எவ்வளவு பாக்கியம்.

அவனும் காந்தியை வணங்கினான். பார்வதியிடம் காந்தி தானே கிட்டுவிற்குப் பணிவிடைகள் செய்யப்போவதாகச் சொல்லி வெந்நீரையும் ஒரு துணியையும் கொண்டுவரும்படி சொன்னாள்.

அவள் மறுத்தபடியே நான் செஞ்சிக்கிடுறேன் என்றாள்.

காந்தி தானே அடுப்பை நோக்கி செல்லத் துவங்கியதும் அவள் காயவைத்திருந்த வெந்நீரை எடுத்து ஒரு இரும்பு வாளியில் ஊற்றினாள். அந்த வாளியைக் காந்தியே தூக்கிக் கொண்டு வந்தார். அவள் கிழிந்த துணி ஒன்றை அவரிடம் கொடுத்தாள்.

காந்தி அங்கே நின்றிருந்தவர்களை வெளியே செல்லும்படி சொன்னார்.

அறையில் பார்வதியும் காந்தியும் மட்டுமே இருந்தார்கள்.

காந்தி ஒரு தாதியைப் போல வெந்நீரில் துணியை முக்கி அவரது கால்களை முதலில் சுத்தம் செய்ய ஆரம்பித்தார். வெடிப்பேறிப் போன கால்கள். எவ்வளவு நடந்து அலைந்திருக்கும். இந்த அலைச்சல் எதற்காகதான் முன்னெடுத்த அஹிம்சாவழிக்கான போராட்டத்திற்குத் தானே. அவர் அந்தப் பாதங்களைச் சீராகத் துடைத்தார். பார்வதி இதற்குள் தந்தையின் வேஷ்டியினை அரையோடு சேர்த்து சுருட்டிவிட்டாள். காந்தி அந்த மனிதரின் உடல் தன் உடலைப் போலவே மெலிந்து ஒடுங்கி இருப்பதைக் கண்டார். மிகக் கவனமாக, சிரத்தையாகக் கிட்டுவின் உடலை காந்தி தூய்மை செய்தார். வயிற்றில் காந்தியின் கை பட்டபோது லேசான சூடு தெரிந்தது. அவர் நரைமயிர்

அடர்ந்த மார்பினைத் துடைக்கும்போது மலர் கொண்டு தொடுவது போல மெதுவாகத் துடைத்தார். பின்பு கிட்டுவின் முகத்தைத் தன் கைகளால் தடவிவிட்டார். கண்களைத் துடைத்தபடியே அதிலிருந்து கண்ணீர் கசிவதை உணர்ந்தார்.

கிட்டுவிற்குத்தான் வந்திருப்பது தெரிகிறதா. அவர் தன்னை உணர்கிறாரா என்பது போலக் கிட்டுவின் முகத்தைப் பார்த்தபடியே இருந்தார். அதில் சலனமேயில்லை. நெற்றியினைத் துடைத்து காது மடல் வரை சுத்தம் செய்துவிட்டு அவருக்கு என்ன உணவு கொடுக்கிறாய் என்று பார்வதியிடம் ஆங்கிலத்தில் கேட்டாள்.

அவள் கஞ்சி என்றாள்.

அந்தக் கஞ்சியினையும் அவரே கிட்டுவிற்குப் புகட்டிவிட்டார்.

இதற்குள் குடிசைக்கு வெளியே திரண்ட மக்கள் காந்திக்கு வாழ்த்து சொல்லி குரல் எழுப்பத் துவங்கியிருந்தார்கள்.

வெளியேநிற்பவர்களை உள்ளே வரும்படி சொன்னார் காந்தி.

அந்தக் குடிசை முழுவதும் ஆட்கள் நிரம்பியிருந்தார்கள். கட்டிலைச் சுற்றிலும் ஆட்கள் அமர்ந்து கொண்டார்கள்.

காந்திஜி தணிவான குரலில் சொன்னார்,

"நாம் அனைவரும் ஒன்று சேர்ந்து கிட்டுவிற்காகப் பிரார்த்தனை செய்வோம்."

அனைவரும் கைகூப்பியபடியே நின்றார்கள்.

சுதர்சன் பாடத்துவங்கினார். கண்களை மூடி கிட்டுவிற்காக காந்தி பிரார்த்தனை செய்தார். பின்பு மெல்லிய குரலில் சொன்னார்.

"கிட்டுவை தாக்கிய போலீஸ்காரர்கள் நலனிற்காகவும் நாம் பிரார்த்தனை செய்வோம்."

அதைகிராமவாசிகள்ஏற்றுக் கொள்ளவில்லை. அவர்கள் காந்தியை வெறித்துப் பார்த்தபடியே இருந்தார்கள். காந்தி மீண்டும் தன் கண்களை மூடிக் கொண்டு பிரார்த்திக்கத் துவங்கினார். சுதர்சனுடன் கிட்டுவின் மகள் பார்வதிமட்டுமேபிரார்த்தனை செய்தாள்.

பிரார்த்தனை முடிந்த பிறகு காந்தி அந்தஊர்மக்களை நோக்கிச் சொன்னார்.

"கடவுள்நல்லவர்களைக் கைவிடுவதில்லை. கிட்டுவும் என் சகோதரர் தான். அவரைப் பார்த்துக் கொள்ள வேண்டியது உங்கள்அனைவரின் பொறுப்பு."

மக்கள்தலையாட்டி ஏற்றுக் கொண்டார்கள்.

விடைபெற்றுக் கொள்ளும் முன்பு காந்தி முக்காலியில் அமர்ந்தபடியே கட்டிலில் கிடந்த கிட்டுவின் கைகளை எடுத்து அதில் எதையோ எழுதினார். என்னஎழுதினார் என்றுஅவர்களால் கண்டறிய முடியவில்லை. ஆனால் கிட்டுவின் புருவங்கள் நெகிழ்ந்து தளர்வதைக் காந்தி கண்டார்.

பின்பு காந்தி சுவர் ஓரமாக வைக்கப்பட்டிருந்த கிட்டுவின் ராட்டையை எடுத்து நூல் நூற்றார். விடைபெறும் போது பார்வதியிடம் காந்தி சொன்னார்,

"உன் தந்தையிடம் நான் பேச வேண்டியதைஎல்லாம் பேசிவிட்டேன். அவருக்கு நான் சொன்னது புரிந்திருக்கும். உனக்கு ஏதாவது உதவி தேவைஎன்றால் எனக்கு ஒரு தபால் அட்டை எழுது. நீயும் இனி என் மகள் தான். "

அவள் தன்னைக் கட்டுபடுத்த முடியாமல் கண்ணீர் சிந்தினாள். அவளை ஆறுதல் படுத்திய பின்பு காந்தி அங்கிருந்து விடைபெற்றார்.

வயல் வரப்பில் நடந்து வரும் போது ராஜனிடம் காந்தி சொன்னார்,

"இந்த தேசம் கிட்டுவைப் போன்றவர்களுக்கு நிறையக் கடமைப்பட்டிருக்கிறது."

"நினைவுகள் இல்லாத வெற்றுடலாக வாழுவது பெரும் சோகம்" என்றார் ராஜன்.

"அதிகாரத்தின் கோரத்திற்கு இதைவிடஎன்ன சாட்சியம் வேண்டும். கிட்டு தன்னை பலிகொடுத்திருக்கிறார். நாம் செய்யப்போகும் செயல்கள் தான் கிட்டுவிற்கானநீதி. நினைவுகளை நாம் மீட்டு எடுக்க வேண்டும்" எனஉறுதியான குரலில் சொன்னார் காந்தி.

அந்தக் குரலில் அவர் எதையோ மனதிற்குள்திட்டமிடத் துவங்கியிருக்கிறார் என்பது புரிந்தது.

வயலைத் தாண்டும் போது காந்தி திரும்பிப் பார்த்தார். அமைதிஊர்வலம் போல மொத்த கிராமமும் அவரது பின்னால் திரண்டு வந்து கொண்டிருந்தது.

செய்தாக வேண்டிய வேலைகள் அவருக்காகக் காத்துக் கொண்டிருந்ததை உணர்ந்தவராகஅவர் கூண்டு வண்டியை நோக்கி வேகமாகநடந்து கொண்டிருந்தார்.

◻

2
காகிதப் பறவைகள்

உண்மையான பறவைகளைவிடவும் காகிதத்தில் செய்த பறவைகள் வசீகரமாயிருக்கின்றன. அவை வீட்டிற்குள் பயமின்றி மிதக்கின்றன. காகிதப் பறவைகளின் வானம் வீட்டுக் கூரைதானே.

தபால்கார மார்டினின் மூத்தமகள் ஸ்டெல்லா அழகாகக் காகிதப் பறவைகள் செய்வாள். அவளுக்குத் திக்குவாய் என்பதால் பள்ளிக்கு அனுப்பவில்லை. வீட்டில் சமையல் வேலைக்குத் துணையாக இருந்தாள். தாயற்ற பெண் என்பதால் அவளை மார்டின் கண்டிப்பதில்லை.

பகல் நேரங்களில் அவள் வண்ணக் காகிதங்களை வெட்டி காகிதப் பறவைகள் செய்வாள். சில சமயம் பலசரக்குப் பொருட்கள் கொடுப்பதற்காக சுபாஷ் அவர்கள் வீட்டிற்குப் போயிருக்கிறான். தையல் இயந்திரம் இருந்த அறை முழுவதும் காகிதப் பறவைகளை நூலில் கட்டி பறக்கவிட்டிருப்பாள் ஸ்டெல்லா.

அவள் காகிதப் பறவை செய்வதை சுபாஷ் அருகிலிருந்து பார்த்திருக்கிறான். ஒவ்வொரு பறவை செய்து முடித்தவுடன் அவள் அதை வெளியே எடுத்து வந்து வானத்தைக் காட்டுவாள். ஏன் அப்படிச் செய்கிறாள் என்று சுபாஷ் கேட்டதற்குத் திக்கித் திக்கிப் பேசியபடியே பறவைகள் வானத்தைத்தான் முதலில் பார்க்க வேண்டும் என்றாள்.

அவள் சொன்னது உண்மைதானே. காகிதப் பறவை என்றாலும் அது பறவைதானே. சிவப்பு, ஊதா, பச்சை, கறுப்பு எனப் பல்வேறு வண்ணக் காகிதங்களில் அவள் பறவைகள் செய்திருந்தாள். அந்தப் பறவைகளைத் தலைமாட்டில் வைத்துக் கொண்டுதான் உறங்குவாள் என்று சொன்னாள் ஸ்டெல்லாவின் அம்மா.

"நிஜப் பறவைகளை உனக்குப் பிடிக்காதா?" என்று சுபாஷ் அவளிடம் கேட்டான்.

"நிஜப் பறவைகள் பயப்படும். சப்தம் போடும். எனக்குப் பயப்படுற பறவையைப் பிடிக்காது" என்றாள்.

ஏன் என்று அவன் கேட்கவில்லை. அவளாகச் சொன்னாள்:

"நான் செய்த பறவைகள் என்னைப் போலப் பேசாதது."

"நீதான் பேசுறியே" என்றான் சுபாஷ்.

"திக்கித் திக்கி தானே பேசுகிறேன். அதுக்கு ஊமையா இருந்திருக்கலாம்லே."

"அப்படியெல்லாமில்லை. நீ நல்லாதான் பேசுறே."

"நிஜமாவா?"

"ஆமா. உன் குரல் ரொம்ப நல்லாயிருக்கு."

அதைக்கேட்டதும் அவளது முகத்தில் மலர்ச்சி பெருகியது. ஸ்டெல்லாவிற்கு அப்போது வயது பதினைந்து என்றார்கள். ஆனால் பூப்பெய்தவில்லை. ஆளும் மெலிந்து கழுத்து எலும்புகள் துருத்திக் கொண்டிருக்க சிக்கு பிடித்த தலைமுடியோடு இருந்தாள்.

"எனக்கொரு பறவை செய்து தருவியா?" என்று கேட்டான் சுபாஷ்.

"அதெல்லாம் முடியாது. நான் யாருக்கும் பறவை செய்து தரமாட்டேன். எல்லாப் பறவையும் எனக்கு மட்டும்தான்."

சில பறவைகளைச் செய்து முடித்தவுடன் அவளுக்குப் பிடிக்காமல் போய்விடும் என்பதால் உடனே கத்தரிக் கோலை வைத்து அதைத் துண்டு துண்டாக வெட்டிப் போட்டுவிடுவாள். அவளைச் சுற்றிலும் எப்போதும் கிழிந்த

காகிதங்களே இருந்தன. ஸ்டெல்லா சாப்பிடும்போதுகூடத் தன்னோடு ஒரு காகிதப் பறவையை வைத்துக் கொண்டாள்.

ஒரு நாள் தபால்கார மார்டின் சுபாஷின் தாத்தாவிடம் சொல்லிக் கொண்டிருந்தார்.

“வீட்டு வாசலில் ரொம்பப் பெருசா பறவை ஒண்ணைச் செய்து ஸ்டெல்லா தொங்கவிட்டு இருக்கா. பாக்க அழகாதான் இருக்கு.”

“இப்படியே அவளை வச்சிட்டு இருந்தா. எப்படி மார்டின். யாராவது டாக்டர்கிட்ட காட்ட வேண்டியது தானே” என்றார் தாத்தா.

“எல்லாம் காட்டியாச்சி. இந்தச் சுமையை நான் வாழ்நாள் பூரா சுமக்க வேண்டியதுதான். வயது பதினைந்து நடக்குது. எப்போ பாரு, பறவை செய்றதுதான் வேலை. நான் செய்த பாவம் வேற என்ன சொல்றது.”

“ஏன் மார்டின் அப்படிச் சொல்றே. அஞ்சு விரலும் ஒண்ணு போலவா இருக்கு. ஒரு விரல் குட்டையா இல்லை.”

“அப்படி நினைத்து மனதை தேத்திக்கிட வேண்டியதுதான். அந்தப் பிள்ளைகிட்ட அபூர்வமான ஒரு குணம் இருக்கு. யாராவது அவளைத் திட்டுனா. அழ மாட்டா. சிரிப்பா. திட்டத் திட்ட ரொம்பச் சிரிப்பா. இப்படி உலகத்துல யாராவது இருப்பாங்களா என்ன?”

“நிஜமாவா சொல்றே. திட்டுனா சிரிப்பாளா!”

“அதான் சொன்னேன். அபூர்வம்னு. நானே கோவத்துல எத்தனையோ நாள் திட்டியிருக்கேன். ஒரு நாள்கூட அவ அழுததேயில்லை. சிரிப்புதான். அப்படி எப்படித்தான் இருக்காளோ.”

“அது ஒரு மனசு மார்டின். இப்படி இருக்கக் குடுத்து வச்சிருக்கணும்...”

“பிள்ளைக வளர வளரத் தான் கஷ்டம் தெரியுது. இதுகளுக்குக் கல்யாணம் கட்டிக் கொடுத்து நல்லது பொல்லாததுக்கு ஓடி உதவி செய்து எப்படிக் காலம் தள்ளப் போறேன்னு தெரியலை. பொம்பளை பிள்ளை பெத்தவங்க

கஷ்டம் லேசில்லை. யாருகிட்ட சொல்லி ஆற்றாமைப்பட முடியும்.”

“நடக்குறதுதான் நடக்கும். நீ கவலைப்பட்டு எதையாவது நிறுத்திட முடியுமா என்ன?” எனக்கேட்டார் தாத்தா.

மார்டின் அது உண்மை என்பது போலத் தலையாட்டினான்.

ஸ்டெல்லாவை யார் திட்டினாலும் அழ மாட்டாள் என்பதைக் கேட்டதும் சுபாஷிற்கு ஆச்சரியமாக இருந்தது. அடுத்தமுறை அவர்கள் வீட்டிற்குப் பலசரக்கு கொடுக்கப் போகும்போது அவளிடம் கேட்டான்:

“நீ அழவே மாட்டயாமே. நிஜமா?”

“இல்லையே. அழுவேன். ஆனா யாராவது திட்டுனா அழ மாட்டேன்” என்று திக்கித் திக்கி சொன்னாள் ஸ்டெல்லா.

“திட்டுனா ஏன் அழமாட்டே?” எனக் கேட்டான் சுபாஷ்.

“திட்டும்போது சிரிச்சிட்டா நமக்கு வலிக்கவே வலிக்காது” என்றாள் ஸ்டெல்லா.

“யாரு சொல்லிக் கொடுத்தது” எனக் கேட்டான் சுபாஷ்.

“பறவைகள்” என்று வானை நோக்கி கையை உயர்த்தினாள் ஸ்டெல்லா.

“நீ பறவைகிட்ட பேசுவியா?” என்று கேட்டான் சுபாஷ்.

“தினமும் பேசுவேன். உன்கிட்ட ஒரு ரகசியம் சொல்லட்டா. இந்தப் பறவை எல்லாம் வானலோகத்திலிருந்துதான் வருது. நட்சத்திரம்தான் பகலில் பறவையா மாறியிருது...”

“நிஜமாவா!” எனப் பொய்யான வியப்போடு கேட்டான் சுபாஷ்.

“காகிதத்துக்குள்ளே பறவை எப்படி வந்துச்சி. அது ஒரு ரகசியம். நட்சத்திரம்தான் இப்படி மேஜிக் பண்ணுது.”

“பறவைகள் எதுக்கு வானத்தில் இருந்து வருது.”

“ஒரு ரகசியம் சொல்ல. அது எனக்கு மட்டும்தான் தெரியும்.”

“என்ன ரகசியம்?”

"அதைச் சொல்லமாட்டேன்..."

"என்கிட்ட மட்டும் சொல்லு."

"இந்தப் பறவைகள் கஷ்டம்னா என்னை வானத்துக்கு அழைச்சிட்டுப் போயிடும். அதான் ரகசியம்."

"எப்படிப் போவே?"

"எனக்கும் பறக்க தெரியும்."

"அப்படியா. நீயும் ஒரு பறவையா?"

"ஆமாம். ஆனா யாருக்கும் தெரியாது" என்று சொல்லிச் சிரித்தாள்.

"நீ எதுக்கு அழுவே?" என்றுகேட்டான் சுபாஷ்.

"எனக்கு ரோஜாப் பூவை பாத்தா அழுகை வந்துடும்" என்றாள் ஸ்டெல்லா.

"ரோஜாப் பூவை பார்த்து யாராவது அழுவாங்களா?" எனக்கேட்டான் சுபாஷ்.

"நான் அழுவேன். ரோஜாப் பூ எவ்வளவு அழகா இருக்கு. வாசனையா இருக்கு. ஆனா நான் அப்படி அழகாயில்லை. வாசனையா இல்லைதானே. அதை நினைச்சிதான் அழுவேன்."

"உன்னை மாதிரி வேற யாரும் அழமாட்டாங்க."

"அவர்களுக்குப் பூவைப் பாக்கத் தெரியலை. பூ தானேனு நினைக்குறாங்க."

"பூ அழகா இருந்தா. அதுக்காக அழணுமா?"

"ஆமா. இவ்வளவு அழகான ஒண்ணைப் பாத்துக்கிட்டு இருந்தா அழுகை வராதா..."

ஸ்டெல்லா கேட்டது முட்டாள்தனமில்லை என்றே தோன்றியது.

ஒருமுறை பெயர் தெரியாத ஒரு மஞ்சள் ரோஜா மலரைக் கையில் வைத்திருந்தபோது ஸ்டெல்லாவின்

ஞாபகம் வந்தது. பாவம் ஸ்டெல்லா என்று முணுமுணுத்துக் கொண்டான்.

ஸ்டெல்லா காலையில் குளிக்க மாட்டாள். மதியம் சாப்பிட்டவுடனேதான் குளிக்கப்போவாள். குளியல் அறைக்குள்ளும் பறவைகளுடன்தான் போவாள். சில நாட்கள் இரவில் தூக்கம் பிடிக்காமல் பறவைகள் செய்து கொண்டிருப்பாள் என்றும் சொன்னார்கள்.

ஸ்டெல்லா செய்யும் பறவைகளை அவளது தங்கை மரியாவிற்குப் பிடிக்கவே பிடிக்காது. பலமுறை அவற்றைக் கிழித்துப்போட்டிருக்கிறாள். ஆனால் அதற்காக ஸ்டெல்லா வருத்தம் கொண்டதில்லை. மௌனமாக அவள் முன்னால் சிலுவைக் குறி போட்டு கர்த்தர் உன்னைப் பார்த்துக் கொள்வார் என்பது போலக் கடந்து போய்விடுவாள்.

மரியாவிற்குப் பணம்தான் உலகம். வீட்டிலிருந்து அடிக்கடி காசைத் திருடிக் கொண்டுபோய்க் கடைகளில் தின்பண்டங்கள் வாங்கித் தின்பது அவளது வழக்கம். பள்ளியிலும்கூட அவள் திருடினாள். ஆசிரியர்கள் இதற்காக அவளை இரண்டு முறை பள்ளியை விட்டு நிறுத்தியிருக்கிறார்கள். ஆனால் மரியா திருந்தவேயில்லை. ஒரு முறை அவள் பள்ளியிலிருந்து யாரோ ஒரு மாணவியின் சைக்கிளைத் திருடிக்கொண்டு வந்துவிட்டாள். அந்த மாணவியின் குடும்பமே அவர்கள் வீடு தேடி வந்து திட்டியது. அன்று மரியாவை மார்டின் தோசைக்கரண்டியால் அடித்தார். மரியா அடிவாங்கிக் கொண்டபடியே கேட்டாள்:

“அப்போ எனக்கு ஒரு சைக்கிள் வாங்கிக் குடு.”

“ஏன் மகாராணிக்கு நடந்துபோக முடியாதோ” என்று கேட்டார் மார்டின்.

“என்னாலே முடியாது. நான் அப்படித்தான் திருடுவேன்” என்றாள் மரியா.

“கையைக் காலை உடைச்சி வீட்டுல போடுறேன்” என்று திட்டினார் மார்டின்.

“அதான் ஒரு லூசைப் பெத்துவச்சிருக்கியே. அது போதாதா” என்று கேட்டாள் மரியா.

மார்டினுக்குக் கோபம் தலைக்கு ஏறியது.

அவளது தலைமயிரைப் பற்றி இழுத்து அடிஅடியென அடித்தார். மரியா அடங்காத குரலில் கத்தினாள்:

"நீ என்னையே கொன்னாலும் நான் திருடுவேன்."

அடிப்பதை கைவிட்டு மார்டின் அவளை வெறித்துப் பார்த்துக் கொண்டிருந்தார். பிறகு அழுத்தமான குரலில் சொன்னார்.

"நான் செத்துட்டா. இந்தக் கண்றாவி எல்லாம் பாக்க வேண்டியது இருக்காது."

"அப்போ செத்துப்போ" என்றாள் மரியா.

உள்அறையில் பறவை செய்து கொண்டிருந்த ஸ்டெல்லா வெளியே வந்து திக்கித் திக்கி சொன்னாள்:

"டாடி. நாம மரியாவுக்காகப் பிரே பண்ணுவோம்."

அதைக்கேட்டதும் மார்டின் கண்கலங்கியது.

அன்றிரவு அவர்கள் மரியாவிற்காகப் பிரார்த்தனை செய்தார்கள். அதில் மரியா மட்டும் கலந்து கொள்ளவில்லை. அவள் பிடிவாதமாகச் சுவரை நோக்கியபடியே உட்கார்ந்திருந்தாள். அவளை எவராலும் பிரார்த்தனை செய்ய வைக்கமுடியவில்லை.

இன்னொரு நாள் பகலில் அவள் ஸ்டெல்லாவிடம் சொன்னாள்.

"உன் பறவைய எல்லாம் தீவச்சி கொளுத்தப்போகிறேன் பாரு."

ஸ்டெல்லா அதைக்கேட்டுச் சிரித்தாள்.

"சிரிக்காதடி. எரிச்சலா வருது" என்றாள் மரியா.

மீண்டும் மெலிதாகச் சிரித்தாள் ஸ்டெல்லா. அது மரியாவிற்கு ஆத்திரத்தை அதிகப்படுத்தியது. ஸ்டெல்லாவின் தலைமயிரைப் பிடித்து இழுத்து தலையைச் சுவரோடு கொண்டு போய் முட்டவைத்தாள். கண்டபடி திட்டினாள். அப்படியும் ஆத்திரம் அடங்கவில்லை. காலால் மிதித்தாள். கீழே விழுந்துகிடந்த ஸ்டெல்லா காற்றில் சிலுவைக் குறியிட்டாள். மரியாவிற்கு ஆத்திரம் கொப்பளித்தது.

“நாயே. அப்படிச் செய்யாதடி” என்றபடியே அவள் காகிதம் துண்டிக்க வைத்திருந்த கத்தரிக்கோலை எடுத்து அவள் கன்னத்தில் சொருகினாள். ரத்தம் குபுகுபுவெனக் கொட்டியது. மரியா அந்த இடத்திலிருந்து ஓடினாள். எங்கே ஓடி ஒளிந்தாள் என்று தெரியாது. ஸ்டெல்லாவை பொதுமருத்துவமனையில் அனுமதித்திருந்தார்கள்.

சுபாஷ் தாத்தாவோடு மருத்துவமனைக்குப் போயிருந்தான். கூடத்தின் வெளியே கலங்கிய கண்களுடன் மார்டின் நின்றிருந்தார்.

“இப்படி பிள்ளைகளைப் பெத்து வச்சிருக்கனே. நான் என்ன செய்றது?” என்று புலம்பினார்.

“என்ன சொல்றாரு டாக்டரு?” என்று கேட்டார் தாத்தா.

“ஆபரேஷன் பண்ணவேண்டுமென்று சொல்றாரு” என்றார் மார்டின்.

தாத்தாதான் கொண்டுவந்திருந்த பணத்தை சுபாஷ் அறியாமல் மார்டினிடம் கொடுத்தார். பிறகு மார்டின் கைகளைப் பற்றிக் கொண்டு சொன்னார்.

“குடியிருக்கற வீடு சரியில்லைனு நினைக்குறேன். வீட்டை மாத்திப் பாரு.”.

மார்டின் தலையாட்டினார். ஒரு மாதகாலம் ஸ்டெல்லாவை மருத்துவமனையில் வைத்திருந்தார்கள். கத்திரிக்கோல் கன்னத்தைக் கிழித்ததில் காது நரம்புகளும் துண்டிக்கப்பட்டுவிட்டன என்றார்கள். மருத்துவமனையிலிருந்து ஸ்டெல்லா வீடு திரும்பிய பிறகு ஒரு நாள் அவளைப் பார்ப்பதற்காக சுபாஷ் போயிருந்தான். தலைமுடி மொட்டையடிக்கப்பட்டுக் கழுத்தில் மரச்சிலுவை தொங்க அழுக்கடைந்த பாவாடை சட்டை போட்டிருந்தாள். அவள் கண்களில் வேதனை படிந்திருந்தது. எப்போதும் போலக் காகிதங்களை வெட்டிப் பறவைகள் செய்து கொண்டிருந்தாள். மருத்துவமனையிலிருந்து வீடு திரும்பிய பிறகு எவருடனும் ஒரு வார்த்தைகூட அவள் பேசவில்லை என்றார்கள்.

மரியாவைக் கொண்டு போய்க் கொடைக்கானலில் உள்ள அத்தைவீட்டில் படிக்க விட்டுவந்திருந்தார்கள்.

அதன்பிறகு ஸ்டெல்லா செய்த பறவைகள் எதற்கும் அவள் கண்கள் வரையவில்லை.

தான் செய்த காகிதப் பறவைகளுடன் அவள் அடிக்கடி வீட்டை விட்டு வெளியே போய்விடுகிறாள் என்றும் எங்கே போகிறாள், என்ன செய்கிறாள் என்று யாருக்கும் தெரியவில்லை என்றும் மார்டின் தாத்தாவிடம் சொல்லிக் கொண்டிருந்தார்.

"எங்க போகப்போறா. விடு. வீட்டுக்குள்ளேயே இருந்தா மூச்சடைத்துப் போயிரும்லே."

மார்டின் சில நாட்கள் அவளை ரயில்வே பாலத்தில் பார்த்திருக்கிறார். அவள் யாரோ ஒருத்தியைப் போலத் தோன்றினாள். ஏன் தன்பிள்ளைகள் இப்படி நடந்து கொள்கிறார்கள் என்ற கவலை அவரை மிகுந்த வேதனை கொள்ளச் செய்தது. பெரும்பான்மை நாட்கள் அவள் பகல் நேரத்தில் தேவாலயத்தின் பின்புறம்தான் காகிதப் பறவைகளுடன் விளையாடிக் கொண்டிருந்தாள்.

இரண்டு மாதங்களுக்குப் பிறகு ஒரு நாள் மார்டின் அதிகாலை தாத்தாவைத் தேடி வந்திருந்தார்.

"ஸ்டெல்லாவைக் காணோம். ரெண்டுநாளா வீட்டுக்கு வரல" எனப் பதைபதைப்புடன் சொன்னார்.

"நல்லா தேடிப்பார்த்தீங்களா?" எனக் கேட்டார் தாத்தா.

"பிரசங்கம் பண்ண வந்த வேன்ல போயிட்டதா சொல்றாங்க."

"எங்க போயிருப்பா?"

"அதான் தெரியலை. விசாரித்துப் பாத்துட்டேன். அவகூட வரலைனு சொல்றாங்க அவ பெட்டியில் வைத்திருந்த பறவை எல்லாத்தையும் எடுத்துக்கிட்டு போயிருக்கா."

"சொந்தக்காரங்க வீட்டுக்குப் போயிருப்பாளா? விசாரித்துப் பாத்தீங்களா?"

"அப்படி எங்கேயும் போக மாட்டாள்" என வேதனையான குரலில் சொன்னார்.

எங்கே போயிருப்பாள். அவளால் தனியே எப்படி வாழ முடியும். இந்தக் காகிதப் பறவைகள் அவளை எங்காவது

ஐந்து வருட மௌனம் ழ 33

அழைத்துக் கொண்டு போயிருக்குமா. இல்லை, பறவைகள் காணாமல் போய்விட்டால் அதன் தாய் தேடுமா. எங்கெங்கோ தேடியும் அவர்களால் கண்டறியமுடியவில்லை.

விரிந்து பரந்த இந்தப் பெரும் உலகில் எங்கே போய் ஒளிந்து கொண்டாள் என்று அவரால் கண்டறியவே முடியவில்லை.

ஸ்டெல்லா வீட்டிலிருந்து வெளியேறியதும் மரியா ஆள் மாறிப்போனாள். வீட்டை விட்டு வெளியே போகவேயில்லை. சதா பிரேயர் செய்தபடி இருந்தாள். வீட்டுவேலைகளை முழுமையாகக் கவனித்தாள். தனித்திருந்த நேரங்களில் அவளும் ஸ்டெல்லா போலக் காகிதப் பறவைகள் செய்ய ஆரம்பித்தாள்.

ஸ்டெல்லா அந்தக் குடும்பத்திலிருந்து மறைந்து போனாள். இனி அவளைப் பார்க்கவே முடியாதா என்று ஏங்கியிருக்கிறான் சுபாஷ்.

அவ்வளவுதான் வாழ்க்கை. ஏதோவொரு புள்ளி பிசகிவிட்டால் வீடு விலகிப்போய்விடும். ஒரு மனிதன் வீட்டிலிருந்து விடுபட்டுப் போய்விட்டால் உலகில் அவனைக் கண்டறிவது எளிதானதில்லை.

ஸ்டெல்லாவை காகிதப் பறவைகள்தான் வானிற்கு அழைத்துக் கொண்டு போய்விட்டதா. காகிதப் பறவைகளுக்கு என்னதான் வாழ்க்கை.

இப்போதும் அந்திக் கருக்கலில் தனியே செல்லும் கொக்கினைக் காணும்போது சுபாஷ் ஸ்டெல்லாவையே நினைத்துக் கொள்வான். அவளது சிரித்த முகம் மனதில் தோன்றி மறையும்போது அவனை அறியாமல் கண்கள் கலங்கவே செய்கின்றன.

□

3
தண்ணீரின் திறவுகோல்

வகுப்பறையில் இருந்த மாணவர்களில் எவர் அக்குரலை எழுப்பியது எனத் தெரியவில்லை. ஆனால் அக்குரல் உறுதியாக, அழுத்தமாக இருந்ததை ஹோர்ஹே லூயிஸ் போர்ஹேஸ் உணர்ந்தார்.

"இந்தியாவைப் பற்றிய உங்கள் மதிப்பீடுகள் தவறானவை. புத்தகத்தின் வழியாக இந்தியாவை ஒருபோதும் அறிந்து கொள்ள முடியாது. கையால் தடவி இருட்டை உணர முயற்சிப்பது போன்றது உங்கள் மதிப்பீடு."

கவிதை குறித்த சிறப்பு வகுப்புகளுக்காக போர்ஹேஸ் அமெரிக்காவின் மிக்சிகன் மாநிலத்தில் உள்ள கிழக்கு லான்சிங் பல்கலைக்கழகத்திற்கு வருகைதரு பேராசிரியராக இருந்தார். ஆண்டில் இரண்டு மாதங்கள் இதற்காக அமெரிக்க வரவேண்டியிருந்தது. நிறைய ஓக் மற்றும் பீச் மரங்கள் அடர்ந்த வளாகமது. டிசம்பர் மாதக் குளிரில் இரும்புக் கம்பங்கள்கூட நடுங்கிக் கொண்டிருந்தன.

மாணவர்களுக்குக் குளிர் தெரிவதில்லை போலும். அவர்கள் வெட்டவெளியில் உற்சாகமாகப் பேசிக்கொண்டு அமர்ந்திருப்பதை வகுப்பிற்கு வரும் பாதையில் கேட்டார்.

ஒன்றைக் கற்பிக்க முயற்சிக்கும்போதுதான் அதன் ஆழ்ந்த நிலைகளும் அடுக்குகளும் புரிய ஆரம்பிக்கின்றன. அதிலும்

கவிதைகளைக் கற்பிக்கும்போது ஒவ்வொரு சொல்லும் தனித்து ஒளிர ஆரம்பிக்கின்றன. எல்லாச் சமூகங்களிலும் கவிதை வாசிப்பதற்கான விஷயமில்லை. தொல்காலத்தில் கவிதை என்பது தெய்வீகமானது. கடவுளுடன் பேசும் மொழி.

பார்வை இழப்பு ஏற்பட்ட பிறகு அவர் எல்லா நூல்களையும் வாசித்துக் கேட்கவே செய்தார். சில நேரங்களில் ஒரே கவிதையைப் பலமுறை வாசிக்கச் சொல்லுவார். சில நேரங்களில் ஒரே கவிதையைப் பலரை வாசிக்க வைப்பார். குரல் மாறும்போது கவிதையின் அர்த்தம் மாறிவிடுகிறது.

இன்றைய வகுப்பில் அவர் மெய்யியல் கவியான ஜான் டன்னின் கவிதைகளைப் பற்றி உரையாற்றினார். அப்போதுதான் இந்தியக் கவிதைகளைப் பற்றிய எண்ணங்களைப் பகிர்ந்து கொண்டார். அவர் சொல்ல விரும்பியது இந்திய மெய்தேடல் பாடல்களின் பின்னுள்ள மனநிலையை.

"இந்தியாவில் கவிதை எப்போதும் புனிதமயமாக்கப் படுகிறது. நவீனக் கவிதையாக இருந்தாலும் அதன் அடிநிலையாகப் புனிதநிலை இருக்கவே செய்கிறது. இந்தியர்களுக்குக் கவிதை என்பது வாசிக்கப்படும் படைப்பில்லை. அது ஒரு வழிமுறை. ஆன்மீக வெளிப்பாடு. பிரார்த்தனை பாடல்தான் இந்தியக் கவிதையின் உச்சம்.

நவீனக் கவிதையும் ஒருவகைப் பிரார்த்தனைதான். ஆனால் எதை யாரை நோக்கி பிரார்த்திக்கிறார்கள் என்பதுதான் மாறுபடுகிறது. கடவுள் இல்லாத பிரார்த்தனைகள் என்று அவற்றைச் சொல்லலாம்.

இந்தியக் கவிதையில் இன்றும் எதை எழுதலாம், எதை எழுதக்கூடாது என்ற தீட்டு இருக்கிறது. நீரினுள் நீந்தும் யானையைப் போன்று மரபும் நவீனமும் இந்தியக் கவிதையில் ஒன்று சேர்ந்திருக்கிறது" என்றார்.

அவரது இந்த அவதானிப்பு மாணவர்களால் சரியாகப் புரிந்து கொள்ளப்படவில்லை. வகுப்பறை மிக மௌனமாக இருந்தது. அது ஒரு பழமையான கட்டிடம். வகுப்பறையில் அகலமான ஜன்னல்கள் இருந்தன. ஆகவே குளிர்காற்று

பலமாக உள்ளே வந்து கொண்டிருந்தது. பொதுவாக அவர் தன் உரையைச் சற்று கேலியும் கிண்டலுமாகவே அமைத்துக் கொள்வார். ஆகவே போர்ஹேஸ் வேடிக்கையான குரலில் சொன்னார்:

"இந்தியக் கடவுள்கள் அனைவரும் கவிதை கேட்பவர்கள். இந்தியாவில் கடவுள் குறித்துப் பல்லாயிரம் கவிதைகள் எழுதப்பட்டுள்ளன. வேறு எந்த நாட்டிலும் கடவுள் இவ்வளவு கவிதைகளைக் கேட்டதில்லை. அதே நேரம் இந்தியக் கடவுள் கதைகளை உற்பத்தி செய்பவர். சில வேளைகளில் கடவுள் தானும் ஒரு கவிஞர் என்றே சொல்லிக் கொள்கிறார். கிறிஸ்துவச் சமயத்தில் ஒருபோதும் கடவுள் கவிஞராகத் தன்னைச் சொல்லிக் கொள்வதில்லை. கவிதை பாடுவதில்லை."

அதைக் கேட்டு வகுப்பறையில் யாரோ சிரித்தார்கள். சில நேரங்களில் மாணவிகள் அவரது எளிய நகைச்சுவைக்குக்கூட வெடித்துச் சிரிப்பார்கள். மாணவர்களைச் சிரிக்க வைப்பது எளிதில்லை. அதுவும் கவிதை குறித்த வகுப்பு கேட்கும் மாணவர்கள் தீவிரமானவர்கள். அவர்கள் குரலில் கோபமோ அல்லது சலிப்போதான் வெளிப்படும்.

"ஆண்களும் பெண்களும் கவிதையை வேறுவேறு விதமாகவே அணுகுகிறார்கள். ஆணுக்குக் கவிதை என்பது அழகான பரிசுப்பொருள். பெண்ணுக்குக் கவிதை என்பது வாசனைத் திரவியம் போன்றது. அதை முகர்ந்து உணர்ந்து அனுபவிக்க நினைப்பார்கள். ஆராய மாட்டார்கள்.

இந்தியக் கவிதை ஒன்றில் மூன்று முகமுள்ள ஒரு நாய் வருகிறது. அபூர்வமான சித்தரிப்பு. இந்திய இலக்கியங்களில் நாய்களைப் பற்றி நிறையவே எழுதப்பட்டிருக்கின்றன. மகாபாரதம் கூடச் சரமை என்ற நாயிடமிருந்துதானே துவங்கப்படுகிறது..."

இப்படியாகப் போர்ஹேஸின் பேச்சு எதையெதையோ இணைத்தும் சேர்த்தும் தொட்டுக்காட்டியும் சென்றது. உரை முடியும்போது சொன்னார்.

"இந்தியா புதிரான தொன்மங்களிலும் கதைகளிலும் வாழ்ந்து கொண்டிருக்கிறது. எல்லா விசித்திரங்களும் அங்கே இயல்பானதாகவே கருதப்படுகின்றன..."

இதைச் சொன்னபோதுதான் அந்த எதிர்ப்புக்குரல் எழுந்தது.

அக்குரல் ஒரு சில நிமிஷத்தில் அடங்கியபோதும் ஹோர்ஹே லூயிஸ் போர்ஹேஸ் மனதில் அதன் அலை அடங்கவில்லை. பெரும்பாலும் அவரோடு விவாதிக்க விரும்பும் மாணவர்கள் தத்துவம் சார்ந்தே பேச முற்படுவார்கள். சிலர் மொழியியல் ஆய்வாளர்களாக இருப்பதும் வழக்கம்.

தன்னைக் குற்றம் சொல்லியவன் ஒரு இந்தியன் என அறிந்து கொண்டதும் அவரது மனது இந்தியாவைப் பற்றியே நினைத்துக் கொள்ளத் துவங்கியது.

அவரது வகுப்பு துவங்கப்படுவதற்கு முன்பாக ஒரு குவளையில் பூக்களைக் கொண்டு வந்து மரமேஜையில் வைப்பார்கள். அருகில் ஒரு கண்ணாடி டம்ளரில் தண்ணீர். வகுப்பிற்குக் குறிப்புகளையோ புத்தகங்களையோ அவர் ஒருபோதும் கொண்டுவருவதில்லை. அவரது சிறிய பாக்கெட் வாட்ச் வலப்பக்க பாக்கெட்டில் இருக்கும். அதை மட்டும் எடுத்துப் பார்த்துக் கொள்வார்.

ஒரு மணி நேர வகுப்பில் ஐம்பது நிமிசங்கள் தொடர்ச்சியாகப் பேசுவார். மெல்லிய குரலில் நிறைய மேற்கோள்களுடன் உரையாற்றுவார். உன்னிப்பாகக் கேட்க தவறினால் பேச்சைப் புரிந்துகொள்ள முடியாது என்பதால் வகுப்பு நூறு சதவீதம் நிசப்தமாகவே இருக்கும். ஒருபோதும் அவர் குரலை உயர்த்திப் பேசுவதேயில்லை. அதுபோலப் பீடத்திலிருந்த நாற்காலியில் உட்காருவதுமில்லை.

கண்ணால் பூக்களைப் பார்க்க முடியாதபோதும் அதன் வாசம் அவருக்குத் தேவையாக இருந்தது. ஒருவகையில் இதுகூட ஒரு சடங்குதான். ஆர்கிட், மேரிகோல்ட், டாலியா என வேறுவேறு பூக்கள் ஒன்றுகலந்து பூக்குவளையில் வைக்கப்பட்டன.

டாலியா பூக்கள் ஜான் கீட்ஸிற்கு விருப்பமானவை. கீட்ஸ் எலும்புருக்கி நோயால் பாதிக்கப்பட்டுத் தனிமையில் இருந்த நாட்களில் டாலியா பூக்களின் அழகு தந்த தூண்டுதல் காரணமாகவே கவிதை எழுதத் தொடங்கினார்.

கீட்ஸின் நினைப்பு தூண்டப்படுவதற்கு அந்த மலரின் மணம் தேவையாக இருந்தது.

ஒருமுறை அவரது வகுப்பில் ஒரு மாணவி கண்ணாடி டம்ளரில் பூவின் பிம்பம் பிரதிபலித்துக் கொண்டிருப்பதைப் பற்றிக் ஒரு கவிதை வாசித்தாள். அவருக்குத் தண்ணீரில் தெரியும் பூக்கள் பறிக்க முடியாதவை என்ற கவிதை வரி மிகவும் பிடித்திருந்தது.

தன்னிடம் குறுக்கிட்டுப் பேசிய மாணவனுக்கு என்ன பதில் சொல்வது என்று யோசித்தபடியே அவர் முதன்முறையாக அவருக்கான நாற்காலியில் அமர்ந்தார். தண்ணீர் டம்ளரை இடம் மாற்றி வைத்திருந்தார்கள். அவர் கைகளால் தேடிக் கண்டறிய முடியாதபோது ஒரு மாணவி இடதுஓரம் இருப்பதாகச் சொன்னாள்.

ஒரு பார்வையற்ற கவிஞன் அவர்களுக்கு வகுப்பு எடுக்கிறான் என்று மாணவர்கள் அனைவருக்கும் தெரியும். ஆகவே அவர்கள் உதவி செய்வதில் ஆர்வம் காட்டினார்கள்.

மெல்லிய புன்னகையுடன் போர்ஹேஸ் டம்ளரை எடுத்து ஒரு மடக்குத் தண்ணீர் குடித்தார்.

“புத்தகம் படித்து இந்தியாவைத் தெரிந்துகொள்ள முடியாது என்பது நிஜம்தானே. அந்த மாணவன் சொன்னதில் தவறு ஒன்றுமில்லையே...”

அவனுடன் உரையாட வேண்டும். அதை வகுப்பறையில் செய்வது சரியில்லை. வகுப்பு முடிந்தவுடன் அவனைத் தனது விடுதி அறைக்கு வரச் சொல்லவேண்டும் என நினைத்தபடியே அவர் தனது உதட்டினை துடைத்துக் கொண்டபடியே வகுப்பறையின் மௌனத்தைக் கலைப்பது போலச் சொன்னார்.

“கற்பனையில் வாழ்வது இனிமையானது. நிஜம் யாருக்கு வேண்டும். காதலர்களைக் கேளுங்கள். என் பதில்தான் சரி என்று சொல்வார்கள்...”

இதற்கும் மாணவிகள் சிரித்தார்கள்.

வகுப்பு முடிந்து வெளியேறும்போது ஒரு மாணவி அவரது குடையை எடுத்துக் கொண்டு உடன் வருவதாகச் சொன்னாள். அது வழக்கம் என்பதால் அவளிடம் தனது

குடையைத் தந்துவிட்டு வகுப்பறையை விட்டு வெளியே நடந்தார்.

இந்தியா என்பது ஒரு சொல்லாகத்தான் அவருக்கு அறிமுகமானது. அப்பாவின் நூலகத்திலிருந்த பழைய லத்தீன் நூல் ஒன்றில்தான் அதை முதன்முதலாகப் படித்தார். தூரத்துக் கலங்கரை விளக்கின் வெளிச்சம் போல அந்தச் சொல் வசீகரமாகயிருந்தது.

இந்தப் பூமியில் எந்த மொழியிலும் ஒரு சொல் தனித்து இருப்பதில்லை. எல்லாச் சொல்லும் ஏதோவொரு விதத்தில் பிரபஞ்சத்தையே குறிக்கிறது. இந்தியா என்ற சொல்லும் அப்படியானதே.

இந்தியா ஒரு விசித்திரமான நாடு. பறக்கும் யானைகள், ஐந்து தலைகள் கொண்ட பாம்பு. மூன்று கண் உள்ள மனிதன் என நம்பமுடியாத கதைகள் நிறையச் சொல்லப்படுகின்றன என அவரது அம்மா சொன்னது இந்தியாவின் மீதான ஆர்வத்தை அதிகமாக்கியது.

அதன்பிறகு கலைக்களஞ்சியத்தின் வழியாகவே இந்தியாவை அறிந்துகொள்ளத் துவங்கினார். ஒரே இந்தியாவிற்குள் பல்வேறு இந்தியா இருப்பதைக் கண்டு கொண்டார். இந்தியா ஒரே நேரத்தில் வேறுவேறு நூற்றாண்டுகளில் வாழ்ந்து கொண்டிருக்கிறது. இந்தியாவிற்கு நூறு முகம் இருப்பது உண்மைதான்.

புத்த மதம் மீதான ஆர்வம் அவரது இளமையில் உருவானது. பௌத்தம் தொடர்பான நூல்களைத் தேடித் தேடிப் படித்தார். பௌத்தம் என்பது ஒரு சமயமில்லை. அது ஒரு வாழ்க்கை நெறி. எந்தச் சமயத்தவரும் பௌத்த நெறியைப் பின்பற்றலாம் என்பதை உணர்ந்து கொண்டார்.

ஒரு முறை அவரைக் காண வந்த இத்தாலிய மொழி பெயர்ப்பாளர் மரத்தால் செய்யப்பட்ட புத்தர் சிலை ஒன்றை அவருக்குப் பரிசாக அளித்தார். அதைத் தனது படிப்பறையில் வைத்திருந்தார்.

வங்கப்புலிகளைப் பற்றிய அவரது கனவு ருடியார்ட் கிப்ளிங் கதைகளின் வழியாகவே துவங்கியது. உண்மையில் அவர் புலியாகக் கருதியது பிரக்ஞையின் உச்சநிலையைத்தான். அதுதான் உண்மையான வங்கப்புலி.

இந்தியப் புலிகள் அவரது கனவில் உலவத் துவங்கின. இந்தியக் கடவுள் ஒரு கணித சூத்திரம் போல எளிமையாகவும் புதிராகவும் இருந்தார்.

கிரேக்கத்திலும் ஜெர்மனியிலும் பிரெஞ்சிலும் ஆங்கிலத்திலுமாக இந்தியாவைப் பற்றி எழுதப்பட்ட புத்தகங்களைப் படித்தார். இந்திய இலக்கியத்தை விடவும் இந்திய தத்துவமும் தொன்மங்களும் புராணக்கதைகளும் அவருக்குப் பிடித்திருந்தன. இந்தியாவின் சமகால அரசியலும் பிரச்சனைகளும் அவருக்குப் பிடிக்கவில்லை.

அர்ஜென்டினாவில் தாகூர் புகழ்பெற்ற கவிஞராகக் கொண்டாடப்பட்டபோதும் அவருக்குத் தாகூரின் கவிதைகளை விடவும் அவரது மெய்தேடல் மீதே கவனம் உருவானது.

இந்த நினைவுகளுடன் அவர் படிக்கட்டுகள் வழியே கீழே இறங்கி தெற்கு நோக்கி நடக்கத் துவங்கினார். சவுத் அவின்யூவில் அவருக்கு ஒரு வீடு ஒதுக்கப்பட்டிருந்தது. உண்மையில் அது ஒரு பேராசிரியரின் வீடு. அவர் ஆய்விற்காகக் கம்போடியா போயிருந்தார். ஆகவே அந்த வீட்டில் போர்ஹேஸ் தங்க அனுமதித்திருந்தார்கள். இரண்டே அறைகள் கொண்ட சிறிய குடியிருப்பு. பக்கத்திலே ஒரு பழைய புத்தகங்கள் விற்கும் கடை இருந்தது. அக்கடைக்குப் போவது அவரது ஒரே பொழுதுபோக்கு.

அமெரிக்க உணவுகள் அவருக்கு ஒத்துக் கொள்ளவில்லை. எப்படி இவ்வளவு சாப்பிடுகிறார்கள் என்று யோசித்தபடியே பிளாக் காபியும் இரண்டு ரொட்டித் துண்டுகளையும் சாப்பிடுவார். சில நேரம் அருகிலிருந்த மெக்சிக உணவகத்திற்குப் போவதும் உண்டு.

அன்றைக்குத் தனது வீட்டிற்குத் திரும்பியதும் அவர் கிப்ளிங்கின் கடைசிக் கதைகள் நூலைத் தேடி எடுத்தார். அக்கதைகள் காஃப்கா அல்லது ஹென்றி ஜேம்ஸின் கதைகளைப் போலவே பிரமிக்கத்தக்கவை.

ருட்யார்ட் கிப்ளிங் மும்பையில் பிறந்தார். அவர் ஆங்கிலம் கற்றுக் கொள்வதற்கு முன்பாகவே இந்தியைக் கற்றுக் கொண்டிருந்தார். பின்பு இரு மொழிகளிலும் சிந்திக்கும் திறனை வாழ்நாளின் இறுதிவரை தக்க வைத்துக் கொண்டார்.

புகழால் சூழப்பட்டபோதும் கிப்ளிங் எப்போதுமே தனிமையான மனிதராக இருந்தார். ஷேக்ஸ்பியருக்குப் பிறகு கிப்ளிங்தான் ஆங்கிலத்தினை முழுமையாகப் பயன்படுத்திய எழுத்தாளர். அவரது சொற்களஞ்சியம் பெரியது. ஒவ்வொரு வரியும் ஒவ்வொரு சொல்லும் கவனமாகக் கையாளப்பட்டிருக்கிறது. கிப்ளிங்கின் குரல் வழியாகவே அவர் இந்தியாவை அறிந்து கொண்டார்.

அன்றும் கிப்ளிங்கின் வரிகள் அவர் மனதில் ததும்ப ஆரம்பித்தன. அவர் சாய்வு நாற்காலியில் சாய்ந்தபடியே மனதில் கிப்ளிங்கின் குரலைக் கேட்கத் துவங்கியிருந்தார்.

•••

போர்ஹேஸின் வகுப்பறையில் அவரைக் கேள்விகேட்டவன் திருவடி. அவன் கணிதம் படிப்பதற்காக அப்பல்கலைப்கழகத்திற்கு வந்திருந்தான். குளிர்காலத்திலும்கூட அவன்போதுமான குளிராடைகள் அணிந்திருக்கவில்லை. காற்று அவன் முகத்தில் குளிர்ச்சியைப் பரவச் செய்வதை ரசித்தபடியே அவக் நார்த் அவின்யூ நோக்கி நடந்தான்.

போர்ஹேஸ் அவன் விருப்பத்திற்குரிய கவிஞர். எழுத்தாளர். அவரது பல கதைகளை அவன் ஆழ்ந்து அடிக்கோடிட்டு வாசித்திருந்தான். போர்ஹேஸ் ஒரு ரசவாதி. சொற்களைத் தனது ரசவாதம் மூலம் பொன்னாக்கி விடுகிறார் என்ற எண்ணமே அவனுக்கு இருந்தது.

திருவடி சென்றபோது போர்ஹேஸின் அறையில் யாரோ டைப் அடித்துக் கொண்டிருந்தார்கள். சாய்வு நாற்காலியில் சாய்ந்தபடியே போர்ஹேஸ் டிக்டேட் செய்து கொண்டிருந்தார்.

திருவடியின் காலடி ஓசை அவருக்குக் கேட்டிருக்கக் கூடும். டைப் அடித்துக் கொண்டிருந்த பெண்ணிடம் விருந்தினரை முன் அறையில் உட்காரச் சொல் என்று மெல்லிய குரலில் சொன்னார்.

முப்பத்தைந்து வயதுள்ள அந்தப் பெண் வெளிர்சிவப்பு வண்ண கவுன் அணிந்திருந்தாள். அவள் திருவடியை முன் அறையிலிருந்த கறுப்பு நிற சோபாவில் உட்காரச் சொன்னாள்.

சிறிய ஹால். இரண்டு அறைகள். சிறியதொரு பால்கனி. திரைச்சீலைகள் அழுக்கடைந்து போயிருந்தன. ஹாலில் இருந்த டீப்பாயில் நிறைய ஆங்கில இதழ்கள் கிடந்தன. கைத்தடி ஒன்றை ஊன்றியபடியே போர்ஹேஸ் உள் அறையிலிருந்து வெளியே வந்தார்.

வகுப்பறையில் அவரது வயது தெரியவில்லை. ஆனால் வீட்டில் பார்த்தபோது அவரது முதுமையை நன்றாக உணர முடிந்தது. ஏனோ வயதானவர்கள் முகத்தில் விவரிக்க முடியாத சோகம் படர்ந்துவிடுகிறது. உலகெங்கும் அப்படித்தானோ என்று தோன்றியது.

"உங்கள் வேலையில் குறுக்கீடு செய்துவிட்டேனா?" எனக் கேட்டான் திருவடி.

"பல்கலைக்கழகத்திடமிருந்து பணம் வாங்குவதற்கு நிறையக் கணக்குகள் ஒப்படைக்க வேண்டியுள்ளது. அதெல்லாம் எனக்குப் பழக்கமில்லாத வேலை" என்றார் போர்ஹேஸ்.

"இந்தியப் பல்கலைக்கழகங்களில் உங்களைப் போல எந்த எழுத்தாளரும் வகுப்பு எடுக்க அழைக்கப்படுவதில்லை. நீங்கள் அதிர்ஷ்டசாலி..."

"நீ என்ன நிற உடை அணிந்திருக்கிறாய் என்று சொல்ல முடியுமா?"

"வெளிர்நீல நிற காட்டன் சட்டை. கறுப்புப் பேண்ட். ஆரஞ்சு வண்ண ஸ்வெட்டர்."

"உங்கள் தேசத்தில் ஏன் கடவுள் நீலம் அல்லது சிவப்பில் இருக்கிறார்?"

"எங்கள் கடவுளுக்கு அடர்வண்ணம்தான் பிடிக்கும். மனிதர்களைப்போல வெளிறிய வண்ணங்களை அவர்கள் ஏற்பதில்லை" என்றான்.

அவனது பேச்சில் இருந்த கேலியைப் புரிந்து கொண்டவர் போலச் சொன்னார்.

"கிரேக்க தெய்வங்களின் உடற்கட்டுகளைப் பார்த்திருக்கிறாயா? உறுதியான உடற்கட்டு கொண்ட தெய்வங்கள். பெண் தெய்வங்களின் மார்பு பாதி

துண்டிக்கப்பட்ட ஆரஞ்சு பழத்தைப் போலக் கச்சிதமாக வடிவமைக்கப்பட்டிருக்கிறது.”

“கிரேக்க தெய்வங்கள் யாவும் சுருள்முடி கொண்டவர்கள். இந்தியாவில் சுருள்முடி கொண்ட கடவுள் கிடையாது” என்றான் திருவடி.

“உனது பெயரை நான் தெரிந்து கொள்ளவில்லையே” என்றார் போர்ஹேஸ்.

“திருவடி” என்றான்.

“வித்தியாசமான பெயர்” என்றார் போர்ஹேஸ்.

“கடவுளின் பாதம் என்று அர்த்தம்” என்றான் திருவடி.

“இந்தியர்களுக்குத் தலையை விடவும் பாதம்தான் முக்கியமானது. புத்தரின் பாதங்களை வழிபாடு செய்கிறார்கள் என்று படித்திருக்கிறேன். இந்தியர்கள் ஏன் கால்களுக்கு இவ்வளவு முக்கியத்துவம் தருகிறார்கள்?” எனக்கேட்டார் போர்ஹேஸ்.

“காரணம் இந்தியர்கள் கால்களால் வாழுகிறவர்கள். கால்கள் முடங்கிவிட்டால் வாழ்க்கையில்லை என்று நம்புகிறார்கள். ஐரோப்பியர் போலத் தலையைக் கொண்டு தனது வாழ்க்கையை அமைத்துக் கொள்வதில்லை கடவுளின் பாதத்தை மட்டுமில்லை. மூத்தோர், குரு, பெற்றோர் பாதங்களைக்கூட வணங்குவது வழக்கம். கால்கள்தான் பூமியோடு மனிதன் கொண்டுள்ள உறவின் அடையாளம்.” என்றான் திருவடி.

“பிளேக்கின் கவிதை ஒன்று நினைவிற்கு வருகிறது. நீ வில்லியம் பிளேக் படித்திருக்கிறாயா?” எனக்கேட்டார் போர்ஹேஸ்.

“நான் இலக்கியம் படிக்கும் மாணவனில்லை. கணிதம் பயிலும் மாணவன். சிறப்பு வகுப்புகளுக்கு மட்டும் கவிதையைத் தேர்வு செய்திருக்கிறேன்.”

“கணிதம் படிப்பவர்கள் கவிதைக்கு நெருக்கமாக இருப்பது இயல்பே. இரண்டும் அரூபத்தைத் தானே வெளிப்படுத்துகின்றன” என்றார் போர்ஹேஸ்.

"நீங்கள் புத்தகங்களை அதிகம் நம்புகிறீர்கள். அவ்வளவு நம்பிக்கையைப் புத்தகங்கள் மீது வைப்பது சரியில்லை. புத்தகங்கள் சந்தேகிக்கப்பட வேண்டியவை" என்றான் திருவடி.

"நான் புத்தகங்களுக்குள்தான் வாழுகிறேன். எனது பிரபஞ்சம் ஒரு நூலகமாகத் தானிருக்கும்" என்றார் போர்ஹேஸ்.

"சொற்கள் நிஜத்தை நெருங்கவிடாமல் தடுக்கின்றன. சொல் வழியாக ஒன்றை அடைவது என்பது தப்பித்தல். நீங்க கிப்ளிங் வழியாகக் கண்ட இந்தியா உண்மையில்லை. அது கிப்ளிங்கின் கற்பனை. கிப்ளிங் போல யார் யாரோ இந்தியா பற்றி எழுதியிருக்கிறார்கள். அவர்கள் இந்தியாவை விநோதமான விலங்கைப் போல உருமாற்றிவிட்டிருக்கிறார்கள்" என்றான் திருவடி.

"உன் வயதில் நானும் இது போன்ற குழப்பங்களால் நிரம்பியிருந்தேன். எழுத்தின் வழியாகவே அதைக் கடந்து வந்தேன்."

"உங்களுக்குக் கடவுள்மீது மறைமுக ஈடுபாடு இருக்கிறது. அதைக் காட்டிக் கொள்வதில்லை. அது ஒருவகை பயம்" என்றான் திருவடி.

"அதை பயம் என்றா சொல்கிறாய்?" எனக்கேட்டார் போர்ஹேஸ்.

"பயம் அதிகமானால் கடவுள் தேவைப்படுவார்."

"விலங்குகளுக்குப் பயமிருக்கிறது. ஆனால் எந்த விலங்கும் ஒரு கடவுளையும் உருவாக்கவில்லையே" எனக் கேட்டார் போர்ஹேஸ்.

"விலங்குகளின் பயம் அந்தக் கணத்தில் தோன்றுவது. மனிதனின் பயம் ஆழமானது. ஆழ்மனதின் பயமே கடவுளை சிருஷ்டிக்கும்" என்றான் திருவடி.

"மனித உருவம் கொள்வதற்கு முன்பு நீரும் ஆகாசமும் நிலமும் தெய்வமாக வணங்கப்பட்டதே. இன்றும் மரங்களை, மலைகளை, ஆற்றை வணங்கத்தானே செய்கிறார்கள். மனிதனின் பிரதிபலிப்புதான் நமது கடவுள்கள். சொல்தான் கடவுளின் பிறப்பிடம்" என்றார் போர்ஹேஸ்.

"இல்லை. மௌனம்தான் கடவுளின் பிறப்பிடம். அதை அடையவே இந்தியாவில் ஒரு லட்சம் முறை ஒரு சொல்லை மந்திரமாக உச்சாடனம் செய்கிறார்கள்" என்றான் திருவடி.

"நானும் கேள்விப்பட்டிருக்கிறேன். ஆனால் கடவுளின் மௌனமும் மனிதனின் மௌனமும் ஒன்றானதில்லை. மௌனத்தில் வேறுபாடு இருக்கிறது" என்றார் போர்ஹேஸ்.

"மௌனம் பொதுவானதுதானே" என்றான் திருவடி.

"இல்லை. பகிரப்படாத மௌனமும் தற்காலிக மௌனமும் எப்படி ஒன்றாக இருக்க முடியும்? அதிகாரத்திலிருப்பவனின் மௌனமும் அடிபடுகிறவனின் மௌனமும் எப்படி ஒன்றாக இருக்கமுடியும்? நிறைய மொழிகள் இருப்பது போலவே நிறைய மௌனங்களும் இருக்கின்றன" எனச் சொன்னார் போர்ஹேஸ்.

அவரது வியப்பூட்டும் பதிலை ரசித்தபடியே திருவடி சொன்னான்:

"இந்தியா உங்களை வரவேற்கிறது. நீங்கள் ஒருமுறை இந்தியாவிற்கு வர வேண்டும்..."

"நன்றி நண்பனே. புத்தர் நடந்த மண்ணில் நடப்பதற்கு நானும் ஆசைப்படவே செய்கிறேன். இந்தியா வந்தால் நீ என் வழிகாட்டியாக இருப்பாயா?" எனக்கேட்டார்.

"எனக்கும் இந்தியாவைத் தெரியாது. நான் இந்தியாவின் தென்கோடியிலுள்ள சிறிய கிராமத்தைச் சேர்ந்தவன். தமிழ் எனது தாய்மொழி. கால்வாசி இந்தியாவைக்கூட நான் கண்டதில்லை. இந்தியா என்பது ஒரு கனவு வெளி. இந்தியாவிற்குள் அது இல்லை..."

"கேட்கவே வியப்பாக இருக்கிறது. உங்கள் நாட்டில் பாம்புகளும் துறவிகளும் அதிகம்."

"வீட்டுக்கு ஒரு சாமியார் நிச்சயம் இருப்பார்" என்றான் திருவடி. அதைக்கேட்டு போர்ஹேஸ் சிரித்தார்.

தன்னோடு உரையாடுகிறவன் தன்னைச் சீண்டுகிறான். அவன் ஒரு அறிவாளி. அவன் எதையோ விவாதிக்க விரும்புகிறான். அதை அவனாகப் பேசட்டும் என்று நினைத்தபடியே காபி குடிக்கிறாயா எனக்கேட்டார் போர்ஹேஸ்.

“உங்களுடன் காபி குடிப்பது அதிர்ஷ்டம்” என்றான் திருவடி.

போர்ஹேஸ் எழுந்து உள் அறைக்குள் போனார். யாருக்கோ அவர் போன் செய்வது கேட்டது. அவர் திரும்பி வந்தபோது அவரது கையில் ஒரு பொருள் இருந்தது. அதைத் திருவடி முன்பாக நீட்டியபடியே சொன்னார்:

“இது எனது இந்திய நண்பர் அளித்த பரிசு.”

அந்தப் பொருளைக் கையில் வாங்கினான் திருவடி. அது ஒரு கற்சாவி. உறுதியான கருங்கல்லால் செய்யப்பட்டிருந்தது. கனமான சாவியது.

போர்ஹேஸ் அழுத்தமான குரலில் சொன்னார்:

“இந்த சாவியின் வயது இரண்டாயிரம் ஆண்டுகளுக்கும் மேலாக இருக்கும் என்கிறார்கள். பழங்குடிமக்களின் சடங்கு ஒன்றுக்காக இச்சாவி செய்யப்பட்டிருக்கிறது. எல்லாச் சாவிகளும் பூட்டினைத் திறக்க உருவாக்கப்படுவதில்லை. சில சாவிகள் தனித்திருககக் கூடியவை. இந்த உண்மையைக் கற்சாவியைப் பரிசாகப் பெற்றபோதுதான் அறிந்து கொ ண்டேன். இதுதான் இந்தியா. கல்லில் ஒரு சாவியை எதற்காகச் செய்திருக்கிறார்கள், அதுதான் இந்தியாவின் புதிர்தன்மை. இந்தச் சாவி ஒரு ரகசியம். ஒரு சங்கேதம். அதை எளிதாக அறிந்து கொண்டுவிட முடியாது. இந்தியாவைப் பற்றி நான் திரும்பத் திரும்பப் படிப்பதற்கு அதன் புதிர்தன்மையே காரணம்.”

திருவடி அந்தக் கற்சாவியைப் புரட்டிப் வாங்கிப் பார்த்தான். பிறகு போர்ஹேஸை நோக்கி கேட்டான்:

“இந்த சாவிக்கு ஒரு பெயர் இருக்குமே. அதை நீங்கள் சொல்லவில்லையே.”

“இதன் பெயர் தண்ணீரின் திறவுகோல். எவ்வளவு கவித்துவமாக இருக்கிறது. தண்ணீரை எப்படித் திறக்க முடியும். அதன் உட்பக்கத்தைக் கண்டவர் யார். தண்ணீருக்கும் கல்லுக்குமான உறவு என்பது திறவுகோல் தானா?” எனக் கேட்டார் போர்ஹேஸ்.

போர்ஹெஸின் பேச்சு திருவடிக்கு வியப்பை அளித்தது. அவன் கேலியான குரலில் சொன்னான்:

“நீங்கள் ஒரு அத்வைதி. உங்கள் பேச்சில். எழுத்தில் எப்போதும் அத்வைதம் வெளிப்படுகிறது...”

“அப்படியா, நான் பௌத்தன் என்று அல்லவா நினைத்துக் கொண்டிருக்கிறேன்.”

“நீங்கள் அத்வைதம் அறியாத அத்வைதி. இந்தியாவைப் பற்றி நீங்கள் கனவு கண்டுகொண்டிருக்கிறீர்கள். நிஜம் அப்படியானதில்லை. மோசமான சாதியப் பிரிவினைகள். மதச்சண்டை, வறுமை, ஒடுக்குமுறை. தண்டனைகள். இந்தியர்களின் கண்ணீரை, கூக்குரலை வெளியே தெரியவிடாமல் தடுத்து வைத்திருப்பது அதன் பண்பாடு. கலைகள், மெய்த்தேடல். உண்மையான இந்தியா படுமோசமாக நாறிக் கொண்டிருக்கிறது” என்றான் திருவடி.

“எனக்கும் தெரியும். நீ ஒரு இந்தியாவைப் பற்றிப் பேசுகிறாய். நான் ஒரு இந்தியாவைப் பற்றிப் பேசுகிறேன். இரண்டும் நிஜமானதுதான்.”

“உண்மை. எனது ஒரு நாள் வாழ்க்கையில் பல நூற்றாண்டுகள் கடந்து போவதைப் போலவே உணருகிறேன். எனது குளியல், உணவு, உடை, கடவுளை வணங்கும் விதம், வாசிக்கும் புத்தகம், பயன்படுத்தும் கம்ப்யூட்டர் என ஒவ்வொன்றும் ஒரு நூற்றாண்டினைச் சார்ந்தவை. எனக்குள் குகைமனிதன் இருக்கிறான். நதியில படகோட்டியவன் இருக்கிறான். விலங்கிடப்பட்ட அடிமையிருக்கிறான். நவீன மனிதனும் இருக்கிறான். இந்தக் குழப்பம்தான் என்னைக் கவிதையை நாடி வரச்செய்கிறது...”

“குழப்பமடையச் செய்வதுதான் கவிதையின் இயல்பு.” என மெல்லிய குரலில் சொன்னார் போர்ஹஸ்.

“அதை நான் உணர்ந்திருக்கிறேன். உலகம் ஏற்படுத்தும் குழப்பங்களும் கவிதை ஏற்படுத்தும் குழப்பங்களும் ஒன்றில்லை. கவிதை ஒரே நேரத்தில் இருட்டாகவும் இருக்கிறது, வெளிச்சமாகவும் இருக்கிறது. இருட்டும் நமக்குத் தேவைதானே.”

“நீ இப்போது கவிஞன் போலவே பேசுகிறாய். கவிதைகள் ஏதாவது எழுதியிருக்கிறாயா?”

"இந்தியாவில் கவிதை எழுதாதவரைக் கண்டுபிடிப்பதுதான் கஷ்டம்" என்றான் திருவடி.

போர்ஹேஸ் அதை ரசித்தவர் போலச் சிரித்தார். யாரோ காலிங்பெல் அடிக்கும் சப்தம் கேட்டது. திருவடி கதவைத் திறக்க எழுந்து சென்றான். வெளியே ஒருவன் சூடான காபியும் ரோல் கேக்குகளும் ஏந்தியபடியே நின்றிருந்தான். இதைத்தான் போனில் ஆர்டர் செய்திருக்கிறார் போலும்.

அதை வாங்கிக் கொண்டு திருவடியே பணம் கொடுத்தான். காபியையும் ரோல் கேக்கினையும் போர்ஹேஸ் முன்பாக வைத்தபடியே சொன்னான்:

"இந்தியாவில் மிக ருசியான உணவு வகைகள் கிடைக்கும். அதை ருசிக்க நீங்கள் இந்தியா வரவேண்டும்..."

"படித்திருக்கிறேன். குளிர் அதிகமாகிவிட்டதால் பசியெடுக்கிறது. இந்தியாவை ஓரமாக வைத்துவிட்டு நாம் இப்போது காபி குடிப்போம்" என்றார் போர்ஹேஸ்.

ஒரு குழந்தை சாப்பிடுவதைப் போலக் கொஞ்சம் கொஞ்சமாக ரோல்கேக்கினைப் பிய்த்து சாப்பிட்டார் போர்ஹேஸ். திருவடி காபியை மட்டும் எடுத்துக் கொண்டான்.

பாதிச் சாப்பிட்டுக் கொண்டிருந்தபோது கேலியான குரலில் திருவடியிடம் கேட்டார்.

"என்னைக் கொல்வதற்கு உன்னிடம் துப்பாக்கி ஏதுமில்லையே."

திருவடி சிரித்தபடியே சொன்னான்:

"உங்களைக் கொல்வதற்குச் சொற்களேபோதும்..."

"சரியாகச் சொன்னாய்" என்றபடியே அவர் ஏதோவொரு கவிதை வரியினை முணுமுணுக்க ஆரம்பித்தார்.

திருவடி சொன்னான்:

"தாந்தேயின் கவிதை வரி."

"தாந்தே நிரந்தரமானவர். அழிவற்றவர்" என்றபடியே போர்ஹேஸ் தனது காபியைக் குடிக்க ஆரம்பித்தார்.

ஐந்து வருட மௌனம் ௸ 49

போன் அடிக்கும் சப்தம் கேட்டது. போர்ஹேஸ் காபியுடன் எழுந்து உள்ளே சென்றார். யாரோ ஒரு மொழிபெயர்ப்பாளருடன் பேசுவது கேட்டது. அவரை அரைமணி நேரத்தில் வரும்படி போர்ஹேஸ் அழைத்துக் கொண்டிருந்தார்.

திருவடி எழுந்து கொண்டான். போர்ஹேஸிடம் சொல்லிக்கொண்டு போக வேண்டாம். இப்படியே எழுந்து போய்விட்டால் அதிக நாட்கள் அவரது நினைவில் தங்கியிருப்போம் என்று நினைத்தான்.

போர்ஹேஸ் திரும்பி வந்தபோது திருவடியில்லை. அவர் மெல்லிய குரலில் அவனை அழைத்தார். பதில் வரவில்லை. அவன் வெளியேறிப் போயிருக்கக்கூடும் என்பதை உணர்ந்தவராக அவர் தனது காபியை உறிஞ்ச ஆரம்பித்தார்.

திடீரென இவை யாவுமே அவரது கனவில் நடந்தது போலத் தோன்றியது.

நிஜத்தில் திருவடி என ஒருவன் வந்தானா?

இல்லை. இது கனவுதானா? எனக் குழப்பமாக இருந்தது.

அவர் கனவென்றே நினைக்க விரும்பினார்.

□

4
லீலாவதி ஆவேன்

சத்யநாராயணனிடமிருந்து மெயில் வந்திருந்தது.

விடுமுறை குறித்து சத்யா முன்னதாகவே சொல்லி யிருந்தான். ஆனால் இப்படி ஒரு காரணத்தை எதிர் பார்க்கவில்லை.

ரோட்ரிச் மெயிலை இரண்டாவது தடவையாகப் படித்தான். சத்யாவிற்கு இப்படியொரு மறுபக்கம் இருப்பது ஆச்சரியப்படுத்தியது.

சீவெல் சாப்ட்வேர் நிறுவனத்தின் தலைமைப் பொறுப்பை ரோட்ரிச் ஏற்று ஆறுமாதமே ஆகியிருந்தது. ஆனால் இந்த ஆறு மாதங்களுக்குள் சத்யாவும் அவனும் மிகவும் நெருக்கமாகியிருந்தார்கள்.

இருவரும் வார இறுதி நாட்களில் ஒன்றாகப் பாருக்குப் போவதும், டென்னிஸ் ஆடுவதும் வழக்கமாகயிருந்தது. பெரும்பான்மை அவர்கள் உரையாடல் அமெரிக்காவின் அரசியல் மற்றும் பண்பாடு பற்றியதாகவே இருந்தது.

ரோட்ரிச்சிற்கு இரண்டு தந்தையர்கள். அவனது அம்மா ரோட்ரிச்சின் சொந்த தந்தையைப் பிரிந்து தனியே வாழ்ந்தவள். அந்த நாட்களில் ஹெர்மன் என்ற தபால்துறை ஊழியரை மறுதிருமணம் செய்து கொண்டாள். ஹெர்மன்தான் ரோட்ரிச்சை வளர்த்த தந்தை. ரோட்ரிச்

பதினாறு வயதில் வீட்டைவிட்டு வெளியேறி விட்டான். அத்தையின் உதவியால் படித்துச் சிறிய வேலைகள் செய்தான்.

ரோட்ரிச் இரண்டு திருமணங்கள் செய்துகொண்டு இரண்டிலும் மணஉறவு சிக்கலாகிப் பிரிந்துவிட்டான். அவனுக்குச் சொந்த ஊர் என்றோ, வீடு என்றோ, உறவு என்றோ யாருமில்லை. அத்தையின் பிள்ளைகள் எப்போதாவது அவனுடன் தொடர்பு கொள்வதுண்டு. தேவாலயத்திற்குப் போகும் வழக்கத்தையும் பதினாறு வயதோடு விட்டுவிட்டான். கிறிஸ்துமஸ், புத்தாண்டு கொண்டாட்டங்களைக்கூட அவன் விரும்புவதில்லை. கடந்த பத்தாண்டுகளில் அவன் ஆறு நாடுகளில் வேலை பார்த்துவிட்டான். எதிலும் அவனால் நிலை கொள்ள முடியவில்லை.

சத்யா பொறியியல் உயர்படிப்பிற்காக அமெரிக்கா வந்தவன். அப்படியே அமெரிக்காவில் செட்டில் ஆகிவிட்டான். நான்கே நிறுவனங்கள். வேகமாக உயர்பதவிக்கு வந்துவிட்டான். சத்யாவிற்கு இயல்பிலே தலைமைப் பண்புகளிருந்தன. அவனால் எந்த வேலையையும் சரியாகச் செய்து முடித்துவிட முடியும்.

பெரும்பான்மை இந்தியர்களைப் போலின்றி சத்யா அமெரிக்க வாழ்க்கைக்கு முழுமையாக மாறிவிட்டிருப்பதாகவே ரோட்ரிச் உணர்ந்தான்.

சத்யாவின் ஆங்கிலப் பேச்சும் உடைகளும் பழக்க வழக்கங்களும்கூட அமெரிக்கர்களைப் போலவே இருந்தது. அவன் படிக்கும் புத்தகங்கள், கேட்கும் இசை என எல்லாவற்றிலும் அமெரிக்க ரசனையே மேலோங்கியிருந்தது. ஆனால் இந்த மின்னஞ்சல் சத்யா பற்றிய முந்தைய எண்ணங்கள் யாவற்றையும் ஒரு நிமிசத்தில் மாற்றி அமைத்தது.

சத்யாவிடம் பேசவேண்டும் போலிருந்தது. தொலைபேசியில் அழைத்தான். சத்யாவின் மனைவிதான் போனை எடுத்தாள்.

சத்யா தன் மகளைப் பரதநாட்டிய கிளாஸில் இருந்து அழைத்துக் கொண்டு வரப்போயிருப்பதாகச் சொன்னாள்.

சத்யா ஒரு பொறுப்பான தந்தை என ரோட்ரிச்சிற்குத் தெரியும் என்பதால் வந்தவுடன் பேசுகிறேன் எனப் போனைத் துண்டித்துவிட்டான்.

ரோட்ரிச் முன்பு வேலை செய்த ஓரியன் நிறுவனத்தில் இருந்த இந்தியர்கள் அலுவலகத்தில் சரஸ்வதி பூஜை கொண்டாடினார்கள். அது ரோட்ரிச்சிற்குப் புதிய அனுபவமாக இருந்தது. உயர்கல்வி படித்து, அதி நவீன வாழ்க்கைக்கு மாறிய பிறகும் இது போன்ற நம்பிக்கைகள் சடங்குகளை இந்தியர்களால் கைவிட முடியவில்லையே. ஏன் இவ்வளவு பற்று என ரோட்ரிச் யோசித்திருக்கிறான்.

இதைப் பற்றி அவனுடன் வேலை செய்த பாலமுருகனிடம் கேட்டபோது பாலா சொன்னான்.

"இதெல்லாம் எங்கள் ரத்தத்தில் கலந்த பழக்கம். நீங்கள் கல்வியை அறிவாக மட்டுமே நினைக்கிறீர்கள். நாங்கள் கல்வியை அதற்கும் மேலான விஷயமாக நினைக்கிறோம். கல்வி என்பது விழிப்புணர்வு. பெருந்துணை. கொடை. கருணை இப்படி எத்தனையோ நிலைகள். சொற்களை நாங்கள் வணங்குகிறோம். அதை உங்களால் கேலி செய்ய மட்டுமே முடியும்..."

"அவ்வளவு கறாரான நம்பிக்கைகள் கொண்டிருக்கும் நீங்கள் மாட்டு இறைச்சி, பன்றி மாமிசம் உள்ளிட்டவற்றைச் சாப்பிடுகிறீர்களே. அது அனுமதிக்கப்பட்ட விஷயமா" எனக்கேட்டான் ரோட்ரிச்.

"நான் எதை வேண்டுமானாலும் சாப்பிடலாம். ஆனால் வீட்டில் சமைத்து சாப்பிடக் கூடாது. அதுதான் வேறுபாடு. வீட்டின் சமையலறை என்பது வெறும் உணவு தயாரிக்கும் இடமில்லை. அது புனிதமானது. சமையல் அடுப்பை வணங்குவது எங்கள் வழக்கம்..."

"நெருப்பின்மீதான பயம் இன்னமும் போகவில்லையா?"

"அதை பயம் என்று சொல்ல முடியாது. கடவுளின் கருணைதான் உணவை ருசிக்க வைக்கிறது என நம்புகிறோம்."

"பழங்கதைகளில்தான் அப்படிக் கேள்விப்பட்டிருக்கிறேன்."

"அந்நியர்கள் ஒருபோதும் எங்கள் சமையல் அறைக்குள் வந்துவிட முடியாது..."

“ஒருவேளை வந்துவிட்டால்?”

“அது பாவம். குற்றம்...” என்றான் பாலா.

“குடிப்பது, ஏமாற்றுவது, சுகத்திற்காகப் பெண்களைத் தேடி அலைவது இதெல்லாம் பாவமில்லையா?” எனக்கேட்டான் ரோட்ரிச்.

“இந்தியர்கள் ஒரே நேரத்தில் இரண்டு உடல் கொண்டவர்கள். ஒரு உடல் எப்போதும் தூய்மையாக இருக்கும். மற்றது கையுறைபோலத் தேவைப்படும்போது அணிந்து கொள்ளக்கூடியது.”

“உங்களை என்னால் புரிந்துகொள்ள முடியவில்லை. நிஜமாகவே இந்தியர்கள் மர்மமானவர்கள்” என்றான் ரோட்ரிச்.

“அதை மர்மம் எனச் சொல்ல முடியாது. சில விஷயங்களைக் காரணமின்றிச் செய்வது எங்கள் பழக்கம். உங்களால் காரணமில்லாமல் எதையும் புரிந்துகொள்ள முடியாது. எல்லாவற்றுக்கும் காரணம் தேடுவதும் சொல்வதும் உங்களைப் போன்றவர்களின் பழக்கம். அது எங்களுக்கு எரிச்சல் ஊட்டக்கூடியது. சில விஷயங்கள் புதிராகவே இருந்துவிட்டுப் போகட்டுமே.”

அதைக் கேட்டு ரோட்ரிச் சிரித்தான். இந்தியர்களுடன் எளிதாகப் பழகிவிட முடியும். அவர்களில் பாதி உள்ளூற பயந்தவர்கள். சிக்கல்கள் வந்தால் அதிகக் குழப்பமாகிவிடுவார்கள். ஆனால் உழைப்பாளிகள் என்று ரோட்ரிச் நினைத்துக் கொண்டான். அவனுக்கு நிறைய இந்திய நண்பர்கள் இருந்தார்கள். அவர்கள் வீடுகளுக்குப் போய்ச் சுவையான இந்திய உணவையும் சாப்பிட்டிருக்கிறான். பண விஷயத்தில் இந்தியர்கள் கறார் பேர்வழிகள். விட்டுக் கொடுக்கவே மாட்டார்கள்.

அதைப்பற்றிக் கேட்டபோதும் பாலா சொன்னான்:

“பணமும் எங்களுக்கு தெய்வம்தான்...”

ரோட்ரிச் வேடிக்கையான குரலில் கேட்டான்:

“அமெரிக்க டாலரை இந்திய தெய்வம் உரிமை கொண்டாடுமா?”

அதைக்கேட்டு பாலா சிரித்தான். இந்தியர்களுடன் பேசும்போதெல்லாம் ரோட்ரிச் வியப்படைவதே வழக்கம். இந்தியர்கள் ஒரே நேரம் பல நூற்றாண்டுகளில் வாழுகிறார்கள்.

ஆனால் இப்படி சத்யநாராயணன் போல ஒருவனைக் கண்டதில்லை. ஆகவே ரோட்ரிச்சிற்கு அந்த மெயில் புதிரான ஒன்றாகவே இருந்தது.

மெயிலின் முக்கியப் பகுதிகளை வாய்விட்டுப் படித்தான் ரோட்ரிச்.

என்னுடைய சொந்த ஊர் தமிழகத்திலுள்ள தஞ்சை மாவட்டத்தின் சிறிய கிராமம். அங்கே முந்நூறு வருஷங்களுக்கும் மேலாகப் பாகவதமேளா என்ற இசை நாடக நிகழ்ச்சி நடந்து வருகிறது. அது ஒருவகை இசை நாடகம். அந்த நாடகத்தில் நடிப்பவர்கள் எல்லோரும் ஊர் மக்கள்.

எனது குடும்பம் அதில் முக்கியமானது. என் அப்பா, தாத்தா, அவரது தாத்தா எனப் பரம்பரையாக நடித்து வருகிறார்கள். இந்த நாடகத்தில் நானும் பல ஆண்டுகளாக நடித்து வருகிறேன். ஆகவே ஆண்டிற்கு ஒரு முறை இருபது நாட்கள் விடுப்பு எடுத்து ஊருக்குப் போய் நடித்து வருவது எனது வழக்கம். தற்போது அலுவலகப் பணி அதிகமுள்ளது என்பதை நான் அறிவேன். ஆனாலும் என்னால் சொந்த ஊருக்குப் போகாமல் இருக்க முடியாது. எனக்கு இருபது நாட்கள் முழுமையான விடுப்பு வேண்டும். இந்த நாட்களில் நான் வீட்டிலிருந்தபடியே அலுவலகப் பணியைச் செய்ய இயலாது. என்னால் இந்த நாடகத்தைத் தவிர வேறு எதிலும் கவனம் செலுத்த இயலாது. நாடகம் நடிப்பது என்பது ஒரு புனிதக்கடமை.

நாடகத்தில் நான் பெண் வேஷம் போடக்கூடியவன். அந்த வேஷத்தை ஏற்று நடிக்க நான் விரதம் இருக்க வேண்டும். நிறையச் சடங்குகள் இருக்கின்றன. அதைப்பற்றி உங்களுக்கு எளிதாக விளக்க இயலாது.

கி.பி.16ஆம் நூற்றாண்டில் தஞ்சையை ஆண்ட நாயக்க மன்னர்களில் ஒருவரான அச்சுதப்ப நாயக்கர் தன் ஆட்சிக்காலத்தில் எங்கள் முன்னோர்களைக் கிராமத்தில்

குடியமர்த்தி அவர்களுக்கு மானிய நிலங்கள் அளித்தார் என்பது வரலாறு. நாட்டிய நாடகமான பாகவதமேளா என்பது கர்நாடகவின் யக்ஷ கானம், ஆந்திராவின் குச்சிப்புடி, கேரளாவின் கதகளி ஆகிய நாட்டிய அம்சங்களைப் போன்றது.

நரஸிம்ம ஜெயந்தி விழாவினை ஒட்டி. ஸ்ரீ பக்த பிரஹலாதா மற்றும் ஸ்ரீ ருக்மணி பரிணயம் ஆகிய இரு நாடகங்கள் எங்கள் ஊரில் நடத்தப்படுகின்றன. இரவு 10 மணிக்கு ஸ்ரீ பக்த பிரஹலாதா நாட்டிய நாடகம் தொடங்கி இரவு முழுவதும் நடைபெறும். இந்நாடகத்தில் விடியற்காலை சுமார் 04.30 மணிக்கு ஸ்ரீ நரசிம்மவதாரமும் தொடர்ந்து ஹிரண்யகசிபுடன் வாக்குவாதம், யுத்தம் மற்றும் சம்ஹாரம் ஆகியவற்றுடன் சந்தியா காலமாகிய அதிகாலை 05.45 மணியளவில் நாடகம் ஸ்ரீ பிரஹலாதா பட்டாபிஷேகத்துடன் முடிவடையும்.

இந்நாடகத்தில் பெண்பாத்திரங்களையும் ஆண்களே ஏற்று நடிப்பது வழக்கம். இதில் நான் லீலாவதி என்ற பெண் பாத்திரமேற்று நடிக்கப்போகிறேன். என் தந்தை நாற்பது ஆண்டுகள் இந்த வேஷமிட்டு நடித்து வந்தார். அவர் காலத்தின் பிறகு கடந்த ஆறு ஆண்டுகளாக நான் லீலாவதியாக நடித்து வருகிறேன்.

இவ்வாண்டு ஏப்ரல் 28 துவங்கி பாகவதமேளா நடைபெறுகின்றது. அதில் நான் கலந்துகொள்ள வேண்டும் என்பதால் இருபது நாட்கள் விடுமுறைக்கு விண்ணப்பித்திருக்கிறேன். குடும்பத்துடன் இந்தியா செல்வதற்காக டிக்கெட் முன்பதிவு செய்துவிட்டேன். இந்த நாடகநிகழ்வு பற்றிச் சில தகவல்களையும் புகைப்படங்களையும் இணைத்துள்ளேன்.

இந்த மின்னஞ்சல் இன்னும் நீண்டு போயிருந்தது. மின்னஞ்சலின் கூடவே சில புகைப்படங்களும் வீடியோவும் இணைக்கப்பட்டிருந்தன.

சத்யா போன்ற தலைமைப் பொறுப்பில் இருப்பவர்களுக்கு விடுமுறை கிடைப்பது எளிதானதில்லை. ஆனால் இப்படி ஒரு நாடகத்தில் நடிக்க வேண்டும் என்பதற்காக ஊருக்குப் போவதை ரோட்ரிச்சால் புரிந்துகொள்ள முடியவில்லை.

நூற்றாண்டுகளாக இந்தியாவினைச் சுற்றிலும் ஒரு மாயம் படர்ந்திருக்கிறது. எது இந்தியாவின் உண்மையான முகம் என்று யாராலும் கண்டறிந்து சொல்ல முடியவில்லை. வறுமையும் ஏழ்மையும் சாதியக் கொடுமைகளும் ஒருபுறம் இருக்கிறது. மறுபுறம் சாமானிய இந்தியன் விளக்கமுடியாத நம்பிக்கைகள், சடங்குகள், பழக்கவழக்கங்கள் கொண்டிருக்கிறான். இந்தியர்கள் உண்மையில் எந்த நூற்றாண்டில் வாழ்ந்து கொண்டிருக்கிறார்கள் என்பதே ரோட்ரிச்சிற்குக் குழப்பமாக இருந்தது.

ஒருபுறம் செவ்வாய் கிரகத்தை ஆராய்ந்து கொண்டிருக்கும் நாடு இன்னொரு பக்கம் எப்படி இது போன்ற சடங்குகளில் ஆர்வம் கொண்டதாகவும் இருக்கிறது என்பதை யோசிக்கையில் அவனுக்குக் குழப்பமே மிஞ்சியது.

…

சத்யா ரோட்ரிச்சை அழைத்தபோது அவனது குரலில் இருந்த மென்மை ரோட்ரிச்சிற்குப் பிடித்திருந்தது. எத்தனை இனிமையாகப் பழகுகிறான்.

"இரவு நாம் பாரில் சந்திக்கலாமா" எனக்கேட்டான் ரோட்ரிச்.

சத்யா சிரித்தபடியே "மெயிலை வாசித்துக் குழப்பமடைந்து விட்டீர்களா. உங்களுக்குப் புரிவதற்காக நிறைய எழுதிவிட்டேன் போலும்"என்றான்.

"இல்லை சத்யா. எனக்கு உன்னைப் பற்றி நிறையத் தெரிந்துகொள்ள வேண்டும் என ஆசையாக இருக்கிறது. இரவு ரெட் ஸ்டோன் பாருக்குப் போகலாம்தானே" எனக்கேட்டான்.

சத்யா வருவதாக ஒத்துக் கொண்டான். ரோட்ரிச் போனை வைத்துவிட்டு சத்யா அனுப்பியிருந்த வீடியோவைக் காணத்துவங்கினான். சின்னஞ்சிறிய கிராமம் ஒன்றின் வீதியில் பந்தல் போடப்பட்டிருந்தது. வண்ணவிளக்குகள். ஹார்மோனிய சப்தம். மேளவாத்தியங்கள். ஓவியம் வரையப்பட்ட திரைச்சீலை. யாரோ நடனமாடியபடியே அரங்கில் பிரவேசித்தார்கள்.

ரோட்ரிச்சிற்கு அந்த இசை மிகவும் பிடித்திருந்தது.

…

ரெட் ஸ்டோன் பாருக்கு சத்யா வந்திருந்தான். கையில் ஒரு புகைப்பட ஆல்பம் இருந்தது. அந்தப் பாரின் இடதுமூலையில் இருந்த மேஜை ரோட்ரிச்சிற்கு விருப்பமானது. பெரிய சுவரோவியம் ஒன்றின்கீழ் அமர்ந்தபடியே குடிப்பது மகிழ்ச்சியானதில்லையா. சத்யா லினன் சர்ட் அணிந்திருந்தான். அப்போதுதான் குளித்துவிட்டு வந்திருக்கிறான் என்பது மலர்ந்த முகத்தில் தெரிந்தது.

ரோட்ரிச்சைக் கண்டதும் கைகளை ஆட்டியபடியே அருகில் வந்து அமர்ந்தான். தன்னைவிட ஐந்து வயது மூத்தவனாக இருக்கக் கூடும் என ரோட்ரிச் நினைத்துக் கொண்டான். இருவரும் விஸ்கி ஆர்டர் செய்துவிட்டு ஒருவரையொருவர் பார்த்துச் சிரித்துக் கொண்டார்கள்.

"உன் மகளுக்குப் பரதநாட்டியத்தில் அவ்வளவு ஆர்வமா?" எனக் கேட்டான் ரோட்ரிச்.

"எங்கள் ஊரில் பெண்பிள்ளைகள் பரதநாட்டியம் கற்றுக் கொள்ள வேண்டும். என்பது ஒரு சம்பிரதாயம். என் மகள் படித்து டாக்டராகப் போகிறேன் என்கிறாள். அவளுக்கு எதற்குப் பரதநாட்டியம் எனச் சொல்லிப் பார்த்தேன். என் மனைவி கேட்கவில்லை. பாட்டும் பரதமும் கைவிட முடியாத பழக்கங்கள்..."

"உன் மனைவியும் பரதநாட்டியம் படித்திருக்கிறாரா?" எனக்கேட்டான் ரோட்ரிச்.

"பத்து வயது வரை படித்திருக்கிறாள். அவளது அப்பா ஒரு மிலிட்டரி ஆபீசர். ஆகவே அவர்கள் சிம்லா போனபிறகு பரதநாட்டியம் படிக்கவில்லை" என்றான்.

"உங்கள் வாழ்க்கை பல்வேறு இழைகள் கொண்டதாக இருக்கிறது. எனக்கு அப்படியான கதைகள் எதுவும் கிடையாது" என்றான் ரோட்ரிச்.

"ஒரு இந்தியனின் வாழ்க்கை என்பது புதிரானது. அது எந்த நாவலையும் விட வியப்பானது, மாயமானது, சிக்கலானது" எனச் சொல்லிச் சிரித்தான் சத்யா.

"உன் விடுமுறையைப் பற்றி யோசித்துக் கொண்டிருக்கிறேன். இப்படி ஒரு காரணத்தை முதன்முறையாக இப்போதுதான் கேள்விபடுகிறேன்" எனச் சொல்லிச் சிரித்தான் ரோட்ரிச்.

"அதனால்தான் நிறைய விளக்கங்கள் எழுதினேன். வீடியோவும் இணைத்திருந்தேன்" என்றான் சத்யா.

"நீ நடிப்பாய் என்பதே புதிய செய்தி" என்றான் ரோட்ரிச்.

"நான் நடிகனில்லை. பிரஹலாதா நாடகத்தில் நடிப்பது என்பது ஒரு சடங்கு. புனித காரியம். அதை நடிப்பு என்று சொல்ல முடியுமா எனத் தெரியவில்லை."

"அதுவும் பெண் வேஷமிட்டு நடிக்கப்போகிறாய் என்பது கூடுதல் வியப்பு" எனக் கண்சிமிட்டினான் ரோட்ரிச்.

"பெண் வேஷமிட்டு நடிப்பதில் என் தந்தை மிகவும் புகழ்பெற்றவர். அவர் ரயில்வேயில் பெரிய பதவியில் இருந்தார். ஆனாலும் பிரஹலாதா நாடகத்தில் லீலாவதியாக நடித்தார். அவர் பயன்படுத்திய புடவை, நகைகளைத்தான் இப்போதும் நான் நாடகத்தில் பயன்படுத்துகிறேன். அதை நாடகம் முடிந்தவுடன் ஒரு மரப்பெட்டியில் வைத்துப் பூட்டிவிடுவோம்."

"உங்கள் ஊரில் பெண்கள் யாரும் நடிக்க முன்வர மாட்டார்களா?" எனக்கேட்டான் ரோட்ரிச்.

"வருவார்கள். ஆனால் பராம்பரியமாக ஆண்கள்தான் பெண் வேஷமிட்டு நடித்து வருகிறோம். அதுவும் ஒரு சம்பிரதாயமே..."

"முந்நூறு வருஷங்களுக்கு மேலாக நாடகம் நடந்து வருவது பெரிய சாதனைதானே" என்றான் ரோட்ரிச்.

"இந்தியாவில் முந்நூறு ஐநூறு என்பதெல்லாம் சிறிய எண்கள். ஆயிரம் இரண்டாயிரம் ஆண்டு பழமையான விஷயங்கள் நிறைய இருக்கின்றன. தமிழ் மொழியில் எழுதப்பட்ட கவிதைகளுக்கு வயது இரண்டாயிரம்."

"ஒரு கவிதை இரண்டாயிரம் வருஷமாகப் படிக்கப்பட்டு வருகிறதா?" என ஆச்சரியமாகக் கேட்டான் ரோட்ரிச்.

"ஒரு வார்த்தை மாறாமல் அப்படியே படிக்கப்பட்டு வருகிறது. பொருளும் மாறவில்லை. எழுதிய கவிஞரின் உண்மையான பெயர் என்னவென்றுகூடத் தெரியாது. கவிதையின் அடையாளம்தான் அவரது பெயரே."

"இந்தியாவில் எண்ணிக்கையற்ற கவிஞர்கள். பறவைகளைப்போல."

"நிறைய கடவுள் இருக்கும் நாட்டில் நிறையக் கவிஞர்கள் இருப்பதில் ஆச்சரியமில்லையே" எனச் சிரித்தான் சத்யா.

"நீ வேஷமிட்டு நடிக்கப்போகும் லீலாவதி பெண் தெய்வமா" எனக்கேட்டான் ரோட்ரிச்.

"இரணியன் என்ற மன்னனின் மனைவி. மகாராணி. பிரஹலாதனின் தாய்."

"என்ன நாடகமிது?"

"கடவுள் எங்கேயிருக்கிறார் எனத் தந்தைக்கும் மகனுக்குமான சண்டை. அது ஒரு புராணக்கதை."

"லீலாவதியாக நடிக்கும் உன் அனுபவத்தைப் பற்றிச் சொல்" என்றான் ரோட்ரிச்.

"அது பெரிய அனுபவம். மிகச் சுருக்கமாகச் சொல்கிறேன். என் தந்தை லீலாவதியாக நடிக்க வேஷம் கட்டும் முன்பு ஏழு நாட்கள் தானும் பெண் போலவே புடவை கட்டிக் கொள்வார். பெண் போலவே நடைஉடை பாவனையைக் கைக்கொள்ள ஆரம்பிப்பார். பெண்களைப் போலவே பூச்சூடிக் கொள்வார். அந்த நாட்களில் அவரை லீலாவதி என்றே வீட்டில் அழைப்பார்கள். அந்த ஏழு நாட்களும் என் அம்மா அவரை ஒரு தோழி போலவே நடத்துவாள். அதன்பிறகுதான் நாடக மேடையில் பெண் வேஷமிட்டு நடிப்பார்.

இந்த ஏழு நாட்கள் பெண்ணாக இருந்த அனுபவம் காரணமாக அவருக்கு என் அம்மாவோடு பிணக்கே கிடையாது. அவர்களுக்குள் சண்டை வந்ததேயில்லை. அப்பாவின் காலத்தின் பிறகு நானும் அவரைப் போலவே ஏழு நாட்கள் பெண்ணாக மாறிவிடுவேன். அப்போது என் பெயரும் லீலாவதி. என் மனைவி என்னை அவளது சகோதரி போலவே நடத்துவாள். நாங்கள் ஒன்றாகத் தாயமாடுவோம். ஒன்றாகக் கிணற்றடியில் குளிப்போம். ஒன்றாகக் கோவிலுக்குப் போய் வருவோம்.

பெண் உடைகளை அணிந்து கொள்வதால் மட்டும் ஒருவன் பெண்ணாகிவிட முடியாது. பெண்ணின் அகத்தை உணர வேண்டும். அது எளிதானதில்லை. அந்த ஏழு நாட்களும் எனக்குத் தனிச் சமையல். அதை நானே

சமைத்துக் கொள்ள வேண்டும். என் மனைவி எனக்காக உதவிகள் செய்வாள்.

அந்த நாட்களில் நான் பொய்கூந்தலை அணிந்து கொள்வேன். கூந்தலை அலங்கரிப்பது என்பது எத்தனை அர்த்தபூர்வமானது என்பதை முழுமையாக உணருவேன். என் மனைவி என் கூந்தலில் பூச்சூடி விடுவாள்.

ரோட்ரிச், என் மனைவி நன்றாகப் பாடக்கூடியவள். நான் லீலாவதியாக உருமாறிக் கொண்டிருக்கும்போது அவளுடன் சேர்ந்து பாடுவேன். பாடிக் கொண்டிருக்கும்போது என் மனைவி வானுலகில் இருந்து பூமிக்கு வந்துவிட்ட கன்னிகை போலத்தான் தோன்றுவாள். ஈரத்தலையைத் துவட்டும்போது என்னைப் பார்த்து எனது மனைவி சிரிப்பாள்.

நாடக ஒத்திகையின்போது லீலாவதி என்ற மகாராணியும் பெண் வேஷமணிந்த நானும் ஒன்றாவது எளிய விஷயமில்லை. மகாராணி என்பவளைப் பற்றி நமது மனதில் இருந்த பிம்பம் அழிந்துவிடும். மகாராணியோ, என் அம்மாவோ எவராக இருந்தாலும் தந்தைக்கும் பிள்ளைகளுக்கும் இடையில் அகப்பட்டுத் தவிப்பவர்களே.

எங்கள் ஊரில் வீடுகளுக்கு வாசற்கதவு பெரியதாக இருக்கும். அதுதான் வீட்டின் அடையாளம். ஆனால் அதே கதவின் உட்பக்கத்தை யாரும் கவனிக்கவே மாட்டார்கள். அப்பா கதவின் வெளிப்பக்கம் போன்றவர். அம்மா அதன் உட்பக்கம். அப்பாவால் வெளியிலிருந்து வீட்டிற்குள் எதையும் அனுமதிக்க முடியாது. அம்மாவால் வீட்டில் இருப்பதைப் பாதுகாப்பது மட்டுமே உலகம். லீலாவதியாக மாறிய தருணங்களில்தான் நான் என் அம்மாவைப் புரிந்து கொண்டிருக்கிறேன். ரோட்ரிச். நான் அந்த ஏழு நாட்களில் என் அடையாளங்களை அழித்துக் கொண்டுவிடுவேன்...”

“அப்படி ஒருவனால் தனது அடையாளங்களைத் துறக்க முடியுமா?”

“அதுதான் இந்த நாடக வேஷமிடுவதன் காரணம். ஒரு நாடகம் தொடர்ந்து நடத்தப்படுவதன் நோக்கம் வெறும் பொழுதுபோக்கில்லை. மாறாக, அது சில அறத்தை நினைவுகளைத் திரும்பச் சொல்ல முயற்சிக்கிறது.”

"இந்த நாடகத்தை யார் காணுவார்கள்?"

"ஊர்மக்கள். பக்கத்து ஊர் மக்கள். இப்போது சில ஆண்டுகளாக வெளியூரில் இருந்து பலரும் வருகிறார்கள். பார்வையாளர்களுக்கு நாடகம் என்பது நிஜம். உண்மையில் பிரஹலாதனை அவர்கள் காணுகிறார்கள். தங்களைத்தானே பிரஹலாதனாக உணருகிறார்கள்..."

"ஆண்டில் ஏழு நாட்கள் நீ பெண்ணாக மாறிவிடுவாய் என்பது தேவதை கதைகளில் வருவது போலிருக்கிறது."

"அதுதான் இந்திய வாழ்க்கை. எங்களுக்குக் கதைகளுக்கும் வாழ்க்கைக்கும் பெரிய இடைவெளியில்லை. எங்கள் பேச்சில் ராஜா ராணி வராத நாளேயில்லை. வரலாறு எங்கள் உடலில் எழுதப்பட்டிருக்கிறது. மொழியில் வெளிப்படுகிறது."

"ஒருவேளை நீ இந்த நாடகத்தில் நடிக்க முடியாமல் போனால் என்ன ஆகும்?"

"அப்படி நினைத்தாலே அச்சமாக இருக்கிறது. என் வாழ்க்கை முழுவதும் நடித்துக் கொண்டுதானிருப்பேன். எனது கடமையை நான் தவறவிட மாட்டேன்..."

"நடிப்பது உனக்குப் பிடிக்கும் என்றால் வேறு நாடகங்களிலும் நடிக்க வேண்டியதுதானே" என்றான் ரோட்ரிச்.

"அதுதான் முன்பே சொன்னேனே. இந்த நாடகம் என்பது மரபான சடங்கு. அதுவும் காசு கொடுத்து பார்க்கும் மேடை நாடகமும் ஒன்றில்லை."

"இந்தியா மட்டுமில்லை. இந்தியர்களும் புதிரானவர்களே. ஒரே நேரத்தில் நீ சாப்ட்வேர் இன்ஜீனியராகவும் லீலாவதி என்ற புராணப் பெண் கதாபாத்திரமாகவும் இருப்பதை என்னால் புரிந்து கொள்ள முடியவில்லை..."

"என் உடல் அமெரிக்காவில் இருக்கிறது. ஆனால் நினைவுகள் இந்தியாவில் இருக்கின்றன. நான் இரண்டாலும் வழி நடத்தப்படுகிறேன்..."

"கடந்த காலம் எனக்கு ஒரு சுமை. அதன் துயர நினைவுகளில் இருந்து மீளவே விரும்புகிறேன். ஆனால் நீங்கள்

கடந்த காலத்தை நேசிக்கிறீர்கள். கொண்டாடுகிறீர்கள்." என்றான் ரோட்ரிச்.

"எங்கள் நிகழ்காலம் கடந்த காலத்தின் நீட்சிதான். என் பிள்ளைகளின் பெயர்களில் எனது குடும்பத்தின் முன்னோர்கள் இருக்கிறார்கள். நான் வீட்டில் செய்யும் சடங்கில் என் தலைமுறையின் சரித்திரமே இருக்கிறது. என் உணவில் ஆயிரம் ஆண்டுகாலச் சரித்திரமிருக்கிறது..."

"ஆனால் உன் தேசத்தில்தான் சிலர் சாதியின் பெயரால் அடித்துக் கொல்லப்படுகிறார்கள். தீ வைத்து எரிக்கப்படுகிறார்கள்..."

"அதுதான் சொன்னேனே. இந்தியாவை வழி நடத்துவது எது எனக் கண்டறிவது சிக்கலானது. இந்தியாவில் படித்தவர்களை விடவும் பாமர மக்கள் பலநேரம் புத்திசாலிகளாக நடந்து கொள்வார்கள். உண்மையாக இருக்கிறார்கள். இந்தியாவிற்கு ஒரு முகம் இல்லை. அதன் ஆயிரம் முகங்களும் தனித்தனியான நிஜமானவையே."

ரோட்ரிச் கையில் இருந்த விஸ்கியை குடித்தபடியே கேட்டான்:

"உன் பையனும் நாளை உன்னைப் போல நடிப்பான் என நினைக்கிறாயா?"

"சிறுவயதில் நானேகூட நடிக்க வேண்டாம் என்றுதான் நினைத்துக் கொண்டிருந்தேன். ஆனால் அப்பாவின் மரணத்திற்குப் பிறகு அந்த வேஷம் ஏற்றுக் கொண்டபோது அது எனக்கு ஒரு புதிய அனுபவத்தைத் தந்தது. அதை உங்களுக்குப் புரிய வைக்க முடியாது."

"உன் கையில் வைத்திருப்பது பெண் வேஷமிட்ட புகைப்படங்களா?" எனச் சிரித்தபடியே கேட்டான் ரோட்ரிச்.

"நாடக நிகழ்வில் எடுக்கப்பட்ட புகைப்படங்கள். அதில் என் பெண் வேஷமும் இருக்கிறது" என்றான்.

ரோட்ரிச் அந்தப் புகைப்படங்களைக் கவனமாகப் புரட்டிப் பார்த்தான். தான் அறியாத வேறு ஒரு உலகத்திற்குள் பிரவேசிப்பது போலிருந்தது.

லீலாவதியாக வேஷமிட்டிருந்த சத்யாவின் புகைப்படத்தைப் பார்த்தபோது அடையாளமே தெரியவில்லை. யாரோ ஒரு அழகான பெண் என்றுதான் நினைத்தான்.

சத்யா சிரித்தபடியே கேட்டான்:

"மகாராணி போல இருக்கிறேனா?"

"நான் மகாராணிகளைக் கண்டதில்லை. ஆனால் நீ மிக அழகாக இருக்கிறாய்."

"என் மனைவியும் அதைச் சொல்லியிருக்கிறாள். ஊரில் எனக்கு நிறைய ரசிகர்கள்."

"காதலர்கள் இருக்கிறார்களா?" எனக்கேட்டான் ரோட்ரிச்.

"அது வெளியே சொல்லக் கூடாத ரகசியம்" என சத்யாவும் சிரித்தான்.

பின்பு ரோட்ரிச் புகைப்படங்களை வைத்துவிட்டு சத்யாவைப் பார்த்தபடியே இருந்தான். சத்யாவிற்கும் அதற்கு மேல்பேசத் தோன்றவில்லை. ரோட்ரிச் கையில் இருந்த கிளாஸைக் கீழே வைத்துவிட்டுச் சொன்னான்:

"உன் விடுமுறையை அனுமதிக்கிறேன் லீலாவதி."

இதைக் கேட்டுச் சத்யா சிரித்தான். ரோட்ரிச் எழுந்து கொண்டபடியே சொன்னான்:

"அடுத்த முறை நானும் உன்னோடு உன் ஊருக்கு வருகிறேன். லீலாவதியாக நீ மேடையில் இருப்பதைக் காண வேண்டும்..."

"நிச்சயம் அழைத்துப் போகிறேன். விடுமுறைக்கு நன்றி ரோட்ரிச்" என்றான் சத்யா.

பின்பு அவர்கள் இருவரும் அலுவலக வேலையை யாரிடம் ஒப்படைப்பது என்பது குறித்துப் பேசிக் கொண்டார்கள்.

ரோட்ரிச் கிளம்பும்போது சொன்னான்.

"இந்தியர்களால் எதையும் பேசி சாதித்துவிட முடிகிறது. நாளை அலுவலகத்தில் சந்திப்போம்."

சத்யா உற்சாகமாகக் கையசைத்தபடியே தனது காரை நோக்கி நடந்து கொண்டிருந்தான்.

••

தொலைவில் இந்தியாவின் தென்கோடியிலிருந்த சிற்றூர் ஒன்றில் ஶ்ரீ பக்த பிரஹலாதா நாடகத்திற்கான நோட்டீஸ் அடிப்பதற்காக சத்யநாராயணனின் மாமா கேசவமூர்த்தி அச்சகம் ஒன்றில் உட்கார்ந்திருந்தார்.

"அதே நோட்டீஸ்தானே. நடிகர் யாரும் மாறலையே? எனக் கேட்டான் அச்சக ஊழியன்.

"எதுவும் மாறாது. வருஷம் தேதி மட்டும் புதுசா மாத்திப் போடு" என்று சொல்லிக் கொண்டிருந்தார் கேசவமூர்த்தி.

ஶ்ரீ பக்த பிரஹலாதா நாடகத்தை எப்படியாவது டிவியில் ஒளிபரப்ப ஏற்பாடு செய்ய வேண்டும் என்று நினைத்தபடியே அவர் அன்றைய அமெரிக்க டாலரின் மதிப்பு எவ்வளவு எனப் பேப்பரில் வாசித்துக் கொண்டிருந்தார்.

□

5
வெயிலில் அமர்தல்

நியூசிலாந்திலிருந்து கிளம்பும்போது வர்ஷினிக்கு அப்படி ஒரு யோசனை இருக்கவேயில்லை. அவள் பெங்களூரில் உள்ள தனது அபார்ட்மெண்டிற்குத்தான் போக வேண்டும் என்று முடிவு செய்திருந்தாள். விமான டிக்கெட் கூடப் பெங்களூருக்கே போட்டிருந்தாள். ஆனால் பயணம் கிளம்பும் முதல் நாள் டிக்கெட்டை சென்னைக்கு மாற்றினாள்.

அப்பா அம்மாவோடு சில நாட்கள் இருக்கலாம் என நினைத்து சென்னைக்குப் பயணம் செய்தாள். ஆனால் சென்னைக்கு வந்த இரண்டாம் நாள் அங்கே இருக்கப் பிடிக்கவில்லை. அப்பாவிடம் பெங்களூர் போவதாகச் சொல்லிவிட்டு இரவுப்பேருந்து பிடித்துத் திருநெல்வேலிக்குச் சென்றாள். அங்கிருந்து பதினைந்து நிமிஷ தூரத்தில் இருந்தது அவளது பூர்வீக ஊர்.

சுற்றிலும் பச்சைக்கம்பளம் போல வயல்கள் நிரம்பிய சிறிய கிராமம். நூறு வீடுகளுக்குள் குறைவாகத் தானிருந்தது. இன்னமும் பேருந்து வசதி வரவில்லை. பக்கத்து ஊரில் இறங்கி வயல் வழியாக நடந்துதான் போய் வர வேண்டும். வர்ஷினி பள்ளி நாட்களில் அங்கே வந்திருக்கிறாள். அதன் பிறகு சொந்த ஊருக்குப் போனதேயில்லை.

அண்ணா பல்கலைக்கழகத்தில் கல்லூரிப் படிப்பு முடிந்தவுடன் பெங்களூருக்கு வேலைக்குப் போய்விட்டாள்.

ஐந்தாண்டுகள் அங்கே வேலை. அந்தச் சம்பாத்தியத்தில் அங்கே தனக்கென ஒரு பிளாட்டை வாங்கியிருந்தாள். பெங்களூரில் அலுவலகத்திற்குப் போய் வருவது தூரம். ஆகவே பெரும்பான்மை நேரம் அவள் அலுவலகம் விட்டு அறைக்குத் திரும்ப இரவாகிவிடும். விடுமுறை நாள் உறங்குவதற்கே போதாது. ஒன்றிரண்டு மழை நாட்களைத் தவிர வேறு நல்ல நினைவுகளில்லை.

பெங்களூரிலிருந்து கம்பெனி சார்பில் அமெரிக்காவில் மூன்று ஆண்டுகள். பின்பு ஒன்றரை வருஷம் லண்டனில். ஒரு ஆண்டு கென்யா. பின்பு அங்கிருந்து நியூசிலாந்து என அவள் வாழ்க்கை சொந்த மனிதர்களை விட்டு வெகுதூரம் விலகிப் போனது.

அமெரிக்காவில் இருந்த நாட்களில் ஏற்பட்ட காதல். அதைத் தொடர்ந்த திருமணம். அந்தத் திருமணத்தில் ஏற்பட்ட கசப்பான அனுபவங்கள். பிரிவு. விவாகரத்து என அவள் வாழ்க்கை ஜெயிண்ட் வீல் போல உயரத்திற்குப் போய் வேகமாகக் கீழே இறங்கிவிட்டது. எல்லாவற்றையும் பார்த்தாகிவிட்டது போன்ற அலுப்பு அவளுக்கு முப்பத்தைந்து வயதிற்குள் ஏற்பட்டுவிட்டது. பணம் மட்டுமே அவளது கவனம். அதைச் சம்பாதிப்பதற்காக ஓடிக் கொண்டேயிருந்தாள்.

ஆனால் இந்த விடுமுறையில் ஊருக்குப் போய்வரலாம் என நினைத்தபோது அவளுக்கு எங்கே போவது என்ற கேள்விதான் முதலில் எழுந்தது. அப்பா அம்மாவை சந்தித்தால் பழைய கதைகளைக் கிளறிக் கொண்டிருப்பார்கள். மறுமணம் பற்றிய பேச்சு உருவாகும். திரும்பவும் ஒரு திருமணத்தில் அவளுக்கு விருப்பமில்லை. தேவையுமில்லை என நினைத்தாள்.

வேலை வேலை என மூழ்கிப்போனதால் உலகம் மிகவும் சுருங்கிப் போயிருந்தது. மண்டைக்குள் எப்போதும் அலுவலகக் குழப்பங்கள். சாப்பாட்டில் விருப்பமில்லை. வெளியே நடக்கும் வேடிக்கைகள் எதிலும் ஈடுபாடில்லை. டிவியில் சினிமா பாட்டு போட்டால்கூட அவளால் ரசித்துக் கேட்க முடியவில்லை. சில நாட்கள் பாதி உறக்கத்தில் எழுந்து அலுவலக வேலையைக் கவனிக்க ஆரம்பித்துவிடுவாள். கார் ஓட்டும்போதுகூட அவள் சாலையோர மரங்களில்

பூத்திருக்கும் மலர்களை ரசிப்பதில்லை. கசங்கிய காகிதம் போல அவள் வாழ்க்கை மாறியிருந்தது.

...

தாத்தா வீடு பழைய காலத்து அமைப்பில் பெரிய தூண்களுடன் இருந்தது. நாலைந்து அறைகள். ஹாலில் பெரிய ஊஞ்சல். வீட்டைச் சுற்றிலும் எட்டு அடி உயரத்தில் கோட்டைச் சுவர்கள். வீட்டின் பின்பக்கம் கிணறு. அதை ஒட்டிய குளியல் அறை. வெந்நீர் அடுப்பு. நாலைந்து தென்னை மரங்கள். இரண்டு வாழைமரங்கள். ஒரு கொய்யா மரம். துணி துவைக்கும் அகலமான கல். நெல் அவிப்பதற்காகப் பெரிய வெண்கல அண்டா. ஒரு காலத்தில் பசுமாடு கட்டப்பட்டிருந்த சிறிய மாட்டுத் தொழுவம். கோட்டைச் சுவரை ஒட்டி தானே முளைத்திருக்கும் விதவிதமான பூச்செடிகள். தாழப்பறக்கும் தட்டான்கள்.

தாத்தா கண்ணுசாமிக்கு எண்பத்திமூன்று வயதாகியிருந்தது. ஆனால் திடமாக இருந்தார். எப்போதும் நெற்றி நிறையத் திருநீறு பூசி துவைத்த வேஷ்டி கட்டியிருப்பார். மேல் சட்டை அணிவதில்லை. ஒரு கதர் துண்டினைப் போர்த்திக் கொண்டிருப்பார். அவரைத் தேடி யாரும் வருவதில்லை. அவரும் வெளியே போவதுமில்லை. அதிகபட்சம் கிணற்றடி வரை செல்வார். தானே தண்ணீர் இறைத்துக் குளிப்பது வழக்கம்.

தாத்தாவிற்குத் தேவையான சாப்பாடு செய்து தருவதற்காக லட்சுமியம்மாள் என்ற பெண்மணி வேலைக்கு இருந்தார். லட்சுமியம்மாளின் வீடு தெற்குத் தெருவில் இருந்தது. ஐம்பது வயதைக் கடந்த பெண். கணவன் இல்லாதவர். நான்கு பிள்ளைகளைத் தனியே வளர்த்துப் படிக்க வைத்து வேலைக்கு அனுப்பியிருக்கிறார். லட்சுமியம்மாள். காலை எட்டு மணிக்கு வந்து அவருக்குத் தேவையான டிபன் செய்து தந்துவிட்டு தாத்தாவின் உடைகளைத் துவைத்துப் போடுவார். பின்பு மதியச் சமையல் செய்துவைத்துவிட்டுப் போய்விடுவார். தாத்தா இரவில் பழங்களை மட்டுமே சாப்பிடுவது வழக்கம். பகலில் ஒரு சாய்வு நாற்காலியில் சாய்ந்தபடியே தேவாரம் படித்துக் கொண்டிருப்பார். அந்தப் புத்தகம் எப்போதும் அவரது மார்பில் கிடக்கும். அவ்வளவு பெரிய வீட்டில் இரண்டே டியூப் லைட்டுகள்

இருந்தன. மற்றவை குண்டு பல்புகள். ரேடியோ, டிவி என எதுவும் கிடையாது. முன்பு அவருக்குத் தபால்கள் அடிக்கடி வருவதுண்டு. இப்போது தபால்களும் கிடையாது.

தாத்தா வீட்டின் படியேறியபோது அவளுக்கு ஏழு வயதின் நினைவுகள் பீறிட்டன. இதே படிக்கட்டில் நின்று அவள் கோடைமழையை வேடிக்கை பார்த்திருக்கிறாள். கூண்டுவண்டியில் பயணம் செய்திருக்கிறாள். அப்போது வீடு நிறைய ஆட்கள். இப்போது ஒருவருமில்லை.

கதவைத் தள்ளி உள்ளே நுழைந்தபோது சாய்வு நாற்காலியிலிருந்து லேசாகக் கண்ணை விழித்தபடியே தாத்தா யார் எனப் பார்த்தார்.

அருகில் சென்ற வர்ஷினி தாத்தா என வாஞ்சையாக அழைத்தாள். அவரது முகத்தில் லேசான புன்னகை படர்ந்தது. சைகையால் அப்படி உட்கார் என்பது போல முக்காலியைக் காட்டினார்.

அவள் முக்காலியில் அமர்ந்தபடியே, "இப்போ நியூசிலாந்தில் இருக்கேன். ஒன்றரை மாசம் லீவு. அதான் கிளம்பி வந்துட்டேன்" என்றாள். தாத்தா தலையசைத்தபடியே அவளை ஏறிட்டுப் பார்த்தபடியே இருந்தார்.

அவள் சுவரில் இருந்த பழைய காலப் புகைப்படங்களைப் பார்த்தபடியே சொன்னாள்:

"எதுவும் மாறவேயில்லை. வீடு அப்படியே இருக்கு."

தாத்தா மெல்லிய குரலில் கேட்டார்:

"நீ சாப்பிட்டயா?"

ஜங்ஷனில் சாப்பிட்டதாகப் பொய் சொன்னாள். தாத்தா தனது கையிலிருந்த புத்தகத்தைக் கீழே வைத்துவிட்டு எழுந்து கொண்டார். மேல்துண்டு நழுவியது. குனிந்து எடுக்கும்போது தாத்தாவின் மார்பு எலும்புகள் துருத்திக் கொண்டு தெரிவதைக் கண்டாள். தாத்தா மிகவும் மெலிந்து போயிருந்தார். கைநரம்புகள் புடைத்திருந்தன. விரல் நகங்கள் வெளிறியிருந்தன.

தாத்தா துண்டினை எடுத்து மேலே போட்டுக் கொண்டபடியே சொன்னார்:

"அந்த ரூம் பூட்டியிருக்கும். சாவி எடுத்துக்கோ."

சரியெனத் தலையாட்டிவிட்டு ஆணியில் மாட்டப் பட்டிருந்த சாவிக் கொத்தை எடுத்து தெற்கு பார்த்திருந்த ஒரு அறையின் கதவைத் திறந்தாள். அந்த அறையில் ஒரு மரக்கட்டில் இருந்தது. அதில் படுக்கையோ, தலையணையோ எதுவுமில்லை. அலமாரியில் நிறையக் கரப்பான்பூச்சிகள் ஓடின. சிறிய கயிற்றுக்கொடியில் ஒரு சிவப்புக் கதர் துண்டு தொங்கிக் கொண்டிருந்தது.

தாத்தா தனது சாய்வுநாற்காலியில் சாய்ந்து கொண்டபடியே சொன்னார்:

"லட்சுமியம்மா வந்தவுடன் சுத்தம் பண்ணித் தரச் சொல்றேன்."

அவ்வளவுதான் அவர்களுக்குள் நடந்த உரையாடல். அதன்பிறகு தாத்தா அவளிடம் எதையும் கேட்டுக் கொள்ளவில்லை. வர்ஷினி இருந்த அறையில் மின்சார விசிறியில்லை. ஆகவே ஜன்னலைத் திறந்துவிட்டாள். அகலமான ஜன்னல். இரும்புக் கம்பிகள் மழையில் நனைந்து துருவேறியிருந்தன. கோட்டைச்சுவர் கண்ணில்பட்டது. எதற்காக இவ்வளவு உயரமான சுவர் என்பது போல அதையே பார்த்துக் கொண்டிருந்தாள்.

பேருந்தில் வந்த களைப்பு படுத்துக் கொள்ள வேண்டும் போலிருந்தது. அவளாகவே இன்னொரு அறைக்குள் போய்த் தலையணை போர்வை இருக்கிறதா எனத் தேடினாள். எதையும் காணவில்லை. தனது பெட்டியில் இருந்து மாற்று உடைகளை எடுத்து அணிந்து கொண்டு பின்கட்டிற்கு நடந்தாள்.

மிகப்பெரிய சமையலறை. பத்துப் பேர் உட்கார்ந்து சாப்பிடும் அளவு பெரியது. சிறுவயதில் அங்கே மதிய நேரம் தாயம் ஆடுவார்கள். தண்ணீர் பானைகள் வைக்கும் மேடை. ஒரு ஸ்டவ் அடுப்பு. ஒரு கேஸ் அடுப்பு. பத்து, பதினைந்து பாத்திரங்கள். சில்வர் தட்டு டம்ளர்கள். சமையல் அறையில் இருந்த பெரிய அலமாரி பூட்டப்பட்டிருந்தது. மூடப்பட்டிருந்த பின்வாசற்கதவைத் திறந்து வர்ஷினி நடந்தாள்.

கிணற்றடி சுத்தமாக இருந்தது. குனிந்து பார்த்தபோது கிணற்றில் தண்ணீர் ஆழத்திலிருந்தது. துணி துவைக்கும் கல்லை விரலால் தொட்டுப்பார்த்தாள். குளிர்ச்சி மாறவேயில்லை. வாழை மரத்தின் இலைகள் காற்றில் ஆடிக் கொண்டிருந்தன. ஒரு நாற்காலியைக் கொண்டு வந்து போட்டு அங்கேயே உட்கார்ந்து கொள்ளலாம் போலிருந்தது.

அவள் கிணற்றிலிருந்து ஒரு வாளி தண்ணீர் இறைத்தாள். குளிர்ச்சியான தண்ணீர். முகத்தில் தண்ணீர் பட்டவுடன் சிரிப்பு வந்தது. கைநிறைய அள்ளிக் கழுத்தைச் சுற்றிலும் துடைத்துக் கொண்டாள். ஒரு அணில் தென்னைமரத்திலிருந்து இறங்கி அவளைப் பார்த்தபடியே ஓடியது.

லட்சுமியம்மாள் வருவதற்காக வர்ஷினி காத்திருக்கத் துவங்கினாள்.

•••

லேப்டாப், செல்போன், கடிகாரம், கேமிரா என எதையும் வர்ஷினி தன்னோடு கொண்டுவரவில்லை. சென்னையிலே எல்லாவற்றையும் விட்டு வந்திருந்தாள். நாலைந்து உடைகள், கொண்ட சிறிய பெட்டி, பணம் வைத்துள்ள சிறிய ஹேண்ட்பேக், மாத்திரைகள், தலைவலி தைலம், நாப்கின் அதிலிருந்தன. படிக்கப் புத்தகம்கூட எடுத்து வரவில்லை. குறிப்பாக, எப்போதும் காதில் மாட்டிக்கொள்ளும் ப்ளூடூத் இயர்போன்கூட எடுத்து வரவில்லை. வெறுமனே வந்திருந்தாள். சின்ன வயதில் அப்படித் தானே தாத்தா ஊருக்கு வருவது வழக்கம். அந்த எண்ணமே கிளம்பும்போது மேலோங்கியிருந்தது.

நியூசிலாந்தில் அவள் தங்கியிருந்த அறை மூன்றாவது மாடியில் இருந்தது. சில நாட்கள்தான் எதற்காக இப்படி ஒரு நாட்டில் ஒரு தெரிந்த மனிதர்கூட இல்லாத இடத்தில் வசிக்கிறோம் என்று தோன்றும். தன்னுடைய ஊர் என்று எதைச் சொல்லிக் கொள்வது. அப்பா வேலை காரணமாக ஏதேதோ ஊர்களில் இடமாறுதல் செய்து கொண்டேயிருந்தார். அவளும் அண்ணன் தம்பிகளும் ஆளுக்கு ஒரு ஊரில் பிறந்தார்கள். அம்மாவின் தந்தையான கண்ணுசாமி தாத்தாவீடும் ஊரும்தான் அவளுக்குப்

பிரியமான இடம். கோடை விடுமுறைக்கு அங்கேதான் வருவது வழக்கம். அதுவும் வளர்ந்த பிறகு துண்டிக்கபட்டுப் போனது.

ஏன் பெரிய உலகை நோக்கி இவ்வளவு அவசர அவசரமாக ஓடினோம். சிறிய உலகில்தான் அன்றைய மனிதர்கள் வாழ்ந்தார்கள். அந்தச் சந்தோஷம் தனக்கு ஏன் கிடைக்கவில்லை என்று யோசித்தபடியே இருப்பாள். காரணம் தெரியாத துக்கம் மனதை அழுத்தும். இதற்குப் பதில் கிடையாது என அவளே சமாதானம் சொல்லிக் கொள்வாள். சில நாட்கள் இந்த மனச்சோர்வு அதிகமாகும்போது எங்காவது பயணம் கிளம்பிப் போவாள். புதிய காற்று. புதிய வானம். புதிய மனிதர்கள் மனதை மாற்றிவிடுவார்கள்.

•••

லட்சுமியம்மாள் மரஅலமாரியில் இருந்து போர்வை தலையணை கொண்டு வந்திருந்தாள். இன்னொரு அறையில் சுருட்டி வைக்கப்பட்டிருந்த மெத்தையும் கொண்டு வந்து போட்டாள். அறையைச் சுத்தம் செய்து குடிநீருக்காகச் சிறிய கூஜாவைக் கொண்டு வந்து வைத்துவிட்டு அவள் படிப்பதற்காக ஒரு மரநாற்காலி ஒன்றையும் அறைக்குள் கொண்டு வந்து போட்டிருந்தாள்.

“மரநாற்காலியைக் கிணற்றடியில் போடுங்க. அங்கேதான் உட்காரப்பிடிக்கிறது” என்றாள் வர்ஷினி.

“அங்கே புழு பூச்சி வரும்மா” எனத் தயங்கினாள் லட்சுமியம்மாள்.

“கிணற்றை ஒட்டிப் போடுங்க. நான் பாத்துக்கிடுறேன்” என்றாள் வர்ஷினி.

“வெயில் படுற மாதிரி போடவா. இளம் வெயில்ல உட்கார்ந்தா சுகமா இருக்கும்” என்றாள் லட்சுமியம்மாள்.

“உங்க இஷ்டம்” எனச்சொல்லி சிரித்தாள் வர்ஷினி.

“நீங்க வரப்போறது முன்னாடியே தெரிஞ்சா, டிபன் செய்து வச்சிருப்பேன்” என்றாள்.

“பரவாயில்லை. மதியம் சாப்பிட்டு கிடுறேன். தாத்தா சாப்பிட்டாரா?”

“அவருக்கு தினம் மூணு இட்லிதான். காபி டீ எதுவும் குடிக்க மாட்டார். உங்களுக்கு வேணும்னா டீ போட்டுத் தர்றேன்.”

“எனக்கு வேணாம். எனக்கும் தாத்தாவுக்குக் குடுக்கிற இட்லியோட நாலு சேர்த்துக் குடு.”

“அது எப்படிப் பசியாறும். ரெண்டு தோசை கூடத் தர்றேன்.”

“அவ்வளவு சாப்பிட முடியாது.”

“எள்ளுப்பொடி வச்சி தோசை சாப்பிட்ட நல்லாயிருக்கும். எள்ளுப்பொடி போட்டு வைக்குறேன்” என்றாள் லட்சுமியம்மாள்.

“இருக்கிறதுபோதும்” என்றாள் வர்ஷினி.

“வராத விருந்தாளி வந்து இருக்கீங்க. அய்யா வீட்ல தனியாவேதானே இருக்காரு. யாரும் விருந்தாளி வர்றதேயில்லை.”

“அதான் நான் வந்துட்டேன்.”

“உங்களுக்குக் கத்திரிக்காய் பிடிக்குமா. சாம்பார்ல போடலாமா?”

“உங்க இஷ்டம். நீங்க எதைச் சமைச்சித் தந்தாலும் சாப்பிடுவேன்.”

“அய்யாவும் இப்படித்தான். எதுவும் வேணும்னு கேட்கவே மாட்டார்” என்றபடியே லட்சுமியம்மாள். சமையல் அறைக்குள் ஒரு பூனை போவதைக் கவனித்தவள் போலச் சொன்னாள்.

“இந்தப் பூனையை விரட்டக்கூடாதுனு அய்யா சொல்லியிருக்கார். அது பாட்டுக்கு வீட்டுக்குள்ளே சுத்திக்கிட்டு இருக்கும்.” எனச் சொல்லிச் சிரித்தாள்.

வர்ஷினி கட்டிலில் படுத்துக் கொண்டபடியே சொன்னாள்:

“நான் தூங்கி எழுந்து சாப்பிட்டுக்கிடுறேன்...”

“இருந்து பரிமாறிட்டுப் போறன்” என்றாள் லட்சுமியம்மாள்.

"நானே போட்டு சாப்பிட்டுக்கிடுவேன்." என்றபடியே கண்களை மூடிக் கொண்டாள். அவளுக்கு அம்மாவின் நினைவு வந்தது. தானே போட்டு சாப்பிட அம்மா விடமாட்டாள். எந்த இரவாக இருந்தாலும் எழுந்து வந்து அவளே பரிமாறுவாள்.

"தனியே போட்டுக்கிட்டா சாப்பாடு இறங்காது" என்று சொல்லுவாள் அம்மா. அனுபவம் நிறைய விஷயங்களைப் பழக்கமாக்கிவிடுகிறது.

...

தாத்தா வீட்டிற்கு வந்த இரண்டு நாட்களில் ஒரு வார்த்தை கூடத் தாத்தா அவளிடம் எதையும் பேசவில்லை. அவளது வாழ்க்கை பற்றிக் கேட்டுக் கொள்ளவில்லை. லட்சுமியம்மாளும் அப்படித்தான். அவள் தன் கடந்தகாலம் தன்னை விட்டுக் கரைந்து போய்விட்டது போல உணர ஆரம்பித்தாள்.

காலை நேரம் எழுந்து கிணற்றடியில் போட்டிருந்த நாற்காலியில் வர்ஷினி உட்கார்ந்து கொள்வாள். காலைவெயில் உடலில் படுவது அத்தனை சுகமாகயிருந்தது. நத்தை ஊர்ந்துபோவது போல மெதுவாக வெயில் அவள் உடலில் ஊர்ந்து போனது. தலையில் இருந்து கால்நகம் வரை வெயில் இறங்கியது. மெல்ல தானும் ஒரு வாழை மரம் போலாகிவிட்டதாக உணர்ந்தாள். வாழை தனது அகலமான இலைகளை அசைப்பதைபோலக் கைகளை அசைத்தாள். வெயில் வாழை இழையினுள் இறங்கி மெல்ல அதன் நரம்புகளை மீட்டுகிறது. இலையின் நுனி வெட்கப்படுவது போல அசைகிறது. காற்றால் தன்னை எதுவும் செய்ய முடியாது என்று சொல்வதுபோல ஒரு ஜோடி எறும்புகள் ஊர்ந்து கொண்டிருந்தன.

திடீரென வாழைமரம் முன்பு பார்த்திராத அதிசயம் போலிருந்தது. எத்தனை அழகு. எவ்வளவு பச்சை. அதிலும் வாழை மரத்திலிருந்து தொங்கும் பூ. அதன் கருஞ் சிவப்பு வண்ணம். கிழிந்து காற்றில் ஆடும் இலைகளின் நடனம். அவள் தானே ஒரு வாழை போலாகிவிட்டதாக உணர்ந்தாள்.

கிணற்றடி ஒரு மாயவெளிபோலிருந்தது. இந்தக் கிணற்றடியில்தான் பாட்டி அமர்ந்திருப்பாள். பாத்திரம் துலக்கியிருப்பாள். துணி துவைத்திருப்பாள். பாட்டியின் பெயர் விசாலம். பனிரெண்டு வயதில் அவளுக்குத் திருமணம் ஆகிவிட்டது. எட்டுப் பிள்ளைகள். அதில் ஐந்து குழந்தைப் பருவத்திலே இறந்துவிட்டன. நான்கில் இரண்டாவது அவளது அம்மா. பாட்டி எப்படியிருப்பாள். அவளது புகைப்படம்கூட அந்த வீட்டில் கிடையாது. ஆனால் அந்தக் கிணற்றடி பாட்டியின் நினைவை ஆழமாகக் கிளறியது. பாட்டி முப்பது வயதிற்குள் இறந்துவிட்டாள். இந்த வீட்டினைத் தவிர வேறு எந்த ஊருக்கும் அவள் சென்றதேயில்லை. உலகம் என்பது இந்த வீடு மட்டுமே. புகை அடுப்பின் முன் நின்றபடியே அவள் வாழ்க்கை கழிந்து போனது. அப்பாவைத் திருமணம் செய்து கொண்டதால் அம்மாவின் வாழ்க்கை சென்னை, கோவை, சேலம், திருச்சி என நாலைந்து நகரங்களைக் கண்டிருக்கிறது. ஆனால் தன் வாழ்க்கை அப்படியில்லை. எத்தனை நாடுகள். எவ்வளவு ஊர்கள். பெரிய உலகில் வாழ்வதால் மட்டும் ஒருவர் சந்தோஷமாக இருந்துவிட முடியாது.

பாட்டியை பற்றி நினைத்தபடியே அவள் வெயிலுக்குத் தன்னை ஒப்புக்கொடுத்திருந்தாள். வெயில் அவளைச் சுத்தம் செய்தது. இத்தனை ஆண்டுகாலமாக ஓடியோடி அவள் சலித்துப் போயிருந்தாள். அந்தச் சலிப்பை வெயில் பஞ்சால் துடைத்துச் சுத்தம் செய்தது போல மாற்றியது. துடைத்து வைத்த கண்ணாடி போலாகிவிட்டதாக உணர்ந்தாள்.

வெயில் இத்தனை உயிர்ப்புத் தரக்கூடியது என்பதை இங்கு வந்த பிறகே உணர்ந்தாள். கிணற்றடியை விட்டு எழுந்து கொள்ள மனமேயில்லை. தானே கிணற்றில் தண்ணீர் இறைத்துக் குளித்தாள். தொப்பூழில் தண்ணீர் பட்டது என்னவோ செய்தது. தொடைகளில் தண்ணீர் வழிந்தோடும்போது தானே ஒரு வாழைமரம் போல உணர்ந்தாள். பூனை அவள் குளிக்கும்போது தள்ளி நின்று பார்த்தபடியே இருந்தது. ஈரத்தலையைக் கோதியபடியே பெயர் தெரியாத பூக்களைப் பறித்து வந்தாள். சிரிப்பு. தன்னை அறியாத சிரிப்பு முட்டிக் கொண்டேயிருந்தது.

ஐந்து வருட மௌனம் ᵩ 75

ஒரு தட்டில் மூடிவைத்திருந்த இட்லிகளைச் சாப்பிட்டாள். புதிதாக இன்றைக்குத்தான் முதன்முதலில் இட்லி சாப்பிடுவது போல ருசியாக இருந்தது. செல்போன் அழைப்பு இல்லை. லேப்டாப் இல்லை. அலுவலகத் தொந்தரவு எதுவுமில்லை. தென்னை மரத்தில் ஓடியாடும் அணில் போலத் தானும் விருப்பமான விஷயங்களை மட்டுமே செய்து கொண்டிருக்கலாம் என்றிருந்தது.

காற்று, மிதமான காற்று, வேகமான காற்று. பகல் காற்று, மாலைக்காற்று, இரவுக்காற்று, பின்னிரவுக் காற்று எனக் காற்றின் குளிர்ச்சி இத்தனை இதம் தரும் என்பதை இங்கு வந்த பிறகே உணர்ந்து கொண்டாள். பகலும் இரவும் காற்றடித்துக் கொண்டேயிருந்தது. இரவில் ஆற்றின் நீரோட்டம் போன்ற சீரான காற்று.

கூந்தலைக் காற்று கோதிவிடுவது சந்தோஷமாக இருந்தது. பிடறியில் காற்றின் விரல்கள் தொடும்போது அவள் சிரித்துக் கொண்டாள்.

காலை வெயில் ஏறிய பிறகு கொய்யாமரத்திற்கு ஒரு குயில் வருகிறது. அந்தக் குயில் விட்டுவிட்டுப் பாடுகிறது. எத்தனை இனிமையான குரல். பகலின் தனிமையைக் குயிலின் குரல் போக்கிவிடுகிறது. அந்தக் குயில் சில நேரம் நிதானமாக, உலகிற்கு எதையோ சொல்ல முயற்சிப்பது போலக் குரல் தருகிறது.

குயிலின் ஓசை நின்றபிறகு ஏற்படும் நிசப்தம் அலாதியானது. பாத்திரங்கள் கீழே விழுந்துவிட்டபிறகு உருவாகும் நிசப்தமான உருளல் நினைவிற்கு வந்து போனது. குயிலோசை என்பது ஒரு மலர். அரூபமான மலர். அதன் வாசனைதான் இனிய பாடலாக மாறியிருக்கிறது.

குயிலுக்குப் பிறகு மதிய நேரம் ஒரு ஜோடி காகங்கள் கோட்டை சுவர்மீது வந்து அமரும். அந்தக் காகங்கள் அசைவற்ற ஓவியம்போல அமர்ந்திருக்கும். சில சமயம் கைகளை வீசிப் பார்ப்பாள். காகம் அசையவே அசையாது. பயமற்றுப் போன காகங்கள். தானும் அப்படித்தானே ஆகிவிட்டேன். எந்தப் பயமும் தன்னிடமில்லை. தன் உடல்மீது கொண்டிருந்த கவனம்கூட மறைந்து போய்விட்டது. கொடியில் உலரும் புடவை போலத் தன் உடல் எடையற்று ஆகிவிட்டதாக உணர்ந்தாள்.

இதுவெல்லாம் சாத்தியம்தானா என்றுகூட நினைத்து பார்த்ததில்லை. ஆனால் எளிதாக நடந்தேறியது.

தாத்தாவைக் கடந்து போகையில் லேசாகத் திரும்பிப் பார்த்து சிரிப்பார். சில நாட்கள் அவள் வீட்டில் உதிர்ந்த மல்லிகைப்பூக்களைக் கட்டினாள். பூஜை செய்தாள். சில நாட்கள் லட்சுமியம்மாளுக்குப் பதிலாக அவளே சமைத்தாள். வீட்டினைச் சுத்தம் செய்தாள். தனி ஆளாகத் தாயம் ஆடினாள். பகல் முழுவதும் தூங்கினாள். இரவில் நட்சத்திரங்களை வேடிக்கை பார்த்தாள்.

தண்ணீருக்குள் வசிக்கும் மீன்கள் பூமியோடு தனக்குத் தொடர்பு வேண்டாம் என வாழ்வது போலத் தன் வாழ்க்கையும் மாறிவிட்டதாக உணர்ந்தாள். சட்டென அவளுக்கு வயது கரைந்து போய்விட்டது போலவும் பதின் வயதின் துடிப்பு மறுபடி மனதில் பீறிடுவதாகவும் உணர்ந்தாள். அது போன்ற நேரத்தில் அவள் மெல்லிய குரலில் தனக்குப் பிடித்தமான பாடலைப் பாடுவாள். அதைத் தாத்தா கேட்கக்கூடும். யாரும் கேட்காவிட்டாலும் பிடித்தமான பாடலைத் தனியே பாடுவது சந்தோஷமாகவே இருந்தது.

ஒவ்வொரு நாளும் அவள் வெயிலில் அமர்ந்தாள். அலையின் முன்னால் விளையாடும் சிறுமியைப் போலவே உணர்ந்தாள். பத்து நாட்களில் அவளுக்கு உடலும் மனதும் மாறியிருந்தது. யாரும் அவளைப் பெயர் சொல்லி அழைக்கவில்லை. அடுத்தவருக்காக ஒரு வேலையைச் செய்யவில்லை. ஒரு பைசா பணத்தை வெளியே எடுக்கவில்லை. ஷாப்பிங் போகவில்லை. எந்த மாத்திரை மருந்தும் எடுத்துக் கொள்ளவில்லை. இவ்வளவு எளிமையானதுதானா வாழ்க்கை. ஏன் இதைச் சிக்கலாக்கிக் கொண்டோம் எனத் தோணியது.

•••

பகல் மிக நீண்டதாக இருந்தது. பாதரசம் போன்று மினுங்கும் வெயில். பகலில் சற்றுப் பிரகாசம் அதிகம். காலடி சப்தமே கேட்காத வீதி. சைக்கிள்கூடக் கடந்துபோவதில்லை. மரத்தின் இலையசைவு கேட்கும் துல்லியம். ஜன்னலுக்கு வெளியே ஒரு மஞ்சள் நிற வண்ணத்துப்பூச்சி பறந்து

கொண்டிருந்தது. எங்கே போவது என வழி தெரியாத குழந்தையைப் போலிருந்தது அதன் பறத்தல். சுவரின் நிழல் நீண்டுகொண்டிருந்தது. இத்தனை நீண்ட பகலாக இருந்தபோதும் அலுக்கவில்லை.

என்ன செய்வது எனத்தெரியாத ஒரு பகலின்போது தாத்தாவிடம் அவளாகவே கேட்டாள்:

"நான் வேணும்னாலும் தேவாரம் வாசிக்கட்டுமா?"

தாத்தா மறுப்புச் சொல்லாமல் தன் மடியில் வைத்திருந்த புத்தகத்தை அவளிடம் நீட்டினார்.

அவள் மெல்லிய குரலில் தேவாரம் படிக்கத் துவங்கினாள்.

"தோடுடைய செவியன்விடை.
யேறியோர் தூவெண்மதிசூடிக்.
காடுடையசுட லைப்பொடிபூசிஎன்.
உள்ளங்கவர் கள்வன்.
ஏடுடையமல ரான்முனைநாட்பணிந்.
தேத்தஅருள் செய்த.
பீடுடையபிர மாபுரம்மேவிய.
பெம்மானிவ னன்றே..."

தாத்தாவின் கண்களில் கண்ணீர் கசிவது தெரிந்தது. அவள் தொடர்ந்து படித்துக் கொண்டேயிருந்தாள். அவர் கைவிரல்கள் அசைந்தபடியே இருந்தன. வாசித்து முடித்தபோது நாவில் தித்திப்பு படருவது போல உணர்ந்தாள். புத்தகத்தைத் தாத்தா கையில் கொடுத்தபோது அவர் அவளது கைகளைப் பற்றிக் கொண்டபடியே சொன்னார்:

"உங்க அம்மா நல்லா பாடுவா."

அம்மா பூஜை செய்யும்போது பாடுவதைக் கேட்டிருக்கிறாள். தன்குரலில் அம்மாவின் சாயல் வெளிப்படுகிறதா என யோசித்தாள். தாத்தாவின் சாய்வுநாற்காலி அருகிலே உட்கார்ந்து கொண்டாள். இருவரும் பேசிக் கொள்ளவில்லை. ஆனால் மிக நெருக்கமாக உணர்ந்தாள்.

•••

லட்சுமியம்மாளின் வீட்டிற்குப் போய் அவளைக் பார்க்க வேண்டும் என்று ஒரு நாள் காலையில் தோன்றியது. அவளிடம் சொன்னால் வரவேண்டாம் என்று தடுத்துவிடுவாள். ஆகவே சொல்லிக் கொள்ளாமல் அவள் வீட்டினை விசாரித்துப் போனபோது லட்சுமியம்மாள் மாவு இடித்துக் கொண்டிருந்தாள். அவளைக் கண்டதும் வியப்பும் மகிழ்ச்சியுமாக "வாங்கம்மா" என்றாள்.

"எப்பவும் வேலைதானா?" எனக்கேட்டாள் வர்ஷினி.

"செய்து முடியலை. அவ்வளவு வேலை கிடக்கு. காபி போடவா" எனக்கேட்டாள் லட்சுமியம்மாள்.

"ஒரு நாளைக்குப் பத்து காபி குடிச்சிட்டு இருந்தவ. இங்கே வந்து காபி குடிக்கிறதை விட்டுட்டேன். மோர் இருந்தா குடுங்க" என்றாள் வர்ஷினி.

"எங்க வீடு ரொம்பச் சின்னது. தலை இடிக்கும்" என வெட்கத்துடன் சொன்னாள் லட்சுமியம்மாள்.

அவள் வீட்டின் அருகிலும் ஒரு வாழைமரமிருந்தது. அதைக் கவனித்தபடியே கேட்டாள்:

"வாழைப்பூக்குள்ளே ஒரு கள்ளன் இருக்கிறானு சொல்வாங்களே."

"அது ஒரு கதைம்மா. கள்ளன்னா நிஜக் கள்ளன் இல்லை" என்றபடியே அவள் இடித்த மாவை அலுமினியப் பாத்திரம் ஒன்றில் அள்ளிக் கொண்டாள்.

"உங்க பிள்ளைகள் நாலு பேரும் வெளியூர்லதான் இருக்காங்களா?" எனக்கேட்டாள் வர்ஷினி.

"ரெண்டு மக மெட்ராஸ்ல இருக்காங்க. கடைசிப்பையன் மதுரையில இருக்கான். ஒருத்தன் துபாய்ல" என்று சொல்லி சிரித்தாள்.

"பிள்ளைகள் வருவாங்களா?" எனக்கேட்டதும் அவள் முகம் மாறியது.

"வருஷத்துக்கு ஒரு தடவை வர்றதே அபூர்வம். பெரிய ஆளா ஆகிட்டாங்க. வேலை இருக்கும். இந்த ஊர்ல என்ன இருக்கு."

"நீங்க இங்கே தானே இருக்கீங்க" என்றாள் வர்ஷினி.

"இந்தக் கிழவியை யாரு நினைக்கா" என்றபடியே லட்சுமியம்மாள் சேலையால் தன்னை மீறி வழிந்த கண்ணீரைத் துடைத்துக் கொண்டாள். கொத்துமல்லி இலைகளைக் கிள்ளிப் போட்டு மோர் கொண்டுவந்து தந்தாள் லட்சுமியம்மாள். அவளை அழைத்துக் கொண்டு இருவரும் ஏரிக்கரை வரை நடந்தார்கள். ஊரைச் சுற்றிலும் வயல்கள். நிறைய மரங்கள் கொண்ட ஏரிக்கரை. கரையை ஒட்டிய சிறிய கோவில். இயந்திரத்தின் ஓசையே கேட்காத ஊர். இன்னமும் காலை நான்கு மணிக்கு எழுந்துவிடுகிறார்கள். இரவு ஏழு மணிக்குள் ஊர் அடங்கிவிடுகிறது.

"ஊர்ல யார் வீட்ல டிவி இருக்கு" எனக்கேட்டாள் வர்ஷினி.

"அது நிறைய வீட்ல இருக்குமா. ஆனா சப்தம் வெளியே கேட்காது. சினிமா போட்டா பார்ப்பாங்க. நியூஸ் கேப்பாங்க. டீச்சர் வீட்லதான் எப்பவும் டிவி ஓடிக்கிட்டு இருக்கும்..."

வரும்வழியில் வயலில் கொக்குகள் தரையிறங்குவதை இருவரும் நின்று பார்த்தபடியே இருந்தார்கள். வானின் தூதுவர்கள் போலக் கொக்குகள் பூமியில் தரையிறங்கிக் கொண்டிருந்தன.

...

தாத்தாவிடம் அவளாகவே பேச்சு கொடுத்தாள். பத்து வார்த்தை பேசினால் தாத்தா ஒரு வார்த்தை பதில் தருவார்.

"ஏன் தாத்தா பாட்டியோடு ஒரு போட்டோகூட எடுத்துக்கிடலை."

"எடுத்து" எனக்கேட்டார் தாத்தா.

"வீட்ல மாட்டி வச்சிருக்கலாம்லே."

"வீட்ல பொம்பளை படத்தை மாட்டக்கூடாது."

"சரஸ்வதி படம் மாட்டியிருக்குல்லே."

"அது சாமி."

"சாமின்னாலும் பொண்ணுதானே?"

தாத்தா பதில் சொல்லவில்லை.

"தனியா இருக்கிறது கஷ்டமா இல்லையா தாத்தா?"

"தனியா எங்கே இருக்கேன்" என்று கேட்டார் தாத்தா.

"ஆமாம்தானே. தனியே எங்கேயிருக்கிறார். வெளியே இருந்து பார்ப்பவர்களுக்கு ஒரு ஆள் தனியே வசிப்பது போலத் தெரிகிறது. ஆனால் அவர் தனியாக இல்லை. பூனை, அணில், குயில், லட்சுமியம்மாள், வெயில், காற்று எல்லாமும் சேர்ந்து ஒன்றாகி அல்லவா இருக்கிறது. தாத்தா யாரும் பிரவேசிக்க முடியாத தண்ணீர் மாளிகை ஒன்றினுள் வசிப்பதுபோல அல்லவா வாழ்கிறார்."

தாத்தாவிடம் அவள் ஏதேதோ கேட்டாள். நிறைய நேரம் அவர் மௌனமாகவே இருந்தார். பதில் சொல்லியிருந்தாலும் ஒன்றும் ஆகப்போவதில்லை.

...

அவள் அறைக்குள் ஒரு சிவப்பு நிற ஓடு கொண்ட பூச்சி வந்திருந்தது. கட்டிலின்மீது நின்றிருந்த அந்தப் பூச்சியைப் பார்த்தபடியே இருந்தாள். அதை விரட்ட வேண்டும் என்று தோன்றவேயில்லை. சிவப்பு நிற ஓடு மினுமினுத்தது. அந்தப் பூச்சி தியானிப்பது போல அமர்ந்திருந்தது. பின்பு அது சட்டெனப் பறந்து ஜன்னலை விட்டு வெளியேறியது. அவளும் பூச்சியின் பின்னாலே பறந்து போவது போலவே உணர்ந்தாள்.

...

பெருநகரங்களில் வசிப்பவர்களுக்குச் சதா பேச்சு வேண்டும். சத்தம் வேண்டும். சலசலப்பு வேண்டும். வாழ்க்கை என்பது முடிவற்ற பேச்சுக் கச்சேரிதான். ஆனால் இங்கே பேச்சிற்கே அவசியமில்லை. தேவையானபோது குறைவாகப் பேசினால்போதும். சைகை, தலையசைப்பு. சிறு சிரிப்பு. ஒன்றிரண்டு வார்த்தைகள் இவ்வளவுபோதுமானதாகயிருந்தது. அதுவும்கூட இரவில் தேவைப்படவில்லை. அவள் வசித்த பெரிய நகரங்களில் மிதமிஞ்சிய விளக்குகள். இரவெல்லாம் ஒளிரும் விளக்குகள். வெளிச்சம் அதிகமாக அதிகமாகத் தனிமை அதிகமாகிவிடுகிறது. இருட்டுதான் தனிமையின் துணை.

அதுவும் குறைவான வெளிச்சத்தில் ஏற்படும் நெருக்கம் அலாதியானது. பகலின் வெளிச்சத்தை ஒருபோதும் இரவால் வெல்ல முடியாது.

ஏழு மணிக்கு இரவு உணவை முடித்துக் கொண்டு வர்ஷினி தன் அறைக்குப் போய்விடுவாள். கட்டிலில் படுத்தபடியே வெளியே கேட்கும் பூச்சிகளின் சங்கீதத்தை ரசித்துக் கொண்டிருப்பாள். சில நேரம் பூனை சப்தமிடும். ஆற்றின் கரையில் அமர்ந்திருப்பது போன்ற உணர்வே ஏற்படும். இரவின் அகன்ற கைகள் அவளைத் தழுவி கொள்ளும். தன்னை மறந்து உறங்குவாள். விடிகாலை வெளிச்சம் வரும்போது விழிப்பே வராது. கண்விழித்தபோது மனது அத்தனை சாந்தமாகவும் சந்தோஷமாகவும் இருக்கும்.

•••

பதினாறாம் நாள் பகலில் திடீரென யாருக்காவது போன் செய்ய வேண்டும் என்பது போன்ற விருப்பம் உண்டானது. யாரோடும் பேசாமலே இருந்துவிட்டால் அவர்கள் என்ன நினைப்பார்கள். கற்பனையாக எதையாவது நினைத்துப் பயப்படுவார்கள்தானே. செய்துமுடிக்கப்படாத வேலைகள் என்னவாகியிருக்கும்.தான் கட்ட வேண்டிய மாத தவணைகள் சரியாகச் செலுத்தப்பட்டிருக்குமா? பெங்களூர் வீட்டினை ஒரு ஆளுக்கு வாடகைக்கு விட்டால் கூடுதல் வாடகை கிடைக்குமே என்பது போல எண்ணங்கள் குமிழ்விடத்துவங்கின. திடீரென அலுவலகம் போகவேண்டும் என்ற ஆசை உண்டானது. பரபரப்பு இல்லாமல் என்ன வாழ்க்கை.

அன்றிரவு அவளுக்கு நல்ல தூக்கமில்லை. திடீரெனத்தான் தொடர்பில்லாத ஏதோ ஒரு உலகிற்குள் வாழ்ந்து கொண்டிருப்பதுபோல உணர்ந்தாள். ஒருவேளைதான் விசாலம் பாட்டியாகிவிட்டோமோ என்றுகூடத் தோன்றியது.

லட்சுமியம்மாள் தரும் சாப்பாட்டில் ஏதோ குறை இருப்பது போல உணர்ந்தாள். நாக்குத் திடீரெனக் காபிசினோ காபிக்கு ஏங்கியது. காரை ஓட்டி எத்தனை நாளாகிவிட்டது என்று நினைத்துக் கொண்டாள். ஏடிஎம் வரிசையில் நிற்பது போலக் கனவு கண்டாள்.

தண்ணீரிலிருந்து வெளியே வந்த ஆமைபோலத் தன்னை உணர ஆரம்பித்தாள்.

இதமான காற்றும் வெயிலும் குளிர்ச்சியும்கூட அவள் மனக்குழப்பங்களைத் தீர்க்க முடியவில்லை.

கிளம்பி வந்தது போலவே திடீரென மறுநாள் காலை அவள் சென்னைக்குப் புறப்பட்டாள். லட்சுமியம்மாளிடம் சொல்லிக் கொள்ளவில்லை. தனது பையை எடுத்துக் கொண்டு கிளம்பும்போது தாத்தாவிடம் ஊருக்குப் போவதாகச் சொன்னாள்.

தாத்தா தலையசைத்துக் கொண்டார். வேறு ஒரு வார்த்தை பேசவில்லை.

வீதியில் இறங்கி நடக்கத் துவங்கியபோது திடீரென எங்கிருந்தோ குயிலின் ஓசையைக் கேட்டாள்.

எதையோ நினைவுபடுத்துவது போலிருந்தது அக்குரல்.

அதைக் கேட்கக் கூடாது. அது தன்னைத் தடுத்து நிறுத்திவிடும் என்பது போல வேகவேகமாக அவள் வீதியில் நடந்து செல்ல ஆரம்பித்தாள்.

□

6
தலைகீழ் அருவி

"குற்றாலத்துக்குப் போவமா" என்று சங்கரன் கேட்டபோது அவர்கள் டீக்கடையில் அமர்ந்திருந்தார்கள்.

சங்கரனை மறுப்பதுபோல மதன் தலையை அசைத்தபடியே சொன்னான்:

"அருவியில் இப்போ ஒரு சொட்டுத் தண்ணிகூட இருக்காது."

"அதுதான் நமக்கு வேணும்."

"மொட்டைப்பாறையைப் பாக்க அவ்வளவு தூரம் போகணுமா?"

"சீசன்ல குளிக்க நிறையத் தடவை போயிருக்கோம்லே. இப்போ ஒரு தடவை மொட்டைப் பாறையைப் பாத்துட்டு வருவோம்."

"அதுல என்னடா இருக்கு" என்று கேட்டான் கேசவன்.

"உனக்குச் சொன்னா புரியாது. நீ கூடவா காட்டுறேன்."

"சரி சண்டே போகலாம்."

"அதுவரைக்கும் ஏன் வெயிட் பண்ணனும். இன்னைக்கே கிளம்புவோம்" என்றான் சங்கரன்.

"வீட்ல எங்கம்மா ஒரு வேலை சொல்லியிருக்குடா" என்றான் மதன்.

"அதை எல்லாம் வந்து பாத்துக்கிடலாம். எனக்கு இன்னைக்கே அருவியைப் பாக்கணும்."

"காசு எவ்வளவு வச்சிருக்கே" என்று கேட்டான் கேசவன்.

"என்கிட்ட நூற்றம்பது ரூபாதான் இருக்கு" என்றான் சங்கரன்.

"நீங்க பைபாஸ் பெட்ரோல் பங்க்கிட்ட நில்லுங்க. வீட்ல போயி காசு எடுத்துட்டு வர்றேன்" என்றான் மதன்.

சங்கரனின் பைக்கில் கேசவன் ஏறிக் கொண்டான். மதன் தன் பைக்கை எடுத்துக் கொண்டு வீட்டை நோக்கிக் கிளம்பினான்.

சங்கரனின் யமஹா பைக் மேற்கு நோக்கிச் செல்ல ஆரம்பித்தது.

...

மூவருக்கும் இருபத்தைந்து வயது நடந்து கொண்டிருந்தது. மூவரும் வேலையற்றிருந்தார்கள். ஒரே பள்ளியில் ஒன்றாகப் படித்தவர்கள். பின்பு ஒன்றாக ஒரே கல்லூரியில் பிஎஸ்ஸி பிசிக்ஸ் படித்தார்கள். மூவருக்கும் மேலே படிக்கவிருப்பமில்லை. இரண்டு ஆண்டுகளுக்கும் மேலாக வேலை தேடிக் கொண்டிருந்தார்கள். அவர்கள் வசித்த சிறுநகரில் மூன்று திரையரங்குகள் இருந்தன. அதில் வாரம் ஒருமுறை மட்டுமே படம் மாற்றுவார்கள். இரண்டு பெரிய விளையாட்டு மைதானங்கள் இருந்தன. இதைத் தவிர அவர்களுக்குப் போக்கிடமில்லை.

சங்கரன்தான் நினைத்த விஷயங்கள் நடக்க வேண்டும் என்பதில் பிடிவாதமாக இருப்பான். செகண்ட் ஷோ சினிமா என்ன படம் பார்க்க வேண்டும் என்பதில் துவங்கி எந்தக் கடையில் பரோட்டா சாப்பிடுவது என்பது வரை அவன்தான் முடிவு செய்வான்.

கல்லூரிப் படிப்பு முடிந்தவுடன் ஆளுக்கு ஒரு பக்கம் பிரிந்து போய்விடுவோம் என்று நினைத்தார்கள். ஆனால் ஒருவருக்கும் வேலை கிடைக்கவில்லை. கல்லூரி நாட்களைப் போலவே காலையில் டீக்கடை சந்திப்பு. சிகரெட், டீ, வெட்டி அரட்டை. பின்பு வேண்டும் என்றே மதிய சாப்பாட்டினைத்

ஐந்து வருட மௌனம் ♑ 85

தவிர்த்துவிடுவது. பிறகு பைக்கில் ரயில்வே காலனியில் இருந்த முருகனைச் சந்திக்கப் போவது. அவன் வீட்டில் கேரமாடுவது. மாலை மறுபடியும் டீக்கடை. கடைமூடும் வரை அரட்டை. பிறகு சாலையோரக் கடையில் சாப்பாடு. நைட் செகண்ட் ஷோ. இப்படியாக அவர்கள் வாழ்க்கை கடந்து கொண்டிருந்தது.

சங்கரன் சில படங்களைப் பாடல்களுக்காக மட்டுமே பார்ப்பான். அந்தப் பாட்டு முடிந்தவுடன் தியேட்டரை விட்டு எழுந்து போய்விடுவான். அவன் மட்டுமின்றி உடன் வந்தவர்களையும் வெளியே இழுத்துக் கொண்டு போய்விடுவான்.

படம் விடும்வரை தியேட்டரின் இருண்ட படிக்கட்டில் உட்கார்ந்து பேசிக் கொண்டிருப்பார்கள். பிறகு பைக்கை எடுத்துக் கொண்டு காரணமேயில்லாமல் ஊரை சுற்றுவார்கள். அடைத்துச் சாத்தப்பட்ட கடைகள் கொண்ட வீதிகளுக்குள் பைக்கில் செல்லும்போது ஆசுவாசமாக இருக்கும். தெரிந்த மனிதர்கள் கண்ணில்படாமல் இருப்பது எவ்வளவு மகிழ்ச்சி அளிக்கிறது. ரோந்து வரும் போலீஸ்காரர்கள் அனைவருக்கும் அவர்களை நன்றாகத் தெரியும். எதிர்படும்போது சிரித்துக் கொள்வார்கள்.

கல்லூரி முடிக்கும்வரை ஒரு நாள் என்பது மிகச்சிறியதாகக் கைக்குட்டை போல இருந்தது. ஆனால் வேலை தேடத் துவங்கியதும் ஒரு நாள் என்பது தூரத்து அடிவானம் போலாகியிருந்தது. எவ்வளவு நடந்தாலும் அடிவானம் முடியாதுதானே.

குற்றால சீசன் சமயத்தில் அவர்கள் மூவரும் பைக்கிலே குற்றாலம் போய்வருவார்கள். அங்கே தங்குவதற்கு அறை எடுத்துக் கொள்ள மாட்டார்கள். பைக்கை ஏதாவது ஒரு இடத்தில் நிறுத்திவிட்டுப் பார்க்கிலோ, மூடக்கிடந்த பள்ளிக்கூடத்திலோ படுத்துக் கொள்வார்கள்.

சீசனில் குற்றாலம் திருவிழா போலாகிவிடும். ஈரஉடைகளுடன் நடந்து செல்லும் இளம்பெண்கள். எண்ணெய் தேய்த்த உடலுடன் நடந்து செல்லும் ஆண்கள். பருத்த தொப்பைகள். குழந்தைகள் கையிலிருந்த வடையை, இனிப்பை பறித்துச் செல்லும் குரங்குகள். மின்சாரக் கம்பத்தில் தாவி ஆடும் குரங்குக் குட்டிகள்.

வாழை இலையை மென்றபடியே நிற்கும் கோவில்மாடு. மங்குஸ்தான் பழம் விற்கும் கிழவர். அப்பளக்கடைகள். பிளாஸ்டிக் பொருள் விற்கும் கடைகள். சிறிய உணவகங்கள். அதில் தட்டில் அடுக்கி வைக்கப்பட்டிருக்கும் பூரிகள், சிவப்புப் பச்சை நிறக் கதர்துண்டுகள். ஆர்ப்பரிக்கும் அருவி. அதை நெருங்க நெருங்க தானாக வெட்கமும் கூச்சமும் கலந்து ஒளிரும் முகங்கள் என அது ஒரு தனியுலகம்.

குளித்துத் திரும்புகிறவர்களிடம் அலாதியான சாந்தம் இருப்பதை சங்கரன் பலமுறை கண்டிருக்கிறான்.

ஒருவாரமோ பத்துநாட்களோ அவர்கள் குற்றாலத்தில் தங்கியிருப்பார்கள். ஒரு அருவியிலிருந்து இன்னொரு அருவிக்கு எனப் பைக்கில் சுற்றியலைவார்கள். சில நேரம் பைக்கை மரநிழலில் நிறுத்திவிட்டு தேனருவிக்குச் செல்ல மலையேறுவார்கள். காடு விசித்திரமானது. விநோத ஓசைகளும் மர்மமும் கொண்டது. அந்த மலைவழியாகக் கேரளா போய்விடலாம் என்பார்கள். ஒருமுறை போய்வர வேண்டும் என்று சங்கரன் ஆசை கொண்டிருந்தான். சீசனில் பகலில் மட்டுமின்றிப் பின்னிரவிலும் அருவியில் போய்க் குளித்து வருவார்கள். இரவில் தண்ணீரின் குளிர்ச்சி அதிகமாகிவிடும். ஒவ்வொரு நாளும் செங்கோட்டை பார்டர் கடையில் போய்ப் பிய்த்துப் போட்ட கோழியும் பரோட்டாவும் சாப்பிடுவார்கள்.

வேலையில்லாதபோதும் அவர்கள் சீசனுக்குக் குற்றாலம் போய்வருவது நிற்கவில்லை. ஆனால் இவ்வளவு சந்தோஷங்களை அனுபவிக்கும்போது மனதில் குற்றவுணர்ச்சி எழவே செய்கிறது. ஒருவகையில் இந்தக் குற்றவுணர்ச்சியைப் புதைப்பதற்காகவேகூட அவர்கள் அருவிக்கு வருகிறார்கள் எனலாம்.

மூவரின் வீட்டிலும் வேலை தேடியதுபோதும் கிடைக்கிற வேலையைப் பார்த்துக் கொள் என்று கண்டித்துவிட்டார்கள். அதிலும் கேசவனின் அய்யா அவனை மிட்டாய் கடையைப் பார்த்துக் கொள்ளும்படி சொல்லிவிட்டார் அவனுக்குப் போவதில் விருப்பமில்லை. கடையில் மிக்சர் விற்பதற்கு எதற்காகப் பிஎஸ்ஸி பிசிக்ஸ் படிக்க வேண்டும்.

சங்கரன் வீட்டில் அவனை டெல்லியிலுள்ள அக்கா வீட்டிற்குப் போகும்படி சொல்லிக் கொண்டிருந்தார்கள்.

ஐந்து வருட மௌனம் ◆ 87

மாமா தனது கம்பெனியில் வேலை வாங்கித் தருவதாகச் சொல்லியிருந்தார்.

மதன் வீட்டில் மட்டும்தான் இதைப் பற்றி அதிகம் பேசவில்லை. அவனது அப்பா அம்மா இரண்டு பேரும் ஆசிரியர்கள். ஒரே பையன். ஆகவே, அவனாக வேலை தேடிக் கொள்ளும்வரை அன்றாடச் செலவிற்குப் பணம் கொடுத்தார்கள். அவன்தான் குற்றால சீசனின்போது மொத்த செலவையும் ஏற்றுக்கொள்வான்.

சீசன் துவங்கிய சில வாரங்களில் அவர்கள் ஊரிலிருந்து கிளம்பி கிராமசாலைகள் வழியாகப் பயணிப்பார்கள்.

ராஜபாளையத்தைத் தாண்டியதுமே காற்றில் ஈரம் படர்ந்திருப்பதை நன்றாக உணர முடியும். தென்காசியைத் தொட்டவுடனே சாரல் அடித்துக் கொண்டிருக்கும். சாரலுக்குள் பைக்கை ஓட்டுவது அலாதியான சுகம். நனைந்தபடியே அவர்கள் பைக்கில் குற்றாலத்தை நோக்கிப் போவார்கள். ஈரமான சாலைகள். ஈரமான கட்டிடங்கள். ஈரமான பேருந்துகள். ஈரமான மனிதர்கள். குளிப்பது இவ்வளவு பெரிய கொண்டாட்டம் என்பதைக் குற்றாலம் வந்தபோதுதான் உணருவார்கள்.

குளிக்கக் குளிக்கப் பசி அதிகமாகும். தேடித்தேடி விதவிதமாகச் சாப்பிடுவார்கள். சீசன் காலத்தில் குற்றாலத்தில் இட்லிகளுக்குக்கூடத் தனிருசி வந்துவிடுகிறது. அதுவும் தண்ணீராக ஓடும் சாம்பாரை, சட்னியைத் தொட்டு சாப்பிடுவது அவ்வளவு ருசியாக இருக்கும். ஒரு முறை இட்லிக் கடை ஐயர் சொன்னார்:

"அது தண்ணி ருசி. அப்புறம் குளிர்ந்த உடம்புக்கு சூடான இட்லி ருசி குடுக்கத்தான் செய்யும்."

ஆளுக்குப் பனிரெண்டு இட்லி, மூன்று வடை வரை சாப்பிடுவார்கள். எத்தனை முறை வந்தாலும் அருவியின் வசீகரம் குறைவதேயில்லை. அருவிக்கரையில் காணும் மனிதர்களின் வசீகரமும் அப்படித்தான். அருவியிலிருந்து ஈரம் சொட்ட வெளியே வரும் பெண்களில் அழகில்லாதவர்கள் யார். அருவி மனிதர்களின் வயதைக் கரைத்துவிடுகிறது.

...

மதன் வருவதற்காக அவர்கள் பெட்ரோல் பங்க் முன்னாடி காத்துக்கிடந்தார்கள். போனவுடனே திரும்பிவருவதாகச் சொன்னவனைக் காணவில்லை. சங்கரன் ஒரு சிகரெட்டினைப் பற்ற வைத்துக் கொண்டான். கேசவன் சாலையோரம் பதநீர் விற்கிறவனை வேடிக்கை பார்த்துக் கொண்டிருந்தான்.

மதன் வந்தபோது மதியம் இரண்டு மணியாகியிருந்தது. மதன் குளித்துவிட்டுச் சிவப்பு வண்ண டீசர்ட் அணிந்திருந்தான்.

"வீட்ல போயி குளிச்சிட்டா வர்றே" என்று கோபமாகக் கேட்டான் சங்கரன்.

"ஆமா. அருவியில் தண்ணி வராதே" என்று சிரித்தான் மதன். அவன் போட்டிருந்த சார்லி செண்ட் வாசனையை நுகர்ந்தபடியே கேசவ் சொன்னான்.

"போறவழியில் சாப்பிட்டுக்கிடலாம்."

கானலோடிய நெடுஞ்சாலை முடிவற்று நீண்டு சென்றது. ஒரு லாரியைப் பின்தொடர்ந்தபடியே சங்கரன் பைக்கில் செல்ல ஆரம்பித்தான். மதன் அவர்களை முந்திச் சென்றான். மரங்களே இல்லாத நெடுஞ்சாலை. தார் உருகும் வெயில்.

வானிலிருந்து பேரருவியென வெயில் வழிந்து கொண்டிருந்தது. அவர்களின் பைக் வேகமெடுத்தது. தண்ணீருக்குள் நீந்தும் மீனைப் போல வெயிலைப் பொருட்படுத்தாமல் அவர்கள் சாலையில் சென்று கொண்டிருந்தார்கள்.

சின்னஞ்சிறிய கிராமங்கள் வெயிலில் உலர்ந்து கொண்டிருந்தன. கடந்து செல்லும் பேருந்துகளில் வாடிய முகங்கள். சுண்ணாம்பு உதிர்ந்துபோன தூரத்துக் கட்டிடங்கள். சாலையோர மின்கம்பிகளின் விநோத ஊசலாட்டம். ஆள் இல்லாத பேருந்து நிறுத்தங்கள். தலையில் முக்காடு போட்டபடி டிராக்டரில் செல்லும் ஆட்கள். சாலையைக் கடக்க முயன்று நடுவழியில் ஒரு நாய் அடிபட்டு செத்துப் போயிருந்தது. அந்த ரத்தம் உறைந்த தார்சாலையினைக் கடந்தார்கள்.

இரண்டு மணி நேரப் பயணத்தின் பின்பு செக் போஸ்டினை அடுத்த ஹனீபா பரோட்டா கடையில்

ஐந்து வருட மௌனம் ◊ 89

நிறுத்திச் சாப்பிட்டார்கள். பரோட்டாவிலும் வெயில் கலந்திருந்தது. ஹோட்டல் ரேடியோவில் மலேசியா வாசுதேவன் ஆகாயக் கங்கை பூந்தேன் மலர் சூடி எனப் பாடிக் கொண்டிருந்தார். அந்தப் பாடலை அங்கே கேட்கப் பிடித்திருந்தது.

பரோட்டா சாப்பிட்டபடியே கேசவன் கேட்டான்:

"தர்மயுத்தம் தானே."

"ஆமா, சென்ட்ரல் தியேட்டர்ல பாத்தோம்" என்றான் மதன்.

"எம்.ஜி.வல்லபன் எழுதின பாட்டு" என்றான் சங்கரன்.

அந்தப் பாடல் வெயிலைத் தாண்டிய குளிர்ச்சியை அவர்களிடம் கொண்டு வந்திருந்தது. பாடலை முணுமுணுத்தபடியே மதன் தன் பைக்கை எடுத்தான்.

அவர்கள் தென்காசிக்கு வந்து சேர்ந்தபோது மணி நான்கரையாகியிருந்தது. வேகமாக வந்துவிட்டோம் என்றபடியே ஒரு இளநீர் கடையின் முன்பு நிறுத்தி ஆளுக்கு ஒரு இளநீர் குடித்தார்கள். உப்பேறிய இளநீர். சீசனில் குடித்த இளநீர் நினைவில் வந்து போனது. தென்காசி உலர்ந்து வெயிலேறி இருந்தது. சீரற்ற சாலைகள். நகரப் பேருந்து கடந்து செல்லும்போது ஆள் உயரத்திற்குப் புழுதி பறந்தது.

"இந்தப் பக்கம் எல்லாம் சம்மர்ல குடி தண்ணீர் கிடைக்காது. பயங்கரத் தண்ணீர் பஞ்சம் ஏற்படும். குற்றாலத்தில் குடியிருக்கிறவங்க பாடு திண்டாட்டம்தான்."

"எல்லா வீட்லயும் போர் போட்ருப்பாங்க. ஆனாலும் அருவி தண்ணி மாதிரி வருமா?" எனக்கேட்டான் கேசவ்.

அவர்கள் குற்றாலத்தை நோக்கிச் செல்லும்போது தூரத்துப் பொதிகை மலை தெரிய ஆரம்பித்தது. சீசனில் தென்படும் நீலமேகங்களில்லை. குளிர்ச்சியில்லை. அறுவடைக்குப் பிந்தைய வயலைப் போன்ற வெறுமை. பசுமையின் தடயமேயில்லை. காய்ந்துபோன நத்தைக் கூடு போலிருந்தது குற்றாலம்.

குற்றாலத்தின் நுழைவாயிலில் பேருந்து நிலையம். அதன் முன்னே சீசனில் எவ்வளவு டீக்கடைகள். ஜனக்கூட்டம்.

இன்றைக்கு ஒரு ஆள் தென்படவில்லை. பேருந்து நிலையமே காலியாக இருந்தது. அருவியை நோக்கிச் செல்லும் பாதையில் அவர்கள் பைக் போனபோது ஒரு கிழவர் குப்பைக் கூடையோடு நடந்து போய்க் கொண்டிருந்தார். ஒன்றிரண்டு டீக்கடைகளைத் தவிர அந்தப் பகுதி வெறிச்சோடியிருந்தது.

குற்றாலநாதர் கோவிலின் முன்னே இரண்டு இளம்பெண்களைக் காணமுடிந்தது. சங்கரன் நினைவில் செண்பக மலர்கள் வந்து போயின. நான்கு குரங்குகள் பாலத்தை ஒட்டிய மரத்தில் அமர்ந்திருந்தன.

கேசவன் சொன்னதுபோல மொட்டைப் பாறை தானிருந்தது. அதுதான் பேரருவி என்றால் நம்ப முடியாது. தண்ணீர் வடிந்துவடிந்து பாறையின் வடிவம் நீர்கோடுகளாக மாறியிருந்தது. அவர்கள் பைக்கை அருவியின் ஆர்ச் வழியாக உள்ளே போய் நிறுத்தினார்கள். முன்பு ஒரு காவலாளி இருப்பார். அன்றைக்கு அவரையும் காணவில்லை. பைக்கை நிறுத்திவிட்டு சங்கரன் கீழே இறங்கி நடந்தான்.

ஆள் இல்லாத அருவியைக் காணுவது சங்கரனுக்குப் பிடித்திருந்தது.

யானையை வேடிக்கை பார்ப்பது போல அந்தப் பாறையை சங்கரன் பார்த்துக் கொண்டிருந்தான்.

“இதுல பாக்குறதுக்கு என்னடா இருக்கு” என்று கேட்டான் மதன்.

“ஒரு துளி ஈரமில்லை பாரேன்.”

பாறை இடுக்கில் முளைத்திருந்த சிறுசெடி ஒன்றை காட்டியபடியே கேசவன் சொன்னான்:

“கண்ணுக்குத் தெரியாமல் ஈரமிருக்கு.”

“கண்ணுக்குத் தெரியாமல் அருவியே இருக்கு” என்று கைகளை உயர்த்திக் காட்டினான் சங்கரன். அவன் என்ன சொல்கிறான் எனப்புரியாமல் கேசவ் சிரித்தான்.

அருவியின் முன்னால் நிற்கிறோம் என்ற உணர்வே எழவில்லை. இடிந்து கிடந்த அரண்மனை ஒன்றின் முன் நிற்கும்போது ஏற்படும் உணர்வு போலவே இருந்தது.

மதன் ஒரு சிகரெட் பற்றவைத்துக் கொண்டான்.

"அடுத்த வருஷ சீசனுக்கு நான் வரமாட்டேன். டெல்லி போயிருவேன்" என்றான் சங்கரன்.

"நீயில்லாட்டி நாங்களும் வரமாட்டோம்" என்றான் மதன்.

"டெல்லிக்குப் போயிட்டா நான் திரும்பி ஊருக்கே வரமாட்டேன். எனக்கு இங்கே இருக்கப் பிடிக்கவேயில்லை. அப்படியே நார்த் இந்தியாவில செட்டில் ஆகிடுவேன்."

"உனக்கு என்னப்பா உங்க அக்கா ஹெல்ப் பண்ணுவாங்க. நான் எங்க போறது" என்று கேட்டான் கேசவன்.

"வேலை, சம்பாத்தியம், கல்யாணம், குடும்பம் இவ்வளவு தானா வாழ்க்கை. எரிச்சலா இருக்குடா. இதைத்தான் எங்கப்பா செய்தார். எங்க தாத்தா செய்தார். நானும் இதே செக்கைத்தான் சுத்திக்கிட்டு இருக்கணுமா."

"வேற என்ன செய்ய முடியும் சொல்லு?"

"தெரியலை. ஆனா கடுப்பா இருக்கு."

"இதைப் பேசுறதுக்குத்தானா குற்றாலம் வந்தோம். வேற ஏதாவது பேசுவோம்டா. வேலை வேலைனு கேட்டுச் சலிச்சிப் போச்சு" என்றான் மதன்.

சங்கரன் எதையும் பேசவில்லை. அவன் பாறையைக் கைகளால் தொட்டுத் தடவிக் கொண்டிருந்தான். என்ன தேடுகிறான். எதை அடைகிறான் என்று தெரியவில்லை. கல்லில் செதுக்கப்பட்டிருந்த சிவலிங்கத்தைத் தொட்டுப் பார்த்தான். அருவியின் வேகத்தில் தரையில் ஏற்பட்டிருந்த குழிகளைத் தன் கால்விரல்களால் நோண்டினான். குரங்குகள் தாவிப் போவது போலத் தாவித்தாவி அருவியின் உச்சியை அடைய வேண்டும் போலிருந்தது.

கீழே கிடந்த சிகரெட் பாக்கெட் ஒன்றினை எடுத்துக் கேமிரா போலச் செய்து அதைக் கொண்டு சங்கரனை கிளிக் கிளிக் எனப் போட்டோ எடுத்தான் கேசவன். அந்த விளையாட்டினை ரசிப்பவனைப்போல சங்கரன் போஸ் கொடுத்தான்.

"நீங்க விளையாண்டுக்கிட்டு இருங்க. நான் ஐந்தருவி வரைக்கும் போயிட்டு வர்றேன்" என்றான் மதன்.

அவன் பைக் கிளம்பியதும் சங்கரனும் தன் பைக்கை எடுத்துக் கொண்டான்.

அவர்கள் பைக்கில் ஐந்தருவிக்குப் போய் வந்தார்கள். அங்கும் தண்ணீர் இல்லை. சீசனுக்கு இன்னும் மூன்று மாதங்கள் இருந்தன. ஐந்தருவி சாலையில் இருந்த காலியான விடுதிகளில் பராமரிப்புப் பணிகள் நடப்பதைக் காண முடிந்தது. ஊரைச்சுற்றியிருந்த மாந்தோப்புகளில் ஆட்கள் தென்பட்டார்கள்.

தண்ணீர் இல்லாதபோது அருவிகள் யாவும் ஒன்றுபோலவே தோற்றம் அளிக்கின்றன. இந்தப் பெயர்கள் எல்லாம் வெறும் அடையாளங்கள். திருவிழாக் கூட்டத்தில் நம் அடையாளம் அழிந்துவிடுவது போன்றதுதான் இதுவும்.

பழைய குற்றால அருவியின் முன்பு அவர்களைத் தவிர யாருமேயில்லை. கூந்தலை மழித்துக் கொண்ட இளம்பெண்ணைப் போலிருந்தது அந்த அருவி. ஒருமுறை அங்கே தன்னுடைய வாட்ச்சைத் தொலைத்திருக்கிறான் மதன். அதை நினைவுகொண்டபடியே சொன்னான்:

“இந்த இடத்துலதான் சட்டையும் வாட்ச்சையும் கழட்டி வைத்தேன்.”

“குரங்கு தூக்கிட்டுப் போயிருக்கும்” என்று கேலியாகச் சொன்னான் கேசவ்.

“இத்தனை வருஷம் கழிச்சும் அதை நீ மறக்கலையா?” எனக்கேட்டான் சங்கரன்.

“நீகூட ஒரு தடவை போலீஸகாரன்கிட்டே அடி வாங்கினயே, அதை மறந்துட்டயா” என்று கேசவனை நோக்கிக் கேட்டான் மதன்.

“ஆள் தெரியாமல் அடிச்சிட்டான்.”

“பொம்பளை பிள்ளை குளிக்கிற இடத்துக்குப் போனதுக்குத்தானே அடி வாங்குனே. அதை ஏன்டா மறைக்குறே” என்றான் சங்கரன்.

கேசவன் சிரித்தபடியே சொன்னான்:

“அது ஒரு பொண்ணு கூப்பிட்ட மாதிரி இருந்துச்சி.”

மூவரும் சிரித்தார்கள். இருட்டும் வரை அவர்கள் பழைய குற்றாலத்தின் படியில் அமர்ந்தபடியே பேசிக் கொண்டிருந்தார்கள்.

இரவு ஒன்பது மணி அளவில் செங்கோட்டைக்குப் போய்ச் சாப்பிட்டார்கள்.

"ஊருக்கு கிளம்புவமா?" எனக்கேட்டான் மதன்.

"நாம திரும்ப மெயின் பால்ஸ்க்குப் போவோம்" என்றான் சங்கரன்.

"அங்கே போய் என்னடா செய்றது" எனக்கேட்டான் கேசவ்.

"அருவி விழுகிற இடத்துல நைட் புல்லா படுத்துகிடப்போம்."

"அதுல என்னடா சந்தோஷம் இருக்கு?"

"அருவி விழும்போது அப்படி நம்மாலே படுக்க முடியுமா. இப்போ படுத்தால்தான் உண்டு. நம்மளைத் தவிர யாரும் அப்படிப் படுத்து தூங்கி இருக்க மாட்டாங்க."

"சரி, போவோம்" என அவர்கள் மீண்டும் குற்றாலத்திற்குத் திரும்பினார்கள். இரவில் குற்றாலம் ஒடுங்கி உருமாறியிருந்தது. மலைகள் இருளினுள் புதைந்திருந்தன. மரங்களில் அசைவேயில்லை. பேருந்து நிலையத்தை ஒட்டி இரண்டு காவலர்கள் நிற்பதைக் கண்டான் மதன். அவர்கள் ஒரு வேன் டிரைவரோடு பேசிக் கொண்டிருந்தார்கள்.

கோவில் நடை சாத்தப்பட்டிருந்தது. பாலத்தை ஒட்டிய இரவு விளக்கு விட்டுவிட்டு மினுக்கியபடியே எரிந்து கொண்டிருந்தது. அவர்கள் அருவியின் அடியில் போய் உட்கார்ந்து கொண்டார்கள். சிறுவயதில் தாத்தாவிடம் கதை கேட்கும்போது அரக்கனின் பெரிய வாயை பற்றித் தாத்தா விரிவாகச் சொல்லுவார். நீரற்ற அந்தப் பாறையைக் காணும்போது அந்த நினைவு வந்து போனது.

சங்கரன் அருவி விழும் இடத்தில் படுத்துக் கொண்டான். அவன் அருகில் மதனும் கேசவனும் உட்கார்ந்து கொண்டார்கள்.

"தரையில் படுத்துக்கொண்டு அருவியைப் பார்ப்பது ரொம்ப விசித்திரமாக இருக்கு" என்றான் சங்கரன்.

“பாலசந்தர் படத்துல அருவி பின்னாடி போற ஒரு ஷாட் இருக்கு” என்றான் கேசவ்.

“அருவி ஒருபோதும் பின்னாடி போகாது” என்றான் மதன்.

“திடீர்னு அருவி பொங்கி வந்துட்டா எப்படியிருக்கும்?” என்று கேட்டான் கேசவ்.

“நாம காலி” என்றான் மதன்.

சங்கரன் அதைப் பொருட்படுத்தியது போலத் தெரியவில்லை. அருவி வழியத் துவங்கியது போல வானைப் பார்த்தபடியே இருந்தான். பூமியில் ஒரு சிறுசெடி போலாகிவிட்டது போல உணர்ந்தான். வேண்டுமென்றே முகம் தரையில்படப் புரண்டு படுத்துக் கொண்டான். அவனைத் தொந்தரவு செய்யாமல் மதனும் கேசவனும் அருகில் படுத்துக் கொண்டார்கள். பின்பு அவர்களும் உறங்கத் துவங்கினார்கள்.

பின்னிரவு மணி மூன்றைத் தொடும்போது அவர்கள் எழுந்து கொண்டு பைக்கை எடுத்துக் கிளம்பினார்கள். வழியில் எங்காவது டீக்கடை தென்படுமா எனப் பார்த்தபடியே வந்தான் மதன்.

தென்காசியைக் கடக்கும்போது ரோந்து நிற்கும் போலீஸ் ஜீப் தெரிந்தது. இந்த நேரம் எதற்காக நிற்கிறார்கள் என்பது போலப் பைக்கை மெதுவாக ஓட்டினான். லாரிகளை நிறுத்திச் சோதனை செய்து கொண்டிருந்தார்கள்.

அவர்களின் பைக்கைக் கண்டதும் ஒரு கான்ஸ்டபிள் கையைக் காட்டி நிறுத்தினார்.

குடித்திருக்கிறார்களா என்று ஊதிப் பார்த்தார்.

“குடிக்கவில்லை” என்று மதன் சொன்னான்.

“எங்கே போயிட்டு வர்றீங்க” என்று கேட்டார் அந்தக் கான்ஸ்டபிள்.

“குற்றாலத்துக்கு” என்றான் கேசவ்.

“தண்ணீயே வரலையே. குற்றாலத்துல் உங்களுக்கு என்ன ஜோலி. பிகர் எதையாவது கூட்டிக்கிட்டு வந்தீங்களா” எனக்கேட்டார் கான்ஸ்டபிள்.

"சும்மா வந்தோம்" என்றான் சங்கரன்.

"எந்த ஊரு. லைசன்ஸ் எடுங்க" என்று கான்ஸ்டபிள் கடுமையான குரலில் சொன்னார்.

சங்கரனும் மதனும் தன் பர்ஸில் இருந்து லைசன்ஸை எடுத்துக் காட்டினார்கள்.

"இன்ஸ்பெக்டர் கிட்டவந்து சொல்லுங்க" என்றபடியே அந்தக் கான்ஸ்டபிள் இன்ஸ்பெக்டரை நோக்கி நடந்தார்.

சங்கரன் பைக்கை நிறுத்திவிட்டு இன்ஸ்பெக்டரை நோக்கி நடந்தான். மதன் அவன் பின்னாடியே சென்றான்.

இன்ஸ்பெக்டர் சங்கரனின் லைசன்ஸை பார்த்தபடியே கேட்டார்:

"தண்ணியே வரலையே. குற்றாலத்துல என்ன மசிரை பாக்க வந்தீங்க. உள்ளதைச் சொல்லுங்கடா."

"சும்மாதான் சார் வந்தோம்" என்றான் மதன்.

"இவ்வளவு நேரம் எங்கே இருந்தீங்க?"

"அருவிகிட்ட."

"அங்கே என்ன பண்ணிட்டு இருந்தீங்க?"

"படுத்துக்கிடந்தோம்."

"கஞ்சா போடுவீங்களா?" என்று கேட்டார் இன்ஸ்பெக்டர்.

"பழக்கமில்லை சார்."

"பிறகு எதுக்கு அங்கே படுத்துக்கிடந்தீங்க?"

சங்கரன் பதில் சொல்லவில்லை.

"நீ எங்க வேலை பாக்குறே?" என்று இன்ஸ்பெக்டர் கேட்டார்.

"வேலை தேடிக்கிட்டு இருக்கேன்" என்றான் சங்கரன்.

"வேலை வெட்டி இல்லாத மசிரு. வீட்ல பொத்திக்கிட்டு இருக்க வேண்டியதுதானே. திங்குறது தண்டச்சோறு. இதுல ஊர் சுத்துறதுக்கு வெட்கமாயில்லை."

சங்கரனுக்கு அது அவனது அப்பாவின் குரல் போலவே கேட்டது.

“இவங்க மூணுபேரையும் ஸ்டேஷனுக்குக் கூட்டிக்கிட்டு போங்க. காலையில விசாரிப்போம்” என்றபடியே இன்ஸ்பெக்டர் தன்னுடைய ஜீப்பில் கிளம்பிப் போனார்.

“என் பின்னாடியே வாங்க” என்றபடியே கான்ஸ்டபிள் தன் பைக்கை எடுக்க முனைந்தார். மதன் அந்தக் கான்ஸ்டபிளிடம் கெஞ்சிக் கொண்டிருந்தான். அவர் மறுத்துக் கோபித்துக் கொண்டார். பிறகு அவன் தன் பர்ஸில் வைத்திருந்த இரண்டாயிரம் ரூபாயை எடுத்துக் கான்ஸ்டபிளிடம் கொடுத்தான்.

இனிமேல் அவர்கள் குற்றாலம் பக்கவே வரக்கூடாது என்று எச்சரிக்கை அவர் பண்ணி விரட்டிவிட்டார்.

“பைக்கை எடுறா” என்று கோபமாகச் சொன்னான் மதன்.

சங்கரன் பைக்கை எடுத்தான். பாலத்தை ஓட்டி வந்தபோது மதனின் பைக் நின்றது. அவன் கோபத்துடன் சொன்னான்:

“உன்னாலேதான்டா தேவையில்லாமல் பிரச்சனை.”

“நான் என்னடா செய்தேன்” என்றான் சங்கரன்.

“ஸ்டேஷனுக்குக் கூட்டிட்டுப் போயிருந்தா. ரிமாண்ட் பண்ணியிருப்பாங்க.”

“நாம என்னடா தப்பு பண்ணினோம்?”

“உனக்குச் சொன்னா புரியாது. பட்டு அவமானப்பட்டாதான் தெரியும். நாங்க கிளம்புறோம். நீ வந்து சேரு” என்றபடியே மதன் தன்னுடைய பைக்கில் கேசவனை ஏறிக்கொள்ளச் சொன்னான்.

அந்தப் பைக் கண்ணை விட்டு மறையும்வரை சங்கரன் பார்த்துக் கொண்டிருந்தான். பிறகு ஒரு சிகரெட்டை பற்றவைத்து இழுத்தான். ஒரு லாரி அவனைக் கடந்து போனது. ஏதோ நினைத்துக் கொண்டவன்போலக் குற்றாலத்தை நோக்கி மறுபடியும் தன் பைக்கில் கிளம்பத் துவங்கினான்.

□

7
இரண்டும் கப்பல்தான்

சூயஸ் கால்வாயைத் தடுத்து நின்றிருந்த அந்தக் கப்பல் பிடிபட்ட திமிங்கலம் ஒன்றைப் போலிருந்தது.

தொலைக்காட்சியின் முன்னால் அமர்ந்தபடியே திரையில் தெரியும் அந்தக் கப்பலைப் பார்த்துக் கொண்டிருந்தார் கோபால் ரத்னம்.

மணி மூன்றைக் கடந்திருந்தது. பின்னிரவில் பாதி உறக்கத்திலிருந்து எழுந்து வந்து எதற்காக இப்படிச் சூயஸ் கால்வாயில் மாட்டிக் கொண்டிருந்த கப்பலைப் பார்த்துக் கொண்டிருக்கிறோம் என அவருக்கே புரியவில்லை.

ஆனால் அந்தக் கப்பல் அவரைச் சில நாட்களாகத் தொந்தரவு செய்துகொண்டேயிருந்தது. அதை எப்போது மீட்பார்கள், எப்போது அது மீண்டும் தனது பயணத்தைத் துவங்கும் எனக் காத்துக் கொண்டேயிருந்தார். மருத்துவமனையில் அனுமதிக்கப்பட்ட மனைவியைப் பற்றிக் கவலைப்படுவது போல அது நிஜமானதாக இருந்தது.

எங்கோ ஒரு கப்பல் சிக்கிக் கொண்டது தன்னை ஏன் இப்படி அலைக்கழிக்கிறது. ஏன் சதா அதைப் பற்றியே நினைத்துக் கொண்டிருக்கிறோம். தனக்கும் அந்தக் கப்பலுக்கும் ஒரு தொடர்பும் இல்லையே. பின் ஏன் இந்தப் பதற்றம்.

காரணங்கள் தெரியாதபோதும் அவர் செவ்வாய்க்கிழமை முதல் எவர்கிரீன் கப்பலால் பாதிக்கப்பட்டார். கப்பல் நடுவழியில் சிக்கிக் கொண்டதைப் போல அவரும் அந்தச் செய்தியில் சிக்கிக் கொண்டுவிட்டார். கப்பல் மீட்கப்பட்டால்தான் அவராலும் அதிலிருந்து வெளியேற முடியும்.

சப்தமேயில்லாமல் தொலைக்காட்சியைப் பார்த்துக் கொண்டிருந்தார். அடுத்த அறையில் மகளும் மருமகனும் பேரனும் உறங்கிக் கொண்டிருக்கிறார்கள். அவர்களுக்கு இந்தக் கப்பல் விபத்து பற்றிக் கவலையில்லை.

தொலைக்காட்சி வந்தபிறகு உலகம் மிகச் சிறியதாகி விட்டது. சேனலை மாற்றும்போது தோன்றும் வேறுவேறு தேசங்களின் மனித முகங்கள். சாலைகள். இயற்கைக் காட்சிகள். விளையாட்டுகள் உலகைப் பற்றிய அவரது பயத்தை விலக்கியிருந்தன.

உலகம் ஒரு ஆரஞ்சுப் பழம் போன்றது. அதன் ஒரு சுளையினுள் தானிருக்கிறோம். மற்ற சுளைகளில் யாரோ வசிக்கிறார்கள். உலகைப் பற்றிய பயம் விலகி எவ்வளவு ஆறுதலாக இருக்கிறது.

சில நாட்கள் உறக்கமின்றி இரவெல்லாம் தொலைக்காட்சி பார்த்துக் கொண்டிருப்பார். வேறு வேறு பாஷைகள் காதில் விழும். ஏதாவது ஒரு நாட்டில் மக்கள் ஒன்றுகூடி ஆரவாரமாக மகிழ்ச்சியினைக் கொண்டாடுவார்கள். சிரிப்பும் அழுகையும் உலகெங்கும் ஒன்று போலதானிருக்கிறது. எந்த நாட்டில் மனிதர்கள் சிரித்தாலும் அது உடனே நம்மையும் உற்சாகம் கொள்ள வைத்துவிடுகிறது.

அது போலவே எங்காவது குண்டு வெடிப்பு நடந்திருக்கும். விமானத் தாக்குதல் நடக்கும். போலீஸார் தடியடி நடத்துவார்கள். மக்களின் ஆர்ப்பாட்டம் நடக்கும். அதைப் பார்க்கும்போது உலகம் பற்றி எரிந்து கொண்டிருப்பது போலத் தோன்றும்.

தன்னைப் போலச் சிறிய அறைக்குள் வாழும் மனிதர்களுக்கு எதற்கு இவ்வளவு பெரிய உலகம். இவ்வளவு பிரச்சனைகள். கடற்கரையில் கால் நனைய நிற்கும் சிறுவனை அலைகள் தன் போக்கில் இழுத்து

ஐந்து வருட மௌனம் ♢ 99

விளையாடுவது போன்ற உணர்வினையே தொலைக்காட்சி ஏற்படுத்துகிறது.

இரண்டு வாரங்களுக்கு முன்பு ஆஸ்திரேலியாவின் காடுகள் தீப்பற்றி எரிவதைக் காட்டினார்கள். அந்தக் காட்சி அவரைத் தொந்தரவு செய்தது. அவ்வளவு நெருப்பை அதன்முன்பு கண்டதில்லை. அதுவும் கங்காரு குட்டிகள் நெருப்பிலிருந்து தப்பியோடும் காட்சியைக் காணும்போது கலக்கமாகவே இருந்தது.

காட்டுத்தீயின் உக்கிரமும் வான் நோக்கி எழும் கரும்புகையும் மனதை அழுத்தியது. உலகில் எங்கே எது நடந்தாலும் கேமிராவின் கண்களிலிருந்து தப்ப முடியாது. கேமிராதான் நம் காலத்தின் மிகப்பெரிய வேட்டைக்கருவி. துப்பாக்கியை விடவும் அச்சம் தரக்கூடியது. ஆனால் விளையாட்டாகவே பயன்படுத்துகிறார்கள்.

சூயஸ் கால்வாயினுள் சிக்கி நிற்கும் அந்தக் கப்பல் பற்றிய செய்தியை முதன்முறையாகப் பார்த்தபோது கோபத்தில் பிடிவாதமாகச் சுவரில் முகம் பதித்து நிற்கும் சிறுவனைப் போலவே தோன்றியது.

தான் அப்படித்தான் இருந்தோம். அப்பா ஏதாவது சொல்லிவிட்டால் உடனே சுவரை நோக்கித் திரும்பிக் கொண்டு யாரையும் பார்க்க மாட்டார். பேசமாட்டார். அம்மா முதுகில் அடித்து இழுத்தாலும் முகத்தை விலக்கவே மாட்டார். இந்தக் கப்பலும் அப்படிப் பிடிவாதமாக நிற்பது போலவே இருந்தது.

சின்ன வயதில் கால்பந்தாடும்போது சண்டையிட்ட முத்துராமனை ஒருநாள் அண்ணன் வீட்டிற்குக் கூட்டி வந்திருந்தான். அப்போது இப்படித்தான் இரண்டுகைகளால் கதவைப் பிடித்துக் கொண்டு உள்ளே விடமாட்டேன் என்று நின்றிருந்தார். பிடிவாதம் நம் உடலை மாற்றிவிடுகிறது. திருகாணிகளைக் காணும்போது அவை பிடிவாதத்தின் அடையாளம் போலவேயிருக்கிறது.

முதல்நாள் செய்தியில் எவர் கிரீன் கப்பல் ஈபிள் கோபுரத்தைவிடப் பெரியது என்றார்கள். படுத்திருக்கும்போது யானை பெரிதாகத் தெரிவதில்லை. அப்படித்தான் கோபுரமும். அது சாய்ந்துவிடடால் பிரம்மாண்டமாகத் தெரியாது.

அந்தக் கப்பலில் ஏற்றப்பட்டுள்ள பொருட்களின் மதிப்பைப் பற்றிச் சொல்லிக் கொண்டிருந்தார்கள். அவருக்கு அதைவிடவும் அந்தக் கப்பல் சூயஸ் கால்வாயின் போக்குவரத்தை நிறுத்திவிட்டதைப் பற்றித்தான் அதிகக் கவலை கொண்டார்.

பள்ளி வயதிலிருந்தே கப்பலைப் பற்றி அறிந்து கொள்வதில் அவருக்கு ஆர்வம் அதிகமிருந்தது. அதுவும் புதையல் தேடிச் சென்ற கப்பல்கள். யாத்ரீகர்களின் சாகசக் கப்பல்கள். கொள்ளையர்களின் கப்பல்கள், கடலில் மூழ்கிய கப்பல்கள் என நிறையப் புத்தகங்களை நூலகத்திலிருந்து எடுத்து வாசித்திருக்கிறார்.

சூயஸ் கால்வாய் உருவான விதம். அதன்பிறகு உலக வர்த்தகத்தில் ஏற்பட்ட மாற்றம் பற்றியும் கூடப் படித்திருக்கிறார்.

வாழ்நாளில் என்றாவது ஒருமுறை சூயஸ் கால்வாயை நேரில் பார்க்க வேண்டும் என்ற ஆசைகூட இருந்தது. ஆனால் இந்த எழுபது வயதிற்குப் பிறகு அது சாத்தியமேயில்லை. இப்படித்தான் நிறைய ஆசைகள் மனதில் தோன்றி மனதிலே முடிந்துவிடுகின்றன. இவ்வளவுதான் வாழ்க்கை.

சூயஸ் கால்வாயினைப் பற்றி ஒரு டாக்குமெண்டரி படத்தைப் பார்த்திருக்கிறார். உண்மையில் இக்கால்வாய் மனிதர்களால் ஏற்படுத்தப்பட்ட பெரிய சாதனைதான். மத்திய தரைக்கடலையும் செங்கடலையும் இணைக்கும் அந்தக் கால்வாய் 1869 இல் திறக்கப்பட்ட காட்சி அந்தப் படத்தில் இருக்கிறது.

சூயஸ் கால்வாயை வெட்டியவர் பிரெஞ்சுப் பொறியியல் நிபுணர் ஃபெர்டினார்ட் டி லெஸ்ஸிப்ஸ். பத்தாண்டுகள் கால்வாய் வெட்டும் பணி நடந்திருக்கிறது. லெஸ்ஸிப்ஸ் புகைப்படத்தைப் பார்க்கும்போது காலேஜ் பிரின்சிபால் போன்ற முகத்தோற்றமே இருந்தது. பெரிய சாதனைகளைச் செய்யும் மனிதர்கள் தனது தோற்றத்தில் எளியவர்களாகவே இருக்கிறார்கள். அவர்களின் கனவுதான் அவர்களுக்கான விஸ்வரூபத்தைத் தந்துவிடுகிறது.

சூயஸ் கால்வாயினுள் ஓராண்டில் ஏறக்குறைய பதினைந்தாயிரம் கப்பல்கள் கடந்து செல்கின்றன.

ஒவ்வொரு கப்பலும் இக்கால்வாயைக் கடக்க 16 மணி நேரம் வரை ஆகும் என்றார்கள்.

வரிசை வரிசையாகக் கப்பல்கள் சூயஸ் கால்வாயினுள் செல்லும்போது கரையோரத்தில் மீன்பிடித்துக் கொண்டிருந்த சிலர் கையசைப்பதைக் காட்டுவார்கள். தானும் அதில் ஒருவர் போலவே கருதுவார்.

கப்பல் ஏன் இத்தனை வசீகரமாகயிருக்கிறது. நிறையப் பேருக்கு விமானப் பயணம் என்றால் ஆசையாக இருக்கும். அவருக்கு விமானப் பயணத்தில் பெரிய ஈடுபாடு இல்லை. நாலைந்து முறை பயணித்திருக்கிறார். பறக்கும் உணர்வை அது தரவேயில்லை. மாறாகக் குளிர்சாதனப் பெட்டிக்குள் வைக்கப்பட்ட ஆப்பிள் அசைவற்று இருப்பதைப் போலவே உணர்ந்தார். ஆனால் கப்பல்கள் அப்படியில்லை. அதில் ஏதோ ஒரு பிரம்மாண்டமும் வசீகரமும் இருக்கிறது.

இரவு நேரம் கடலில் செல்லும் கப்பலின் விளக்குகள் ஓராயிரம் கண்கள் கொண்ட விசித்திர விலங்கினைப் போலவே தோற்றம் தருகின்றன.

ஒரு முறை கப்பல் பயணம் பற்றிய ஒரு திரைப்படத்தில் ஒரு சுண்டெலி கப்பலில் பயணம் செய்வதைக் காட்டினார்கள். அந்த எலி யாரும் இல்லாத நேரம் வெளியே வந்து படியில் ஏறி மேற்தளத்திற்குப் போகும். அங்குமிங்கும் ஓடியலைந்துவிட்டு பின்பு மீண்டும் சமையல் கூடத்திற்குள் போய் ஒளிந்து கொள்ளும். ஒரு எலி கடலில் பயணம் செய்கிறது என்பதே அவருக்கு வேடிக்கையாக இருந்தது. ஆனால் அந்த எலிக்குத்தான் கடலில் செல்கிறோம் என்ற உணர்வே இருக்காது. அது ஒரு வீட்டில் இருப்பது போலத்தான் உணர்ந்திருக்கும். அந்தச் சிற்றெலியை போலத் தானும் ஒரு கப்பலில் ஓடியாடி மகிழ ஆசைப்பட்டிருக்கிறார். ஆனால் அதை எவரிடமும் பகிர்ந்து கொண்டதில்லை.

வணிகக் கப்பல்களின் பிரம்மாண்டத்தைக் காணும்போது அது பேராசையின் வடிவம் என்றே தோன்றும். சில லாரிகளில் இப்படித்தான் ஊதி பெருக்க வைக்கோல் ஏற்றிக் கொண்டு போவார்கள். அந்த லாரி ஒரு பக்கம் சாய்ந்துகொண்டே செல்லும். பெரிய வணிகக் கப்பல்களில் நூற்றுக்கணக்கான கார்கள் ஏற்றப்பட்டுச் செல்கின்றன. பெரிய பெரிய

இயந்திரங்கள், இரும்பு பாளங்கள், தானியங்கள் எனப் பல்லாயிரம் பொருட்கள் ஏற்றப்படுகின்றன.

கடலில் தெரியும் கப்பலும் கரையில் காணும் கப்பலும் ஒன்றில்லை. உண்மையில் வணிகக் கப்பல் என்பது ராட்சச திமிங்கலம். எவர் கிரீன் கப்பலும் அப்படியானதுதான்.

கப்பல் எப்படிச் சூயஸ் கால்வாயினுள் மாட்டிக் கொண்டது. அதை எப்படி மீட்கப் போகிறார்கள் என்பதை உலகின் எல்லாத் தொலைக்காட்சிகளும் காட்டிக் கொண்டிருந்தன. அரபு சேனல் ஒன்றில் காட்டப்பட்டது போன்ற காட்சிகளை இந்திய சேனல்கள் எதுவும் காட்டவில்லை. எந்தச் சேனலும் கப்பலுக்குள் இருந்தவர்களைக் காட்டவில்லை. அந்தக் கப்பலில் இருபத்தைந்து இந்தியர்கள் இருப்பதாகச் செய்தியில் சொன்னார்கள். யார் அவர்கள். எந்த ஊரைச் சார்ந்தவர். அவர்களின் குடும்பம் இந்நேரம் எப்படியிருக்கும். வீட்டோர் கப்பலின் மீட்சிக்காகப் பிரார்த்தனை செய்வார்களா. ஏன் அவர்கள் திரையில் தோன்றிப் பேசவில்லை என்று யோசித்துக் கொண்டிருந்தார்.

இயந்திரங்கள் மனிதர்களின் கட்டுப்பாட்டினை எப்போது இழக்கும் என்று யாராலும் சொல்ல முடியாது. சாதாரண மிக்சி ஒரு நாள் திடீரெனத் தீப்பற்றி எரிந்துவிட்டது. எப்படி என அவரால் அறியமுடியவில்லை. இவ்வளவு பெரிய கப்பலைக் கட்டுப்பாட்டிற்குள் வைத்திருப்பது எளிதானதில்லை. ஆனால் தொழில்நுட்பம் வளர்ந்துவிட்டது. மனிதத் தவறுகளை அது செய்வதில்லை. ஆனால் இயந்திரமும் தவறு செய்யவே நேரிடும்.

அந்தக் கப்பலின் உரிமையாளர் ஒரு ஜப்பானியர் என்றார்கள். ஜப்பானியர்கள் என்றாலே கறுப்புக் கோட் போட்ட குள்ளமான உருவம்தான் மனதில் தோன்றுகிறது. சட்டை அணியாத ஒரு ஜப்பானியரைகூட அவர் கண்டதில்லை.

கப்பலின் உரிமையாளர் ஷோயேய் தங்களால் ஏற்பட்ட இடையூறுக்கு மன்னிப்பு கேட்டுக் கொண்டதாக ஒரு செய்தி வெளியானது. அது ஜப்பானியர்களின் இயல்பு. அவர்கள் தண்ணீரைப் போல மன்னிப்பை எளிதாகப் பயன்படுத்துகிறார்கள். நாம் மன்னிப்பு கேட்பதை மிகப்பெரிய காரியமாக நினைக்கிறோம்.

கப்பலை இயக்கும் தைவான் நிறுவனம் எவர்கிரீனை மீட்பதற்கான முயற்சிகளை விவரித்துக் கொண்டிருந்தது.

உடனடியாக மீட்க முடியாது என்பதை வல்லுநர்கள் உறுதியாகத் தெரிவித்தார்கள்.

சிறுவயதில் ஒருமுறை அவர் பொருட்காட்சியில் ஒரு நீராவிப் படகினை வாங்கி வந்தார். அதில் சிறிது மண்ணெண்ணெய் ஊற்றிப் பற்றவைத்துத் துணிகள் ஊற வைக்கும் பிளாஸ்டிக் டப்பில் தண்ணீரை நிரப்பி ஓட விட்டார். அந்தப் படகு புகையைக் கக்கிக் கொண்டு ஓடி டப்பின் வளைவில் திரும்பாமல் பறந்து வெளியே வந்து விழுந்துவிட்டது. சிறிய பொம்மைப் படகினைச் செலுத்துவதே எளிதாகயில்லை. எவர் கிரீன் எவ்வளவு பெரிய கப்பல்.

கப்பலை மீட்பதற்கான வழிகளைக் காட்டிக் கொண்டிருந்தார்கள். மனிதர்களால் தீர்க்கப்படமுடியாத பிரச்சனைகளே இல்லை. நெருக்கடிதான் மனிதனை மேம்படுத்துகிறது. புதிய வழிகளை உண்டாக்குகிறது. விண்வெளியில் உள்ள ராக்கெட்டின் பிரச்சனையையே பூமியிலிருந்தபடியே சரிசெய்துவிடுகிறார்களே. இந்தக் கப்பலை மீட்காமலா போய்விடுவார்கள்.

எப்படிக் கப்பலை மீட்கப்போகிறார்கள் என்பதை அறிந்துகொள்ளப் பகலிரவாகத் தொலைக்காட்சியைப் பார்த்துக் கொண்டிருந்தார். தமிழ் தொலைக்காட்சிகளில் ஒன்றிரண்டு நிமிஷங்களுக்கு மேலே இதைப்பற்றிய செய்தியில்லை. ஆனால் சர்வதேச ஆங்கிலச் செய்திகளில் கப்பலை மீட்கும் பணிகள் விரிவாகக் காட்டப்பட்டுக் கொண்டிருந்தன.

கால்வாயின் குறுக்கே சிக்கிக் கொண்டிருந்தபோதும் கப்பலின் விளக்குகள் எரிந்து கொண்டிருந்தன. கப்பலில் வேலை செய்பவர்கள் என்ன செய்து கொண்டிருப்பார்கள். எல்லாப் பிரச்சனைகளுக்கு நடுவிலும் அவர்களுக்குப் பசிக்கும். சாப்பாடு தேவைப்படும். உறங்குவார்கள். போர்வீரனும் கூடச் சாப்பாட்டினை எடுத்துக் கொண்டுதானே போகிறான். கப்பலின் சமையற்காரனுக்கு நிச்சயம் ஓய்விருக்காது. அவனுக்குக் கப்பல் கால்வாயினுள் மாட்டிக் கொண்டது விஷயமேயில்லை. பதற்றமான

நேரங்களில் மனிதர்களின் பசி அதிகமாகிவிடுகிறது. அந்தக் கப்பலிலிருந்தவர்களில் சிலர் நிச்சயம் அதிகம் சாப்பிட்டிருப்பார்கள். அப்படித் தானே நடந்து கொள்ள முடியும்.

எவர் கிரீன் கப்பலின் உரிமையாளர் ஷோயேய் கிசேன் இந்த நேரம் உறங்கிக் கொண்டிருப்பார். ஜப்பானியர்கள் அப்படித்தான். அவர்கள் புற உலகின் பிரச்சனையைத் தனதாக்கிக் கொள்ள மாட்டார்கள். அவர் வேலை செய்த தொழிற்சாலைக்கு வருகை தந்த ஜப்பானியர்கள்கூட இப்படித்தானே நடந்து கொண்டார்கள்.

மீட்புக்குழுவினர் வியாழக்கிழமை தங்கள் முயற்சியில் தோல்வியடைந்தனர். கால்வாயிலிருந்து கப்பலைத் திசைமாற்றம் செய்யப் புதிய வழிகளைத் திட்டமிடுகிறார்கள் என்று செய்தி சொன்னது. எவர் கிரீன் சிக்கிக் கொண்டதன் காரணமாக நூற்றுக்கும் மேற்பட்ட கப்பல்கள் பயணம் செய்ய இயலாமல் நிறுத்தி வைக்கப்பட்டிருந்தன.

சாலையில் நடக்கும் போராட்டத்தால்தான் ஒருமுறை இரண்டுமணி நேரம் ரோட்டில் பைக்கில் நின்ற நாள் அவரது நினைவில் வந்து போனது. பெரிய அனுபவங்களின் வழியே சிறிய அனுபவங்கள் மீட்கப்படுகின்றன.

சூயஸ் கால்வாய் முடக்கபட்டதால் ஒரு மணி நேரத்திற்கு மூவாயிரம் கோடி ரூபாய் இழப்பு ஏற்படுகிறது. உலக வர்த்தகம் சரிந்து கொண்டிருக்கிறது. பங்குச் சந்தை தடுமாறுவதாகச் சொன்னார்கள். வணிகக் கப்பல் என்பதால்தான் உலகம் இவ்வளவு கவலைப்படுகிறது. பயணிகள் கப்பல் என்றால் நடந்திருப்பது வேறு.

அவர்கள் சொல்லும் கோடிகளை அவரால் எழுதிக் கூடப் பார்க்க முடியாது. ஆஸ்திரேலியாவின் காட்டுத் தீ போலவே அந்தக் கப்பலின் பாதிப்பும் நீண்டுகொண்டே போனது.

இவ்வளவு பெரிய பாதிப்பினை ஏற்படுத்திய செய்தியைப் பற்றிச் சேனலில் விவாதிக்கும் ஒருவர் முகத்தில்கூடச் சிறு துயரமில்லை. அவர்கள் ஆபரேஷன் செய்யும் மருத்துவர் நோயாளியினைப் பற்றிப் பேசுவது போல இயல்பாக, எளிதாக, இவ்வளவுதான் விஷயம் என்பது போலப் பேசினார்கள். அதிலும் ஒரு பெண் மாலுமி புதிது புதிதாக

யோசனைகளைச் சொல்லிக் கொண்டிருந்தார். அவள் ஒரு வணிகக் கப்பலைச் செலுத்துகிறாள்.

கப்பல் என்றாலே ஆண்களின் உலகம் என்று மனதில் இருந்த எண்ணம் அவளைப் பார்த்த மாத்திரம் மாறத் துவங்கியது. வருஷத்தில் எட்டுமாதங்கள் அவள் கடலில் வாழுகிறாள். இளம்பெண். தோளில் தலைமயிர் புரளுகிறது. கண்களில் அத்தனை உற்சாகம். தன் மகளின் வயதுதானிருக்கும். ஆனால் தன் மகளுக்கு நீந்தக் கூடத் தெரியாது, கடற்கரையில் நிற்பதற்கே பயப்படுவாள். தன்னால் மகளைத் தைரியமாக வளர்க்க முடியவில்லை.

இந்தப் பயம் குழப்பம் எல்லாம் அவரிடமிருந்து தானே அவளுக்கு வந்திருக்கும். மனதில் பல்வேறு வயதின் கவலைகள். பயங்கள் தரை தட்டி நிற்கின்றன. அவற்றை எளிதில் அகற்றிவிட முடியாது.

எவர் கிரீன் கப்பலின் மீட்பு பணிகளைப் பார்வையிட ஒரு ஹெலிகாப்டர் வானில் சுற்றிக் கொண்டிருந்தது. பிரம்மாண்டமான ஒரு சிலையை ஹெலிகாப்டரில் வைத்துத் தூக்கிக் கொண்டு பறப்பதை முன்பு டிவியில் பார்த்திருக்கிறார். கப்பலை அப்படித் தூக்கிக் கொண்டு பறந்துவிட முடியாதே. தரை தட்டி நிற்கும் கப்பலைப் பறவைகள் காண்பதுபோலத் தான் இதுவும். பறவைகளும் மரக்கிளையும் கப்பலும் ஒன்றுதான். பிரம்மாண்டத்தைக் கண்டு பறவைகள் வியப்பதில்லை. ஒதுங்குவதில்லை.

கப்பலை மீட்கும் வழிகள் மாறிக் கொண்டேயிருந்தன. இந்தக் கவலையால்தானோ என்னவோ வழக்கமாகச் சூடாகச் சாப்பிடும் காபியை ஆறவைத்துக் குடித்தார். இரவில் சாப்பிட எடுத்து வைத்த வாழைப்பழத்தை தொடவேயில்லை. மகளும் மருமகனும் வேலைக்குப் போன பிறகு சப்தமாகச் செய்தியைக் கேட்டார். ஒரு காகிதத்தில் அந்தக் கப்பலைப் படம் வரைந்துகூடப் பார்த்தார். மகளின் கம்ப்யூட்டரில் அந்தக் கப்பல் பற்றிய தகவல்களை வாசித்தார். கனவிலும் இந்தக் காட்சிகள் வந்து போயின.

நான்காம் நாள் இதிலிருந்து விடுபடுவதற்காக மகளும் மருமகனும் வேலைக்குப் போன பிறகு வீட்டைப் பூட்டிக் கொண்டு மார்க்கெட் வரை நடந்து போய் வந்தார். அந்த நகரில் அவருக்குத் தெரிந்த மனிதர்களே

இல்லை. யாரிடமாவது இதைப் பற்றிப் பேச வேண்டும் போலிருந்தது. பெங்களூரில் அவருக்கு ஒருவர்கூட நண்பர் கிடையாது. சென்னையில் இருந்திருந்தால் வாக்கிங் போகிற நண்பர்களிடம் இதைப்பற்றிப் பேசலாம்.

ஆனால் மகள் வீட்டிற்கு வந்தபிறகு தனது பழைய நண்பர்களைத் தொடர்பு கொள்ளவேயில்லை. அவர்களும் தன்னை நினைக்கவேயில்லை. யாரிடமிருந்தாவது போன் வரும் எனச் சில நாட்கள் நினைப்பதுண்டு. இந்த இரண்டு ஆண்டுகளில் ஒருவர்கூடப் போன் பேசவில்லை. இத்தனை ஆண்டுகள் ஒன்றாகப் பழகியிருக்கிறோம். தன்னைப் பற்றி ஏன் ஒருவரும் கவலைப்படவில்லை. ஒருவேளை தானும் இப்படித் தரை தட்டி நிற்கும் கப்பல்தானோ.

பழங்களை வாங்கிக் கொண்டு வீடு திரும்பியதும் டிவியைப் போட்டார்.

கப்பலின் நின்ற கோலம் மாறவேயில்லை. கரையிலிருந்த மணலை இயந்திரம் மூலம் அகற்றிக் கொண்டிருந்தார்கள். இன்னொரு சேனலில் போர் கப்பலை இயக்கிய இரண்டு மாலுமிகள் ஏதோ ஆலோசனை சொல்லிக் கொண்டிருந்தார்கள். பிரிஜ்ஜிலிருந்து குளிர்ந்த தண்ணீரை எடுத்துக் குடித்தபடியே சோபாவில் சாய்ந்து உட்கார்ந்து கொண்டார்.

திடீரென அந்தக் கப்பலுக்கு என்ன வயது என்ற சந்தேகம் மனதில் தோன்றியது. மூன்று வருஷங்களே ஆனதாகக் கூகிள் சொன்னது. பொதுவாக இருபது வருஷம்தான் கப்பல் பயன்படுகிறது. அப்படியானால் பத்து வயது பையனைப் போன்றதுதான் எவர் கிரீன் கப்பல்தான் நினைத்தது சரிதான் அவன் ஒரு விளையாட்டுப் பையனேதான்.

வேறு சேனலை மாற்றி எவர் கிரீன் மீட்பது பற்றி ஏதாவது புதிய செய்தி வந்திருக்கிறதா என்று தேடினார். அதே காட்சிகள். அதே மீட்பு முயற்சிகள். ஒரு சேனலில் கரை தட்டி நின்ற கப்பலை ஒட்டிய கரையில் ஒரு நண்டு ஓடிக் கொண்டிருந்தது. நண்டினை கேமிரா பின்தொடர்ந்தது. அது வேகமாக ஓடி வளையினுள் மறைந்துவிட்டது.

அந்தக் காட்சி அவருக்குப் பிடித்திருந்தது. எத்தனை நாட்களுக்குத்தான் அதே கப்பலைக் காட்டிக்

கொண்டிருப்பார்கள். நண்டினைப் படம்பிடித்த அந்தக் கேமிராமேனை மனதிற்குள் பாராட்டிக் கொண்டார்.

ஆறு நாட்களுக்குப் பிறகு எவர் கிரீன் கப்பல் மீட்கப்பட்டதாகச் செய்தி ஒளிபரப்பானது. அந்தக் கப்பல் திரும்பும் காட்சியை உன்னிப்பாகப் பார்த்துக் கொண்டிருந்தார். கப்பல் அசைந்து திரும்புவதைக் காணும்போது கண்ணில் நீர் கசிந்தது. அவரை அறியாமல் கைதட்டினார். அவசரமாக எழுந்து போய் மூத்திரம் பெய்து வந்தார். அப்போது மிகவும் சந்தோஷமாக உணர்ந்தார்.

பேரன் பள்ளிக்கூடம் விட்டு வருவதற்குள் அவனுக்காக ஒரு வெள்ளைப் பேப்பரை மடித்து அழகான காகிதக் கப்பல் ஒன்றைச் செய்து டைனிங் டேபிள்மீது வைத்திருந்தார்.

மாலையில் பள்ளிவிட்டு வந்த பேரன் அகில் அவரைக் கண்டுகொள்ளவேயில்லை. நேராகப் பிரிஜ்ஜிற்குப் போய்ச் சாக்லெட் எடுத்துச் சாப்பிட்டான்.

காகிதக் கப்பலை கையில் எடுத்துக் கொண்டு போய் அவனிடம் நீட்டினார்.

"பேப்பர் போட் எனக்குப் பிடிக்காது" என்றான்.

"இதைத் தண்ணியில விட்டா மிதக்கும்" என்றார் கோபால் ரத்னம்.

"பிளாஸ்டிக் பக்கெட்ல மிதக்க விடலாமா?" என்று கேட்டான் அகில்.

தலையாட்டினார். அவன் பாத்ரூமில் இருந்த சிவப்பு வாளி நிறையத் தண்ணீரைப் பிடித்து அதில் காகித கப்பலை மிதக்க விட்டான். கப்பல் நகரவேயில்லை.

கோபத்தில் அதைக் கையால் அழுத்தி ஓட வைக்க முயன்றான். காகிதக் கப்பல் தண்ணீருக்குள் மூழ்கிப் போனது.

"இதை எடுத்து ஓட வை" என்று தாத்தாவை நோக்கி கத்தினான்.

"நனைஞ்சிட்டா அது ஓடாது" என்றார்.

"நீ ஒரு ஸ்டுபிட் தாத்தா" என்றபடியே அவன் கோபத்துடன் ஹாலை நோக்கி நடந்தான்.

அவர் மௌனமாகப் பேரனைப் பார்த்துக் கொண்டிருந்தார்.

தொலைக்காட்சியில் எவர் கிரீன் கப்பல்மீது நீதி விசாரணை நடத்தப்பட்டு நஷ்ட ஈடு வசூலிக்கப்படும். அந்தக் கப்பலில் பணியாற்றியவர்கள் தண்டிக்கப்படுவார்கள் என்று செய்தி ஒளிபரப்பாகிக் கொண்டிருந்தது. அடுத்த பிரச்சனை ஆரம்பமாகிவிட்டது. இது எளிதில் முடியாது. கப்பல் நிறுவனத்தினர் இனி இந்த வழக்கை ஆண்டுக்கணக்கில் இழுத்தடிப்பார்கள்.

தொலைக்காட்சியை அணைத்துவிட்டுச் செய்தியில் காட்டப்பட்ட நண்டு தனது வளைக்குள் ஓடி ஒளிந்து கொள்வது போல அவர் தனது அறைக்குள் போய்த் தாழிட்டுக் கொண்டார்.

அந்த ஆறு நாட்களில் அவருக்கு அதிக வயதாகிவிட்டது போல ஏனோ தோன்றியது.

□

8
அதிர்ஷ்டத்தின் சுண்டுவிரல்

டாக்டர் மோகன் தங்கையா தனது ஸ்கூட்டரை எடுத்துக் கொண்டு இரண்டாம் முறையாகப் பிள்ளையார் கோவில் தெரு வரை போய் வந்தார். ஆறு மாதங்களுக்கு முன்பு புதிதாகத் துவங்கியிருந்த அன்பரசன் க்ளினிக் வெளியே முப்பது நாற்பது பேருக்கும் மேலாகக் காத்திருந்தார்கள்.

மணி ஐந்தாகியிருந்தபோதும் இன்னமும் டாக்டர் வரவில்லை. ஒருவேளை ராயல் ஹாஸ்பிடலில் இருப்பாரோ என்னவோ.

பெட்டிக்கடையினை ஒட்டித் தனது ஸ்கூட்டரை நிறுத்தி விட்டு மருத்துவமனை வெளியே காத்திருப்பவர்களைப் பார்த்துக் கொண்டிருந்தார். அப்படி என்ன அன்பரசனிடம் யாரும் செய்யாத சிகிச்சை இருக்கிறது என இப்படிக் காத்துக்கிடக்கிறார்கள் என்று எரிச்சலாக வந்தது.

டாக்டர் அன்பரசன் எம்.டி. என்ற அந்தப் பெயர் பலகையை வெறித்துப் பார்த்துக் கொண்டிருந்தார். இவ்வளவுதான் விளம்பரம். இதுவே மக்களை இழுத்துக் கொண்டு வந்துவிட்டது.

அவர் முதன்முறையாக மேட்டுத் தெருவின் கடைசியில் க்ளினிக் ஆரம்பித்தபோது இதைவிடவும் பெரிய பெயர்ப்பலகை செய்து மாட்டியிருந்தார். க்ளினிக்

ஆரம்பித்த நாளில் இரண்டே பேஷண்டுகள். வெறும் எண்பது ரூபாய் வருவாய்.

இந்த முப்பது வருஷங்களில் அவர் ஆறு இடங்களுக்குக் க்ளினிக்கை மாற்றிவிட்டார். ஆனால் அவரிடம் நோயாளிகள் வரவேயில்லை. ராசியில்லாத டாக்டர் என்ற பெயர் அவருக்கு நிலைத்துவிட்டது.

அன்பரசன் வெறும் பொடிப் பையன். க்ளினிக் ஆரம்பித்து ஆறு மாத காலத்திற்குள் நோயாளிகள் வரிசை கட்டி நிற்கிறார்கள். எப்படியும் ஒரு நாளைக்கு முப்பதாயிரத்திற்கும் குறையாமல் வருமானம் வரும். இது தவிர இரண்டு மருத்துவமனைகளில் சிறப்பு மருத்துவராக வேறு வேலை செய்கிறான். சம்பாத்தியம் கொட்டத்தான் செய்கிறது. நிச்சயம் அடுத்த வருஷம் இவன் பெரிய க்ளினிக் வைத்துவிடுவான் என்று அவருக்குப் பொறாமையாக இருந்தது.

அந்தப் பொறாமையை அவர் மறைத்துக் கொள்ள விரும்பவில்லை. தெரிந்தவர்களிடம் வெளிப்படையாகவே பேசினார். வம்பு பேசுவதற்கு வயதா என்ன. ஆனால் வெறுமனே பொறாமைப்பட்டு என்ன ஆகிவிடப்போகிறது.

இவனைப் போல இளம் மருத்துவர்கள் பலர் நகரில் முளைத்துவிட்டார்கள். மல்டி ஸ்பெஷாலிட்டி மருத்துவமனைகள் உருவாகிவிட்டன. டாக்டர்கள்தான் ஊரில் அதிக நிலத்தை, வீடுகளை விலைக்கு வாங்குகிறார்கள்.

ஆனால் தன்னைப் போல முப்பது ஆண்டுகாலமாக மருத்துவமனை நடத்திக் கொண்டிருக்கும் சாதாரண எம்பிபிஎஸ் டாக்டர்களின் கதி, ஒரு நாளைக்குப் பத்து நோயாளிகள் வந்தாலே அதிர்ஷடம். சில நாட்கள் காலை ஏழு மணிக்கு க்ளினிக் வந்தால் பனிரெண்டு மணி வரை ஒரு ஆள்கூட வருவதில்லை. இதில் எதற்காகக் கிளினிக்கை திறந்து வைத்து உட்கார்ந்திருக்க வேணடும்.

நேரத்தைக் கடத்துவதற்காகவே நாலு நியூஸ் பேப்பர்கள் வாங்கிப்போடுவதை வழக்கமாக வைத்திருந்தார். காலை க்ளினிக் வந்தவுடன் அந்தப் பேப்பர்களை வரி விடாமல் படிப்பார். நர்ஸ் மேகலா தன் அறையினுள் உட்கார்ந்து ஸ்ரீராமஜெயம் எழுதிக் கொண்டிருப்பாள். மருந்துக்

கம்பெனி பிரதிநிதிகள் சிலர் அவரைத் தேடி வருவதுண்டு. அவர்களும்கூட அன்பரசனைப் பற்றித்தான் பெருமை பேசிக்கொண்டிருந்தார்கள்.

நேற்றுகூட ஒரு விற்பனை பிரதிநிதி அவரிடம் சொன்னான்.

" எக்ஸ் எம்எல்ஏ முத்துசாமி விஷயம் கேள்விப்பட்டீங்களா டாக்டர். அப்பல்லோ வரைக்கு போய்க் கைவிட்ட கேஸ். ஆனால் அன்பரசன் நாலு நாள்ல குணமாக்கிட்டார். முத்துசாமியோட மகன் ஒரு தட்டு நிறைய ஐநூறு ரூபாயை வச்சி கொண்டுவந்து டாக்டர் கால்ல கொட்டியிருக்கான்னு சொல்றாங்க. எல்லாம் கைராசி."

"நல்ல டாக்டர்னு சொல்லு, நான் ஏத்துகிடுறேன். அது என்ன கைராசி முகராசினு. கைராசின்னா மருந்து குடுக்காமல் குணமாக்கச் சொல்லு பாப்போம். இதெல்லாம் வெறும் ஹம்பக்."

"அப்படியில்லை டாக்டர். நீங்க ரொம்ப சீனியர். மெடிக்கல் ஜேர்னல்லகூட ஆர்டிக்கிள் எழுதுறீங்க. ஆனா இங்கே கூட்டம் வருதா. நாம எவ்வளவு பெரிய டாக்டரா இருந்தாலும் அதிர்ஷ்டம்கூட இருக்கணும்."

"அதெல்லாம் முட்டாள்தனம். இந்த மக்களைத் திருத்த முடியாது."

"அன்பரசன்கிட்ட போயி குணமாகாதவங்களே கிடையாது. அதுக்கு என்ன சொல்றீங்க."

"அது எல்லாம் பொய். அவன் என்ன கடவுளா. பத்துப் பேருக்கு வைத்தியம் பாத்தால் ரெண்டு பேருக்குக் குணமாகாமல்தான் போகும். அது வெளியே தெரியாது. இதெல்லாம் வெறும் மவுத்டாக்."

"மவுத்டாக் சும்மா வந்துராது டாக்டர். அன்பரசனோட அப்பா நாடார் ஸ்கூல்ல வாத்தியாராம். அன்பரசன் அக்காவும் டாக்டராம். லண்டன்ல வேலை பாக்குதாம் அன்பரசன் ரொம்பச் சிம்பிளா பழகுறார் .."

"இதை எல்லாம் ஏன்கிட்ட ஏன்பா சொல்றே? நான் கேட்டனா. யாரு எப்படிப் போனா எனக்கு என்ன?"

"கோபால்சாமி டாக்டர் இடத்தைப் பிடிச்சிருவார்னு பேசிகிடுறாங்க."

"பிடிச்சா பிடிக்கட்டும்... நீ கிளம்பு" என்று அந்த மருந்து விற்பனை பிரதிநிதியைத் துரத்தி அனுப்பினார்.

மருத்துவத்திற்கும் ராசிக்கும் என்ன தொடர்பிருக்கிறது. அன்பரசன் எழுதும் அதே மருந்தைத்தான் தானும் எழுதப்போகிறோம். ஆனால் அவனிடம் போகிறவர்கள் கைராசியான டாக்டர் என்கிறார்கள். தன்னைத் தேடி ஒருவரும் வருவதில்லை. இது என்ன முட்டாள்தனம்.

இவ்வளவிற்கும் தான் படித்த அதே மருத்துவக் கல்லூரியில்தான் அன்பரசனும் படித்திருக்கிறான். தன் மகள் வயது தானிருக்கும். இவன் வயதிலதானே கனவுகளுடன் நாம் க்ளினிக் துவங்கினோம். அவன் ஜெயிப்பது நம்மை ஏன் தொந்தரவு செய்கிறது.

அன்பரசனுக்கு எதிராக ஏதாவது செய்ய வேண்டும் என்று அவருக்குத் தொடர்ந்து தோன்றியபடியே இருந்தது. அன்பரசன் க்ளினிக் இருந்த ரோட்டில் பள்ளம் தோண்டி விட்டால் நோயாளிகள் வருவது குறைந்துவிடும் எனக் கிருஷ்ணதாஸ் மூலம் ஏற்பாடு செய்தார்.

தோண்டிப்போட்ட குழியைத் தாண்டி ஆட்கள் வர சிரமப்பட்டார்கள். அன்பரசனின் பைக்கூட வரமுடியவில்லை. அந்தக் குழியை மூடும்வரை தற்காலிகமாக ஏஞ்சல் லேப்பில் நோயாளிகளைப் பார்ப்பது என அன்பரசன் முடிவு செய்யவே அங்கே கூட்டம் நிரம்பியது. லேபிற்கும் வருமானம் கூடியது. சில நாட்களில் கவுன்சிலர் தலையிட்டு உடனே அந்தக் குழியினை மூடியதோடு தார் போட்டு ரோட்டினையும் சரி செய்து கொடுத்துவிட்டார்.

இதன்பிறகு அன்பரசன் க்ளினிக் இருந்த இடத்து உரிமையாளரிடம் வாடகையை உயர்த்திக் கேட்க வைப்பது. முனிசிபாலிடிக்குப் புகார் அனுப்பி வைப்பது எனப் பலவிதங்களில் முயன்று பார்த்தார். எதுவும் அவனது வளர்ச்சியைத் தடுக்கவில்லை. அதிர்ஷ்டம் அவன் பக்கம்தான் எப்போதுமிருந்தது.

..

ஐந்து வருட மௌனம் ௸ 113

ஏதோ ஒரு சக்தி தனக்கு எதிராக வேலை செய்கிறது என்று மோகன் உறுதியாக நம்பினார். அது என்னவென்றுதான் அறிந்துகொள்ள முடியவில்லை.

அதிர்ஷ்டம் ஏன் தன்னை நெருங்கவேயில்லை. இத்தனை வருஷமாகக் காத்துக்கிடக்கிறோமே, அதற்குக் கருணையே கிடையாதா?

ஏழு ஆண்டுகள் காத்திருந்தால் நிச்சயம் அதிர்ஷ்டம் கதவைத் தட்டும் என்பார்களே.தான் முப்பது ஆண்டுகளாகக் காத்திருந்தும் அதிர்ஷ்டத்தின் சுண்டுவிரல்கூடத் தன்மீது படவில்லையே என அவருக்குக் குழப்பமாக இருந்தது.

•••

மோகனின் சிறுவயதில் அந்த ஊரில் மொத்தமே நான்கு டாக்டர்கள்தான் இருந்தார்கள். அதிலும் கோபால்சாமி டாக்டர்தான் ரொம்பவும் பிரபலம். அவரது க்ளினிக்கின் மரப்பெஞ்சில் எப்போதும் நோயாளிகள் காத்துக்கிடப்பார்கள். சுற்றிலும் இருந்த கிராமங்களிலிருந்து அவரைத் தேடியே வருவார்கள். அவரும் கிராமவாசிகளிடம் கறாராகப் பணம் கேட்பதில்லை. சிலருக்கு இலவசமாகவே அறுவை சிகிச்சைகூடச் செய்திருக்கிறார்.

கோபால்சாமி மருத்துவமனைக்குப் போனால் பூச்சிமருந்து குடித்தவர்களைப் பிழைக்க வைத்துவிடுவார் என்றொரு நம்பிக்கையிருந்தது. அது உண்மையும்தான். கணவனோடு சண்டையிட்டுக் கொண்டு பூச்சி மருந்து குடித்த பெண்கள், கடன் தொல்லையால் பாலிடால் குடித்தவர் என நூற்றுக்கும் மேற்பட்டவர்களைக் காப்பாற்றியிருக்கிறார்.

ஐந்தே படுக்கைகள் கொண்ட அவரது மருத்துவமனை சில வருஷங்களில் நான்கு மாடி கொண்டதாக மாறிவிட்டது. காலை ஆறு மணி முதல் இரவு பத்தரை வரை கோபால்சாமி க்ளினிக்கில் இருப்பார். இரவு கிளம்பும்போது அவரே தனது கறுப்பு நிற அம்பாசிடர் காரை ஓட்டிக் கொண்டு போவார். பிரவுண் கலர் லெதர் பை ஒன்றைக் கையில் கொண்டு எடுத்துக் கொண்டு வெளியே வருவார். அந்தப் பை நிறைய அன்றைய வருமானம் இருக்கும்.

ஒரு ரூபாய் நோட்டுகளைப் போட்டு வைக்கத் தனியே ஒரு மரப்பெட்டி வைத்திருந்தார் என்பார்கள். அது உண்மை.

மோகனே பார்த்திருக்கிறார். டாக்டரின் நாற்காலியை ஒட்டி அந்த மரப்பெட்டி நிறைய ஒரு ரூபாய்கள் குவிந்து கிடக்கும்.

வஉசி நகரில் டாக்டர் டென்னிஸ் கோர்ட், நீச்சல் குளத்துடன் பெரிய பங்களா கட்டித் திறப்பு விழா செய்தபோது ஊரே திரண்டு போனது.

அவரைப் பார்த்துதான் மோகனின் அய்யா தன் மகனை டாக்டருக்குப் படிக்க வைக்க வேண்டும் என்ற முடிவிற்கு வந்தார். அதற்காக ஒருதடவை கோபால்சாமியிடம் மகனை அழைத்துப் போய் ஆலோசனை கேட்டு வந்தார். மருத்துவம் படிக்க வேண்டும் என்ற கனவு மோகனுக்குள் அப்படித்தான் உருவானது. வேர்விடத் துவங்கியது.

மருத்துவக் கல்லூரி முடித்தவுடன் பயிற்சிக் காலத்தில் மட்டுமே பொது மருத்துவமனையில் வேலை செய்தார். பின்பு ஒரு ஆண்டு காலம் கோபால்சாமி மருத்துவமனையிலே இளம் மருத்துவராக வேலை செய்தார். அதன்பிறகு தனியே க்ளினிக் ஆரம்பித்துவிட்டார்.

அந்த நாட்களில் மோகனுக்கு இந்த ஒரே கனவுதான், டாக்டர் கோபால்சாமியின் இடத்தைப் பிடிக்க வேண்டும் என்பது. ஆனால் அது இத்தனை ஆண்டுகள் கடந்தும் நடக்கவில்லை. கோபால்சாமி இறந்து அவரது மகன் க்ளினிக்கை நடத்த ஆரம்பித்து அவனாலும் அந்த இடத்தைத் தக்கவைக்க இயலவில்லை. இனி அப்படி ஒரு மருத்துவரால் மக்கள் மனதில் இடம்பிடிக்க முடியாது. அந்தக் காலம் இனி திரும்பி வராது.

...

இந்த முப்பது வருஷங்களில் ஊர் எவ்வளவோ மாறிவிட்டிருக்கிறது. புதிய அரசியல் தலைவர்கள் உருவாகிவிட்டார்கள். புதிது புதிதாகப் பள்ளிக்கூடங்கள் வந்துவிட்டன. பழைய சினிமா தியேட்டர் எதுவும் தற்போதில்லை. கார்களும் பைக்குகளும் மிக அதிகமாகிவிட்டது. அவரைப் போல அந்தக் கால எம்பிபிஎஸ் டாக்டர்கள் நாலைந்து பேர் மட்டுமே இன்றிருக்கிறார்கள்.

ஐந்து வருட மௌனம் ௲ 115

இப்போது யார் வெறும் எம்பிபிஎஸ் படித்துவிட்டு க்ளினிக் நடத்துகிறார்கள். எல்லாம் எம்டி., எம்எஸ். இன்னும் எத்தனையோ வெளிநாட்டுப் படிப்புகள். நட்சத்திர விடுதிகளைப் போல அறைகள் கொண்ட மருத்துவமனைகள் வந்துவிட்டன. நோயாளிகள் முன்பை விடப் பெருகியிருக்கிறார்கள். ஆனால் அவர்கள் தன்னைப் போன்ற சாதாரண டாக்டர்களைத் தேடி வருவதில்லை. மதிப்பதில்லை.

புதிதாகக் க்ளினிக் ஆரம்பித்த காலத்தில் விளம்பரத்திற்காக சினிமா தியேட்டரில சிலைடு போட செய்தார். காந்தி மைதானத்தில் பெரிய விளம்பரப் பலகை வைத்தார். பொருட்காட்சிக்கு வந்த சினிமா நடிகர் ஒருவரை நண்பர் மூலம் மருத்துவமனைக்கு அழைத்து வந்து போட்டோ எடுத்து மாட்டினார். இது எல்லாம் அவருக்கே வேடிக்கையாகத் தோன்றியது. ஆனால் இதனால் ஒரு பலனும் ஏற்படவில்லை.

ஒரு மருத்துவரின் விதியை அதிர்ஷ்டம் எழுதுவதை எப்படித் தாங்கிக்கொள்ள முடியும்.

க்ளினிக் புகழ்பெற வேண்டும் என்பதற்காக நாள் தவறாமல் முருகன் கோவிலுக்குப் போய் வந்தார். வாரம் ஒரு நாள் ஆஞ்சநேயரை வழிபட்டார். பல்வேறு ஜோதிடங்கள் பார்த்தார். பொட்டல்பட்டியில் ஒரு சித்தர் இருக்கிறார் என்று தேடிப்போய் அவரிடம் ஆசி பெற்று வந்தார். அவரது ஆலோசனையின்படி மருத்துவமனையில் கிழக்கு பார்த்த அறையில் அமர்ந்து கொண்டார். ஆனால் நோயாளிகள் அவரைத் தேடி வரவில்லை.

டாக்டர் மோகனின் அய்யா காய்கறி மார்க்கெட்டில் தேங்காய் மண்டி வைத்திருந்தார். கம்பத்தில் நாலைந்து தென்னந்தோப்புகளைக் குத்தகைக்கு எடுத்திருந்தார். மகன் க்ளினிக் வைத்தும் வருமானம் இல்லையே என்ற வேதனை அவருக்குள் அதிகமாக இருந்தது.

தன் மகனை டாக்டராகப் படிக்க வைத்த பணத்தைத் திரும்ப எப்படி எடுப்பது. என்ற கவலை அவரை அரித்துக் கொண்டிருந்தது எப்போது டாக்டர் கோபால்சாமி போல பங்களா கட்டுவது, எப்போது வீடு கடைகள் என்று வாங்கிப் போடுவது என்று ஆதங்கப்பட்டுக்

கொண்டிருந்தார். ஒவ்வொரு நாளும் க்ளினிக் மூடும் நேரம் அவர் மருத்துவமனைக்கு வந்து அன்றைக்கு எவ்வளவு வருமானம் என்று மோகனிடம் கேட்பார்.

அதைச் சொல்வதற்கே மோகனுக்கு எரிச்சலாக இருக்கும். தயங்கித் தயங்கிச் சொல்வார்.

"கரண்ட் செலவுக்குக்கூட உன்னாலே சம்பாதிக்க முடியலை. பேசாமல் துபாய்க்கு வேலைக்குப் போயிடு. நல்ல சம்பளமாவது கிடைக்கும்" என்பார் அய்யா.

அதைக் கேட்கும் போதெல்லாம் மோகனுக்குத் தனது தோல்வியின் கசப்பு தலைக்கு ஏறும்.

"க்ளினிக்கை திறந்து வச்சித்தான் உட்கார முடியும். ரோட்டில நின்று போற வர்றவங்களை ஆள்பிடிக்க முடியாதுல்லே" என்று கோபமாகச் சொல்லுவார்.

"உனக்குப் பின்னாடி ஆரம்பிச்ச லாரன்ஸ் டாக்டர் மகன் க்ளினிக்ல கூட்டத்தைப் பாரு."

"அது ஆர்த்தோ க்ளினிக்."

"அப்போ அதுக்குப் படிச்சிருக்க வேண்டியதுதானே."

"நான் படிச்சதுக்கு வைத்தியம் செய்தால்போதும்."

"நான் உன்னை டாக்டருக்குப் படிக்க வைச்சது சம்பாத்தியம் பண்ண. அதைச் செய்ய முடியலைண்ணா. பேசாம இழுத்துமூடிட்டு என்கூடத் தேங்காய் மண்டிக்கு வந்து சேரு. அதுல இதை விட வருமானம் ஜாஸ்தி" என்று மோகனின் முகத்திற்கு நேராகவே அய்யா சொல்லுவார். அவர் அப்படித்தான். எதையும் மறைத்துப் பேசுவதேயில்லை.

திருமணம் செய்துகொண்டால் அவரது தோஷம் நீங்கி கிளினிக் புகழ்பெற்றுவிடும் என்ற யோசனையை யார் சொன்னது எனத் தெரியவில்லை. ஆனால் மோகனின் அய்யா அதை உறுதியாக நம்பினார். முடிந்தால் டாக்டர் மகளைத் தேடி திருமணம் செய்துவைத்துவிட வேண்டும் என்று அலைந்தார்.

டாக்டர் மகளைவிடவும் பெரிய இடத்தில் பெண் கிடைத்தது. சாந்தாவின் அப்பா ஒரு பட்டாசுத் தொழிற்சாலை வைத்திருந்தார். ஒரே மகள். பத்தாம்

வகுப்பு வரை படித்திருந்தாள். சிவகாசியில் அவர்களுக்குச் சொந்தமாக ஒரு கல்யாண மண்டபம் இருந்தது. இருநூறு பவுன் நகையும், அம்பாசிடர் காரும், கொடைக்கானலில் ஒரு வீடும், லட்ச ரூபாய் ரொக்கமும் தருவதாக ஒத்துக் கொண்டார்கள்.

“டாக்டருக்கு படிக்க வைத்ததற்கு இது ஒன்றுதான் பலன்” என்றார் மோகனின் அய்யா.

மோகனுக்குத் தன்னோடு படித்த அழகான பெண்களோடு ஒப்பிடும்போது குள்ளமாக, தலையாட்டி பொம்மை போல உடல் கொண்டிருந்த சாந்தாவைப் பிடிக்கவில்லை. ஆனால் மாமனார் தயவிருந்தால் நிச்சயம் பெரிய மருத்துவமனை துவங்கிவிடலாம் என்று நினைத்துத் திருமணத்திற்கு ஒத்துக் கொண்டார்.

அவருக்குக் கோட் தைப்பதற்காக மெட்ராஸிற்கு விமானத்தில் அழைத்துக்கொண்டு போனார்கள். திருமண மண்டப வாசலில் சீதனமாகப் புதுக் கார் நின்றிருந்தது. அவரது திருமணத்தை மிகப்பெரியதாக நடத்தினார்கள்.

திருமண வாழ்க்கையால் அவரது உடம்பில் சதை போட்டதைத் தவிர வேறு பெரிய மாற்றம் எதுவும் உருவாகிவிடவில்லை. தனது புதுக் காரை க்ளினிக் முன்னால் நிறுத்த இடமில்லை என்பதற்காக க்ளினிக்கை இரண்டாவது கேட்டை ஒட்டிய வீதிக்கு மாற்றினார்.

புதிய மருத்துவமனைக்குத் தேவையான எல்லா ஏற்பாடுகளையும் மாமனாரே செய்து கொடுத்தார். வாடகை கட்டிடம் என்றாலும் பெரிய பெரிய அறைகள் கொண்டதாக இருந்தது. மோகன் அமர்ந்து கொள்ளும் சுழல் நாற்காலியை விசேஷமாகச் செய்திருந்தார்கள். நோயாளிகள் காத்திருக்கும் வரவேற்பறையில் கறுப்பு வெள்ளை டிவிகூட வாங்கிப் பொருந்தினார்கள். பெரிய மீன் தொட்டி ஒன்றும் வைக்கப்பட்டிருந்தது. வெளிச்சுவரில் என்னைப் பார், சிரி என்ற கழுதையின் படம் கொண்ட திருஷ்டி போட்டோ ஒட்டப்பட்டிருந்தது.

க்ளினிக் ஆரம்பித்த நான்காம் நாள் மாலை புதுக்குடியிலிருந்து ஒரு சிறுமியை ஆம்புலன்ஸில் கொண்டு வந்திருந்தார்கள். சிறுமி மூச்சிரைப்பில் துடித்துக் கொண்டிருந்தாள்.

க்ளினிக்கில் சிறுமியைப் பரிசோதனை செய்துவிட்டு உடனடியாக ஒரு நரம்பு ஊசி போட்டார். பின்பு ட்ரிப்ஸில் மருந்து கலந்துபோட செய்தார். இரண்டு மணி நேரத்திற்குள் அந்தச் சிறுமி இறந்து விட்டாள்.

க்ளினிக்கில் ஏற்பட்ட முதல் மரணம். சிறுமியின் தாயும் தகப்பனும் அழுது கூச்சலிட்டார்கள். ஆட்களைக் கூட்டிக் கொண்டு வந்து சண்டையிட்டார்கள். டாக்டரின் தவறான சிகிட்சையே காரணம் என்று ஒருவர் சப்தமிட்டார். ஆத்திரத்தில் ஒருவன் க்ளினிக்கில் இருந்த மீன்தொட்டியை உடைத்துப் போட்டான். அந்தச் சிறுமியின் உடலைப் பெற்றுக் கொள்வதற்கு முன்பு பெரிய பஞ்சாயத்தே நடந்தேறியது. அன்றிலிருந்துதான் அவர் ராசியில்லாத டாக்டர் என்ற பெயர் உருவாகத் துவங்கியது. அது எப்படியோ வளர்ந்து உறுதியாகிவிட்டது.

சிறுமியைக் காப்பாற்ற தன்னால் ஆன சிகிச்சைகளைச் சரியாகத்தானே செய்தோம். இதில் என்ன தவறு இருக்கிறது. எங்கே ராசி வந்து சேருகிறது என அவர் நிறைய நாட்கள் யோசித்திருக்கிறார்.

ராசியில்லாத மருத்துவர் என்று பெயர் வாங்கிவிட்டால் அதை நீக்குவது எளிதானதில்லை போலும்.

...

இனி இந்த மக்கள் எக்கேடு கெட்டாலும் கெட்டுப் போகட்டும். தனக்குச் சாப்பாட்டு பிரச்சனையில்லை. மாமனார் கொடுத்த சொத்து இருக்கிறது. காரும் வசதியான வீடுமிருக்கிறது. இனி மருத்துவராகப் புகழ்பெறாமல் போனால் என்ன நஷ்டம் என்ற முடிவிற்கு வந்திருந்தார்.

இதனால் சில நாட்கள் காலைக்காட்சி சினிமாவிற்குப் போய்விடுவார். ஒரு சில நாட்கள் தியானம் கற்பது எனத் தபோவனத்திற்குப் போய்த் தங்கி வருவார். நர்சரி கார்டனில் ஆர்வம் கொண்டு ஒரு இடத்தை வாங்கிச் செடி வளர்க்கச் செய்தார். எதைச் செய்தபோதும் மனதில் அந்தக் கசப்பு குமட்டிக் கொண்டேயிருந்தது. தனது தோல்வியை அவரால் ஏற்றுக் கொள்ளமுடியவில்லை. தன்னால் பணத்தையும் சம்பாதிக்க முடியவில்லை, பெயரையும் சம்பாதிக்க முடியவில்லை.

தன்னால் முடியாத விஷயத்தை யார் யாரோ எளிதாகச் சாதித்துவிடுகிறார்கள். அதுதான் தாங்கமுடியாத வெறுப்பாக உள்ளது. அதுவும் இந்த அன்பரசன் வந்தபிறகு அவரால் நிம்மதியாக இருக்கமுடியவில்லை. அங்கே எவ்வளவு நோயாளி வருகிறார்கள். எவ்வளவு வருமானம் வருகிறது என்பதைப் பற்றியே சதா நினைத்துக் கொண்டிருந்தார்.

பிடிக்காத விஷயம் மண்டைக்குள் புகுந்துவிட்டால் அதை வெளியேற்றுவது கஷ்டம். எந்த மாத்திரையாலும் மனதிலிருக்கும் பொறாமையை அகற்றமுடியாதுதானே.

•••

நர்ஸ் மேகலா எட்டு மணிக்குக் கிளம்பிப் போன பிறகு மோகன் மட்டுமே க்ளினிக்கில் இருந்தார். செல்போனில் வீடியோ கேம் ஆடுவதுதான் நேரத்தைக் கொல்லும் வழி. சோன்பப்டி விற்பவன் வெளியே மணியோசையுடன் போகும் சப்தம் கேட்டது. வாங்கிச் சாப்பிடலாம் என்ற ஆசை தோன்றியது. ஆனால் வெளியே போக மனதின்றி வீடியோ கேம் ஆடிக் கொண்டிருந்தார். விளையாட்டில் அடையும் வெற்றி தற்காலிமாக அவரை மகிழச் செய்து கொண்டிருந்தது.

இரவு பத்தரை மணிக்கு அவர் க்ளினிக்கை மூடும் நேரம் வாசலில் யாரோ வந்து நிற்பது போலிருந்தது. திரைச்சீலையை விலக்கி வெளியே பார்த்தார்.

வாசலில் டாக்டர் அன்பரன் நின்றிருந்தான். அவனது கையில் ஒரு கட்டைப் பை இருந்தது.

இவன் எதற்குத் தன்னைத் தேடி வந்திருக்கிறான் என்பதுபோலக் குழப்பத்துடன் ஏறிட்டுப் பார்த்துக் கொண்டிருந்தார்.

“டாக்டர் கிளம்பியாச்சா?” எனப் புன்சிரிப்போடு கேட்டான்.

அந்தச் சிரிப்பு தன்னை ஏளனம் செய்வது போலவே மோகன் உணர்ந்தார்.

“இல்லை. ஒரு பேஷண்ட் வீட்டுக்குப் போய்ச் செக் பண்ணணும்” என்றார்.

"எனக்கு ஐந்து நிமிசம்போதும்" என்றபடியேதான் கொண்டு வந்திருந்த பையிலிருந்து ஒரு சில்வர்தட்டினை வெளியே வைத்தான். பிறகு பையிலிருந்த ஆப்பிள், ஆரஞ்சுப் பழங்களை எடுத்து வைத்து அதன்மீது ஒரு ஸ்வீட் பாக்கெட்டினை வைத்தான். பிறகு மஞ்சள் தடவிய கல்யாணப் பத்திரிகை ஒன்றை அதன்மேல் வைத்து அவரிடம் நீட்டியபடியே சொன்னான்:

"எனக்குக் கல்யாணம். மார்ச் 10, மதுரையில் வச்சிருக்கேன். நீங்க அவசியம் குடும்பத்துடன் வந்து வாழ்த்தணும் டாக்டர்."

அதை வாங்கிக் கொள்வதா வேண்டாமா எனப் புரியாமல் திகைத்து நின்றார்.

அவன் தட்டை நீட்டிக் கொண்டேயிருந்தான். அவர் அதைத் தன் கையில் வாங்கியதும் அவன் சாஷ்டாங்கமாக அவரது காலில் விழுந்து வணங்கினான்.

மோகன் எதுவும் பேசவில்லை. அவனைத் தொட்டு எழுப்பி விட்டார்.

அவன் மாறாத புன்முறுவலோடு "நீங்க எல்லாம் சீனியர். உங்களோட ஆசீர்வாதம் இருந்தாதான் நான் நல்லா வரமுடியும்" என்றான்.

எதுவும் தெரியாதவர் போல மோகன் கேட்டார்.

"எப்படிப் போகுது க்ளினிக்."

"பரவாயில்லை டாக்டர். உங்களுக்கு ஏதாவது ஹெல்ப் வேணும்னா. எப்போ வேணும்னாலும் கூப்பிடுங்க."

அந்தக் கல்யாணத்திற்குத் தன்னால் வரமுடியாது என்று முகத்திற்கு நேராகச் சொல்லவேண்டும் போலிருந்தது. ஆனால் அதை வெளிக்காட்ட முடியவில்லை. அன்பரசன் அவரிடமிருந்து விடைபெற்றுப் போனபிறகு அவர் கல்யாணப் பத்திரிகையைப் பிரித்துப் பார்க்காமலே கிழித்துப் போட்டார்.

பின்பு அந்தத் தட்டில் இருந்த ஸ்வீட் பாக்ஸ், பழங்களை அப்படியே எடுத்துக் கொண்டு வெளியே நடந்தார். சாலை இருண்டிருந்தது.

தந்திக் கம்பத்தை ஒட்டிய சாக்கடையில் கொண்டு போய் அந்தச் சில்வர் தட்டினை வீசி எறிந்தார். ஆப்பிள் பழங்கள் சாக்கடைகள் விழுந்தன. ஸ்வீட் பாக்ஸ் மட்டும் பாதி திறந்து அதிலிருந்த சில லட்டுகள் வெளியே விழுந்துகிடந்தன.

ஆத்திரத்துடன் அந்த லட்டினைக் காலால் ஓங்கி எத்தினார். புழுதியோடு லட்டு சிதறிப்போனது.

"கல்யாணம் ஒரு கேடு" என்று சொல்லியபடியே சாக்கடையை நோக்கி காறி உமிழ்ந்தார்.

பிறகு தனது க்ளினிக்கைப் பூட்டிக் கொண்டு வெளியே வந்தார். ஸ்கூட்டரில் வீடு போய்ச் சேரும்வரை அவரது மனதில் விவரிக்க முடியாத சந்தோஷம் நிரம்பியிருந்தது.

□

9
வராத ரயில்

அந்த ரயில் நிலையத்திற்கு மதுரை பாசஞ்சர் பத்தரை மணிக்கு வந்து நிற்பது வழக்கம். சின்னஞ்சிறிய ரயில் நிலையமது. ஸ்டேஷன் மாஸ்டர் அறை புறாக்கூண்டு போல இருக்கும். அருகில் சிறிய ஸ்டோர் ரூம். அதையொட்டி கல்லால் ஆன இரண்டு பெஞ்சுகள். மூன்று தூங்குமூஞ்சி மரங்கள். ஒரு தண்ணீர்தொட்டி. அதில் எப்போதும் குடிதண்ணீர் இருக்காது. சிவப்பு ஓடு வேய்ந்த கட்டிடமது.

சிவமணியை அழைத்துக்கொண்டு கிழவி அந்த ரயில் நிலையத்திற்கு வந்திருந்தாள். அவளை விட்டால் சிவமணிக்கு வேறு யார் இருக்கிறார்கள். சிவமணி அவளது உறவில்லை. ஆனால் அவள்தான் வளர்த்து வந்தாள்.

சிவமணியின் அம்மா உயிரோடு இருந்த நாட்களில் கிழவிக்கு நிறைய நாட்கள் சோறு போட்டிருக்கிறாள். ஒரு முறை கோவில் கொடைக்குச் சேலை ஒன்று வாங்கித் தந்திருக்கிறாள். நாலைந்து முறை கைச்செலவுக்கும் பணம் தந்திருக்கிறாள். அந்த நன்றிக்குத் தானோ என்னவோ கிழவி சிவமணியைத் தானே வளர்ப்பதென முடிவு செய்து கொண்டாள்.

கிழவி நினைவு தெரிந்த நாள்முதலே வீட்டுவேலைகள்தான் பார்த்து வருகிறாள். எவ்வளவு குடம் தண்ணீர்

தூக்கியிருப்பாள். எவ்வளவு மாவு திரித்திருப்பாள் எனக் கணக்கேயில்லை. அவளது கையே துடைப்பம் போலாகியிருந்தது.

சிவமணிக்கு மூன்று வயதானபோது அவனது அம்மா இறந்து போனாள். சிவமணி பிறக்கும் போதே மூளை வளர்ச்சி இல்லாமல்தான் பிறந்தான். நான்கு வயது வரை அவனால் எழுந்து நிற்கமுடியவில்லை. பேச்சு வரவில்லை. வீட்டுப்படிக்கட்டில்தான் எப்போதும் உட்கார்ந்திருப்பான். சிவமணியின் அப்பா அவனைக் கவனிக்கவேயில்லை.

கிழவிதான் அவன் பசியறிந்து உணவு கொடுப்பாள். குளிக்க வைப்பாள். கிழவிக்கும் ஒரு துணை வேண்டும் தானே.

சிவமணியின் அப்பா ஒரு நாள் சொல்லிக் கொள்ளாமல் கேரளா கிளம்பிப் போய்விட்டார். அவர் போனதே சிவமணிக்குத் தெரியாது. யாரோ ஒரு பெண்ணைக் கூட்டிக் கொண்டு போய்விட்டார் என்றார்கள். கிழவி அன்று முழுவதும் சிவமணியின் அப்பாவைக் கெட்டவார்த்தையால் திட்டினாள்.

"பெத்த பிள்ளையை விட்டுட்டுப் போன நீ புழுத்துப்போடுவே. கைகால் விளங்காம போயிரும்." எனப் புலம்பினாள். உண்மையில் அதைக் கேட்டு சிவமணி சிரித்தபடியே இருந்தான்.

சிவமணி எப்போதும் எதையோ யோசித்துக் கொண்டே இருப்பான். இரவில்கூட அவனுக்குத் தூக்கம் வராது. வானில் தெரியும் நட்சத்திரங்களைப் பார்த்தபடியே இருப்பான். அவனுக்குத் தெரிந்தவை இரண்டே சொற்கள்தான். ஒன்று சோறு, மற்றொன்று எருமை.

வயிறு பசிக்க ஆரம்பித்துவிட்டால் வாய் ஓயாமல் சோறு சோறு என்று சொல்லிக் கொண்டேயிருப்பான். கிழவி சாப்பாடு கொண்டுவருவதற்குள் ஆயிரம் முறை சொல்லியிருப்பான். பசி அடங்கிவிட்டாலே எதிர் வீட்டில் கட்டப்பட்டிருக்கும் எருமையைப் பார்த்து ரசித்துக் கொண்டேயிருப்பான்.

எருமையை யாராவது அவ்வளவு ரசிப்பார்களா என்ன?

சிவமணி ரசிப்பான். அவனுக்கு எருமை உலகின் விசித்திரமான விலங்காக இருந்தது. தனக்கு ஏன் அதைப் போலக் கொம்புகள் இல்லை என்று யோசித்துக் கொண்டிருப்பான். எருமை வாயை அசைப்பதை போலத் தானும் அசைத்துக் கொண்டேயிருப்பான். எருமை எருமை என்று அதைக் கூப்பிட்டபடியே இருப்பான். கிழவி திட்டுவாள். பேசாமல் உனக்கு ஒரு எருமையைக் கட்டிவச்சிடுறேன். அதுகூடவே வாழ்ந்துக்கோ என்பாள். சிவமணி புரிந்தவன்போலச் சிரிப்பான். இப்போது சிவமணினுக்குப் பதினைந்து வயது நடந்து கொண்டிருந்தது. ஆனாலும் ஐந்து வயது சிறுவன்போலவே இருந்தான். கிழவியைத் தவிர வேறு யார் எதைக் கொடுத்தாலும் சாப்பிட மாட்டான்.

சில நாட்கள் கிழவிதான் இறந்து போய்விட்டாள் அவனை யார் கவனித்துக் கொள்வார்கள் என்று நினைத்துக் கவலை கொள்ளுவாள். சில நேரம் அவனை எங்காவது கொண்டுபோய் விட்டுவிடலாமா என்றுகூட யோசிப்பாள். ஆனால் அவள் மனது ஏன் உனக்கு ஈனப்பத்தி என்று கேட்கும்.

சிவமணியைப் போன்றவர்களை உலகம் வாழ விடாதே. கையும் காலும் திடமாக உள்ளவர்களையே உலகம் பாடாய்ப் படுத்துகிறது. இதில் சிவமணியை யார் கவனித்துக் கொள்வார்கள். யார் வேளை தவறாமல் உணவு தருவார்கள். கிழவி கரையாளர் வீட்டில் இப்போதும் வேலை செய்து வந்தாள் ஆகவே அவளால் சாப்பாடு போட முடிந்தது. அவள் முடங்கிவிட்டால் யார் வேளை வேளைக்கு சிவமணிக்கு சோறு போட்டுக் காப்பாற்றுவார்கள்.

இந்தக் கவலை கிழவிக்கு நெடுநாட்களாக இருந்தது. சில நாள் கனவில் அப்படியான காட்சிகள்கூட வந்து போயிருக்கிறது. அன்றைக்கெல்லாம் அவள் மனநிம்மதியற்று அவனைக் கட்டிக் கொண்டு அழுவாள்.

ஒருநாள் அவர்கள் ஊருக்குத் தடுப்பூசி போட வந்திருந்த ஆள் சொன்னான்:

"சிவமணியைப் போன்றவர்களைப் பராமரிக்க மதுரையில் ஒரு ஹோம் இருக்கிறது. அங்கே கொண்டு போய்

ஒப்படைத்துவிடு. அவர்கள் வைத்துக் காப்பாற்றுவார்கள். காசு பணம் எதுவும் தரத்தேவையில்லை."

"சோறு போடுவார்களா?" எனக்கேட்டாள் கிழவி.

"மூணு வேளை வயிறுமுட்ட சோறு போடுவார்கள். வைத்தியம் செய்வார்கள். ஆனா அந்த ஹோமை விட்டு வெளிய போக விடமாட்டாங்க. ஆனா அநாதையா இருக்கணும்."

சிவமணிக்கு அப்பா இருக்கிறார். ஆனால் அவர்தான் கைவிட்டுவிட்டாரே, கிழவி அவன் அநாதைதான் என்று சொன்னாள்.

"நாகமலைகிட்ட அந்த ஹோம் இருக்கு. கொண்டுபோய்ச் சேர்த்துட்டு வந்துரு" என்றான் தடுப்பூசி போடுகிறவன்.

"அங்க சிவமணியை அடிப்பாங்களா?" எனக்கேட்டாள் கிழவி.

"முரண்டுபிடிச்சா அடிக்கத்தான் செய்வாங்க. இவனை மாதிரி பசங்களுக்கு வலி தெரியாது. ஒரு நாள் நான் அங்கே போனப்போ ஒரு பையனை முதுகுத் தோல் உரியுற வரைக்கும் அடிச்சாங்க. அவன் எந்நேரமும் முண்டகட்டையா திரிவானாம். அதுக்குத்தான் அந்த அடி."

"பாவம். அவனுக்குத் தன்னுசார் இருக்காதில்லே" என்றாள் கிழவி.

"அதுக்காக இப்படிக் குஞ்சாமணியை ஆட்டிக்கிட்டு இருந்தா பாத்துகிட்டு இருப்பாங்களா?"

"சிவமணியை அடிச்சா அவன் ரொம்பச் சப்தம் போடுவான். அடக்க முடியாது."

"அதை எல்லாம் அவங்களே பாத்துக்கிடுவாங்க. நீ ஏன் கவலைப்படுறே?"

"அந்தப் பிள்ளைக்கு என்ன விட்டா யாரு இருக்கா!"

"ஊரான் பிள்ளையை எத்தனை நாளுக்கு உன்னாலே வச்சி பாக்க முடியும்?"

"அப்படிச் சொல்லாதே. சிவமணி என் பேரன்தான்.."

"இந்த மாதிரி பையனுக்கு எல்லாம் ரெகுலரா வைத்தியம் பாக்கணும். இல்லே, ரொம்ப மோசமாகிப் போயிடுவாங்க. கைகால்கூட வராமல் போயிடும்."

"சிவமணி அப்படி ஒண்ணும் ஆகமாட்டான்" என்றாள் கிழவி.

"நீ யோசிக்காமல் காப்பகத்தில் கொண்டு போய் விட்ரு. நீ செத்துட்டா ஊர்க்காரர்கள் இவனைப் பாடப்படுத்தி எடுத்துருவாங்க. அப்போ உதவிக்கு யாரும் இருக்கமாட்டாங்க, பாத்துக்கோ."

"நாகமலையில் எங்க இருக்கு" எனக்கேட்டாள் கிழவி.

"அட்ரஸ் எழுதி தர்றேன்" என ஒரு துண்டுக் காகிதத்தில் எழுதிக் கொடுத்தான் அந்த ஆள்.

கிழவி அதை வாங்கி வைத்துக் கொண்டாள். ஆனால் சிவமணியை அங்கே சேர்ப்பதில் அவளுக்குத் தயக்கமேயிருந்தது.

ஆனால் அதை விட்டால் வேறு வழியில்லை என்றும் கிழவிக்குத் தோன்றியது. தன் காலம் முடிவதற்குள் அதைச் செய்துவிட வேண்டும் என்று முடிவுசெய்து கொண்டாள். சிவமணிக்குத் தன்னைக் கிழவி இப்படி ஒரு காப்பகத்தில் கொண்டு போய்விடப்போகிறாள் என்று தெரியாது. அவன் எப்போதும் போலவே எருமை எருமை என்று கத்திக் கொண்டேயிருந்தான்.

கிழவி சிவமணியை மதுரைக்கு அழைத்துப் போவதற்காகப் பணம் சேர்க்க ஆரம்பித்தாள். அவள் ஒருமுறைகூட மதுரைக்குப் போனதேயில்லை.

கிழவி டவுனுக்குப் போவதை பற்றிப் பயம் ஒன்றுமில்லை. ஆனால் எங்கே காப்பகத்தில் சிவமணியைக் கொண்டு போய்விட்டு வந்தவுடன் அவன் கிழவியைப் பார்க்க வேண்டி அழுது கூப்பாடு போட்டால் என்ன செய்வது அல்லது காப்பகத்தில் சிவமணிக்குச் சாப்பாடு போடாமல் விட்டுவிட்டால் என்ன ஆவது. இப்படித்தான் கவலைகள் அவளுக்குள் முளைத்திருந்தன.

இதைப்பற்றி யாருடனும் கலந்து பேசவும் அவளால் முடியவில்லை. இரவில் சிவமணி இருட்டில் உட்கார்ந்தபடியே

‘எருமை எருமை’ என்று சொல்லிக் கொண்டேயிருப்பதைக் காணும்போது இந்த அப்பாவி பிள்ளையை ஏன் கொண்டுபோய்க் காப்பகத்தில் விடவேண்டும் என்று ஆதங்கமாக இருக்கும். ஏன் இந்த உலகம் சிலரை இப்படிக் கைவிட்டுவிடுகிறது. யாரையும் சாராமல் ஒரு மரம்கூட வாழ்ந்துவிட முடிகிறது. ஆனால் மனிதனால் அப்படி வாழ முடியாது.

யோசித்து யோசித்துக் களைத்துப்போய் முடிவில் ஞாயிற்றுக்கிழமை காலை சிவமணியைக் கூட்டிக் கொண்டு காப்பகத்தில் விட்டுவிடுவது என்று முடிவு செய்து கொண்டாள். சிவமணி எப்போதும் ஒரே காக்கி நிற டிராயரையும் ஆரஞ்சு வண்ண முண்டா பனியனையும்தான் அணிந்திருப்பான். வாயில் எச்சில் ஒழுகிக் கொண்டேயிருக்கும். இந்தக் கோலத்தில் அவனை ரயிலில் கூட்டிக்கொண்டு போக முடியாது என்று போஸ்ட்மாஸ்டர் வீட்டில் கேட்டுப் பழைய டிராயர் சட்டை இரண்டினை வாங்கி வந்திருந்தாள். அந்தச் சட்டையும் டிராயரும் சிவமணினுக்கு மிகவும் பெரியதாக இருந்தது. அதனால் என்ன. உடலை மறைத்தால்போதும் தானே.

சிவமணி ஆசையாக அந்த உடைகளை அணிந்து கொண்டான். கிழவி அவனிடம் எதுவும் சொல்லிக் கொள்ளவில்லை. வெயிலுக்கு முன்னால் நடந்து ரயில்வே ஸ்டேஷனுக்குப் போய்விட வேண்டும் என்று நினைத்தாள். சிவமணி மிக மெதுவாகவே நடப்பான். சில இடங்களில் அப்படியே தரையில் உட்கார்ந்து கொண்டுவிடுவான். ஆகவே அவனை அழைத்துக் கொண்டு ரயில்வே ஸ்டேஷன் போக ஒரு மணி நேரத்திற்கும் மேலானது.

சிவமணி ரயில்வே ஸ்டேஷனை வியப்போடு பார்த்துக் கொண்டிருந்தான்.

கிழவி அவனிடம் ரயிலில் போகிறோம் என்று சொன்னாள்.

சிவமணினுக்கு ஒன்றும் புரியாதபோதும் உதடு விரிய சிரித்தான். கிழவியும் அவனும் கல்லால் ஆன பெஞ்சில் உட்கார்ந்து கொண்டார்கள்.

நீண்ட நேரம் அவர்கள் ரயில் நிலையத்தில் காத்திருந்தார்கள். துணிமூட்டைகளுடன் ஒரு ஆள் அவர்கள் அருகில் உட்கார்ந்திருந்தான். இரும்பு கம்பத்தைச் சுற்றி விளையாடிக் கொண்டிருந்தான் சிவமணி.

ரயில் எப்போது வரும் என்று தெரியவில்லை. டிக்கெட் எங்கே எடுக்க வேண்டும், சிவமணினுக்கு ரயிலில் டிக்கெட் உண்டா எதுவும் புரியவில்லை. அவள் டிக்கெட் கவுண்டர் மூடியிருப்பதைக் கண்டாள். ஸ்டேஷன் மாஸ்டர் அறைக்குள் நிழல் போல அவர் நடந்து கொண்டிருப்பது தெரிந்தது. ஒருமுறை அந்த அறை வாசலில் போய் நின்று ரயில் எப்போது வரும் எனக் கேட்டாள்.

அவர் பதில்சொல்லவில்லை. ஆனால் பரபரப்பாக ஏதோ வேலையில் இருந்தார்.

கிழவி திரும்பவும் சிவமணி இருந்த பெஞ்சிற்கு வந்து உட்கார்ந்து கொண்டாள்.

சிவமணி வெயிலைப் பார்த்தபடியே "எருமை எருமை" என்று கத்திக் கொண்டிருந்தான்.

இங்கே எங்கே எருமையிருக்கிறது. எல்லாப் பொருளும் அவனுக்கு எருமைதானா.

சிவமணியும் அவளும் வெயிலுக்குள்ளாகவே காத்துக்கிடந்தார்கள். கிழவி ரயில்வே தண்டவாளத்தையே வெறித்துப் பார்த்துக் கொண்டிருந்தாள். தண்டவாளத்தின் மீது வெயில் நடந்து சென்று கொண்டிருந்தது.

நீண்ட காத்திருப்பின் பிறகு ஸ்டேஷன் மாஸ்டர் வெளியே வந்து சொன்னார்.

"மதுரை பாசஞ்சர் இன்னைக்கு வராது."

கிழவிக்குப் புரியவில்லை. "என்ன ஆச்சு" என்று கேட்டாள்.

"பாம்பன்ல தண்டவாளம் ரிப்பேராம்... போயிட்டு நாளைக்கு வா" என்றார் ஸ்டேஷன் மாஸ்டர்.

சிவமணியைக் காப்பகத்தில் கொண்டுபோய்விடுவது கடவுளுக்கே பிடிக்கவில்லையே. இல்லாவிட்டால் ஏன்

இப்படி ரயிலைத் தடுத்து நிறுத்தியிருப்பார். கிழவி சிவமணியிடம் வீட்டுக்குப் போகலாம் என்று அழைத்தாள்.

அவன் "எருமை எருமை" என்று சொல்லியபடியே பறந்து கொண்டிருக்கும் தட்டான்பூச்சிகளைக் காட்டினான்.

"நாம வீட்டுக்குப் போவோம்" என்றாள் கிழவி. அவன் தலையாட்டினான்.

தான் உயிரோடு இருக்கும் வரை சிவமணியைக் காப்பாற்றுவோம். செத்துப்போய்விட்டால் பின்பு அவன் விதி. நாம் எதற்காக அவனைக் கொண்டுபோய் எங்கோ ஒரு இடத்தில் விட வேண்டும். அங்கே அடிவாங்கி அழுது கொண்டு ஏன் வாழ வேண்டும். நடக்கப்போவதைப் பற்றிக் கவலைப்பட்டு என்ன ஆகப்போகிறது. தன்னைப்போல வேறு ஒருவர் அவனைக் கவனிக்கக் கிடைக்காமலா போய்விடுவார்.

கிழவி ரயில் வராமல் போனது நல்லதற்கே என்று நினைத்துக் கொண்டாள்.

"வீட்டுக்குப் போவோம்" என்றாள் கிழவி.

"ரயில் வரலை" என்று கேட்டான் சிவமணி.

"ரயில் வேண்டாம்" என்றாள் கிழவி.

"ரயிலை யாராவது தின்னுட்டாங்களா?" எனக்கேட்டான் சிவமணி.

"ஆமாம்" என்று தலையாட்டினாள் கிழவி.

அவர்கள் ஸ்டேஷனை விட்டு நடக்க ஆரம்பித்தார்கள். கிழவியால் வெயிலைத் தாங்க முடியவில்லை.

புழுதி பறக்கும் சாலையில் திடீரென ஒரு இடத்தில் சிவமணி உட்கார்ந்து கொண்டான். அவனை எழுந்திருக்கச் சொல்லித் திட்டினாள் கிழவி. சிவமணி சோறு சோறு என்று சப்தமிட்டான்.

"வீட்டுக்கு வா சோறு போடுறேன்" என்றாள் கிழவி.

அவன் கேட்டுக்கொள்ளவில்லை. அவனை எப்படிச் சமாளிப்பது என்று தெரியாமல் கிழவி "எருமை எருமை எருமை" என்று சொல்லத்துவங்கினாள்.

கிழவி இப்படிச் சொல்வதைக் கேட்டு சிவமணி சிரித்தான். கிழவி கண்ணீர் வழிய அவன் சிரிப்பதைப் பார்த்துக் கொண்டிருந்தாள்.

"நீயும் உட்காரு" என்று தரையைக் காட்டினான்.

வெயிலில் கிழவியும் உட்கார்ந்து கொண்டாள். இருவரும் இரண்டு சிறுவர்களைப் போல மாறி மாறி எருமை சோறு எருமை சோறு என்று விளையாடிக் கொண்டிருந்தார்கள்.

சைக்கிளில் போய்க் கொண்டிருந்த தபால்காரன் அவர்களைப் பார்த்துக் கேட்டான்.

"மழையா பெஞ்சிக்கிட்டுஇருக்கு."

சிவமணி அவனைப் பார்த்துச் சொன்னான்:

"எருமை. எருமை."

கிழவி அதைக்கேட்டுச் சப்தமாகச் சிரித்தாள். பிறகு அவளும் சேர்ந்து "எருமை எருமை" என்று சப்தமிட்டாள்.

□

10
இரவின் சிறுபாடல்

கடைசி பஸ்ஸைத் தவறவிட்டிருந்தான் ரகுபதி.

வேலை தேடிச் சுற்றியலைகிறவன் சரியான நேரத்திற்கு வீட்டிற்குப் போய் என்ன ஆகப்போகிறது என்ற அவனது நினைப்புதான் பேருந்தைத் தவறவிட முக்கியக் காரணம்.

இனி காலை ஐந்தரை மணிக்குத்தான் அவனது கிராமத்திற்குச் செல்லும் பேருந்து வரும். அதுவரை இந்தப் பேருந்து நிலையத்தில் காத்திருக்க வேண்டியதுதான்.

என்ன செய்வது எனத் தெரியவில்லை. நேரத்தைக் கழிக்க வேண்டும். நெருக்கடியான சூழலில் காலம் நீண்டுபோய் விடக்கூடியது. அன்றைக்கும் அப்படித்தான். இப்போதுதான் மணி பத்து பத்து என்று காட்டியது அவனது கைக்கடிகாரம். விடியும் வரை என்ன செய்வது.

பேருந்து நிலையத்தை ஒரு சுற்று சுற்றிவரலாம் என எண்ணி நடந்தான்.

...

அவனது கிராமத்திற்கு ஒரு நாளில் ஆறு முறை டவுன் பஸ் வந்து போனது. அவனது ஊர்தான் கடைசி. வழியில் உள்ள கிராமங்களைச் சுற்றிவந்து அவனது ஊரின் மைதானத்தில் பஸ் நின்றுவிடும். இந்த வசதிகூடப் பத்து

வருஷங்களுக்குள்தான் உருவானது. அதன் முன்பு வரை மாட்டுவண்டி, சைக்கிள் அல்லது நடைதான். வசதியான ஒன்றிரண்டு பேர் பைக் வைத்திருந்தார்கள்.

பேருந்து வந்து போக ஆரம்பித்தபோதும் பேருந்து நிலையம் என்ற ஒன்று அவனது ஊரில் கிடையாது. மைதானத்திலுள்ள கொடிக்கம்பத்தை ஒட்டி பேருந்தை நிறுத்திவிட்டு டிரைவரும் கண்டக்டரும் பெட்டிக்கடையில் போய் உட்கார்ந்து கொள்வார்கள்.

பள்ளி மாணவர்களின் போக்குவரத்திற்காகவும் மருத்துவமனைக்குப் போய் வருகிறவர்களுக்காகவுமே அந்தப் பேருந்து முதன்மையாக இயக்கப்பட்டது. அதுவும் சில நாட்கள் வழியில் ரிப்பேராகி நின்றுவிடுவதுண்டு. இரவு ஒன்பது நாற்பதுக்குக் கடைசி பஸ். அதைத் தவறவிட்டால் காலைவரை காத்திருக்க வேண்டியதுதான்.

ரகுபதிக்கு இப்படி நடப்பது ஒன்றும் புதிய விஷயமில்லை. எத்தனையோ முறை இப்படி பஸ்ஸை தவறவிட்டுக் காத்திருக்கிறான். சில நாட்கள் யாராவது நண்பர்களைத் தேடிப் போய் அவர்கள் வீட்டு மொட்டை மாடியில் உறங்கி எழுந்து காலை ஊருக்குப் போவதுண்டு. இன்றைக்கு யாரையும் தேடிப் போய்ப் பார்த்து உதவி கேட்க மனசில்லாமல் இருந்தது.

பேருந்து நிலையத்தின் புத்தகக் கடையை மூடிக் கொண்டிருந்தார்கள். அந்தக் கடை அவன் நினைவு தெரிந்த நாள் முதலே இருக்கிறது. வார இதழ்கள், நியூஸ் பேப்பர்கள் அங்கே கிடைக்கும். அந்தக் கடையில் இருப்பவர் எப்போதும் சந்தன நிறத்தில்தான் ஜிப்பா அணிந்திருப்பார். காலையில் நெற்றியில் வைத்த திருநீறு இரவிலும் அழியாமல் இருக்கும். மென்மையான குரலில் பேசுவார்.

அந்தக் கடையை ஒட்டி ஒரு காலத்தில் சிறிய கேன்டீன் ஒன்றிருந்தது. அங்கே நல்ல காபி கிடைக்கும். அதை எப்போதோ மூடிவிட்டார்கள். அந்த இடத்தில் இப்போது ஒரு சலூனும், டீக்கடையும் வந்துவிட்டது. அந்தக் கடைகளை இரவு எட்டு மணிக்கெல்லாம் எடுத்து வைத்துவிடுவார்கள். இரவில் யார் சவரம் செய்யப் போகிறார்கள்.

பழைய லாட்டரி சீட்டுக் கடையை ஒட்டிய ஆவின் ஸ்டால் மட்டும் பத்து மணி வரை திறந்திருக்கும். அந்தக் கடையை நெருங்கும்போதே பால்கவிச்சி அடிக்கும். தரையில் பால் சிந்திய பிசுபிசுப்பு மாறாதிருக்கும்.

அந்தக் கடையில் ஒரு தட்டில் பால்கோவா பாக்கெட்டுகளை அடுக்கி வைத்திருப்பார்கள். எப்போதும் ஒரே போல அந்தப் பாக்கெட்டுகள் வைக்கப்பட்டிருக்கும். அதை யாரும் வாங்கிப்போகிறார்களா எனத் தெரியாது.

பேருந்து நிலையத்தின் கிழக்குப் பகுதியில் உடைந்து கிடந்த சுவரோடு உள்ளது மூத்திரப்பிறை. அங்கே பெய்யப்படும் மூத்திரம் தாரை தாரையாக வழிந்து பேருந்து நிலையத்தில் ஓடிக்கொண்டிருக்கும். மூக்கைப் பிடித்துக் கொண்டு கடந்து போவார்களே அன்றி ஒருவரும் புகார் செய்யமாட்டார்கள். சிலர் அவசரமாக நடந்தபடியே மூத்திரம் பெய்வதைக் கண்டிருக்கிறான்.

பேருந்து நிலையத்தினுள் ஒரேயொரு வேப்பமரம் நின்றிருந்தது. எப்படி அந்த வேப்பமரத்தை விட்டு வைத்திருக்கிறார்கள் என்று ரகுபதி யோசித்திருக்கிறான். பெரும்பாலும் கிராமவாசிகள்தான் அந்த மரத்தடியில் உட்கார்ந்திருப்பார்கள். நகரவாசிகளில் ஒருவரும் பேருந்து நிலையத்தின் தரையில் உட்கார்ந்து அவன் கண்டதில்லை. அந்த வேப்பமரம் மூத்திரம் குடித்து வளர்ந்ததால்தானோ என்னவோ அதன் காற்றுகூட நாற்றமடிக்கும்.

வெளியூர் பேருந்துகள் வந்து நிற்பதற்கு மேற்கில் வரிசையாகத் தளம் அமைத்திருந்தார்கள். காலியாக நிற்கும் பேருந்துகளில் ஏறி விளையாடுவது சிறார்களுக்குப் பிடித்தமானது. அவன் சிறுவயதில் அப்படி விளையாடியிருக்கிறான்.

பங்குனித் திருவிழா நாட்களில்தான் அந்தப் பேருந்து நிலையம் புதிய அழகு கொள்ளும். அன்றைக்கு ஆயிரக்கணக்கான மக்கள் திரண்டிருப்பார்கள். பேருந்து நிலையத்தினுள் வண்ண விளக்குகள் அமைத்திருப்பார்கள். பலூன் வியாபாரிகள், கொட்டு அடிப்பவர்கள், அக்னிச் சட்டி ஏந்திய பெண்கள், குரங்காட்டி, பாம்பாட்டி, சவுக்கால் அடித்துக் கொள்பவன் என விசித்திரமான ஆட்கள். விடிய விடிய பொருட்காட்சி பார்த்துவிட்டு வந்து

அலுப்போடும் பேருந்து நிலையத்தில் உறங்கும் குடும்பம் என விநோதக் காட்சியாக இருக்கும்.

•••

இன்றைய இரவில் பேருந்து நிலையம் தன் நீண்டகால அசதியில் தூங்கி வழிவது போலப்பட்டது. மனிதர்களைப் போலவே இடங்களுக்கும் முதுமை ஏற்படவே செய்கிறது. பார்த்துப் பழகிய இடங்களைப் போலச் சலிப்பு தருவது வேறு எதுவுமில்லை. அன்றாடம் பேருந்து நிலையத்திற்கு வந்து போகிறவர்களுக்குப் பேருந்து நிலையத்தின் வாசலில் பூ விற்கும் பெண் கண்ணில் படுவதேயில்லை. அவர்கள் பார்வை முழுவதும் ஏற வேண்டிய பேருந்தின் மீது மட்டுமேயிருக்கும்.

அந்தப் பேருந்து நிலையம் கட்டி ஐம்பது ஆண்டுகளுக்கும் மேலாக இருக்கும் என்றார்கள். பஸ் ஸ்டாண்ட் பிள்ளையார் கோவிலை ஒட்டி சிறிய கல்வெட்டு இருக்கிறது. அதை யார் படிக்கப்போகிறார்கள். இரவில் எல்லாப் பேருந்து நிலையங்களும் ஒன்றுபோலவே இருக்கின்றன. மனிதர்கள் வடியத் துவங்கிவிட்ட பேருந்து நிலையங்களுக்குக் கிழட்டு நோயாளி போன்ற தோற்றம் வந்துவிடுகிறது. ரகுபதி அதை உணர்ந்திருக்கிறான்.

பேருந்து நிலையத்தின் மேற்கில் ஒரு சைக்கிள் மற்றும் பைக் ஸ்டாண்ட் இருந்தது. அது ஒன்றுதான் இரவிலும் இயங்கிக் கொண்டிருக்கும். யாராவது செகண்ட் ஷோ சினிமா விட்டுகூடச் சைக்கிளை எடுக்க வந்து நிற்பார்கள். சிவப்பு நிற பனியன் அணிந்த ஒரு ஆள்தான் எப்போதும் ஸ்டாண்டில் இருக்கிறார். அவரது கழுத்தில் எம்ஜிஆர் படம் போட்ட டாலர் தொங்கிக் கொண்டிருக்கும். சைக்கிளை வரிசையாக அடுக்கி வைப்பதில் அவர் கில்லாடி. ஒரு சைக்கிள்கூட முன்பின்னாக நிற்காது. அத்தனை ஒழுங்காக அடுக்கி வைத்திருப்பார்.

பேருந்து நிலையத்தின் நுழைவாயிலை ஒட்டி வடை, போண்டா, அதிரசம், சமோசா விற்பவர்கள் கடையிருக்கும். அங்கே பகலில் சிறிய அடுப்பில் எப்போதும் வடையோ, பஜ்ஜியோ வெந்து கொண்டிருப்பது வழக்கம். அந்தக் கடைகளில் நல்ல கூட்டமிருக்கும். அதுவும் வெளியேறும் வாசலை ஒட்டிய தள்ளுவண்டிக்கடையில்

எப்போதும் ஆட்கள் நின்று எதையாவது சாப்பிட்டுக் கொண்டிருப்பார்கள். பேருந்து நிலையத்தினுள் விற்கப்படும் உணவு ஏனோ ருசியற்றுப் போய்விடுகிறது. அது பசிக்கான உணவு. அதுவும் அவசரமான பசிக்கானது.

பேருந்து நிலையத்தின் இரண்டு வாசலை ஒட்டியும் இரண்டு சினிமாத் தியேட்டர்கள். யார் இந்த ஏற்பாட்டினை செய்தது எனத் தெரியவில்லை. ஆனால் பெரும்பான்மை ஊர்களில் பேருந்து நிலையத்தின் அருகில்தான் சினிமா தியேட்டர்கள் இருக்கின்றன. புதுப்படம் ஆகும் நாட்களில் பேருந்திலிருந்து இறங்கி அப்படியே தியேட்டரை நோக்கி ஓடுவார்கள்.

சினிமா தியேட்டரின் வடபுறத்தை ஒட்டி இரண்டு பரோட்டாக் கடைகள். ஒரு உரக்கடை, ஒரு மருந்துக்கடை, மாத தவணையில் பொருட்கள் விற்கும் பர்னிச்சர் கடை, அதை ஒட்டி ஒரு எலக்ட்ரிக்கல் கடை, இது போலவே தென்புறத்தை ஒட்டிச் சேவு மிக்சர் விற்கும் மிட்டாய் கடைகள். சைவ உணவகம், இரண்டு பெட்டிக்கடைகள், சைக்கிள் வாடகைக்கு விடும் கடை, வரிசையாகப் பூக்கடைகள், முனியாண்டி விலாஸ் ஹோட்டல். முன்பு அதன் எதிரில் நிறைய ரிக்சாக்கள் இருந்தன. இப்போது ஒரு ரிக்சாகூடக் கிடையாது. ஆட்டோ ஸ்டாண்ட் தியேட்டரை ஒட்டியிருந்தது. பேருந்து நிலையத்தைச் சுற்றிலும் விநோதமான ஒரு வாழ்க்கை நடந்து கொண்டிருக்கிறது. அதில் எத்தனையோ மனிதர்கள். எத்தனையோ விதமான வணிகங்கள்.

பேருந்து நிலையத்தினுள் விசித்திரமான குரல்களைக் கேட்கலாம். குறிப்பாக, அலுமினியத் தட்டில் சமோசா வைத்துக் கொண்டு விற்பவனின் குரலைப் போன்ற ஒன்றை வேறு எங்கும் இதுவரை கேட்டதேயில்லை. இது போலவே பூ விற்கும் சிறுமியின் குரல். அது ஒரு வேண்டுதல் போலவே ஒலிக்கும். கண்தெரியாத பிச்சைக்காரன் பாடும் பாடல், கண்டக்டர்களின் அழைப்பொலி என விசித்திரமான குரல்கள்.

சிலநாட்கள் பேருந்து நிலையத்திற்குள் யானையை அழைத்துக் கொண்டு வந்துவிடுவார்கள். யானை பேருந்தினுள் தும்பிக்கையை நுழைத்துக் காசு கேட்கும்.

யானை நுழைந்தவுடன் பேருந்து நிலையத்தின் இயல்பு மாறிவிடுகிறது. யானை பேருந்தின் டிரைவர்களை ஆசிர்வாதம் செய்யும். பிள்ளையார் கோவிலில் யானைக்கு வாழைப்பழம் கொடுப்பார்கள். சில நேரம் யானைப்பாகன் ஆவின் கடையில் ஓசியில் தரப்படும் பாலை சூடு ஆற்றி மெதுவாகக் குடிப்பான். அதுவரை யானை பேருந்து நிலையத்தை வேடிக்கை பார்த்தபடியே நின்றிருக்கும்.

இந்த இரவில் ரகுபதி அந்த யானையை நினைத்துக் கொண்டான். அந்த நகரில் ஒரேயொரு யானை மட்டுமே இருந்தது. அதுவும் கோவில் யானை. மனிதர்களைப் போலத் தன் தனிமையைப் பற்றி யானை நினைக்குமா என்ன?

பேருந்து நிலையத்தினை ஒட்டியிருந்த பிள்ளையார் புழுதியும், தூசியும் அப்பியிருந்தார். அதிகாலை நகரப் பேருந்துகள் கிளம்பும் முன்பு அந்தப் பிள்ளையாரைத்தான் கண்டக்டர்கள், டிரைவர்கள் வணங்குகிறார்கள். பேருந்து நிலையத்தில் காணப்படும் குப்பைகளைத் தினமும் அள்ளிக் கொண்டுபோவதில்லை. சுத்தமான பேருந்து நிலையம் என ஒன்றை அவன் தன் வாழ்நாளில் கண்டதில்லை.

பேருந்து நிலையத்திற்கென்ற சில நாய்கள் இருக்கின்றன. அவை இரவிலும் வெளியேறிப் போவதில்லை. அவை பேருந்தின் டயர்களுக்கு நடுவே உலவுவதுண்டு. பேருந்து நிழலில் உறங்குவதும் உண்டு.

கடைகள் அடைத்து சாத்திவிட்ட பேருந்து நிலையத்தில் பார்ப்பதற்கு என்ன இருக்கிறது என ரகுபதிக்கு எரிச்சலாக வந்தது.

•••

பரோட்டா கடையின் வாசலில் உள்ள பெஞ்சில் இருவர் உட்கார்ந்து சாப்பிட்டுக் கொண்டிருந்தார்கள். பேசாமல் செகண்ட் ஷோ சினிமாவிற்குப் போய்விடலாம் என்று தோன்றியது. இரண்டு தியேட்டரில் ஓடும் படங்களும் அவன் பார்த்ததுதான். ஆனால் நேரத்தைக் கொல்வதற்காக ஏதாவது ஒரு படத்திற்குப் போய்த்தான் ஆக வேண்டும்.

இரவுக்காட்சி பத்தரை மணிக்குத் துவங்குவார்கள் என்றாலும் பதினொரு மணிவரை டிக்கெட் கொடுப்பார்கள்.

அவன் தியேட்டருக்குள் போனபோது படம் துவங்கியிருந்தது. இருட்டிற்குள்ளாக ஒரு இருக்கையைத் தேடி அமர்ந்தான். தியேட்டரில் கூட்டமேயில்லை. பேசாமல் கண்களை மூடிக்கொண்டு தூங்கிவிடலாமா என்று யோசித்தான். அப்படி முயன்றபோது படம் ஓடும் சப்தம் தொந்தரவாக இருந்தது.

சரி, படத்தைப் பார்க்கலாம் எனக் கொஞ்ச நேரம் படம் பார்த்தான். படத்தோடு ஒட்டவே முடியவில்லை. எழுந்து திறந்து கிடந்த கதவைத் தாண்டி வெளிக்காற்றை நுகர்ந்தபடியே நின்றிருந்தான். அவன் சிகரெட் புகைக்க நிற்கிறான் என்பது போல ஒருவர் அருகில் வந்து அவனிடம் தீப்பெட்டி கேட்டார். அவன் தன்னிடமில்லை என்றான். அவர் தீப்பெட்டி கேட்பதற்காக வாட்ச்மேனைத் தேடி நடந்தார்.

என்ன செய்தாலும் நேரம் போகவேயில்லை. இடைவேளையின்போது தெரிந்த முகம் ஏதாவது தென்படுகிறதா என்று பார்த்தான். ஒருவருமில்லை. அப்படியே வெளியே போய்விடலாமா என்று நினைத்தான். பேருந்து நிலையத்தில் காத்திருப்பதை விடவும் இது மோசமான விஷயமில்லை என்று தோன்றியது. படம் போட்டபிறகு மெதுவாக உள்ளே நடந்து போனான்.

செகண்ட் ஷோ விட்டு வெளியே வந்தபோது. பரோட்டா கடைகளும் மூடியிருந்தன. பேருந்து நிலையத்தினை ஒட்டிய சாலையில் நடமாட்டமேயில்லை.

விட்டுவிட்டு மினுக்கும் டியூப் லைட் வெளிச்சத்தில் பேருந்து நிலையம் ஒடுங்கியிருந்தது. அவனைப் போலப் பேருந்தைத் தவறவிட்ட சிலர் மட்டுமே தென்பட்டார்கள். பேருந்து நிலையத்தின் இருட்டும்கூடக் கலங்கியே இருந்தது. தூக்கம் அப்பிய முகத்துடன் ஒருவர் சிமெண்ட் பெஞ்சில் அமர்ந்திருந்தார். அவரது அருகில் துணிப்பை ஒன்று காணப்பட்டது.

எங்கோ கோவிலுக்குப் போய்விட்டுத் திரும்பிய ஒரு குடும்பம் சேலையை விரித்துப் படுத்திருந்தது. சந்தனம் உலர்ந்த மொட்டைத் தலையுடன் ஒரு ஆள் உறங்கிக் கொண்டிருப்பதை வியப்பாகக் கண்டான் ரகுபதி.

இரண்டு போலீஸ்காரர்கள் கையில் டார்ச் லைட்டுடன் சைக்கிளை உருட்டிக் கொண்டு பேருந்து நிலையத்தினுள் வந்தார்கள். அங்கே இருந்தவர்களை ஒவ்வொருவராக அழைத்து விசாரித்தார்கள். ரகுபதி தனது சினிமா டிக்கெட்டினைக் காட்டினான். வேறு எதையும் அவர்கள் கேட்டுக் கொள்ளவில்லை.

பேருந்து நிலையத்தில் வசிக்கும் பிச்சைக்காரன் ஆவின் பூத்தை ஒட்டிய குழாயடியில் குளித்துக் கொண்டிருந்தான். தண்ணீர் ஓடும் சப்தம் தெளிவாகக் கேட்டது.

ரகுபதி காலியாகக் கிடந்த ஒரு பெஞ்சில் போய் உட்கார்ந்து கொண்டான். அப்போது மணிக்கூண்டினை ஒட்டி ஒரு குடும்பம் நியூஸ் பேப்பரைத் தரையில் விரித்துப் படுத்துக்கிடப்பதைக் கண்டான். அதுவும் ஒரு பெண்ணின் கொலுசு கண்ணில்படவே கூர்ந்து கவனித்தான். இளம்பச்சை நிற சேலை கட்டிய பெண் சுருண்டு உறங்கிக் கொண்டிருந்தாள். அருகில் அவளது கணவன் காலை அகலமாக விரித்துத் தன்னை மறந்து உறங்கியிருந்தான். அவனை ஒட்டி ஆறு வயதுப் பையன். நடுவில் இரண்டு கட்டைப் பைகள். ஒரு லெதர்பேக். அந்தப் பெண்ணின் சேலை விலகி அவளது கெண்டைக்கால் சதையும் அணிந்திருந்த கொலுசும் தெரிந்தன. எங்கோ நீண்ட தூரம் பயணம் போய்விட்டு வருகிறவர்களா? இருக்கக் கூடும். அதனால்தான் இப்படி ஆழ்ந்து தூங்குகிறார்கள்.

உறங்கும் பெண்ணை அவதானிப்பது சந்தோஷம் அளிப்பதாக இருந்தது. அதிகாலை நேரத்தில் பேருந்து நிலையத்தினுள் ஈரத்தலையுடன் நெற்றியில் சந்தனம் துலங்க வரும் இளம்பெண்களைக் கண்டிருக்கிறான். அவர்கள் முகத்தைப் பார்த்தால்போதும், அந்த நாளே மகிழ்ச்சியுடையதாக இருக்கும். அந்தப் பெண் தூக்கத்திலே தன்னை உணர்ந்தவள் போலக் கால்களில் விலகிய புடவையைச் சரிசெய்து கொண்டாள். ரகுபதி தலையை வேறு பக்கம் திருப்புவது போல நடித்தான்.

பேருந்து நிலையத்திலிருந்து வானத்தைப் பார்ப்பது அன்றுதான் முதன்முறை. பேருந்து நிலையத்திற்குள்ளும் வானம் தெரியுமா என வியப்போடு பார்த்துக் கொண்டிருந்தான். அவனைப் போலவே வழி தவறிப்போன

ஐந்து வருட மௌனம் ௭ 139

ஒற்றை நட்சத்திரம் தனியே மினுங்கிக் கொண்டிருந்தது. கலங்கிய மேகங்களுக்குள் நிலவு மறைந்திருந்தது.

கையிலிருந்த கடிகாரத்தில் மணியைப் பார்த்தான். இரண்டு நாற்பது. இன்னும் விடிவதற்கு நேரமிருக்கிறது. என்ன செய்வது. எப்படி நேரத்தைக் கடத்துவது என்று புரியவில்லை. தூக்கம் அவனையும் அழுத்த ஆரம்பித்தது. சைக்கிளில் டீக் கொண்டு வருகிறன் தென்படுகிறானா எனப் பார்க்க வெளிவாசல் வரை நடந்து வந்தான். தெருவிளக்கும் அணைந்து போய்ச் சாலை தெரியாத இருட்டு.

அவன் திரும்பி வந்தபோது அந்தப் பெண் உறக்கம் கலைந்தவள் போல எழுந்து உட்கார்ந்திருந்தாள். பெஞ்சில் அமர்ந்தபோது அவளது முகம் தெளிவாகத் தெரிந்தது. வெண்கலச் சிற்பம் போன்ற உடல். இருபத்தைந்து வயதிற்குள் தானிருக்கும். வட்டமான முகம். காதில் சிறிய கம்மல். கையில் கண்ணாடி வளையல்கள். தூக்கம் கலையாத முகம் என்றாலும் தனி வசீகரமிருந்தது. தான் அவளைப் பார்க்கிறோம் என்பதை அறிந்துகொண்டவளைப் போல அவள் புடவையைச் சரிசெய்து கொண்டாள். மறுபடியும் படுத்துக் கொண்டுவிடுவாள் என்று ரகுபதிக்கு தோன்றியது. ஆனால் அவள் அவனையே பார்த்துக் கொண்டிருந்தாள். ரகுபதி மெலிதாகச் சிரித்தான். அவள் அதைக் கண்டுகொண்டவளாகத் தெரியவில்லை.

சைக்கிளில் டீ கொண்டுவருகிறவன் பேருந்து நிலையத்தினுள் வரும் சப்தம் கேட்டது. அவன் ரகுபதி அருகே சைக்கிளை நிறுத்தி டீ வேண்டுமா எனக்கேட்டான். ரகுபதி தலையசைக்கவே அவன் டீயை கேனிலிருந்து பிடித்துக் கொடுத்தான்.

அந்தப் பெண் டீக்குடிக்க விரும்புகிறவள் போல அங்கிருந்தபடியே "டீ எவ்வளவு?" என்று கேட்டாள்.

எட்டு ரூபாய் என்றான் டீ விற்பவன். அவள் துணிப்பைக்குள் காசைத் துழாவினாள். கணவனின் பேண்ட் பாக்கெட்டில் அவன் பர்ஸ் இருப்பதை அறிந்தவளாக அதை எப்படி எடுப்பது எனப் புரியாமல் அமர்ந்திருந்தாள். அவளுக்கு டீ குடிக்க வேண்டும் போலிருந்தது. வேறு எங்காவது காசு இருக்கிறதா எனப் பார்க்க அவள் உறங்கும் பையன் டவுசர் பையில்கூடத் தேடினாள்.

ரகுபதி சப்தமாகக் கேட்டான்:

"டீ வேணுங்களா?"

அவள் வேண்டும் என்று தலையாட்டினாள்.

டீ விற்பவன் அவளுக்கும் ஒரு டீ கொண்டு போய்க் கொடுத்தான். ரகுபதி இரண்டு டீக்குமான காசை அவனிடம் கொடுத்தான்.

அவள் டீயைக் கையில் வாங்கிக் கொண்டு ஊதி ஊதி குடித்தாள்.

டீ விற்பவன் சைக்கிளை உருட்டிக் கொண்டு வெளியேறிப் போனான். டீக்கோப்பையின் கடைசிச் சொட்டுவரை ரகுபதி குடித்தான். அவளும் டீயை ரசித்துக் குடித்தபடியே இருப்பதைக் கண்டான்.

பிறகு அவள் டீ குடித்த காலி பேப்பர் கப்பை நசுக்கி வீசி எறிந்தாள். அவளைப் போலவே ரகுபதியும் செய்தான். இனி தூக்கம் வராது என்பவள் போல அவள் எழுந்து சோம்பல் முறித்துக் கொண்டாள்.

அவளிடம் ஏதாவது பேசலாமா. என்ன பேசுவது எனப் புரியாமல் அவளையே பார்த்துக் கொண்டிருந்தான். அவள் மறுபடியும் தன் கணவன் படுத்திருந்த இடத்தருகே வந்து உட்கார்ந்து கொண்டாள்.

"எந்த ஊருக்கு போகணும்" என்று ரகுபதி சப்தமாகக் கேட்டான்.

அவள் பதில் சொல்லவில்லை. மாறாகச் சிரிப்பது கேட்டது.

எதற்காகச் சிரிக்கிறாள். தன்னைக் கேலி செய்கிறாளா. ரகுபதி அவளையே பார்த்துக் கொண்டிருந்தான். அவள் விரல்களை மடக்கி ஏதோ விளையாடிக் கொண்டிருந்தாள். பிறகு மெல்லிய குரலில் 'கண்ணன் வருவான் கதை சொல்லுவான்' என்ற பாடலை அவள் முணுமுணுக்கத் துவங்கினாள். அந்தப் பாடலை எத்தனையோ முறை ரேடியோவில் கேட்டிருக்கிறான். ஆனால் இந்த இரவில் அவள் பாடும்போது பாடலின் வழியே பிரகாசமான வெளிச்சம் ஒளிர்வதாக உணர்ந்தான். பாடலின் நாலைந்து

அடிகள் பாடியிருப்பாள். பிறகு பாட்டைத் தனக்குள்ளாகவே அடக்கிக் கொண்டு அவள் படுத்துக் கொண்டாள்.

என்ன விளையாட்டு இது. இந்தப் பாடல் தனக்கானது தானா. ஏன் இந்த இரவில் இந்தப் பாடலைப் பாடினாள். எழுந்து அவள் அருகில் போனால் என்னவென்று தோன்றியது. ஆனால் தைரியம் வரவில்லை. அவள் தன் கால்களை அசைத்துக் கொண்டிருந்தாள். ஒருவேளை மனதிற்குள் மீதப்பாடலைப் பாடிக் கொண்டிருக்கிறாளோ என்னவோ.

அவளின் நாடகத்தை ரசித்தபடியே ரகுபதி அமர்ந்திருந்தான். ரோந்து சுற்றும் போலீஸார் திரும்பவும் வந்தார்கள். தொலைவில் அவர்களைக் கண்டதும் சிமெண்ட் பெஞ்சில் ரகுபதி படுத்துக் கொண்டான். அவர்கள் யாரையும் விசாரிக்கவில்லை. வீடு திரும்பும் சோர்வில் நடந்து கொண்டிருந்தார்கள்.

அவர்கள் போனபிறகு அந்தப் பெண்ணைக் காணுவதற்காக எழுந்து உட்கார்ந்து கொண்டான். அவள் வேண்டுமென்றே தன் முகம் தெரியாமல் சேலையால் மூடிக் கொண்டாள். தனக்கும் அவளுக்குமான ஒரு அடி இடைவெளி ஏதோ கடக்க முடியாத தூரம் போல உணரச் செய்தது.

அவள் நடிக்கிறாள். உறங்குவது போல நடிக்கிறாள். இது ஒரு விளையாட்டு. தன்னிடமிருந்து தப்பிக்கும் விளையாட்டு. தன்மீது கோபம் கொண்டிருந்தால் இப்படி நடந்துகொள்ள மாட்டாள். அவன் பார்வையிலிருந்து தன்னை மறைத்துக் கொள்ள ஆசைப்பட்டவள் போல ஒரு பையை எடுத்து முன்னால் வைத்துக் கொண்டாள். இப்போது அவள் முகம் தெரியவில்லை.

திடீரென நேரம் வேகமாக ஓடிவிட்டது போலிருந்தது. பால்கொண்டுவருகிற ஆளின் மணிச்சப்தமும் அதைத் தொடர்ந்து முதல்பேருந்தின் வெளிச்சமும் பேருந்து நிலையத்தை விழிக்க வைத்தது. அந்தப் பெண்ணின் கணவன் எழுந்து தண்ணீர் பாட்டிலில் இருந்த தண்ணீரைக் கையில் ஊற்றி முகம் கழுவிக் கொண்டிருந்தான். அந்தப் பெண் பையிலிருந்து துண்டு ஒன்றை எடுத்து அவனிடம்

கொடுத்தாள். ஒன்றின் பின் ஒன்றாகப் பேருந்துகள் வரத் துவங்கியிருந்தன. அந்த வெளிச்சம் பேருந்து நிலையத்தைத் துயில் எழுப்பிக் கொண்டிருந்தது.

அந்தக் கணவனும் குழந்தையும் அந்தப் பெண்ணும் தங்கள் பொருட்களை எடுத்துக் கொண்டு ஒரு பேருந்தை நோக்கிப் போவதைக் கண்டான். தானும் அந்தப் பேருந்தில் ஏறி அவர்கள் போகிற ஊருக்கே போய்வரலாமா என்று தோன்றியது. ஆனால் அவன் அசைவற்று அவர்கள் போவதைப் பார்த்துக் கொண்டிருந்தான்.

காலியாக இருந்த பேருந்தில் அவர்கள் ஏறி அமர்ந்து கொண்டார்கள். அந்தப் பெண் அவனைப் பார்ப்பது போலவே அமர்ந்திருந்தாள். அவள் தன்னிடம் ஏதோ சொல்கிறாள். மௌனமான உரையாடலது. பேருந்து கிளம்பும்போது அவள் திரும்பிப் பார்ப்பாள் என்று தோன்றியது. ஆனால் அவள் திரும்பவில்லை. பேருந்து வெளிவாசலைத் தாண்டிப் போனபிறகு ரகுபதி எழுந்து கொண்டான். தூக்கமில்லாத அலுப்பும் கசகசப்பும் எப்போது தன் ஊருக்குப் போகும் பேருந்து வரும் என எரிச்சலை ஏற்படுத்தியது.

அவனது ஊருக்குச் செல்லும் பேருந்து வந்து அதில் ஏறிக் கொண்டபோது பேருந்து நிலையம் உயிர்பெறத் துவங்கியிருந்தது. யாரும் காணாமல் இரவில் பூக்கும் சில மலர்கள் இருப்பதாக அவன் கேள்விப்பட்டிருக்கிறான். அப்படியான ஒரு பூ தான் இந்த இரவில் மலர்ந்ததோ என நினைத்தபடியே கண்களை மூடிக் கொண்டான். நினைவில் அந்தப் பெண் பாடிய பாடல் மெதுவாகக் கேட்கத் துவங்கியது.

□

11
சித்ரலேகாவின் வகுப்பறைகள்

அன்றோடு இருபத்தைந்து வருஷம் துவங்கியிருந்தது.

சித்ரலேகா டீச்சராக வேலைக்குச் சேர்ந்து இருபத்தைந்து வருஷங்களாகி விட்டது. இந்த நாளை எப்படிக் கொண்டாடுவது என்று தெரியவில்லை.

புதுச் சேலையை எடுத்துக் கட்டிக் கொண்டு கண்ணாடியில் பார்த்துக் கொண்டாள். அவளது கணவருக்கோ, பிள்ளைகளுக்கோ அந்த நாள் முக்கியமானதில்லை. யாரும் நினைவில் வைத்துக் கொள்ளவில்லை. ஆனால் அவளால் அந்த நாளை எப்படி மறக்க முடியும்?

வேலைக்கு ஆர்டர் வாங்கிக் கொண்டு முதல்நாள் சென்றபோதும் இப்படிப் புதுப் புடவையைத்தான் கட்டிக் கொண்டாள். வேலை கிடைத்தால் கட்டிக் கொள்ள வேண்டும் என்பதற்காகவே மாம்பழக்கலர் சேலை ஒன்றை வாங்கி வைத்திருந்தாள்.

இன்று அதே நிறத்தில் புதுச் சேலையை உடுத்தியிருந்தாள். காலம் மாறினால் விருப்பம் மாறிவிடுகிறதா என்ன.

அன்றைக்குத் தலையில் இப்படி நரைமயிர் தோன்றியிருக்கவில்லை. முகமும் உடலும் அவ்வளவு பொலிவாக இருந்தது. ஆனால் இப்போது முகம் விரிந்து போயிருக்கிறது. புருவங்கள் தடித்துக் கண்களின் அடியில்

தொங்கு சதை பெரியதாகிவிட்டது. அதிலும் கண்ணாடி அணிந்த பிறகு அவள் முகத்தை அவளுக்கே பிடிக்கவில்லை.

பழைய புகைப்படங்களை எடுத்துப் பார்க்கும்போது அதில் எவ்வளவு ஒல்லியாக இருந்திருக்கிறோம் என்று ஆதங்கப்பட்டுக் கொள்வாள். இந்த மாற்றங்களைத் தவிர மனது பெரியதாக மாறிவிடவில்லை.

கல்லூரியில் படிக்கப் போவதற்கு முன்பாகவே அவள் டீச்சராகத்தான் வேலைக்குப் போக வேண்டும் என்பதில் உறுதியாக இருந்தாள். அவளது சித்தி சித்தப்பா இருவரும் டீச்சர்கள். அவர்கள் பிள்ளைகளும் டீச்சர்கள். ஆகவே தானும் பிஎட் படித்து டீச்சராக வேண்டும் என்றுதான் ஆசை கொண்டிருந்தாள்.

இதற்காகவே பிஎட் படிக்க சேலம் சென்று விடுதியில் தங்கிப் படித்துவந்தாள். சி.கே.எம். பள்ளியில் ஆசிரியராக வேலை கிடைத்து அவள் சேர்ந்தபோது வீட்டிலிருந்து பள்ளிக்கூடம் போய்வருவதற்காக சைக்கிள் வாங்கிக் கொண்டாள். ஆனால் திருமணத்திற்குப் பிறகு அவள் சைக்கிளில் பள்ளிக்குப் போகவில்லை. அவளது கணவரே பைக்கில் கொண்டுபோய் விட்டு வந்தார். நான்கு ஆண்டுகளுக்கு முன்பாகப் புது ஸ்கூட்டி ஒன்று வாங்கிக் கொண்டாள். அதில்தான் இப்போது பள்ளிக்குப் போய் வருகிறாள்.

நேற்றுதான் டிரைனிங் முடித்து வேலைக்கு ஆர்டர் வாங்கியது போலிருக்கிறது. காலம் கரைந்தோடி விட்டது. வேலைக்குச் சேர்ந்த நாட்களில் சித்ரலேகாவிற்குள் இருந்த தயக்கம் பயம் கவலை எதுவும் இப்போதில்லை. பள்ளிக்கூடம் இல்லாத நாட்கள்தான் வெறுமையாக இருந்தன. கற்றுக் கொடுப்பது எவ்வளவு ஆனந்தமானது என்பதை அவள் நன்றாக உணர்ந்திருந்தாள்.

சிகேஎம் பள்ளியை தாமோதர முதலியார் அறக்கட்டளை நடத்தி வந்தது. அது இருபாலர் பள்ளி. தமிழ்வழிக் கல்வி பயிற்றுவித்தார்கள். பத்தாம் வகுப்பு வரையிருந்தது. ஐநூறு மாணவர்களுக்கும் மேலாகப் படித்தார்கள். பெரும்பாலும் சுற்றியிலுள்ள கிராமப்புறத்திலிருந்து வந்து படிக்கும் பிள்ளைகள். மற்ற பள்ளிகளைப் போல இங்கே அதிகக் கட்டணம் கிடையாது. ரிசல்ட் சதவீதமும் அதிகம்.

அவள் வேலைக்கு வந்து சேர்ந்தபோது இரண்டே கட்டிடங்கள்தான் இருந்தன. விளையாட்டு மைதானமும் சிறியது. தற்போது புதிதாக நான்கு கட்டிடங்கள் உருவாகியிருக்கின்றன. மைதானத்தையும் பெரிது பண்ணி சுற்றுச்சுவர் எழுப்பியிருக்கிறார்கள். சைக்கிள் நிறுத்துமிடம், பிரேயர் ஹால் எல்லாமும் புதியதாகக் கட்டியதே. அமெரிக்காவில் வசிக்கும் ஒருவர் கொடுத்த கொடையால் கம்ப்யூட்டர் பிளாக் புதிதாகக் கட்டப்பட்டிருக்கிறது.

அவளுடன் வேலைக்கு வந்து சேர்ந்த டீச்சர்களில் இரண்டு பேர் மட்டுமே அங்கே பணியாற்றுகிறார்கள். மற்றவர்கள் அரசு வேலை கிடைத்துப் போய்விட்டார்கள். சிலர் அதிகச் சம்பளம் கிடைக்கிறது என ஆங்கிலப் பள்ளிகளுக்குச் சென்றுவிட்டார்கள். ஆனால் சித்ரலேகாவிற்கு அந்தப் பள்ளியைப் பிடித்துப் போய்விட்டது.

வழக்கமாகக் காலை எட்டு முப்பதிற்குத்தான் அவள் பள்ளிக்குச் செல்வாள். இன்று ஏனோ எட்டுமணிக்கே போய்விடலாம் என்று தோன்றியது.

ஒருமுறை அவளைத் தலைமை ஆசிரியர் பொறுப்பிற்குக் கூடச் சிபாரிசு செய்தார்கள். அவள்தான் அந்த வேலையை ஏற்க முடியாது என்று பள்ளி நிர்வாகியிடம் மறுத்துவிட்டாள். அதில் அவள் கணவருக்குக்கூடக் கோபம். தலைமை ஆசிரியராக வேலை செய்ய ஆரம்பித்துவிட்டால் வகுப்பு எடுக்க முடியாது. நிர்வாக வேலைகளைக் கவனிக்கவே நேரம் போதாது. அந்தப் பணி உயர்வு தனக்கு வேண்டாம் என்று சித்ரலேகா உறுதியாக இருந்தாள்.

அவளது பள்ளியில்தான் அவள் மகள் ரோஷினியும் படித்தாள். அவளுக்கு வகுப்பு எடுக்கும்போது சித்ரலேகாவிற்கு என்னவோ போலிருந்தது. ஒருபோதும் மகளின் கண்களை ஏறிட்டுப் பார்க்க மாட்டாள். வகுப்பறையில் மகளிடம் பேச மாட்டாள். அவளது பரீட்சைப் பேப்பரைத் திருத்தும்போதுகூடக் கூச்சமாகவே இருக்கும். தாயாக நடந்து கொள்வதா அல்லது கண்டிப்பான ஆசிரியராகப் பேப்பரைத் திருத்த வேண்டுமா என்று தடுமாறுவாள். சில நேரம் அவள் பரீட்சை பேப்பரில் செய்துள்ள தவறுகளைத் திருத்த கைகள் துடிக்கும். ஆனால்

திருத்த மாட்டாள். உரிய மதிப்பெண்ணை மட்டுமே வழங்குவாள்.

தன் மகள் ஏன் படிப்பில் ஆர்வம் காட்டவேயில்லை. ஒரு வகுப்பில்கூட முதல்மாணவியாக வரவில்லையே என்ற ஆதங்கம் அவளுக்குள் இருந்தது.

சராசரியான மதிப்பெண் எடுத்து பொறியியல் கல்லூரி ஒன்றில் பணம் கொடுத்துச் சீட் வாங்கிப் படித்து இப்போது சென்னையில் வேலை செய்யத் துவங்கிவிட்ட மகளை இந்தக் காலையில் நினைத்துக் கொண்டாள். மகன் அரவிந்த் தற்போது கல்லூரியில் படித்துக் கொண்டிருந்தான். அவனை மெட்ரிக்குலேஷன் பள்ளியில்தான் படிக்க வைத்தார்கள். அது கணவரின் விருப்பம். அவள் அதைத் தடுக்கவில்லை.

தன் வாழ்வின் அதிகபட்ச மணித்துளிகளை வகுப்பறைக்குள்தான் செலவழித்திருக்கிறோம் என்று அடிக்கடி நினைத்துக் கொள்வாள்.

படிக்கும் நாட்களிலும் சரி வேலை செய்யும்போதும் சரி வகுப்பறை என்பது அவளுக்குப் பிடித்தமான உலகம். ஆசிரியரின் செல்லப்பிள்ளையாகவே அவள் படித்தாள். வகுப்பில் சிலரின் பெயரைச் சொல்லி டீச்சர் பாராட்டும்போது கிடைக்கும் சந்தோஷம் அலாதியானது. அப்படி அவள் பெயரை டீச்சர்கள் சொல்லிப் பாராட்டும்போது தரையில் கால்கள் நிற்காது. வானில் பறப்பது போலிருக்கும்.

அவள் டீச்சரான பிறகு மாணவிகளுக்குக் காய்ச்சல் என்றால் தொட்டுப்பார்ப்பாள். அவர்களின் தலையைத் தடவிவிடுவாள். தண்ணீர் கொடுப்பாள். சில நேரம் மாணவிகளைத் தானே ஸ்கூட்டில் அழைத்துக் கொண்டு போய் வீட்டில் விட்டு வருவதும் உண்டு.

பள்ளிக்கூடத்தில் அவளது பிரச்சனை மாணவர்கள் அல்ல, உடன் வேலை செய்யும் ஆசிரியர்கள். அவர்கள் ஏன் இப்படிப் பொறாமையோடும் ஆத்திரத்தோடும் நடந்து கொள்கிறார்கள், வாய்க் கூசாமல் பொய் சொல்லுகிறார்கள், வம்பு பேசுகிறார்கள் என்று கவலையாக இருக்கும். இதற்காகவே அவள் யாருடனும் பழகமாட்டாள்.

ஸ்டாப் ரூமிற்குள் போவது என்றாலே அச்சமாக இருக்கும். இதற்காகவே அவள் ஸ்டாப் ரூமில் அவளது நாற்காலியை ஜன்னலை ஒட்டிப் போட்டிருந்தாள்.

அவளுக்கு ஏதாவது சிறு உதவி தேவை என்றால்கூட ஹெச்எம்மிடம் போய்த்தான் கேட்பாள். அவர் ரொம்பவும் தன்மையான மனிதர். அவளுக்கு நிறைய உதவிகள் செய்திருக்கிறார்.

அந்தப் பள்ளியில் கணித ஆசிரியராக வேலை செய்த பிரான்சிஸ் மற்றும் விளையாட்டு ஆசிரியராக வேலை செய்த சரவணன் இருவரும் நெருக்கமான நண்பர்கள். ஒன்றாகத்தான் சாப்பிடுவார்கள். தோளில் கைபோட்டுப் பேசிக் கொண்டிருப்பார்கள். அவர்கள் இருந்தவரை சில நேரம் அவர்களுடன் பேசுவாள். வீட்டில் ஏதாவது செய்து எடுத்து வந்தால் அவர்களுக்கும் சாப்பிடக் கொடுப்பாள். ஆனால் அவர்களும் வம்புப் பேச்சிற்கு உள்ளாகி பள்ளியை விட்டுப் போய்விட்டார்கள்.

வேலையை விட்டுப் போகும்போது பிரான்சிஸ் அவளிடம் சொன்னார்:

“டீச்சர் உங்களை என் சிஸ்டர் மாதிரி நினைச்சி சொல்றேன். நல்ல ஸ்கூலா பாத்துப் போயிடுங்க. இங்கே மனுசன் வேலை செய்ய முடியாது.”

அவளுக்கு அந்த ஸ்கூலை விட்டுப் போக விருப்பமில்லை. எங்கே போனாலும் இதே பொறாமையும் வம்புப் பேச்சும் புறணியும் போய்விடாதுதானே.

•••

அவள் பள்ளிக்குள் ஸ்கூட்டியில் நுழைந்தபோது எதிர்ப்பட்ட மாணவர்கள் குட்மார்னிங் சொன்னார்கள். அந்த வணக்கம் அவளைச் சந்தோஷப்படுத்தியது. அவள் மரத்தடியை ஒட்டி தனது ஸ்கூட்டியை நிறுத்திவிட்டு ஸ்டாப் ரூமிற்குள் சென்றாள்.

வேலைக்குச் சேர்ந்து இருபத்தைந்து வருஷமாகி விட்டதை யாரிடமாவது சொல்லலாமா என்று நினைத்தாள். பிறகு ஏன் சொல்ல வேண்டும் என்று நினைத்து தனது டிபன் பாக்ஸையும் நோட்டுப் புத்தகங்களையும் தனது மேஜை

மீது வைத்தபடியே வெளியே விளையாடிக் கொண்டிருக்கும் மாணவர்களைப் பார்த்துக் கொண்டிருந்தாள்.

இந்த உற்சாகம் நிகரற்றது. எவ்வளவு ஆனந்தமாக விளையாடுகிறார்கள். துள்ளித் திரிகிறார்கள். காலம் விரைவில் இவற்றை அவர்களிடமிருந்து பறித்துக் கொள்ளப்போகிறது. அதைப் பற்றி யார் கவலைப்படப் போகிறார்கள்.

சித்ரலேகா அன்றைக்கு என்ன பாடம் எடுக்க வேண்டும். வகுப்பறையில் என்ன பேச வேண்டும் என்பதைப் பற்றியெல்லாம் வீட்டிலே திட்டமிட்டுக் கொள்வாள்.

தமிழ்ப் பாடத்தில் இடம்பெற்றுள்ள கவிதைகளை வெறும் மனப்பாடம் செய்யாமல் மனதில் ஆழமாகப் பதியும்படி பாட வேண்டும் என்று நினைப்பாள். இதற்காக வகுப்பறையில் அவள் பாடுவதும் உண்டு. ஆனால் அதையும் ஒரு முறை புகார் செய்திருந்தார்கள். மரகதவள்ளி டீச்சர்தான் புகார் செய்தவள். அவள் வகுப்பிற்கு இடையூறாக இருக்கிறது என்று சொன்னாள்.

மரகதவள்ளி டீச்சர் வகுப்பறைக்கு வந்தாலே தலைவலி தைல வாசனை வரும். எந்நேரமும் தலைவலி என்று தைலம் தடவிக் கொண்டிருப்பவள். அவளுக்குச் சித்ரலேகா பாடியது பிடிக்கவில்லை. ஹெச்.எம் அதன் பிறகு வகுப்பறையில் பாடக்கூடாது என்று உத்தரவிட்டார்.

சில நேரம் அவள் பாடம் நடத்தி முடித்தபிறகு மாணவர்களுடன் பொதுவான விஷயங்களைப் பற்றிப் பேசிக் கொண்டிருப்பாள். சொந்த வாழ்வின் கஷ்டங்களைக்கூட மாணவர்கள் சொல்வதுண்டு.

ஒருமுறை மாணவி ஒருத்தியின் வீட்டுக்கஷ்டத்திற்காக ஐநூறு ரூபாய் பணம் கொடுத்து உதவினாள். அந்த மாணவியின் அம்மா சில நாட்களுக்குப் பிறகு மார்க்கெட்டில் அவளைச் சந்தித்துக் கைகூப்பி நன்றி சொன்னாள். அடுத்த சில வாரங்களுக்குப் பிறகு அந்த மாணவிதான் கடன் வாங்கிய ஐநூறு ரூபாயைத் திருப்பிக் கொடுத்தாள்.

அதைக் கவனித்துவிட்ட ஒரு டீச்சர் மாணவிகளிடம் அவள் பணம் பறிக்கிறாள் என்று ஒரு புகாரைச் சுமத்தினாள். இதற்கு விசாரணை எல்லாம் நடந்தது. அந்த மாணவியை

மட்டுமின்றி அவள் அம்மாவையும் அழைத்து விசாரணை செய்தார்கள். முடிவில் இது போல மாணவர்களுக்கு டீச்சர் கடன் கொடுத்து உதவி செய்யக்கூடாது என்று பொது உத்தரவு பிறப்பிக்கப்பட்டது.

ஒருவரின் கஷ்டத்தைக் கேள்விப்பட்டபிறகு எப்படி உதவி செய்யாமல் இருப்பது. ஆனால் இந்த உத்தரவிற்குப் பயந்து சித்ரலேகா சம்பந்தப்பட்ட மாணவரைத் தன் வீட்டிற்கு வரச்சொல்லி உதவி செய்வதை வழக்கமாகக் கொண்டிருந்தாள்.

அந்தப் பள்ளியில் வேலாயுதம் சார், அவரது மனைவி கோமளா இருவரையும் கண்டு மற்ற ஆசிரியர்கள் பயந்தார்கள். காரணம், எவரோடும் வம்புச் சண்டையிட்டுப் பெரிதாக்கிவிடுவார்கள். வேலாயுதம் சாருக்கு ஊரின் பெரிய மனிதர்களுடன் நெருக்கமான தொடர்பு இருந்தது. அதைவிடவும் பள்ளி நிர்வாகிகளே அவரைக் கண்டு பயந்தார்கள்.

ஆகவே வேலாயுதம் சாரோ, கோமளா டீச்சரோ பள்ளிக்கு வரவில்லை என்றால்கூட யாரும் கேள்வி கேட்கமாட்டார்கள். வகுப்பறையிலும் அவர்கள் அக்கறையாகப் பாடம் நடத்துவதில்லை. அதுவும் வேலாயுதம் சார் வட்டி பிசினஸ் துவங்கிய பிறகு அவரது கவனம் முழுவதும் அதிலேயே போய்விட்டது.

அவரது வகுப்பினையும் சேர்த்து சித்ரலேகா பார்க்க வேண்டிய கட்டாயம் ஏற்பட்டது.

இத்தனை நெருக்கடிகள், பொறாமை, வம்பு வழக்குகள் இருந்தபோதும் மாணவர்கள் அவளைச் சந்தோஷப்படுத்தினார்கள். வகுப்பில் அவளுக்குப் பிடித்தமான சில மாணவர்கள் இருந்தார்கள். அவர்கள் நன்றாகப் படிப்பதைக் கண்டு அவள் மிகவும் மகிழ்ச்சி அடைந்தாள். சிலருக்கு பேனா, ஸ்கூல் பேக் போன்றவற்றை வாங்கித் தந்திருக்கிறாள்.

படிக்கவே மாட்டார்கள் என்று கடைசிப் பெஞ்சில் ஒதுக்கி வைத்திருக்கிற மாணவர்கள்கூட அவளது அக்கறையால் படித்தார்கள். அது போல மாணவர்களை அவள் ஒருபோதும் மோசமாகத் திட்டவோ அடிக்கவோ

மாட்டாள். வகுப்பில் கோபம் அதிகம் வந்தால் சாக்பீஸை உடைத்துப் போடுவாள். அவ்வளவுதான் அவளது கோபத்தின் வெளிப்பாடு.

ஒருமுறை அவளது திருமண நாளை ஒட்டிய ஞாயிற்றுக்கிழமையில் ஆறாம் வகுப்பு மாணவர்கள் அனைவரையும் தன் வீட்டிற்கு அழைத்துப் பிரியாணி செய்து கொடுத்தாள். அந்தப் பிள்ளைகள் முகத்தில்தான் எவ்வளவு சந்தோஷம். அவர்கள் எல்லோரும் ஒன்றாகப் புகைப்படம் எடுத்துக் கொண்டார்கள். அந்த நாளை அவளால் மறக்க முடியவேயில்லை.

அவளிடம் படித்த மாணவிகள் வெளியே எங்கே அவளைச் சந்தித்தாலும் டீச்சர் டீச்சர் என்று அன்பை வெளிப்படுத்தினார்கள். ஒருமுறை பேருந்தில் சந்தித்த சாரதா என்ற மாணவி தன் கைக்குழந்தையை அவளிடம் கொடுத்து ஆசி கேட்டாள். மூக்கு ஒழுக குட்டிப்பெண்ணாகப் பள்ளிக்கு வந்த சாரதா வளர்ந்து படித்துத் திருமணமாகி கைக்குழந்தைக்குத் தாயாகிவிட்டாள் என்ற வியப்போடு அந்தக் குழந்தைக்கு ஆசி கொடுத்து அதன் கையில் ஒரு நூறு ரூபாயைத் திணித்துவிட்டாள்.

சாரதா நெகிழ்ச்சியோடு, "இருக்கட்டும் டீச்சர் இதெல்லாம் எதுக்கு?" என்று மறுத்தாள். அந்தக் குழந்தையை நீண்ட நேரம் சித்ரலேகா தன் மடியிலே வைத்துக்கொண்டு வந்தாள். பெற்றபிள்ளைகளை விடவும் மாணவர்கள் காட்டும் அன்பு உயர்வானதுதான் போலும்.

இன்னொரு முறை அவள் தாலுகா அலுவலகத்தில் ஒரு வேலையாகப் போனபோது அங்கே வேலைக்கு இருந்த அவளது மாணவி பத்மப்ரியா ஓடிவந்து கையைப் பிடித்துக் கொண்டு சேரில் அமர வைத்து டீ வாங்கிக் கொடுத்து ஐந்து நிமிசத்தில் வேலையை முடித்துக் கொடுத்துவிட்டதோடு தன்னோடு வேலை பார்க்கிறவர்களிடம் எல்லாம் "எங்க டீச்சர்" என்று பெருமையோடு சொல்லிக் கொண்டிருந்தாள். இதுதானே இந்த வேலையில் கிடைத்த பரிசு. மகிழ்ச்சி.

கடந்தகாலத்தின் நினைவுகளில் சஞ்சரித்துக் கொண்டிருந்த சித்ரலேகாவை விழிப்படையச் செய்வது போலப் பள்ளிக்கூட மணி அடித்தது. தன் வகுப்பறைக்குள் நுழையும்போது மாணவர்களிடம்தான் வேலைக்குச் சேர்ந்து

ஐந்து வருட மௌனம் ௭ 151

இருபத்தைந்து ஆண்டுகள் ஆனதைச் சொல்ல வேண்டும் என்று நினைத்துக் கொண்டாள்.

...

வகுப்பறைக்குள் நுழைந்தவுடன் அவளை அறியாமலே பாடப்புத்தகத்தைக் கையில் எடுத்துக் கொண்டு பாடம் நடத்தத் துவங்கிவிட்டாள். ஒரேயொரு மாணவி அவள் புதுச்சேலை கட்டியிருப்பதைக் கண்டுபிடித்துவிட்டவள் போலச் சக மாணவியிடம் சொல்லிக் கொண்டிருந்தாள். அவர்கள் ரகசியமாக அதைப்பற்றிப் பேசிக் கொண்டார்கள்.

அரைமணி நேரம் வகுப்பு எடுத்தபிறகு புத்தகத்தை மூடி மேஜையில் வைத்தபடி மாணவர்களைப் பார்த்து சிரித்தபடியே சொன்னாள்:

"இன்னைக்கு ஒரு சந்தோஷமான நாள். என்ன சொல்லுங்க?"

"உங்க கல்யாண நாளா டீச்சர்?"

"இல்லை."

"ரிடயர்ட் ஆகப்போறீங்களா டீச்சர்?" என ஒரு மாணவன் கேலியாகக் கேட்டான்.

"இல்லை."

"நீங்களே சொல்லுங்க டீச்சர்" என்றாள் ஒரு மாணவி.

"இன்னைக்கோட நான் வேலைக்குச் சேர்ந்து 25 வருஷம் ஆகுது."

மாணவர்கள் "ஹே" என்று உற்சாகமாகச் சப்தமிட்டார்கள். ஒரு மாணவி எழுந்து நின்று சொன்னாள்:

"டீச்சர் உங்க புதுப்புடவை நல்லா இருக்கு."

"ஸ்நேகா மாதிரி இருக்கீங்க டீச்சர்" என்றான் ஒருவன்.

இதைக்கேட்டு மற்ற மாணவர்கள் சப்தமாகச் சிரித்தார்கள். வகுப்பறையின் இறுக்கம் கலைந்து மெல்ல சிரிப்பும் வேடிக்கையும் பீறிடத்துவங்கியது.

"எப்போ ட்ரீட் தரப்போறீங்க டீச்சர்?" என்று ஒருவன் கேட்டான்.

"சாக்லேட் கூடக் குடுக்கலை" என்று ஒரு மாணவி ஆதங்கப்பட்டாள்.

மாணவர்கள் உற்சாகமாகப் பேசுவது அவளை மகிழ்ச்சிப்படுத்தியது.

"என்ன ட்ரீட் வேணும்?" எனக்கேட்டாள்.

"அசன் கடையில பரோட்டா. டீச்சர் நாம எல்லோரும் ஒண்ணா ஹோட்டல்ல போயி சாப்பிடுவோம். சூப்பரா இருக்கும்."

"எங்க வீட்ல பரோட்டா கடையில போய்ச் சாப்பிட விடமாட்டாங்கப்பா" என்றாள் ஒரு மாணவி.

"பரோட்டா, சுக்கா வறுவல், ஆம்லேட், சிக்கன் எல்லாம் வாங்கித் தரணும்" என்று கேட்டான் ஒரு மாணவன்.

இதுவரை அப்படி ஒருமுறைகூட மாணவர்களை ஒன்றாக ஒரு ஹோட்டலுக்கு அழைத்துக் கொண்டு போய்ச் சாப்பிட வைத்தது இல்லையே. அந்த ஏக்கம் மாணவர்களிடம் இருந்தது. அதைச் செய்தால் என்ன என்று சித்ரலேகா யோசித்தாள்.

பள்ளி முடிந்தபிறகு அவர்களை அழைத்துக் கொண்டு போவதற்குப் பள்ளிக்கூடத்திடம் ஏன் அனுமதி கேட்க வேண்டும்?

"அடுத்த வாரம் நாம அசன் கடைக்குப் போய்ச் சாப்பிடுவோம்" என்றாள் சித்ரலேகா.

அதைக்கேட்ட மறுநிமிஷம் கைதட்டல் பறந்தது. மாணவர்கள் உற்சாகமாகச் சப்தமிட்டார்கள் வகுப்பு முடிந்து வராண்டாவில் நடந்து கொண்டிருந்தபோதும் மாணவர்கள் வெளிப்படுத்திய கைதட்டினை நினைத்தபடியே நடந்தாள். ஸ்டாப் ரூமில் ஒருவரிடமும்தான் வேலைக்குச் சேர்ந்து இருபத்தைந்து வருஷம் ஆனதைப் பற்றிச் சொல்லிக் கொள்ளவில்லை. அவர்களும் அவளைக் கண்டுகொள்ளவேயில்லை.

...

அன்று மதியம் சாப்பிட்டு முடித்து மதிய வகுப்பிற்கான குறிப்புகளை எழுதிக் கொண்டிருந்தபோது ஹெச்எம்

ஸ்ரீனிவாசன் அவளைத் தன்னுடைய அறைக்கு அழைத்து வாழ்த்து சொன்னார்.

“இந்த ஸ்கூல்ல உங்களுக்குப் பின்னாடிதான் நானே வேலைக்குச் சேர்ந்தேன். உங்ககூடச் சேர்ந்ததுல கணேசன் சாரும் பவானி டீச்சரும் நீங்களும்தான் சீனியர்.”

“எங்களுக்கு வேற போக்கிடம் கிடையாது சார்” என்று சொல்லி சிரித்தாள் சித்ரலேகா.

“அப்படிச் சொல்லாதீங்க. மெஜஸ்டிக் ஸ்கூல் ஆரம்பிச்சப்பகூட உங்களை வேலைக்குக் கூப்பிட்டாங்க. நீங்கதான் போகலை.”

“எனக்கு இந்தப் பள்ளிக்கூடமேபோதும்னு தோணுது சார்.”

“உங்க சர்வீஸைப் பாராட்டி சின்னதா ஒரு டீபார்ட்டி தரலாம்னு நினைச்சேன். ஆனா நம்ம ஸ்கூலைப் பத்திதான் தெரியுதே. எதைத் தொட்டாலும் பாலிடிக்ஸ்.”

“எனக்கு எதுக்குப் பாராட்டு பார்ட்டி. நீங்க கூப்பிட்டு பேசினதேபோதும்” என்று சித்ரலேகா தன் வகுப்பறைக்குக் கிளம்பினாள்.

ஏழாம் வகுப்பினைக் கடந்தபோது அந்த வகுப்பிற்கு ஆசிரியர் வரவில்லை என்று தெரிந்தது. கோமளா டீச்சர் வகுப்பது. மாணவர்கள் உரத்து சப்தமிட்டுக் கொண்டிருந்தார்கள். ஒரு மாணவி எதற்கோ அழுது கொண்டிருந்தாள். அந்த வகுப்பினைக் கடந்துபோக முடியாமல் உள்ளே நுழைந்த சித்ரலேகா அழுது கொண்டிருக்கும் மாணவியிடம் என்ன நடந்தது என்று விசாரித்தாள்.

மீனா என்ற அந்த மாணவி தன்னை ஒரு மாணவன் மிக ஆபாசமாகத் திட்டியதாகச் சொல்லி அழுதாள்.

அந்த மாணவன்மீது வேறு சில மாணவிகளும் புகார் சொன்னார்கள்.

வெடித்த உதடுகளைக் கொண்ட அந்த மாணவனை எழுப்பி விசாரித்தபோது அவன் முறைத்தபடியே சொன்னான்.

."நீங்க யாரு என்னைக் கேட்குறதுக்கு? நான் ஒண்ணும் உங்க கிளாஸ்ல படிக்கலை."

"இப்படிப் பேசுறது தப்பு."

"நான் அப்படித்தான் பேசுவேன். என்ன பண்ணுவே?" என்று அவளை முறைத்தான்.

அவளுக்குள் கோபம் பீறிட்டது. அந்தப் பையனிடம் அதைக் காட்டிக் கொள்ளாமல் சொன்னாள்:

"மீனா கிட்ட மன்னிப்பு கேளு."

"கேட்க முடியாது. என்ன பண்ணுவீங்க?"

"அப்போ என்கூட வா, ஹெச்எம்மைப் பாப்போம்."

"வரமுடியாது."

"நீயா வரலைன்னா. பசங்களை விட்டு இழுத்துட்டுப் போக வேண்டியதாகியிருக்கும்."

"என் மேல கையை வைக்கச்சொல்லு. பல்லை உடைச்சிருவேன்" என்று அந்தப் பையன் கோபத்துடன் சொன்னான்.

அந்தப் பையனை எப்படிக் கையாளுவது எனப்புரியாமல் சித்ரலேகா திகைத்தபடியே அவனையே பார்த்துக் கொண்டிருந்தாள்.

அப்போது கலைந்த தலையோடு கோமளா டீச்சர் வகுப்பறைக்குள் நுழைந்தாள். பாதித் தூக்கத்தில் எழுந்து வந்தவள் போலிருந்தது அவளது முகம். ஐந்தடிக்குள் உயரம். பளபளவென்னும் மின்னும் ஊதா நிற சேலை. மிகவும் டைட்டான ஜாக்கெட். அகலமான மூக்கு கண்ணாடி. கை நிறையத் தங்க வளையல்கள். கழுத்தில் இரட்டைவடச் சங்கிலி. கால்களைச் சற்றே அகட்டி நடக்கக்கூடியவள். வகுப்பிற்குள் வந்து நின்றபோது அவளுக்குப் பெருமூச்சு வாங்கியது.

அவள் கடுத்த முகத்துடன் "இங்க என்ன பண்ணுறே, இது உன் கிளாசா?" என்று கேட்டாள்.

"கிளாஸ்ல ஒரே கலாட்டாவா இருந்துச்சி. அதான் வந்தேன்."

“நான் என்ன செத்தா போயிட்டேன். என் கிளாஸ்ல என்னைக் கேட்காம வந்து என்கொயரி பண்ணிட்டு இருக்கே.”

“இந்தப் பொண்ணு அழுதுக்கிட்டு இருந்துச்சி. நீங்க கிளாஸ்ல இல்லே அதான்” என்று மீனாவைக் கையைக் காட்டினாள்.

“அதை எல்லாம் நான் விசாரிச்சிக்கிடுவேன். நீ வெளியே போ.”

“அந்தப் பையன் ரொம்பத் திமிரா பேசுறான். அவன் முதல்ல மன்னிப்பு கேட்கணும்.”

“போன்னு சொன்னா. போவியா. என்ன ஓவரா பேசிக்கிட்டே போற. வெளியே போடீ” என்று சப்தமாகச் சொன்னாள்.

ஏன் இப்படிக் கத்துகிறாள் எனக் குழப்பமானவளாக சித்ரலேகா சொன்னாள்:

“ஏன் இப்படிப் பேசுறீங்க. அப்படி நான் என்ன தப்புப் பண்ணிட்டேன்.”

“ஊமைக்கோட்டான் மாதிரி இருந்துக்கிட்டு நீ என்னவெல்லாம் பண்ணிக்கிட்டு இருக்கேனு எனக்குத் தெரியாதா. யோக்கிய மயிரு மாதிரி பேச வந்துட்டா.”

“மரியாதையா பேசுங்க டீச்சர்.”

“யாருக்கு என்ன மரியாதை கொடுக்கணும்னு எனக்குத் தெரியும். நீ வெளியே போ.”

“ஏன் கத்துறீங்க? நான் வெளியே போக முடியாது .”

“இந்த ராங்கித்தனத்தை எல்லாம் வேற இடத்துல வச்சிக்கோ. தலைமயித்தைப் பிடிச்சி வெளியே தள்ளிருவேன் பாத்துக்கோ” என்று கோமளா டீச்சர் கத்தினாள். அவளது உரத்த சப்தம் அடுத்த வகுப்பிற்குக் கேட்டிருக்கக் கூடும். அந்த வகுப்பில் இருந்த கணேசன் சார் வெளியே வந்து எட்டிப் பார்த்தார். ஆனால் அவர்கள் சண்டையில் தலையிடவில்லை.

சித்ரலேகா உறுதியான குரலில் சொன்னாள்.

"நம்ம சண்டையைப் பிறகு வச்சிக்கிடுவோம். இந்தப் பையன் மீனாவைக் கெட்டவார்த்தையில பேசியிருக்கான். அவன் மன்னிப்பு கேட்கணும்."

"தேவையில்லாத விஷயத்துல நீ ஏன் தலையிடுறே? உன் கிளாஸ்ல உள்ள பசங்க எல்லாம் யோக்கியமா?"

"எது தேவையில்லாத விஷயம். அந்தப் பையன் என்னையே எவ்வளவு பேசினான் தெரியுமா."

"உன் பஞ்சாயத்தைக் கொண்டுக்கிட்டு ஹெச்எம்கிட்ட போ. நான் இப்போ கிளாஸ் எடுக்கவா, வேணாமா? வெளியே கிளம்பு."

"அப்போ ஸ்கூல்ல என்ன தப்பு நடந்தாலும் கண்ணை மூடிக்கிட்டு நான் போயிட்டு இருக்கணுமா?"

"போடீனு சொல்றேன். ஊர் நியாயம் பேசிக்கிட்டு இருக்கே" என்று மிக மோசமாகத் திட்டத் துவங்கினாள் கோமளா.

சித்ரலேகா காதைப் பொத்திக் கொண்டாள். அது கோமளாவின் ஆத்திரத்தை மேலும் அதிகப்படுத்தியிருக்க வேண்டும். அவள் சித்ரலேகாவின் கையைப் பிடித்து இழுத்தாள். அவள் நகர மறுக்கவே வேகமாகப் பிடித்துத் தள்ளினாள்.

சித்ரலேகா தடுமாறிக் கதவின்மீது விழுந்தாள். இடது தொடைப்பக்கம் அடிபட்டது. அவளுக்கு அழுகை முட்டிக் கொண்டு வந்தது. கதவைப் பிடித்தபடியே தரையில் உட்கார்ந்து கொண்டாள். அவளது செருப்பு விலகிப் போய்க் கிடந்தது. கை நடுங்குவதை மறைத்துக் கொண்டாள்.

"என்னடீ நாடகம் ஆடுறே?" என்று கோமளா டீச்சர் மோசமாகக் கத்திக் கொண்டிருந்தாள்.

அவளின் குரல் கேட்டு ஆசிரியர்கள் வகுப்பறையின் வெளியே ஒன்று திரண்டிருந்தார்கள். தலைமை ஆசிரியரும் வந்திருந்தார். இதற்குள் சி பிளாக்கில் இருந்து வந்து சேர்ந்த வேலாயுதம் சார் என்ன நடந்தது என்று எதையும் கேட்காமல் கண்டபடி சித்ரலேகாவைப் பேச ஆரம்பித்தார்.

“எதுவா இருந்தாலும் ஸ்கூல் முடிஞ்ச பிறகு விசாரிச்சிக்கிடலாம்” என்று அவரைச் சமாதானப்படுத்தினார் தலைமை ஆசிரியர்.

சித்ரலேகா தன் இடத்தை விட்டு நகரமாட்டேன் என்பதில் பிடிவாதமாக இருந்தாள்.

“டீச்சர் எழுந்து வாங்க. பேசிக்கிடலாம்” என்றார் ஸ்ரீனிவாசன்.

அவள் எழுந்து கொள்ளவேயில்லை.

பள்ளி நிர்வாகி ராமசுப்ரமணியத்தை அழைத்துவருவதாக ஒரு ஆசிரியர் கிளம்பிச் சென்றிருந்தார். அந்த வகுப்பு மாணவர்கள் சண்டையை வேடிக்கை பார்த்தபடியே இருந்தார்கள்.

அன்று பள்ளிக்கூடமே மூன்றரை மணியோடு முடிந்து போனதாகப் பெல் அடித்தார்கள். மாணவர்கள் போனபிறகு சித்ரலேகாவை சமாதானம் செய்யும் விதமாகத் தலைமை ஆசிரியர் “நீங்க எந்திரிச்சி என் ரூமுக்கு வாங்க. நான் விசாரிக்கிறேன்” என்றார்.

“கோமளா டீச்சர் மன்னிப்பு கேட்குற வரைக்கும் இந்தக் கிளாஸை விட்டு வரமாட்டேன்” என்றாள் சித்ரலேகா.

“மன்னிப்புக் கேட்க முடியாது. உன்னாலே ஆனதைப் பாரு” என்று வேலாயுதம் கத்திக் கொண்டிருந்தார். பள்ளி ஆசிரியர்கள் சமாதானம் பேசியும் அவள் எழுந்து கொள்ளவில்லை. அவளை என்ன செய்வது எனத் தெரியாமல் தலைமை ஆசிரியர் குழம்பிப் போயிருந்தார்.

கோமளாவை அழைத்துக் கொண்டு வேலாயுதம் பைக்கில் கிளம்பிப் போனார். ஒருவேளை நிர்வாகி வீட்டிற்குத்தான் போகிறார்களோ என்னவோ.

ஏன் தனது இருபத்தைந்தாவது ஆண்டு துவக்க நாள் அன்று இப்படி நடக்க வேண்டும். இந்த வேலையை இன்றோடு விட்டுவிடலாமா. ஒரு டீச்சர் இப்படியா சண்டைபோடுவார். தன்மீது அவர்களுக்கு என்ன கோபம். தன்னை ஏன் வெறுக்கிறார்கள். அவமானப்படுத்துகிறார்கள். அவளுக்கு நினைக்க நினைக்க வருத்தமாகவும் குழப்பமாகவும் இருந்தது.

ஆசிரியரும் மாணவனும் இப்படி மோசமாக நடந்து கொள்வதைக் கண்டிக்காமல் விட்டால் பிறகு டீச்சர் வேலை செய்து என்னதான் பயன். விருப்பமில்லாதவர்கள் ஏன் ஆசிரியர் பணிக்கு வர வேண்டும். அவளால் கோமளா டீச்சரையும் அந்த மாணவனையும் பிரித்துப் பார்க்க முடியவில்லை. இருவருமே தண்டிக்கப்பட வேண்டியவர்கள் என்று நினைத்துக் கொண்டாள்.

மாணவர்களும் ஆசிரியர்களும் கலைந்து போனபிறகு பள்ளியெங்கும் நிசப்தம் நிரம்பத் துவங்கியிருந்தது.

வகுப்பறையின் கதவுகளை மூடுவதற்காக வந்த ப்யூன்கூட அவள் உட்கார்ந்திருந்த வகுப்பை விட்டுவிட்டு மற்ற வகுப்பறைகளை மூடிக் கொண்டு போனான். பள்ளி நிர்வாகிக்காகத் தலைமை ஆசிரியர் காத்துக் கொண்டிருந்தார். மாணவர்கள் வெளியேறிப் போன பிறகு பள்ளி வேறுரூபம் கொண்டுவிடுகிறது. வேப்பமரத்தில் ஒரு காகம் உட்கார்ந்து தனியே கரைந்து கொண்டிருந்தது.

வழக்கமாக இந்த நேரம் அவள் வீட்டிற்குப் போயிருப்பாள். இத்தனை ஆண்டுகளில் இன்றுதான் பள்ளி முடிந்த பிறகும் அவள் வகுப்பறையில் இருக்கிறாள். ஆண்டு விழாவின்போது பள்ளியில் இரவு நேரம் இருந்திருக்கிறாள். அன்று ஒரே உற்சாகமாக இருக்கும். இன்று திருவிழா முடிந்துபோன மைதானம் போல வெறுமையாக இருந்தது.

மாலை மயங்கி இருள் வரத் துவங்கியபோது அவள் இருந்த வகுப்பறையில் மின்விளக்குக் கிடையாது என்பதை முதன்முறையாக உணர்ந்தாள். அந்த வகுப்பறையில் மின்விசிறி கிடையாது. மின்விளக்கு கிடையாது. இந்த இருட்டிற்குள் எவ்வளவு நேரம் உட்கார்ந்திருப்பது. யாரோ விளையாடி வீசி எறிந்துவிட்ட பொம்மையைப் போலத் தன்னை உணர்ந்தாள்.

திடீரெனப் பள்ளி சுருங்கி சிறிய நத்தைக்கூடு போலாகிவிட்டதாகத் தோன்றியது. தலைமை ஆசிரியர் அறையில் வெளிச்சம் தெரிந்தது. அவர் தனியே காத்திருந்தார். இருட்டில் வேப்பமரங்களின் சலசலப்பைக் கேட்க விநோதமாக இருந்தது. பள்ளியை ஒருபோதும் அவள் இப்படிப் பார்த்ததில்லை.

ஒருவேளை பள்ளி நிர்வாகியை அழைத்துக் கொண்டுவராவிட்டால் என்ன நடக்கும் என்று யோசித்தாள். யாரும் வராவிட்டாலும் இங்கேயே இரவு முழுவதும் தங்கிவிட வேண்டியதுதான். வகுப்பறையில் ஒரு இரவைக் கழிப்பதைவிட வேறு என்ன வேண்டியிருக்கிறது.

தன் வகுப்பறை என்பது ஒரு எல்லையா. அதைத் தாண்டி எதையும்தான் கண்டுகொள்ளக்கூடாதா. இது என்ன கட்டுப்பாடு.

யோசிக்க யோசிக்க அவளுக்கு வருத்தம் அதிகமாகிக் கொண்டே போனது. இப்படியான ஆசிரியர்களால்தான் மாணவர்கள் படிப்பை விட்டுப் பாதியில் நின்றுவிடுகிறார்கள்.

வகுப்பில் படிக்கும் மாணவர்களில் எதிர்காலத்தில் யார் என்ன ஆவார்கள் என்று யாராலும் சொல்ல முடியாது. ஒருமுறை அவள் வகுப்பில் படித்த ஒரு மாணவி சாலை விபத்தில் இறந்துவிட்டாள். அவள் உடலைக் காணுவதற்காகப் பள்ளியே திரண்டு போயிருந்தது. அந்த மாணவியின் உடலைப் பார்த்தபோது சித்ரலேகா அழுத அழுகைக்கு அளவேயில்லை.

இது எல்லாம் ஏன் இந்த இரவில் நினைவில் வருகிறது என்று அவளுக்குத் தெரியவில்லை. ஆனால் நம்பிக்கைதான் ஆசிரியர்களின் ஒரே துணை. நல்ல நினைவுகளின் சந்தோஷம்தான் மீண்டும் மீண்டும் பாடம் நடத்த வைக்கிறது என்பதை அவள் உணர்ந்திருந்தாள்.

பள்ளியை ஒட்டிய கட்டிடத்திலிருந்து வரும் வெளிச்சம் லேசாக ஊர்ந்து வராந்தா வரை வந்து கொண்டிருந்தது. எங்கோ கிணற்றுக்குள் இருப்பது போல உணர்ந்தாள். இரவுப்பூச்சிகள் எங்கிருந்தோ சப்தமிட்டுக் கொண்டிருந்தன. பள்ளியை ஒட்டிய வீட்டில் ஓடும் தொலைக்காட்சி பாடலின் சப்தம் கேட்டுக் கொண்டிருந்தது.

அவளைத் தேடி அவளது கணவர் பள்ளிக்கு வந்திருந்தார். நடைச் சப்தத்திலே அவர் வகுப்பறையை நோக்கி வருவது கேட்டது.

"என்ன சித்ரா இது. சின்னப்புள்ளையாட்டாம். உன்னை யாரு அவங்ககூடச் சண்டை போட சொன்னது. உனக்கு எதுக்கு வேண்டாத வேலை?"

"அந்த டீச்சர் என்ன பேச்சு பேசுனாங்க தெரியுமா?"

"எல்லாம் ஹெச்எம் சொன்னாரு. யாரு எக்கேடு கெட்டா உனக்கென்ன. நீ ஏன் ஓவரா ரியாக்ட் ஆகுறே?"

அவரிடம் சித்ரலேகாவால் விளக்கம் சொல்ல முடியவில்லை. சப்தமாக அழுதாள்.

நீண்ட நேரம் பேசி சமாதானம் செய்து அவளை வகுப்பறையிலிருந்து எழுந்து கொள்ளச் செய்தார். அவர்கள் வராண்டாவில் நடந்து வரும்போது தலைமை ஆசிரியர் சித்ரலேகாவின் கணவரைத் தனியே அழைத்துக்கொண்டு போய் ஏதோ பேசினார். பிறகு சித்ரலேகா தன் ஸ்கூட்டியை எடுத்துக்கொண்டு கிளம்பும்போது பள்ளியைப் பார்த்தாள்.

மிகவும் அந்நியமான ஒரு இடம்போலத் தோன்றியது.

வீடு வந்து சேரும்வரை அவள் ஒரு வார்த்தை பேசவில்லை.

அவளுக்காக அரவிந்த் ஹோட்டலில் இருந்து டிபன் வாங்கி வைத்திருந்தான். அதைச் சாப்பிடவும் மனதில்லை. அப்படியே போய்ப் படுத்துக்கொண்டாள்.

சித்ரலேகாவின் கணவரிடம் இரவு பத்தரை மணிக்குத் தலைமை ஆசிரியர் போன் செய்து "பள்ளி நிர்வாகி காலை ஏழு மணிக்கு விசாரணைக்காக வரும்படி அழைப்பதாகச் சொன்னார்."

"அவ தூங்கிட்டா. நான் சொல்றேன்" என்றார் சித்ரலேகாவின் கணவர்.

"வேலைக்குச் சேர்ந்து இருபத்தைந்து வருஷம் ஆன அன்னைக்குப் போயி இப்படி நடந்துருச்சி. ஐ ஆம் சாரி" என்றார் தலைமை ஆசிரியர்.

சித்ரலேகாவின் கணவர் போனைத் துண்டித்தபிறகு அவள் உறங்குகிறாளா எனக் காண படுக்கை அறைக்குள் வந்தார்.

சித்ரலேகா உறக்கம் பிடிக்காமல் புரண்டுகொண்டிருந்தாள்.

"நீ வேலைக்குச் சேர்ந்து இன்னைக்கோட இருபத்தைந்து வருஷம் ஆச்சா?" என்று கேட்டார்.

மௌனமாகத் தலையாட்டினாள்.

"அப்போ எந்த வருஷம் ரிடயர்ட்மெண்ட்" என்றபடியே அவள் ஓய்வு பெறும்போது கிடைக்கும் பணம் எவ்வளவு என்பதைப் பற்றிக் கேட்டுக் கொண்டிருந்தார்.

தன் சந்தோஷம் ஒருவருக்கும் பெரிய விஷயமில்லையா? டீச்சர் வேலை என்பது வெறும் ஊதியத்திற்காகச் செய்யும் பணிதானா?

அவள் பதில் சொல்லாமல் இதையே நினைத்துக் கொண்டிருந்தாள்.

யோசிக்க யோசிக்க சித்ரலேகாவிற்கு மேலும் மனத்துயர் அதிகமாகிக் கொண்டேயிருந்தது.

சித்ரலேகாவின் கணவர் அவளது ரிடயர்ட்மெண்ட் பணத்தை எந்த வங்கியில் போட்டால் எவ்வளவு வட்டி கிடைக்கும் எனக் கணக்கிட கால்குலேட்டரைத் தேடி வெளியே சென்றபோது அவள் கண்களை இறுக்கமாக மூடிக் கொண்டாள்.

இருபத்தைந்து வருஷம் பெரிய சுமை போல அவளை அழுத்தியது. அதிலிருந்து விடுபட விரும்பினாள். இடப்பக்கம் திரும்பி படுத்துக் கொண்டு நாளை எந்தப் பாடம் எடுக்க வேண்டும். வகுப்பில் என்ன பேச வேண்டும் என்பதைப் பற்றி யோசிக்கத் துவங்கினாள்.

அது ஒன்றுதான் அவளை ஆற்றுப்படுத்திக் கொள்ளும் ஒரே வழி.

□

12
செய்தியின் நிறம்

தொலைவில் மஞ்சள் நிற வெளிச்சம் தெரிந்தது. கண்ணாடியைச் சரி செய்தபடியே திவாகர் காருக்கு வெளியே பார்த்தான். ஒருவேளை அது உணவகமாக இருக்கக்கூடும்.

கடிகாரத்தைப் பார்த்தபோது பத்தரையைக் கடந்திருந்தது. இரவு ஏழு மணிக்கே அவனுக்குப் பசித்தது. ஆனால் வக்கீல் ஷியாம்பிரசாத்தைக் காணப் போக வேண்டும் என்பதால் சமோசா மட்டுமே சாப்பிட்டான். ஷியாம்பிரசாத் வீட்டில் மசாலா டீ கொடுத்தார்கள். மாலையிலிருந்து மூன்று நான்குமுறை டீ குடித்தாகிவிட்டது. அது நாக்கில் புளிப்புச் சுவையை உருவாக்கியிருந்தது.

பர்காம்புரா போவதற்கு இன்னும் ஒன்றரை மணி நேரமாகிவிடும். மழைநாளாக இருப்பதால் வழியில் உணவு கிடைக்குமா என்பது சந்தேகமே. நிச்சயம் அந்த மஞ்சள் வெளிச்சம் ஒரு தாபாவாகத்தான் இருக்கக்கூடும். ஏதாவது ரொட்டியை சாப்பிட்டுவிட்டுக் கண் அயர்ந்தால் பனிரெண்டிற்குள் அறைக்குப் போய்ச் சேர்ந்துவிடலாம். காலை ஏழு மணிக்கு எஸ்பி அதுல் பாண்டேயைச் சந்திக்க வருவதாகச் சொல்லியிருந்தான்.

சாலையில் வாகனங்களேயில்லை. புதிய பாலம் வேலை நடப்பதால் இந்த ரோடு வழியாக வாகனங்களைத்

ஐந்து வருட மௌனம் ப 163

திரும்பிவிட்டிருந்தார்கள். இதுதான் பர்காம்புரா செல்லும் பழைய பாதை. நாற்கரச் சாலை வந்தபிறகு இதைப் பயன்படுத்துகிறவர்கள் குறைந்துவிட்டார்கள். பிரதான சாலையில் இணைவதற்கு இன்னமும் பதினைந்து கிலோ மீட்டர் போக வேண்டும். வெகு தூரத்தில் இருண்ட வானில் தெரிந்த மங்கலான ஒளியைப் பார்த்துக் கொண்டிருந்தான். பசியில் சுரந்த அமிலம் வயிற்றை வலிக்கச் செய்து கொண்டிருந்தது.

பத்திரிகையாளர் வேலையில் அவன் சந்தித்த முக்கியப் பிரச்சனை. நேரம் கெட்ட நேரத்தில் சாப்பிடுவது, உறங்குவது இரண்டுமே. நிதானமாக, ருசித்து எப்போது சாப்பிட்டோம் என்று நினைவிலே இல்லை. அதுபோலத்தான் உறக்கமும். ஆழ்ந்து உறங்கிப் பல ஆண்டுகள் போய்விட்டன. கல்லூரி நாட்களில் ஹாஸ்டலில் இழுத்துப் போர்த்திக் கொண்டு உறங்கிக் கிடப்பான். பல நாட்கள் வகுப்பிற்கே போனதில்லை. உறக்கம் அவ்வளவு சுகமாக இருக்கும். சில ஞாயிற்றுக்கிழமைகளில் பகலில் கட்டிலை விட்டு எழுந்திருக்கவே மாட்டான். அந்தச் சுகமெல்லாம் மறைந்து போய்விட்டன. இப்போது அசதியில், களைப்பில்தான் உறங்கப்போகிறான். அதுவும் கெட்ட கனவுகள் துரத்துகின்றன. பல நாட்கள் கனவில் சபதமிட்டு அலறியிருக்கிறான். சில நேரம் கனவில்கூட யாரிடமோ கேள்விகள் கேட்டபடியே இருப்பான்.

ஏன் ஆங்கிலப் பத்திரிகையாளர் பணியைத் தேர்வு செய்தோம். எதற்காக இப்படிச் செய்திகளைத் துரத்திக் கொண்டு அலைகிறோம். மாயமானை போலச் செய்திகள் வசீகரமாகயிருக்கின்றன. ஆனால் துரத்திப் போனால் மிஞ்சுவது ஏமாற்றமே.

அவனது வார இதழின் எடிட்டர் அன்வர் அலி, இந்தியாவின் மூத்த பத்திரிகையாளர், சராசரியான உயரம். வழுக்கை விழுந்த தலை. கறுப்புப் பிரேம் போட்ட கண்ணாடி. சற்றே பெரிய மூக்கு. முக்கால்கை சட்டை. கதர் பேண்ட். கையில் ஒரு பழைய குடையுடன்தான் அலுவலகம் வந்து போவார். மைப்பேனா மட்டுமே பயன்படுத்துவார். லண்டனில் படித்தவர் என்ற அடையாளமே கிடையாது. சாதாரண ரப்பர் செருப்புகள். சட்டைப் பையில் ஒரு சிவப்புப் பென்சில்.துண்டுக் காகிதங்களில்தான் எழுதுவார்.

அவர் தொலைபேசியில் பேசும்போது அருகிலிருந்து திவாகர் அவரையே கவனித்துக் கொண்டிருப்பான். எதிரில் பேசுகிறவர் அவரை மிரட்டும்போதும் அன்வர் அலியிடமிருந்து ஒரு கடுஞ்சொல் வராது.

மிக மெல்லிய குரலில் தனது தரப்பை அவர் அழுத்தமாகச் சொல்லிக் கொண்டிருப்பார். அவரது கட்டுரைகளும் அப்படித்தான் இருந்தன. உண்மையைச் சொல்வதற்கு அவர் பயந்ததேயில்லை. துணிச்சல், தைரியம், உறுதியான நம்பிக்கை இவற்றையே அவர் இளம் பத்திரிகையாளர்களுக்குக் கற்றுக் கொடுத்தார்.

திவாகர் அவரிடமிருந்து நிறையக் கற்றுக் கொண்டிருந்தான். அவனது முதல் கட்டுரைத் தொகுப்பு வெளியானபோது அதை அன்வர் அலிக்கே சமர்ப்பணம் செய்திருந்தான். அந்தக் கட்டுரை நூலை பிரஸ்கிளப்பில் வெளியிட்ட இரவில் அன்வர் அலி சொன்னார்:

"திவா. சர்க்கஸில் பார் விளையாடுபவனைப் போலத் தாவித்தாவி செல்லும் மொழிநடை உனக்குக் கைவந்திருக்கிறது. அது இளைஞர்களுக்குப் பிடிக்கும். இப்போது யார் விரிவாகவும் நுட்பமாகவும் எழுதுவதைப் படிக்கிறார்கள். பத்திரிகையாளனின் வேலை மீன்பிடிப்பது போன்றது. தூண்டிலை வீசிவிட்டுப் பொறுமையாகக் காத்திருக்க வேண்டும். எந்த மீன் தூண்டிலில் மாட்டும் என்று யாருக்குத் தெரியும். சில நேரம் உன் தூண்டிலில் திமிங்கிலமும் மாட்டக்கூடும். அப்போது நீதான் சாண்டியாகோ, திமிங்கிலத்துடன் சமர் செய்ய வேண்டியது வரும். ஹெமிங்வே நாவலில் சாண்டியாகோ தன் கைகளுடன் பேசுவான். பத்திரிகையாளனும் தன் கைகளால் பேச வேண்டியவனே.."

அவரது வீட்டில் இறக்கிவிடும்வரை அவர் பேசுவதைக் கேட்டுக் கொண்டேவந்தான். வீட்டின் முன்பு டாக்சியை விட்டு இறங்கும்போது தன் பையிலிருந்த சிவப்பு பென்சிலை அவனிடம் கொடுத்து இதுதான் எனது பரிசு என்றார். அந்தப் பென்சிலைத் தன் வாழ்நாளில் கிடைத்த பெரும் பரிசாக வைத்திருந்தான் திவாகர்.

...

சாலையின் இடப்புறம் எருமையொன்று படுத்துக் கிடப்பதுபோலத் தோன்றியது. கார் அதைக் கடந்தபோது எருமையில்லை. கைவிடப்பட்ட தார்டின் கவிழ்ந்து கிடக்கிறது என்று தெரிந்தது. தோற்ற மயக்கங்கள் உண்மையில்லை. அதைப் பிரித்தறிய தெரிந்திருக்க வேண்டும். கண்ணுக்குத் தெரிகின்ற யாவும்கூட உண்மையாக இருக்க வேண்டும் என்றில்லை. தோற்றத்தைக் கடந்து உண்மை ஒளிந்திருக்கக் கூடும். அதற்கு ஆராய வேண்டும். கண்ணை மட்டுமே நம்பக்கூடாது.

கார் சீராகச் சாலையில் சென்று கொண்டிருந்தது. திவாகர் எத்தனையே இரவுகளை இப்படிக் காரில் பயணித்துக் கடந்திருக்கிறான். காரிலே உறங்கியிருக்கிறான். ஒருமுறை ஆப்கானிஸ்தானில் செய்தி சேகரிக்கச் சென்ற இரவில் அவன் கண்முன்னால் பாம் ஒன்று வெடித்துச் சிதறியது. நூறு அடி தூரத்தில் நின்றிருந்த வேனும் மனிதர்களும் சிதறிப்போனார்கள். பிய்த்து எறியப்பட்ட இரும்புத்துண்டு ஒன்று அவர்கள் காரின் கண்ணாடியில் விழுந்து கண்ணாடி சிதறியது. எங்கும் ஓலம். காரின் வெளிச்சத்தில் துண்டிக்கப்பட்டுக் கிடந்த கை ஒன்றைக் கண்டான். கண்ணாடி வளையல்கள் அணிந்த இளம்பெண்ணின் கையது. அந்தப் பெண் என்ன ஆனாள் எனத்தெரியவில்லை. ஆனால் அவளது கை துண்டிக்கப்பட்டுத் தனியே கிடந்தது. அந்தக் காட்சி மனதை நடுங்கச் செய்தது. சைரன் ஒலிகளுடன் வாகனங்கள் வரத்துவங்கின. ராணுவம் அந்த இடத்தைச் சுற்றிவளைத்துக் கொண்டது. காரில் அறைக்குத் திரும்பியதும் திவாகர் தன்னை மீறி அழுதான்.

திவாகர் மன உளைச்சல் அதிகமான நேரத்தில் யாருமற்ற இடம் தேடி நேபாளத்திற்குப் போயிருக்கிறான். மனிதர்களின் நடமாட்டமேயில்லாத பள்ளத்தாக்கில் ஒற்றை ஆளாகக் கூடாரம் அடித்துத் தங்கியிருக்கிறான். பரபரப்பிலிருந்து விடுபட்டு விடலாம். ஆனால் நினைவுகளிலிருந்து எப்படி விடுபடுவது. யாருமற்ற இடத்திலும் நினைவின் வழியே மனிதர்கள் மீண்டு எழுந்துவிடுகிறார்கள். கடந்த காலத்தின் நினைவுகள் வழிநடத்தாத மனிதர்கள் எவரேனும் உண்டா என்ன.

ஏனோ அன்றைய இரவில் அன்வர் அலியைப் பார்க்க வேண்டும் போலத் தோன்றியபடியே இருந்தது.

• • •

டிரைவர் காரை ஒட்டியபடியே "அது ஒரு தாபா" என்று சொன்னான்.

"நாம் நிறுத்தி சாப்பிட்டுவிடுவோம். திரும்ப மழை வரும் போல இருக்கிறது."

"இரவில் பெய்யும் மழை நிற்காது" என்றான் டிரைவர்.

அவன் சொல்வது நிஜம். கடந்த சில நாட்களாகவே விட்டுவிட்டு மழை பெய்துகொண்டேதானிருக்கும்.

மழைக்காலத்தில் ஒரு நாள் என்பது மிகவும் சிறியதாகி விடுகிறது. மழையில் வீடுகள். வீதிகள் சுருங்கிப்போகின்றன. மனிதர்களை விளையாட்டுப் பொருளைப் போல உருமாற்றுகிறது மழை. மழைக்கு ஓராயிரம் வேலையிருக்கிறது. மரத்தில் சிக்கிக் கொண்ட பட்டம் ஒன்றை மழை தன்விரலால் எடுத்து விடுகிறது. இன்னொரு இடத்தில் கழுவப்படாத சிலையை மழை சுத்தம் செய்கிறது. வேறு இடத்தில் மழை கல்உரல் ஒன்றைப் புரட்டிப் போடுவது போலச் சுற்றிவந்து கொண்டிருக்கிறது.

வாழை மரத்தில் மழை பெய்யும்போது பார்த்திருக் கிறீர்களா. மழையிடம் தன்னை முழுமையாக ஒப்படைத்துக் கொண்டுவிடுகிறது வாழை. தலை நிமிர்ந்து மழையைப் பார்ப்பதுமில்லை. வாழை இழையில் மழையின் துளிகள் சறுக்கி விளையாடுகின்றன. சில நேரம் இலையிலிருந்து எகிறி பூமியை நோக்கித் தாவும். அது ஒரு மாயநடனம். ஆம், மழை இயற்கையின் பெருநடனம்.

கடந்த பத்துநாட்களாகவே திவாகர் பர்காம்புராவைச் சுற்றிக் கொண்டேயிருந்தான். பர்காம்புரா குண்டுவெடிப்பு தொடர்பான கட்டுரை எழுதுவதற்காக உண்மையைச் சேகரித்துக் கொண்டிருந்தான். டெல்லியில் வேலை என்றாலும் மாசத்தில் பத்து நாள் இப்படி ஏதாவது ஒரு மாநிலத்தில் சுற்றிக் கொண்டிருக்க வேண்டியதுதான்.

சிறந்த புலனாய்வுக் கட்டுரை எழுதியதற்காக இரண்டு முறை பிரஸ் கவுன்சில் விருதுகளையும் பெற்றிருக்கிறான். ஒரு முறை ஜப்பானிய அரசு அவனுக்குத் தங்கப் பேனா விருது அளித்துக் கௌரவித்திருக்கிறது. அவனுடன் பணியாற்றிய பலரும் அதிக ஊதியம் கிடைக்கிறது எனத்

தொலைக்காட்சிகளுக்குப் போய்விட்டார்கள். அவனுக்குக் காட்சி ஊடகத்தை விடவும் அச்சு ஊடகமே பிடித்திருந்தது.

•••

கார் அந்த மஞ்சள் வெளிச்சதை நெருங்கியது.

அது ஒரு பஞ்சாபி தாபா.

டிரைவரை நிறுத்தச் சொல்லிவிட்டுத் தலையைக் கோதிவிட்டுக் கொண்டான். கார் பிரதான சாலையை விட்டுக் கிழே இறங்கியது. மண்சாலையது. ஈரத்தில் சேறும் சகதியுமாக இருந்தது. பழைய ஹிந்திப் பாடல் ஒன்றை ஒலிக்கவிட்டுக் கொண்டிருந்தார்கள். இரண்டு டியூப் லைட்டுகள் எரிந்து கொண்டிருந்தன. தகரக் கொட்டகை ஒன்றினுள் நாலைந்து கயித்துக் கட்டில் போட்டு வைத்து இருந்தார்கள். கட்டில் நடுவே ஒரு பலகை இருந்தது. கட்டிலில் இரண்டு பக்கமும் இருவர் அமர்ந்துகொண்டு சாப்பிடும்படி அமைந்திருந்தார்கள்.

காலியாகக் கிடந்த ஒரு கட்டிலில் அமர்ந்தபடியே சாப்பிட என்ன கிடைக்கும் எனக் கேட்டான். சர்வர் வரிசையாக ஒப்புவித்துக் கொண்டிருந்தபோது பரோட்டாவும் ஆலு சப்ஜியும் ஆர்டர் செய்தான். ஒரு கட்டில் அடியில் பூனை ஒன்று படுத்துக்கிடந்தது. அதை நோக்கி கையை அசைத்தான். பூனை அவனைக் கண்டுகொள்ளவேயில்லை.

•••

கடந்த பத்து நாட்களுக்குள் அவன் பர்காம்புரா குண்டுவெடிப்பு குறித்து நிறைய ரகசியங்களைக் கண்டுபிடித்திருந்தான். சில தகவல்கள் அவனுக்கே அதிர்ச்சியாக இருந்தன. குண்டுவெடிப்பு என்ற ஒற்றைச் செயலுக்குள் எத்தனையோ மனிதர்கள் பதுங்கியிருக்கிறார்கள்.

ஒருமுறை அன்வர் அலியிடம் திவாகர் கேட்டான்:

“அதிகாரத்திலிருப்பவர்களுக்கு மனசாட்சியே கிடையாதா? குற்றவுணர்ச்சி அவர்களைக் கொல்லாதா? ஏன் இப்படி உண்மையைக் கொன்று புதைக்கிறார்கள்?”

அன்வர் அலி சிரித்தபடியே சொன்னார்:

"சிறுவனைப் போலப் பேசுகிறாய். மனசாட்சி என்ன டெல்லி ரேடியோவா எந்நேரமும் எதையாவது சொல்லிக் கொண்டேயிருக்க. அவர்களின் மனசாட்சி கல்லறையைப் போன்றது. அதனுள் முணுமுணுப்பேயில்லை, சலனமேயில்லை. உண்மையை ஆழத்தில் புதைத்து வைத்திருக்கிறார்கள். நாம்தான் மனசாட்சிக்குப் பயப்பட வேண்டியிருக்கிறது."

அன்வர் அலி சொன்னது உண்மை.

உண்மையை அறிந்துகொள்வது கடினமானது. அதை விடவும் கடினமானது அதைப் பத்திரிகையில் வெளியிடச் செய்வது. அன்வர் அலி எடிட்டராக இருந்தவரை அவன் தைரியமாக உண்மையை எழுதிக் கொடுப்பான். ஆனால் புதிய எடிட்டராக ஷர்மிளா பாண்டே வந்தபிறகு அப்படி எழுத முடியவில்லை. ஒருவேளை எழுதிக் கொடுத்தாலும் அவள் வெளியிட மாட்டாள். ஷர்மிளா பாண்டே அமெரிக்காவில் படித்தவள். முன்னாள் மத்திய அமைச்சர் ஒருவரின் மருமகள். அவளுக்குப் பத்திரிகை ஆசிரியர் வேலை என்பது அலங்காரமான பதவி மட்டுமே.

...

சம்பளத்தை விடவும் தன்னைச் சுதந்திரமாக எழுத அனுமதிக்கிறார்கள் என்பதால் திவாகர் பத்திரிகையிலே இருந்தான். இந்தியா முழுவதும் அவனுக்கென வாசகர்கள் இருந்தார்கள். அரசியல் தலைவர்கள் பலரும் அவனது கட்டுரைகளை வாசித்துப் பாராட்டியிருக்கிறார்கள். அவனது சில கட்டுரைகள் ஒரே நேரம் ஆறு மொழிகளில் மொழியாக்கம் செய்து வெளியிடப்படுவதும் உண்டு..

திவாகர் தனது பத்திரிகையுலக அனுபவத்தில் ஒன்றேயொன்றை உறுதியாகக் கற்றுக் கொண்டிருந்தான். எந்தச் செய்தியையும் நம்பக்கூடாது. சந்தேகிக்க வேண்டும். செய்தியினுள் மறைந்துள்ள புலப்படாத விஷயங்களை, மனிதர்களை அடையாளம் காணவேண்டும். அவற்றில் எதைக் கவனப்படுத்த வேண்டுமோ அதைக் கவனப்படுத்த வேண்டும். உண்மையைத் தேடிக் கண்டறிவதே தனது பணி.

எல்லாத் தினசரி செய்தித்தாள்களும் மரண ஓலைகளே. ஒரு நாளில் வாசகன் எத்தனை மரணச் செய்திகளை

வாசிக்கிறான். கொலையைத் தன் வாழ்நாளில் ஒருமுறை கூடக் கண்டிராத பொதுமக்கள் அன்றாடம் பத்திரிகைகள் வழியாகக் கொடூரமான கொலைகாரர்களைப் பற்றி அறிந்து கொள்கிறார்கள். கொலையாளி பெண்ணாக இருந்தால் அவளை ரசிக்கிறார்கள். அவளைப் பற்றித் திரைப்படம் உருவாக்குகிறார்கள்.

மக்கள் பத்திரிகைகளை நம்புகிறார்கள். பத்திரிகையாளன் என்பவன் உண்மையைக் கண்டறிந்து சொல்பவன் என நினைத்துக் கொண்டிருக்கிறார்கள் அரசு, அதிகாரம் எதற்கும் பயப்படாதவன் என நம்பிக் கொண்டிருக்கிறார்கள். அதை மெய்ப்பிக்கும் விதமாகச் செயல்படுகிற பத்திரிகையாளர்கள் ஒரு சிலரே. திவாகர் இதுவரை அப்படித்தானிருந்தான். அவனுக்கு எவரையும் பற்றிப் பயமில்லை. எந்த மிரட்டலாலும் அவனது எழுத்தை ஒடுக்கமுடியவில்லை.

பத்திரிகையாளனாக அவன் சிறப்பாகவே செயல்பட்டான். ஆனால் ஒரே குறை தனது உடல்நலத்தைக் கவனிக்கவே முடியவில்லை. இந்த முப்பத்தியாறு வயதிற்குள் அல்சர் வந்துவிட்டது. சமீபமாக ரத்தக்கொதிப்பும் உருவாகியுள்ளது. மூக்குக் கண்ணாடியின் பவர் அதிகமாகிவிட்டது. சாமானிய மனிதர்களைப் போல வார விடுமுறை கிடையாது. வாடகை வீட்டில்தான் குடியிருக்கிறான். வீடெங்கும் புத்தகங்கள். இசைத் தட்டுகள்.

சொந்த ஊரிலிருந்து யாரும் அவனைத் தேடி வருவதில்லை. அவனும் ஊருக்குப் போவதில்லை. வங்கிக் கணக்கில் இரண்டரை லட்சம் உள்ளது. அவ்வளவுதான் இத்தனை ஆண்டுக்காலச் சேமிப்பு. நல்லவேளையாக அவன் திருமணம் செய்துகொள்ளவில்லை. தன்னால் ஒரு பெண்ணின் வாழ்க்கை பாதிக்கப்படவில்லை என வேடிக்கையாகச் சொல்லிக் கொள்வான்.

திவாகரின் சொந்த ஊர் உடுமலைப்பேட்டை. சிறிய நகரம். அங்கே பள்ளி இறுதி வரை படித்தான். கோவையிலுள்ள கல்லூரியில் ஆங்கில இலக்கியம் முடித்தான். சட்டப்படிப்பை டெல்லியில் படிக்கலாம் என அண்ணன் சொன்ன காரணத்தால் டெல்லிக்குச் சென்றான். டெல்லி வாழ்க்கை அவனை முற்றிலுமாக

மாற்றிவிட்டது. அவனோடு சட்டம் படித்த நண்பர்கள் கலகக்காரர்களாக இருந்தார்கள். அவர்களுடன் ஒன்றாகச் சுற்றவும் போராட்டங்களில் கலந்து கொள்ளவும் செய்தான். மெல்ல அவனுக்குள் இருந்த சிறுநகர மனிதன் தொலைந்து போனான்.

மெட்ரோ மனிதர்களில் தானும் ஒருவன் என்பதை உணர்ந்தான். சமூகப் போராட்டங்களில் தீவிரமாகக் கலந்து கொண்டான். ஒரு வருஷத்திற்குள் அவனது பேச்சும் நடவடிக்கைகளும் மாறியிருந்தன. அப்போது அவன் எழுதிய கட்டுரைகள் ஆங்கில நாளிதழ்களில் வெளியாகின. அதன் பிறகே அவன் வக்கீல் படிப்பைக் கைவிட்டுப் பத்திரிகையாளன் ஆவது என முடிவு செய்தான்.

திவாகர் அன்றாடம் காலை டீ குடித்தவுடன் எல்லாச் செய்தித்தாள்களையும் வாசித்து விடுவான். எப்போதாவது ஓய்வாக இருந்தால் ஓவியம் வரைவான். பள்ளிநாட்களில் இருந்து தொடரும் பழக்கமது. ஓவியம் வரைவதற்குப் பழகியதாலோ என்னவோ சின்னஞ்சிறு விஷயங்கள்கூட அவன் கவனத்தில் வந்துவிடுகின்றன. முகங்களை நினைவு கொள்வது எளிதாகயிருந்தது.

•••

டெல்லியில் பத்திரிகையாளராக வேலைக்குச் சேர்ந்த நாள் முதல் நேற்று வரை ஆயிரம் பார்ட்டிகளுக்கு மேல் போயிருப்பான். தினமும் ஏதாவது ஒரு பார்ட்டி. யாராவது வம்பு வளப்பார்கள். பார்ட்டிக்குப் போக வேண்டியது பத்திரிகையாளனின் வேலை. அங்கேதான் தனிப்பட்ட விஷயங்கள் எளிதாகக் கிடைக்கும். அரசியல்வாதிகளுடன் எளிதாகப் பேச முடியும். போதையேறியதும் பலரும் ரகசியங்களை எளிதாகப் பகிர்ந்துகொள்ளத் துவங்கிவிடுவார்கள். அவன் வெளியிட்ட பல செய்திகள் பார்ட்டியில் கிடைத்தவையே. ஆனால் பார்ட்டி என்பது ஒரு புதைகுழி, அதற்குள் சிக்கிவிடாமல் காலூன்றுவது பெரிய சவால்.

அன்றிரவு பார்ட்டியில் திவாகரைக் கண்டதும் நிவாஸ் கைதூக்கி பெரிய கும்பிடு போட்டான். அது மிகவும் செயற்கையாக இருந்தது. எதற்கு ஒரு பத்திரிகையாளன்

இப்படி நடிக்க வேண்டும். திவாகர் அவனைக் கண்டுகொள்ளவில்லை. ஆனால் கையில் மதுவோடு நிவாஸ் அவன் அருகில் வந்து நின்று கேட்டான்.

“உங்கள் பத்திரிகையின் துணை ஆசிரியர் அமைச்சருடன் ரோம் போகிறாராமே.”

“இருக்கலாம்” என்றான் திவாகர்.

“பட்டியலைப் பார்த்துவிட்டேன். அவரது பெயரும் இருக்கிறது. நானும் போகிறேன். ஒரு விஷயம் சொன்னால் ஆச்சரியப்படுவாய். முகர்ஜியும் வருகிறார். அவர்தான் குழுவின் தலைவர்.”

“முகர்ஜியா!” என வியப்போடு கேட்டான் திவாகர்.

“ஏன் ஆச்சரியப்படுகிறாய். எல்லா மனிதர்களும் பலவீனமானவர்கள்தான். முகர்ஜியின் மகன் லண்டனில் ஒரு பிரச்சனையில் மாட்டிக் கொண்டுவிட்டான். அமைச்சர் தலையிட்டுப் பிரச்சனையை ஒன்றுமில்லாமல் ஆக்கிவிட்டார். இனி முகர்ஜி எப்படிப் பேனாவை உயர்த்துவார். அவ்வளவுதான் அவரது வீராவேச எதிர்ப்பு அத்தியாயம் முடிந்துவிட்டது. இப்போது அரசின் புகழ்பாடும் பத்திரிகையாளர் அணிக்குத் தலைவராகிவிட்டார். உடனடி பலன் ரோம் பயணம்.”

“பாவம் முகர்ஜி” என்றான் திவாகர்.

“உன் நண்பனாகச் சொல்கிறேன். உன் பிடிவாதமான கொள்கைகளைத் தூக்கி எறிந்துவிட்டு நான் சொல்வது போலக் கட்டுரைகள் எழுது. இந்தப் பயணத்தில் உன் பேரையும் சேர்க்கச் சொல்லிவிடுகிறேன்.”

“அதற்குப் பதிலாக ரோட்டில் பிச்சை எடுப்பேன்” என்றான் திவாகர்.

“கண்டிப்பாக ஒரு நாள் அந்த நிலைக்கு நீ தள்ளப்படுவாய். எனக்கு நன்றாகத் தெரியும். நீயில்லை, உன்னைப் போலப் பலமுட்டாள்களை உருவாக்கிய அன்வர் அலிக்கு என்ன நடந்தது தெரியும்தானே. ஒரு பத்திரிகையும் அவரைக் காப்பாற்றவில்லை. எத்தனை நீதிமன்ற வழக்குகள். அலைக்கழிப்பு. பாவம் அந்தக் கிழவர்.”

“அன்வர் அலியை பற்றிப் பேசுவதற்கு உனக்கு யோக்கியதை கிடையாது?” என்றான் திவாகர்.

“நல்லவேளை, அவரிடம் நான் வேலை செய்யவில்லை. இல்லாவிட்டால் என் மூளையும் கெட்டுப்போயிருக்கும்.”

“அவரிடம் நீ வேலைக்குச் சென்றிருந்தால் உன்னைக் கழுதையைப் போல நடத்தியிருப்பார்” எனச் சிரித்தபடியே சொன்னான்.

நிவாஸின் முகம் மாறியது. அவன் கோபத்துடன் இன்னொரு பெக் மதுவை எடுப்பதற்காகச் சென்றான். அப்போது அருகில் வந்த கமல்நாத் கேட்டான்:

“அவனுடன் ஏன் வம்பு வழக்கிறாய். மிக மோசமான ஆள்.”

“இவனை இப்படியே விடக்கூடாது” என்று கோபமாகச் சொன்னான் திவாகர்.

அன்று திவாகர் ஆறு ரவுண்ட் குடித்தான். போதையின் உச்சத்தில் அவன் நிவாஸைத் தேடிப் போனான்.

நிவாஸ் சாப்பிட்டுக் கொண்டிருந்தான். தட்டில் கோழிக்கறியும் பிரியாணியும் சாலட்டும் இருந்தன. அப்படியே அந்தத் தட்டினை கீழே தட்டிவிட்டான் திவாகர், அத்துடன் பரிகாசமான குரலில் சொன்னான்.

“தட்டில் வைத்துச் சாப்பிடுவது நாயின் பழக்கமில்லை. தரையில் சிந்தியதை நக்கி சாப்பிடு.”

அதைக்கேட்ட நிவாஸ் அவனை அடிக்கக் கையை ஓங்கினான். திவாகர் விலகிக் கொள்ளவே காற்றில் கை வீசினான். ஆத்திரம் அதிகமாகவே மோசமான வசைகளைப் பொழிய ஆரம்பித்தான்.

திவாகர் அவன்மீது யாரோ குடித்து வைத்த மிச்சமதுவை ஊற்றினான். இருவரும் கட்டி உருண்டார்கள். யார் விலக்கிவிட்டது எனத்தெரியவில்லை.

எப்படி அறைக்கு வந்தான், எப்போது உறங்கினான் எதுவும் நினைவில் இல்லை.

ஆனால் காலை பத்தரை மணிக்குக் கண்விழித்தபோது தலை கனமாக இருந்தது. அவன்மீது போலீஸில் புகார்

கொடுத்திருந்தான் நிவாஸ். அன்வர் அலி தான் தலையிட்டு அவனைக் கேசிலிருந்து விடுவித்தார்.

•••

பரோட்டா வந்தது. கூடவே சூடான சப்ஜி. பசியாக இருந்ததாலோ என்னவோ உணவின் ருசி அபாரமாக இருந்தது. சிறிய உணவகங்கள் ஏமாற்றுவதில்லை. பெரிய ஹோட்டல்களைத்தான் நம்பி சாப்பிடப் போக முடியவில்லை. அவன் ரொட்டியை அவசரமாகப் பிய்த்துச் சாப்பிட்டான். இன்னொரு மூலையில் டிரைவர் சாப்பிட்டுக் கொண்டிருப்பது தெரிந்தது. தொலைவில் இடி இடிக்கும் ஓசை கேட்டது. மழை வரக்கூடும். அதற்குள் விடுதி அறைக்குப் போய்விட்டால் நல்லது.

அவன் சாப்பிடுவதைக் கண்ட பூனை அருகில் வந்து நின்றது. ஒரு துண்டு ரொட்டியைப் பிய்த்துப் போட்டான். அதை முகர்ந்து பார்த்துவிட்டு வாலாட்டியபடியே சாப்பிடாமல் கடந்து போனது.

என்ன எதிர்ப்பார்த்து வந்தது அந்தப் பூனை.

சாப்பிட்டுக் கொண்டிருக்கும்போது அவனது செல்போன் அடித்தது. மறுமுனையில் ஷர்மிளா பாண்டேதான் பேசினாள்.

“உடனடியாகக் குவாலியர் போய் மேத்தா பாய் தனது நாய்களுக்கு ஆடம்பரத் திருமணம் செய்து வைப்பது பற்றிக் கவர் ஸ்டோரி எழுத வேண்டும்” என்றாள்.

“பர்காம்புரா குண்டுவெடிப்பு என்னாவது?” என்று கோபமாகக் கேட்டான் திவாகர்.

“அதைவிடு. எல்லாப் பத்திரிகைகளும் எழுதி ஓய்ந்துவிட்டன. இனி யாரும் அதைப் படிக்க ஆர்வம் காட்டமாட்டார்கள்.”

“உண்மையான குற்றவாளி யார் என்று நான் கண்டுபிடித்துவிட்டேன். ஆதாரங்கள் இருக்கின்றன” என்றான் திவாகர்.

“அதை அப்படியே தூக்கிப்போடு. நமது வேலை குற்றவாளிகளைக் கண்டுபிடித்து நீதி விசாரணை செய்வதில்லை. அது போலீஸ் டிபார்ட்மெண்ட் வேலை. நம்

வேலை சுவாரஸ்யத்தைத் தருவது. ஊதிப்பெருக்கினால்தான் பலூனிற்கு அழகு. வெறும் பலூனைப் பார்க்கச் சகிக்காது."

"பின் எதற்காகப் பைத்தியக்காரன் போல நான் அலைந்து திரிய வேண்டும்" என்று கோபமாகக் கேட்டான் திவாகர்.

"நீ அன்வர் அலியின் தயாரிப்பு. இப்படித்தானிருப்பாய். உன்னோடு விவாதம் செய்ய விரும்பவில்லை. மேத்தா பாய் நாய்களுக்குத் திருமணம் செய்து வைக்கப்போவது வேடிக்கையாக இருக்கும். நாய்களுக்குத் தனியே அலங்கார நகைகள் தயாரிக்கப்படுகிறதாம். நீ உடனே போய் மேத்தா பாயை இண்டர்வியூ எடு. நாய்களை நல்ல புகைப்படங்களாக எடுத்து அனுப்பு. சுவாரஸ்யத்தை உருவாக்கு திவா."

"என்னால் போக முடியாது."

"உன் விருப்பம் முக்கியமானதில்லை. இது உத்தரவு." என்று கறாரான குரலில் சொன்னாள் ஷர்மிளா.

"நான் வேலையை ரிசைன் செய்துவிடுகிறேன்" என்றான் திவாகர்.

"சந்தோஷம்" என்று ஏளனமாகச் சொன்னபடியே போனை வைத்தாள் ஷர்மிளா.

திவாகருக்கு ஆத்திரமாக வந்தது. பர்காம்புரா குண்டுவெடிப்பில்தான் சேகரித்த உண்மைகளை என்ன செய்வது? ஏன் ஓடி ஓடி உண்மைகளைக் கண்டறிந்தோம். உயிருள்ளவர்களுக்கே நீதி கிடைக்காத காலத்தில் இறந்தவர்களுக்காக யார் நீதி கேட்கப் போகிறார்கள்? அநீதிதான் நம் காலத்தின் அடையாளமா?

வேலை போனதைவிடவும் தன்னை ஒரு கரப்பான் பூச்சியைப் போல ஷர்மிளா நடத்தியதைத் தாங்க முடியவில்லை.

யாரோ ஒரு பணக்காரன் தனது நாய்களுக்குத் திருமணம் நடத்துவதைத் தன்னைப் போல ஒருவன் தேடிப் போய்க் கட்டுரை எழுத வேண்டுமா. எவ்வளவு இழிவான உத்தரவு. வேலை போனால் போகட்டும். பேசாமல் கொஞ்ச நாட்கள் ஊரில் போய் இயற்கை விவசாயம் செய்து பிழைக்கலாம் என்று யோசித்துக் கொண்டான்.

தொடர்ந்து சாப்பிட முடியவில்லை.

பரோட்டாவை அப்படியே வைத்துவிட்டு எழுந்து கொண்டான். வெளியே மழை துவங்கியிருந்தது. மனதிலிருந்த ஆத்திரம் அடங்கவில்லை.

வாசலில் வந்து நின்று ஒரு சிகரெட்டைப் பற்ற வைத்துக் கொண்டான்.

செய்திகளைத் துரத்திக் கொண்டேயிருப்பது அலுப்பாக இருந்தது. உண்மை யாருக்குத் தேவை. உண்மையைப் புதைப்பதற்குத்தான் எவ்வளவு ஏற்பாடுகள். தந்திரங்கள். அறிந்தேதான் மாயமானைத் துரத்திக் கொண்டிருக்கிறோம். செய்திகளின் பேராறு மக்களை அடித்துப் போகிறது. மரக்கட்டைகள் தண்ணீரில் செல்வது போல மக்கள் நடந்து கொள்கிறார்கள். சிறியதோ, பெரியதோ எவரும் தன் தவறுகளை ஒப்புக்கொள்வதில்லை. அதை மறைப்பதற்காக எவ்வளவு பொய்யும் சொல்லத் தயார் ஆகிவிட்டார்கள். அச்சிடப்பட்ட பொய்கள். காட்சிகளாக மாறும் பொய்கள். நாம் அலங்கரிக்கப்பட்ட பொய்களை நம்புகிறோம். பொய்களை விற்கிறார்கள். தானும் அதற்கு ஒரு மறைமுக உடந்தையே.

யோசிக்க யோசிக்க மனதில் குழப்பமும் ஆற்றாமையும்தான் கூடிக் கொண்டிருந்தது.

அப்போது தாபாவை நோக்கி ஒரு அம்பாசிடர் கார் வருவது போலத் தெரிந்தது. சாரலின் ஊடே அந்தக் கார் தெளிவற்றுத் தெரிந்தது.

அந்தக் காரிலிருந்து மூன்று பேர் இறங்கினார்கள். அதில் ஒருவனை வக்கீல் ஷியாம் பிரசாத் வீட்டில் பார்த்தது போல இருந்தது. அவன்தானா எனச் சரியாகத் தெரியவில்லை. திவாகர் சிகரெட்டை ஊதியபடியே தனது காரை நோக்கி நடந்தான். அவர்கள் தன்னை நோக்கித்தான் வருகிறார்கள் என்று அவன் அறியவில்லை. தனது டிரைவரை அழைப்பதற்காக திவாகர் திரும்பிப் பார்த்தான்.

ஷியாம்பிரசாத் வீட்டில் பார்த்தவனின் கையில் பெரிய உருட்டுக்கட்டை ஒன்றிருப்பது கண்ணில் பட்டது.

ஏதோ நடக்கப்போகிறது என திவாகர் சுதாரிப்பதற்குள் அவன்மீது உருட்டுக்கட்டையால் ஒருவன் தாக்கினான். தலையில் பலமாக அடி விழுந்தது. திவாகர் ரத்தம்

வடிவதை உணர்ந்து ஓட முயன்றான். ஆனால் அவர்கள் சுற்றிலும் வளைந்துக் கொண்டார்கள். திவாகர் கூக்குரலிட்டபோது மூன்று பேரும் அவனைப் பலமாகத் தாக்க ஆரம்பித்திருந்தார்கள். திவாகர் போராடினான். ஒருவன் பியர் பாட்டிலை உடைத்து அவன் அடிவயிற்றில் சொருகினான். திவாகரால் வலியைத் தாங்கமுடியவில்லை. பலமாக ஓலமிட்டான்.

திவாகரின் குரல் மழைக்குள் கரைந்து ஓடிக் கொண்டிருந்தது.

□

13
வாளும் மலரும்

சீனாவின் குயிங் வம்ச ஆட்சிக் காலத்தில் இது நடந்தது என்கிறார்கள். யுவான் ஷு என்ற அரசன் கவிதையிலும் இசையிலும் தன்னை மறந்திருந்தான். ஒரு நாள் லின் டேயு என்ற பெண்கவிஞர் அவனைத் தேடி வந்தாள். பேரழகியான அவளிடம் உன் கவிதைகளின் சிறப்பு என்னவென யுவான் ஷு கேட்டான். என் கவிதை மாயங்கள் செய்யக்கூடியது. அது உடைவாளை ஒரு மலராக மாற்றிவிடும் என்றாள். அவனால் நம்பமுடியவில்லை. அவள் ஒரு கவிதை சொன்னாள். மறுநிமிஷம் அரசனின் உடைவாள் ஒரு மலராக மாறியது. ஒரு மலரைக் கையில் வைத்துக் கொண்டு எப்படிச் சண்டையிட முடியும் என்று புன்னகையுடன் கேட்டான் யுவான் ஷு. வாளால் வெல்லமுடியாததை மலரால் வெல்லமுடியும் என்றாள் லின் டேயு.

பேரழகியான அவளின் அழகிலும் கவிதையிலும் மயங்கி யுவான் அவளைக் காதலிக்கத் துவங்கினான். அவளது கவிதைகளைத் தேசமெங்கும் பாடும்படியாகக் கட்டளையிட்டான். தேசத்திலிருந்த வாள், குறுங்கத்திகள், ஈட்டிகள் யாவும் மலர்களாக உருமாறி விட்டன. உடைவாளுக்குப் பதிலாக மலர்களை ஏந்திவந்தார்கள் போர் வீரர்கள். அந்தத் தேசத்தில் போரே இல்லாமல் போனது.

லின் டேயுவின்மீது பொறாமையும் வெறுப்பும் கொண்ட மகாராணி அவளைக் கொல்வதற்காக உணவில் விஷம் கலந்தாள். ஆனால் அந்த உணவை லின் டேயு சாப்பிடவில்லை. உண்மை கண்டறியப்பட்டு மகாராணி தூக்கிலிட்டுக் கொல்லப்பட்டாள். அவளது சகோதரன் ஜியா சிச்சுன் பழிவாங்குவதற்காக லின்டே யு ரகசியமாக ஒருவனைக் காதலிக்கிறாள் என யுவான் ஷுவை நம்ப வைக்க ஏற்பாடுகள் செய்தான். அதன்படி லின்டேயின் அறையில் ஆணின் உடைகளை ஒளித்து வைத்தான். அதைக் கண்டுபிடித்த யுவான் மனதில். சந்தேகத்தின் துளி விழுந்தது. அதன் பிறகு யுவான் அவள் கவிதைகளுக்கு வேறு பொருள் கொள்ள ஆரம்பித்தான். அவளைக் கண்காணிக்க ஆட்களை ஏற்பாடு செய்தான்.

தனது பிறந்த நாளை முன்னிட்டு லின் டேயு தனது உடலில் புதிதாக மீனின் உருவத்தைப் பச்சை குத்திக் கொண்டாள். அது துரோகத்தின் அடையாளம் எனக் கருதிய யுவான் தன் கையாலே அவளது கழுத்தை நெரித்துக் கொல்ல முயன்றான். சாவதற்கு முன்பு லின் டேயு ஒரு கவிதை சொன்னாள். மறுநிமிஷம் அந்தத் தேசத்திலிருந்த எல்லா மலர்களும் ஆயுதங்களாக உருமாறின. கையில் கிடைத்த வாள், கட்டாரி, குறுங்கத்திகளைக் கொண்டு மக்கள் ஒருவரோடு ஒருவர் தாக்கி சண்டையிட்டு மடிந்தார்கள். யாரோ வீசி எறிந்த ஒரு மலர் குறுங்கத்தியாகி யுவான் ஷுவும் இறந்து போனான்.

அதன்பிறகு லின் டேயுவின் கவிதைகளை யாரும் பாடக்கூடாது என்று அரசாங்கம் தடைவிதித்தது. சில ஆண்டுகளில் அந்தக் கவிதைகள் மக்கள் நினைவிலிருந்தும் மறைந்து போனது.

□

14

பஷீரின் திருடன்

எத்தனையோ திருடர்களையும் போக்கிரிகளையும் பிச்சைக்காரர்களையும் சீட்டாடிகளையும் தனது கதைகளில் எழுதி மக்கள் மனதில் நிலைபெறச் செய்திருக்கிறாரே பஷீர். அவர் ஏன் தன்னைப் பற்றி ஒரு கதைகூட எழுதவில்லை என்ற ஏக்கம் கள்ளன் யூசுப்பிற்கு நீண்டகாலமாக இருந்தது.

அவன்தான் வைக்கம் முகமது பஷீரின் பர்ஸை பிக்பாக்கெட் அடித்தவன். அதில் சில்லறைக் காசுகளைத் தவிர பணம் ஏதுமில்லை என்று தெரிந்து அவரிடமே திரும்பக் கொண்டு போய்க் கொடுத்தவன். அவனது திறமையைப் பாராட்டினாரே அன்றி பஷீர் அவனைக் கதையில் எழுதவில்லை.

அவன் இதைப்பற்றிப் பேசுவதற்காகச் சிலதடவை பஷீரை சந்தித்திருக்கிறான். ஒவ்வொரு முறை சந்திக்கும்போதும் பஷீர் அவனிடம் தொழில் விருத்தியாக நடக்கிறதா என்று நலம் விசாரிப்பாரே அன்றிக் கதை எழுதுவதைப் பற்றிப் பேசவே மாட்டார். என்ன மனிதர் இவர் அற்ப திருடர்களை, மீசையில்லாத போக்கிரிகளை, பூனையைத் திருடும் அற்பர்களைப் பற்றி எழுதுகிறார். நமக்கு என்ன குறைச்சல் என்று யூசுப் அவரிடம், மாஷே என்னையும் ஒரு கதையில் நீங்கள் எழுத வேண்டும் என்று கோரிக்கை வைத்தான்.

அதற்கு பஷீர் சிரித்தபடியே "சகாவே. ஒரு திருடன் கதைக்குள் வருவது சாமானிய விஷயமில்லை. அதற்கு ஸ்பெஷலாக ஏதாவது விஷயம் இருக்க வேண்டும்..."

அதைக் கேட்ட யூசுப் "என்ன செய்யணும் மாஷே. சகா ஈஎம்எஸ் மூக்குக் கண்ணாடியைத் திருடி வரட்டுமா. இல்லை! மகாராணியின் பல்செட் வேண்டுமா? ஜங்ஷனில் நிற்கும் ஜார்ஜ் மன்னர் சிலையைத் திருடிக் கொண்டு வர வேண்டுமா சொல்லுங்கள்" என்றான்.

அதைக்கேட்ட பஷீர் "இதுவெல்லாம் சோட்டா திருடன் செய்யும் வேலை. அதைவிடப் பெரிய வேலை செய்யணும். உனக்கு முகமது முதலாளியின் சின்னமகள் சபீதாவைத் தெரியுமா? சுத்தமான பேரழகி. அவளது ஒரு முத்தத்தைத் திருடி வர முடியுமா?" எனக் கேட்டார்.

அதைக் கேட்ட யூசுப் சொன்னான்: "அது கஷ்டம் மாஷே. வேண்டுமானால் அவளையே தூக்கிக் கொண்டு வருகிறேன்."

"அது கடத்தல்காரன் வேலை" என்று மறுத்தார் பஷீர். "ஸ்ரீதரன் நாயரின் மனைவி இருக்கிறாளே. அவளைப் பார்த்திருக்கிறாயா. பெயர் அப்சரா. மாம்பழம் போலக் கன்னமிருக்குமே. அந்தச் சுந்தரியின் கனவுகளில் ஒன்றைத் திருடிக் கொண்டுவர முடியுமா?" என்று கேட்டார்.

கள்ளன் யூசுப் "கஷ்டம்" என உதட்டைப் பிதுக்கினான். "நீ ஒரு உதவாக்கரை. கோழி திருடும் நாராயணி இருக்கிறாளே. தெரியும்தானே. என் வீட்டிலே மூன்று கோழிகளைத் திருடிப் போயிருக்கிறாள். அவளது மூக்குத்தியைத் திருடி வர முடியுமா?" எனக்கேட்டார் பஷீர்.

"அது முடியும் மாஷே. மூக்குத்தியைக் கொண்டு வந்தால் கதை எழுதுவீர்கள்தானே."

"கட்டாயம் எழுதுவேன். கோழி திருடும் நாராயணியும் கள்ளன் யூசுப்பும் என்று தலைப்பு வைக்கிறேன். போதுமா?" என்றார்.

"இதுபோதும். மூக்குத்தியோடு வருகிறேன்" என்று சொல்லி யூசுப் சலாம் வைத்துப் போனான். இரண்டு மாதங்களுக்குப் பிறகு யூசுப்பை பேருந்தில் பஷீர்

பார்த்தபோது உதட்டைப் பிதுக்கி இன்னும் காரியம் நடக்கவில்லை என்று ஜாடையாகச் சொன்னான். பின்பு ஒரு மழைநாளில் அவர் வீட்டிற்கு வந்து பெண்கள் விஷயத்தில் நமது திட்டங்கள் தோற்றுவிடுகிறது என்று சலித்துக் கொண்டான். இப்படியாக எட்டு மாதங்களும் பதிமூன்று நாட்களும் கடந்தபிறகு ஒரு இரவு அவன் மூக்குத்தியோடு வந்திருந்தான்.

"சபாஷ். நீ உண்மையிலே பெரிய கள்ளன்தான். யாரையும் கிட்ட நெருங்க விடாத நாராயணியின் மூக்குத்தியைத் திருடிவிட்டாயே" என்று பாராட்டினார்.

யூசுப் தயக்கத்துடன் சொன்னான்:

"நான் திருடவில்லை மாஷே. அவளே கொடுத்துவிட்டாள்."

"இது என்ன புதுக்கதை" என்று கேட்டார் பஷீர். "நாராயணி வெளியேதான் நிற்கிறாள். வரச்சொல்லவா?" என்று கேட்டான் யூசுப். "வரச்சொல்" என்றார் பஷீர். தெருச்சண்டையில் கில்லாடியும் கோழி திருடுபவளுமான முரட்டுப் பெண் நாராயணி தலையில் முக்காடு போட்டுக் கொண்டு வெட்கத்துடன் நின்றிருந்தாள். பஷீருக்கு விஷயம் புரிந்துவிட்டது.

□

15
பதினேழாவது ஆள்

ராமநாதன் வீட்டில் மாட்டப்பட்டிருந்த குடும்பப் புகைப்படத்தில் புதிதாக ஒருவர் தோன்றியிருந்தார். அவர் யார்? எப்படிப் புகைப்படத்தில் புதிதாகத் தோன்றினார் என்று வீட்டில் எவருக்கும் புரியவில்லை. அந்தப் புகைப்படம் 1986இல் எடுக்கபட்டது. அஜந்தா ஸ்டுடியோவில் பொங்கலுக்கு மறுநாள் எடுத்தது. சின்ன அக்கா கல்யாணி தற்கொலை செய்து கொள்வதற்கு முன்பு எடுத்த புகைப்படம். சுருள்முடியோடு பேரழகியாக இருக்கிறாள். அந்தப் புகைப்படத்தில் மொத்தம் பதினாறு பேர் இருந்தார்கள்.

ஆனால் பதினேழாவதாக ஒரு ஆள் சபரி மாமாவிற்கும் சொக்கர் அண்ணனுக்கும் நடுவில் எப்படித் தோன்றினார் என்று புரியவேயில்லை. ராமநாதன் புகைப்படத்தைச் சுவரிலிருந்து எடுத்துக் கிழிந்த துணியால் துடைத்துப் பார்த்தார். புதிதாகத் தோன்றியிருந்த ஆளுக்கு இருபத்தைந்து வயதிருக்கும். ஒடுங்கிய முகம். இடது புருவத்தின் குறுக்கே வெட்டுத்தழும்பு இருந்தது. மெலிந்த உடல். கோடு போட்ட சட்டை. கறுப்புப் பேண்ட். அப்படி ஒரு முகச்சாடை கொண்ட எவரும் தங்களின் குடும்பத்தில் கிடையாது. அப்படியானால் யார் இவன்? எப்படிப் புகைப்படத்தில் தோன்றினான் என்று அவருக்குப் புரியவில்லை. கோவையில் வசிக்கும் சபரி மாமாவிற்குப் போன் செய்து கேட்கலாம் என நினைத்தார். போனில் மாமாவின் லைன் கிடைக்கவில்லை,.

ஐந்து நிமிஷத்திற்குப் பிறகு சபரி மாமாவிடமிருந்து போன் வந்தது. பேச்சை ஆரம்பிக்கும் முன்பே “நம்ம வீட்ல ஒரு குரூப் போட்டோ இருந்துச்சே” என்றுதான் ஆரம்பித்தார். “ஆமா” என்று தெரியாதவர் போலக் கேட்டார் ராமநாதன். “அதுல புதுசா ஒரு ஆள் நிற்கிறது மாதிரி இருக்கு. பழைய போட்டோவில புது ஆள் எப்படி வர முடியும். நான்தான் இத்தனை நாள் போட்டோவை சரியாகப் பாக்கலையா?” என்று கேட்டார் சபரி மாமா.

“அந்த ஆள் புருவத்துல தழும்பு இருக்கா?” என்று கேட்டார் ராமநாதன். “ஆமா. அது யாரு. நமக்குத் தெரிஞ்சவனா?” எனக் கேட்டார் சபரி மாமா.

“எனக்கும் தெரியலை. ஆனா என் வீட்டு போட்டோவிலயும் அந்த ஆள் தோன்றியிருக்கான்” என்றார்.

இந்த இருவர் மட்டுமில்லை. அந்தப் போட்டோ வைத்திருந்த ஐந்து குடும்பங்களிலும் அந்த இளைஞன் புதிதாக இணைந்திருந்தான். பகலிரவாக அவன் யாரென உறவினர்களிடம் விசாரித்தார்கள். யூகம் செய்தார்கள். பழைய ஆல்பங்களைத் தேடினார்கள். எவராலும் கண்டுபிடிக்க முடியவில்லை.

இந்த நாட்களில் அந்தப் புகைப்படம் எடுக்கப்பட்ட காலத்தில் குடும்பத்தில் இருந்த சந்தோஷம், இளமைக்கால நினைவுகள், சொந்த ஊரில் வாழ்ந்த வாழ்க்கை பற்றி ஏக்கத்துடன் போனில் பேசிக் கொண்டார்கள். தற்கொலை செய்துகொண்ட கல்யாணி அக்காவை யாரும் இப்போது நினைப்பதில்லை என்பதைப் பற்றிக் குற்றவுணர்ச்சி கொண்டார்கள்.

கடைசியில் புதிதாகத் தோன்றிய இளைஞன் போட்டோவில் இருந்தால் இருந்துவிட்டுப் போகட்டும், போட்டோதானே என்று முடிவு செய்தார்கள்.

இந்த முடிவை அவர்கள் அடைந்த மறுநாள் காலை புகைப்படத்தில் இருந்த இளைஞன் மறைந்திருந்தான். அவன் உருவம் மறைந்தபோது புகைப்படத்திலிருந்த கல்யாணி அக்காவும் மறைந்திருந்தாள். அதுதான் ஏன் என எவருக்கும் புரியவில்லை.

□

16
காலத்தின் குரல்

விளம்பரப் படத்திற்கான இசைக்கோர்வையை உருவாக்க ரவி மூன்று நாட்களாகப் போராடிக் கொண்டிருந்தான். சரியாக வரவேயில்லை. வடபழனியிலுள்ள சிறிய அறைக்குள் ஒடுங்கிக் கொண்டு எத்தனை நாள் இப்படிப் போராடிக் கொண்டிருப்பது என ஆத்திரமாக வந்தது.

அவனது செல்போன் அடிக்கும் சப்தம் கேட்டது. பாதி வேலையில் எழுந்து போனை எடுத்து யார் வேண்டும் என்று கோபமாகக் கேட்டான். கவர்ச்சியான பெண் குரல் உங்களோடு பேசுவதில் மகிழ்ச்சி. என் பெயர் பூா. நீங்கள் எங்கே வசிக்கிறீர்கள்? எந்த ஆண்டு நடக்கிறது என்று கேட்டது. இது என்ன கேள்வி என்று எரிச்சலுடன், "என் பெயர் ரவி. சென்னையில் வசிக்கிறேன். இப்போது 2021ஆம் வருஷம் நடக்கிறது" என்றான்.

"2021 ஆ" என்று அவள் ஆச்சரியமாகக் கேட்டாள். இதில் என்ன ஆச்சரியமிருக்கிறது என்று நினைத்தபடியே போனைத் துண்டிக்க முற்படும்போது. "நானிருப்பது 2321 வருஷத்தில்" என்றாள்.

"முந்நூறு வருஷத்துக்கு அப்பாலிருந்து எப்படிப் பேச முடியும்?" என்று கேட்டான்.

"நான் டைம் போனில் பேசுகிறேன். இது புதுவகைப் போன். இதன் வழியே எந்தக் காலத்திற்கும் தொடர்பு கொள்ள முடியும். இது எனது புதிய கண்டுபிடிப்பு" என்றாள்.

அவள் சொல்வது உண்மையா, பொய்யா எனக் குழப்பமாக இருந்தது. "உங்களால் நம்ப முடியாது என்று தெரியும். நம்பும்படியாக நாளை ஒரு தகவல் சொல்கிறேன் நன்றி" எனப் போனைத் துண்டித்துவிட்டாள்.

மறுநாள் அவளே அழைத்துச் சொன்னாள். "உங்கள் எதிர்காலம் முழுவதும் இங்கே ஆவணக்காப்பகத்தில் இருக்கிறது. அதை முழுமையாக என்னால் பார்க்க முடியாது. சிறப்பு அனுமதி பெறவேண்டும். ஆனால் ஒரு சில தகவல்களை எடுக்க முடியும். நாளை உங்களைக் காண சிங்கப்பூரிலிருந்து ஒருவர் வருவார். அவர் மூலம் நீங்கள் சினிமா இசையமைப்பாளராக மாறிவிடுவீர்கள். இது உண்மை."

அவள் சொன்னது போலவே மறுநாள் அருள்பிரகாசம் என்ற தயாரிப்பாளர் அவனைத் தேடி வந்தார். அவனது இசை பிடித்துள்ளதாகச் சொல்லி அட்வான்ஸ் கொடுத்து புதிய படத்தின் இசையமைப்பாளராக ஒப்பந்தம் செய்தார். அந்தப்படம் வெளியாகிப் பெரிய வெற்றியைப் பெற்றது. வரிசையாக வெற்றிகள் அவனைத் தொடர ஆரம்பித்தன. அவளிடமிருந்து அதன்பிறகு போனே வரவில்லை.

திடீரென ஒரு இரவு அந்தப் பெண் போனில் அழைத்து "உங்கள் வாழ்க்கை ஒரு பெண்ணால் வீழ்ச்சியடைந்திருக்கிறது. அவளிடம் மட்டும் நீங்கள் கவனமாக இருந்திருக்கக் கூடாதா என்று ஏக்கமாக இருக்கிறது" என்றாள்.

"அவள் பெயரென்ன, எப்படியிருப்பாள்?" என்று கேட்டான் ரவி.

அவள் பதில் சொல்வதற்கு முன்பு போன் இணைப்புத் துண்டிக்கப்பட்டது. எந்தப் பெண் என்று அவனால் அறிந்து கொள்ள முடியவில்லை. அதன் பிறகான நாட்களில் அவன் காணும் பெண்கள் யாவரையும் விட்டு ஒதுங்கினான். எந்தப் பெண்ணோடும் பேசவும் பயந்தான். இந்த அச்சம் நாளடைவில் ஒரு மனநோயாக மாறியது. இசையில்

அவனால் கவனம் செலுத்த முடியவில்லை. அவனுக்குச் சிகிச்சை அளிக்க வந்த டாக்டர் மிருதுளா இது வெறும் கற்பனை என்று ஆறுதல் சொல்லி மருந்துகள் கொடுத்தாள். கொஞ்சம் கொஞ்சமாகப் பயத்திலிருந்து விடுபட்டு இசையில் கவனம் செலுத்தினான். ஆறு மாதங்களில் அந்தப் பயம் முற்றிலும் விலகிப்போனது.

ழூா சொன்னது போல எதுவும் நடக்கவில்லை. இதற்கிடையில் டாக்டர் மிருதுளா அவனது இசையில் மயங்கி அவனைக் காதலிக்க ஆரம்பித்தாள். அது வளர்ந்து திருமணமாகியது. அவர்கள் குடும்ப வாழ்க்கை இனிமையாகப் போய்க் கொண்டிருந்தது. சினிமாவில் அவன் நிறையப் பணமும் புகழும் சம்பாதித்தான். நீண்ட பல மாதங்களின் பின்பு ஒரு இரவில் ழூா அவனிடம் பேசினாள்.

“காலத்தொடர்பினை அரசாங்கம் தடை செய்துவிட்டது. ஆகவே ரகசியமாகத்தான் பேச முடியும் அந்தப் பெண்ணின் பெயரைச் சொல்ல மறந்துவிட்டேன். அவள் பெயர் டாக்டர் மிருதுளா...”

□

17
இந்தியன் குக்

அந்த வனவிடுதியில் கிளாவெல்லைத் தவிர வேறு எவரும் தங்கியிருக்கவில்லை. அது விருந்தினர்களுக்கான விடுதி என்றபோதும் வால்டர் கிளாவெல் வனத்துறை அதிகாரியாக வந்தபிறகு அதைத் தன்வசமாக்கி வைத்துக் கொண்டான். வேட்டைக்கு வரும் ஜமீன்களுக்குக்கூட அந்த விடுதியில் தங்க இடம் கிடைப்பதில்லை.

இங்கிலாந்திலிருந்து 1845இல் இந்தியாவிற்கு வந்த வால்டர் கிளாவெல் வன அதிகாரியாக அஸ்ஸாமில்தான் பணியில் அமர்த்தப்பட்டான். ஏழு வருஷங்கள் அங்கே பணியாற்றியபிறகே தென்வனம் எனப்படும் அந்தக் காட்டினை நிர்வாகம் செய்ய அனுப்பி வைக்கப்பட்டான். அது கேரள எல்லைப் பகுதியை ஒட்டிய காடு.

நூறு மைலுக்கும் மேல் பரந்து விரிந்திருந்த அந்தக் காடு முழுவதும் வால்டர் கிளாவெல் கட்டுப்பாட்டில் தானிருந்தது. அவன் தன்னைக் காட்டின் அரசனாகவே உணர்ந்தான். அவனது மூர்க்கமான செயல்கள் காட்டினுள் வசித்த பழங்குடியினரை பயமுறுத்தின. அவர்கள் கிளாவெல்லின் கண்ணில் படாமல் மறைந்து நடமாடிக் கொண்டிருந்தார்கள்.

கிளாவெல் வந்தபிறகு அந்தக் காட்டினை விட்டுப் பழங்குடிகள் எவரும் வெளியே போகக்கூடாது என்று

சட்டம் விதித்தான். தட்டாம்பாறை ஒட்டியிருந்த பழங்குடிகளின் குடிசைகளை மொத்தமாகத் தீவைத்து எரித்துவிட்டு அவர்களை மேகவளைவு என்ற பக்கத்தில் குடியேறச் செய்தான்.

பழங்குடி பெண்களில் சிலரை அவன் தூக்கிச் சென்று நாட்கணக்கில் அருவிக்கரையில் கூடாரம் அமைத்து அதற்குள் நிர்வாணமாக வைத்திருந்தான். அந்தப் பெண் பின்னிரவில் தப்பி ஓட முயன்றபோது பிடித்துத் தலைகீழாக அவர்களை மரத்தில் கட்டித் தொங்கவிட்டிருந்தான். மூன்று பெண்கள் அதில் இறந்துபோனார்கள். இறந்த உடல்களை அருவியில் தூக்கி வீசும்படி செய்திருந்தான்.

கிளாவெல் வந்தபிறகு காட்டின் இயல்பு முற்றிலும் மாறியிருந்தது. அடிபட்ட புலி காட்டிற்குள் மூர்க்கமாக அலைவது போல அவன் அலைந்து கொண்டிருந்தான்.

நல்லவேளையாகக் கல்கத்தாவிலிருந்து அவனது மனைவி லாராவும் இரண்டு மகள்களும் அவனுடன் வசிப்பதற்காகத் தென்வனத்திற்கு வந்து சேர்ந்தார்கள். அவர்கள் வந்தபிறகே வனவிடுதியை அவன் தனதாக்கிக் கொண்டான்.

கிளாவெல்லின் வனவிடுதியில் ஞாயிறுதோறும் பார்ட்டி நடப்பது வழக்கம். இதில் முப்பது பேருக்கும் மேலாக வந்து போவதுண்டு. அதில் மேலையூர் ஜமீன்தார் உள்ளிட்ட சிலரும் அடக்கம். சிலவேளைகளில் அவர்கள் துப்பாக்கியோடு வனவேட்டைக்குப் போய் வருவார்கள். வேட்டையப்பட்ட முயல்களையும், காட்டுப்பறவைகளையும் மான்களையும் சமைக்க வேண்டியது முலாக்கின் வேலை. சில நேரம் ஆற்றிலிருந்து மீன் பிடித்து வந்து சபேசன் சமைக்கவும் செய்வான்.

மூன்று சமையற்காரர்களுக்கும் வெளியே தெரியாத வெறுப்பும் இனம்புரியாத கசப்புணர்வும் இருந்தது. அதிலும் ஜூலியனுக்கு இந்தியர்களைப் பிடிக்கவேயில்லை. முலாக்கை அவன் சகித்துக் கொண்டதற்குக் காரணம் முலாக் தயாரித்துத் தரும் நாட்டுச் சாராயத்திற்குத்தான்.

முலாக் அதை எப்படிக் காய்ச்சுகிறான். எங்கே வைத்துக் காய்ச்சி எடுக்கிறான் என்று எதுவும் தெரியாது. ஆனால்

அவன் கொண்டு வந்த சாராயத்தின் போதையை எந்த விஸ்கியும் தந்ததில்லை.

சபேசன் அதிகாலையில் எழுந்து காட்டாற்றில் சென்று குளித்துவிட்டு திருநீறு பூசிக் கொள்வான். ஒருநாள் அதைப்பற்றி லாரா அவனிடம் கேட்டாள்.

திருநீற்றை ஆங்கிலத்தில் எப்படிச் சொல்வது எனப் புரியாமல் சபேசன் கையெடுத்து வணங்கிவிட்டு நெற்றியில் கோடு போடுவது போலச் சைகை காட்டினான்.

லாராவிற்க்கு அது புரிந்தது போலச் சிரித்துவிட்டு இந்தக் குளிரிலும் பச்சைத் தண்ணீரிலா குளிக்கிறாய் என்று ஆங்கிலத்தில் கேட்டாள்.

சபேசன் தலையசைத்தபடியே “ரிவர் வாட்டர் வெரி கோல்ட். இட்ஸ் குட்” என்று சொன்னான்.

லாராவிற்கு, வனத்துறைக்குச் சொந்தமான அந்தப் பாரஸ்ட் பங்களாவும் அதைச் சுற்றிய மரங்களும் மிகவும் பிடித்துப் போயின. கிளாவெல் அஸ்ஸாமில் பணியாற்றியபோது அவனுக்குச் சமையல் செய்வதற்காக நியமிக்கப்பட்ட முலாக்கையும் அவர்கள் உடன் அழைத்து வந்திருந்தார்கள்.

லாரா வந்தபிறகும் கிளாவெல் காட்டிற்குள்தான் சுற்றிக் கொண்டிருந்தான். அவள் தனது தனிமையைப் போக்கிக் கொள்ள விருந்து நிகழ்ச்சிகளுக்கு ஏற்பாடு செய்தாள். அப்போது வருகை தரும் ஜமீன்தார்களுக்குச் சமைப்பதற்கென்றே ஒரு இந்தியன் குக்கை ஏற்பாடு செய்யும்படி சொல்லியிருந்தார்.

சபேசன் அப்படித்தான் கிளாவெல்லிடம் வேலைக்குச் சேர்ந்தான். அவன் வந்து சேர்ந்த முதல்நாளே கிளாவெல்லின் கோபத்திற்கு ஆளாகினான். காரம் அதிகமாகக் கோழி இறைச்சியைச் சமைத்துவிட்டான் என்று அவன்மீது காறித் துப்பினான் வால்டர். அத்தோடு அவன் செய்திருந்த உணவில் மூத்திரம் பெய்தான். அப்படியும் கோபம் அடங்கவில்லை சூட்டுக்கோலைக் காயவைத்து அவனது முதுகில் மூன்று கோடுகள் போட்டுவிட்டான். நாயைப் போலத் தன் உத்தரவிற்குப் பணிந்து நடக்க வேண்டும் என்று சப்தமிட்டான்.

சபேசனுக்கு அந்தக் காயம் ஆற இரண்டு வாரங்களானது. காட்டு மூலிகைகளைக் கொண்டு அவனே சுய வைத்தியம் செய்து கொண்டான்.

கிளாவெல் காட்டிற்குள் சென்றுவிடும் நாட்களில் லாரா அவன் செய்துதரும் சைவ உணவுகளை விரும்பிச் சாப்பிட்டாள். குறிப்பாக, அவன் செய்து தரும் இனிப்பு வகைகள் மிகவும் பிடித்திருந்தது. பால் பாயாசத்தைப் பிள்ளைகளும் விரும்பி சாப்பிட்டார்கள். ஆனால் கிளாவெல் இருக்கும் நாட்களில் ஒருபோதும் அந்த இனிப்பை சபேசன் செய்வதில்லை.

லாரா அவனை இந்தியன் குக் என்றே அழைத்தாள். துரையிடம் வேலைக்கு வந்த ஆறு மாதங்களில் சபேசன் அரைகுறையாக இங்கிலீஷ் கற்றுக் கொண்டுவிட்டான். அந்தப் பாரஸ்ட் பங்களாவில் அவனைப் போல இன்னும் இரண்டு சமையற்காரர்கள் இருந்தார்கள். அதில் ஒருவன் கிழக்கு வங்காளத்தைச் சேர்ந்தவன். அவனது பெயர் முலாக். மற்றவன் இங்கிலாந்தில் இருந்து மேடம் லாராவுடன் வந்தவன். அவனது பெயர் ஜூலியன். அவன்தான் இங்கிலீஷ் பிரேக்பாஸ்ட் தயாரிப்பவன்.

ஜூலியனும் முலாக்கும் வனவிடுதியினுள் இருந்த சிறிய அறை ஒன்றில் ஒன்றாகத் தங்கிக் கொண்டார்கள். அவர்களுடன் சேர்ந்து இருக்க சபேசனுக்குப் பிடிக்கவில்லை. ஆகவே, சமையலறைக்குள்ளேயே அவன் தங்கிக் கொண்டான்.

சபேசன் ஒரு நாள் லாராவிற்காகப் பலாப்பழ இனிப்பு இலை அடை செய்து கொடுத்தான்.

"எதற்காக இந்தியர்கள் இவ்வளவு இனிப்பு சாப்பிடுகிறார்கள்?" என்று அவள் கேட்டாள்.

"இனிப்புதான் நாக்கை விழிக்க வைக்கக்கூடியது. நாக்கில் இனிப்பு பட்டதும் மனதில் சந்தோஷம் வந்துவிடும்" என்று சொன்னான் சபேசன். அதைக்கேட்டு லாரா சிரித்தாள்.

இங்கிலாந்தில் அவள் சாப்பிட்டிருந்த இனிப்பு வகைகளுக்கும் இந்திய இனிப்பிற்கும் நிறைய வித்தியாசமிருந்தது. குறிப்பாக, இந்திய இனிப்பு வகைகள்

நாக்கில் பட்டதும் சுவை உடலில் ஒரு கிளர்ச்சியை ஏற்படுத்திவிடுகிறது. அதிலும் பாலில் செய்யப்படும் இனிப்பு வகைகள் தரும் சுவைக்கு நிகரேயில்லை.

சபேசன் சைவ உணவு வகைகள் மட்டுமின்றி மீன், கோழி இரண்டினையும் மிக ருசியாகச் சமைத்துக் கொடுத்தான். அவன் சமையலின் காரம் லாராவிற்குக் கண்ணீர் வரவழைத்தது. ஆனால் வீட்டுக்கு வரும் விருந்தினர்களும் ரசித்துச் சாப்பிட்டார்கள். அது லாராவிற்குப் பெருமையாக இருந்தது.

சபேசன் தன் அறையில் தேவையான பலசரக்குப் பொருட்களை வாங்கி வைத்துக் கொண்டான். மண்பாத்திரங்கள். வெண்கலப் பாத்திரங்கள். கண்ணாடிப் பாத்திரங்கள் என விதவிதமான பாத்திரங்களைத் தேர்வு செய்து வைத்துக் கொண்டான். திருகையும் அம்மியும் உரலையும் பின்வாசலில் போட்டு வைத்துக் கொண்டான். சமையலுக்கென மழைத்தண்ணீரை ஒரு அண்டாவில் பிடித்து வைத்துக் கொண்டிருந்தான்.

அது எதற்காக என லாரா கேட்டபோது "மழைத்தண்ணீரின் ருசி கிணற்றுத் தண்ணீருக்குக் கிடையாது" என்றான்.

சபேசனிடமிருந்து இந்திய இனிப்பு வகைகளைச் செய்வதற்கு லாரா கற்றுக் கொண்டாள். அதைச் சிறிய நோட்டில் குறிப்புகளாகவும் எழுதிவைத்துக் கொண்டாள்.

சபேசன் ஒரு நாள் சொன்னான்:

"சமைப்பவர் மனதிலிருந்துதான் உணவிற்கு ருசி வருகிறது. சமைப்பவன் மனது கசந்து போனால் உணவில் அது வெளிப்படவே செய்யும்."

லாரா அதை உணர்ந்திருக்கிறாள். அவள் கோபத்தில் செய்த கேக் எதுவும் ருசியாக இருந்ததில்லை.

ஒரு நாள் அவள் சபேசனிடம் கேட்டாள்:

"நீ ஏன் திருமணம் செய்து கொள்ளவில்லை?"

"பிரம்மச்சாரிக்குத்தான் கைமணம் அதிகமிருக்கும்."

"அதற்காகத் திருமணம் செய்து கொள்ளாமலா இருப்பாய்?"

"சமையலை விட்டுவிட்டால் திருமணம் செய்து கொள்வேன்" என்று சொல்லி சிரித்தான்.

சமையல் நேரங்களைத் தவிர மற்றவேளைகளில் முலாக்கை அந்த வீட்டில் காணவே முடியாது. காட்டிற்குள் சுற்றியலைந்து கொண்டிருப்பான். பழங்குடிப் பெண் ஒருத்தியின் பின்னால் அவன் சுற்றுவதை சபேசனே ஒரு நாள் பார்த்தான்.

வால்டர் கிளாவெல் துரையின் வீட்டுவேலையாட்கள். குதிரைவண்டி ஓட்டுகிறவன், தபால் கொண்டு போகிறவன், புல்வெட்டுகிறவன், ஆயா மற்றும் இரவுக்காவல் செய்பவர்கள் அத்தனை பேருக்கும் தனிச் சமையல். அந்தச் சமையல் வீட்டிற்கு வெளியே தனியே நடந்தது.

சபேசன் காலையில் வெறும் எலுமிச்சை சாறு மட்டும்தான் குடிப்பான். மதியம் சோறு, குழம்பு, வெறும் அப்பளம். இரவில் மோர்விட்ட சாதம், வடுமாங்காய். இவ்வளவே அவனது சாப்பாடு. இத்தனை ருசியாகச் சமைத்தும் அவன் ஒருபோதும் இனிப்பு சாப்பிடுவதில்லை. ஆசையாக எந்த உணவினையும் செய்து சாப்பிடுவதில்லை.

கிளாவெல்லிடம் பணியாற்ற வந்தபிறகு சபேசன் ஒரேயொரு விஷயத்தைப் புதிதாகக் கற்றுக் கொண்டிருந்தான். அது குடிப்பது. அவன் பார்ட்டியில் மீதமாகிப் போட்ட புட்டிகளைச் சேகரித்து வைத்திருப்பான். இரவானதும் அதைக் குடிக்க ஆரம்பிப்பான்.

அந்தக் காட்டு பங்களாவின் பின்புறம் விரிந்து கிடந்தது தென்வனம். இரவில் காட்டுப்பூச்சிகளின் இரைச்சலும் மின்மினிகளின் பறத்தலுமிருக்கும். வீட்டின் பின்புறமிருந்த கோட்டைச்சுவர் பாதி உடைந்து கிடந்தது. அதற்கு அப்பால் ஒரே புதர் செடிகள்.

வனவிடுதியில் மின்சார வசதி கிடையாது. பதினாறு எண்ணெய் விளக்குகளும் ஆறு பெரிய மெழுகுவர்த்திகளும் தினசரி ஏற்றப்பட்டன. இங்கிலாந்தில் இருந்து கொண்டு வந்திருந்த மெழுகுவர்த்திகளையும் மேடம் லாரா தன் அறையில் மட்டுமே பயன்படுத்தினாள். கொசுவை விரட்டுவதற்காக மாலை நேரம் காய்ந்த வேப்பிலைப் பொடியை தூவி புகை போடுவார்கள். அப்போது லாராவும்

ஐந்து வருட மௌனம் ௸ 193

அவளது மகளும் அறையின் ஜன்னல்களை மூடி உள்ளே பதுங்கிக் கொள்வார்கள்.

பாரஸ்ட் பங்களாவில் இருந்து மேற்கே நடந்தால் மரப்பாலம் ஒன்று காணப்பட்டது. அதைக்கடந்து மேலேறினால் காட்டாறு. அந்த ஆற்றின் கரையில் இரண்டு பெரிய பாறைகள் யானை படுத்துக்கிடப்பதை போல உயர்ந்திருந்தன. அந்தப் பாறையின் மீதேறி நின்றபடி மாலை நேரத்தில் மேடம் லாரா தொலைதூரத்து அருவியை வேடிக்கை பார்த்துக் கொண்டிருப்பாள். சில நாட்கள் வானவில் தென்படும். ஒரு சிறுமியைப் போல வியந்து ரசித்தபடியே இருப்பாள். பருத்து உயர்ந்து நின்ற மரங்களும் புதர்செடிகளும் காட்டுக்கொடிகளும் நிரம்பிய அந்த மேற்குப் பாதையில் அவள் தனியே நடந்து செல்வாள். சில வேளைகளில் காட்டுக்கோழிகள் வழியில் எதிர்படுவதுண்டு.

லாரா இங்கிலாந்தில் இருந்து கப்பலில் வந்தபோது அவளது வயது பதினெட்டு. அவள் வந்த கப்பல் முழுவதும் இளம் பிரிட்டிஷ் அதிகாரிகளைத் திருமணம் செய்து கொள்வதற்காக இளம்பெண்கள் இந்தியா வந்திருந்தார்கள். அரசு செலவிலே அப்படியான ஒரு ஏற்பாடு செய்யப்பட்டிருந்தது.

லாராவின் துணைக்கு அவளது அத்தை உடன் வந்திருந்தாள். மூன்று மாத காலத்தில் அவர்கள் இந்தியாவில் ஒரு இங்கிலீஷ்காரனைத் திருமணம் செய்து கொள்ளவேண்டும். ஒருவேளை சரியான மாப்பிள்ளை கிடைக்கவில்லை என்று இங்கிலாந்து திரும்புவதாக இருந்தால் அவர்கள் சொந்த செலவில்தான் செல்ல வேண்டும்.

இந்தியாவில் உள்ள பிரிட்டிஷ் அதிகாரி ஒருவனைத் திருமணம் செய்து கொண்டுவிட்டால் கர்ப்பிணியானதும் இங்கிலாந்து திரும்பிப் போய்விடலாம். அதன்பிறகு அவளது அத்தனை செலவுகளையும் அரசே ஏற்றுக் கொள்ளும். அப்படித்தான் லாரா கிளாவெல்லைத் திருமணம் செய்து கொண்டாள்.

திருமணத்திற்குப் பிறகே அவனது மூர்க்கமான செயல்களும் மிதமிஞ்சிய குடியும் அவளுக்குத் தெரிய வந்தன. போதையில் பலமுறை அவளை அடித்திருக்கிறான்.

ஒருமுறை அவளது வலதுகை உடைந்தும் போயிருக்கிறது. கர்ப்பிணியானவுடன் அவள் இங்கிலாந்து போய்விடலாம் என்று கனவு கண்டாள். ஆனால் வால்டர் கிளாவெல் அவளை அனுப்பி வைக்கவில்லை. மாறாக, இனி அவள் எப்போதும் இங்கிலாந்து போகமுடியாது என்றும் அறிவித்தான். லாராவிற்கு வேறுவழியில்லை. அவள் கிளாவெல்லை சகித்துக் கொண்டு அவனோடு வாழ்ந்து வந்தாள்.

தென்வனத்திலிருந்த பழங்குடிகள் கிளாவெல்லைக் கடவுளைப் போலவே நடத்தினார்கள். மதுவேறிச் சிவந்த கண்களுடன் ஒற்றை ஆளாக அவன் குதிரையில் சுற்றியலைந்து கொண்டிருந்தான்.

அருவியை ஒட்டிய மரத்தில் அமைத்த பரண்வீடு ஒன்றில் வால்டர் கிளாவெல் தங்கிக் கொண்டான். இரவெல்லாம் குடித்தான். புகைத்தான். பழங்குடி பெண்களை அனுபவித்தான். சில நாட்கள் அவன் நிர்வாணமாகக் காட்டில் அலைவதுண்டு. இரையெடுக்க அலையும் ஓநாய் போலவே அவன் நடந்து கொண்டான். காட்டின் தனிமை அவன் மூர்க்கத்தை அதிகமாக்கியது. அதுவும் மழைபெய்யும் நாட்களில் அவன் மிகுந்த உக்கிரம் கொள்வான். இடியைவிடச் சப்தமாகக் கத்துவான். மழையின் ஊடாகவே காட்டில் அலைந்து திரிவான். காட்டுக்குரங்குகள் அவனைக்கண்டு பயந்து அலறின. காட்டில் அவன் வைத்ததுதான் சட்டம். சுள்ளி பொறுக்க வந்த ஆட்களை அடித்து விரட்டினான்.

இரண்டு ஆண்டுகளுக்குள் அந்தக் காட்டினை உள்ளங்கையின் ரேகைகளைப் போலத் துல்லியமாக அறிந்திருந்தான்.

ஒரு நாள் மதராஸிலிருந்து அவனுக்கு ஒரு தந்தி வந்திருந்தது. கென்னிங் பிரபுவும் அவரது மனைவியும் புலிவேட்டைக்காகத் தென்வனத்திற்கு வருகிறார்கள். அவர்களுக்கான ஏற்பாடுகளைச் சிறப்பாகச் செய்து தரவேண்டும் என்று தந்தியில் தெரிவிக்கப்பட்டிருந்தது.

கிளாவெல்லே திருநெல்வேலி ரயில் நிலையத்திற்குப் போய்க் கென்னிங் பிரபுவையும் அவரது மனைவியையும் வரவேற்று அழைத்துவந்தான். டோரதிக்கு

முதல்பார்வையிலே கிளாவெல்லைப் பிடிக்கவில்லை. அவர்களைத் தனது காரில் அழைத்துச் செல்லும்போது கிளாவெல். டோரதியை விழுங்குவது போலப் பார்த்துக் கொண்டிருந்தான்.

கென்னிங்கின் மனைவி டோரதி பேரழகியாக இருந்தாள். தலையில் அவள் கட்டியிருந்த சிவப்பு ரிப்பனும் அவள் உடலில் பூசியிருந்த வாசனைத் தைலமும் அவனைக் கிறக்கமடையச் செய்தன.

கென்னிங் பருத்த தொப்பைகள் கொண்ட குள்ள உருவமாக இருந்தார். சர்ச்சலின் சுருட்டைப் போல ஒன்றைப் பிடித்துக் கொண்டிருந்தார். கென்னிங்கிற்காகக் காட்டிற்குள் ஏற்பாடு செய்யப்பட்டிருந்த கூடாரம் ஒன்றில் அவர்களைத் தங்க வைத்தான் கிளாவெல்.

மறுநாள் காலை அவன் டோரதியை சந்தித்துக் காட்டில் பறித்துக் கொண்டுவரப்பட்ட பூக்கள் எனச் சிவப்பும் மஞ்சளுமான பூக்களைக் கொடுத்தான். அதைக் கையில் வாங்கும்போது அவளுக்கு அச்சமாக இருந்தது.

கென்னிங் பிரபுவை அருவியில் குளிப்பதற்காக அழைத்துப் போகவதாகச் சொன்னார்.

"அவ்வளவு தூரம் என்னால் நடக்கமுடியாது" என்றார் கென்னிங்.

"உங்களை டோலியில் வைத்துத் தூக்கிக்கொண்டு போவார்கள்" என்றான் கிளாவெல்.

அதன்படியே கென்னிங் பிரபுவை நான்கு பேர் அருவி வரை மூங்கில் இருக்கை ஒன்றில் உட்காரவைத்து தூக்கிக் கொண்டு போனார்கள். கென்னிங் அருவியில் குளித்தபடியே குடித்தார். நிர்வாணமாக நடனமாடினார். அவருக்குக் கிளாவெல்லை மிகவும் பிடித்துப் போனது.

திரும்பி வரும்போது வெள்ளிக்கிழமை காலையில் புலி வேட்டைக்கு ஏற்பாடு செய்யப்பட்டிருப்பதாகச் சொன்னான். டோரதி தனக்கு ஒரு புலிக்குட்டி உயிருடன் வேண்டும். பிடித்துத் தரமுடியுமா எனக்கேட்டாள். நிச்சயம் அவள் காட்டினை விட்டுப் போவதற்குள் ஒரு புலிக்குட்டியைப் பிடித்துத் தருவதாகச் சொன்னான்.

புலிவேட்டைக்கு முரசு அடித்து விரட்டுபவர்கள், துணையாட்கள், வில்லாளிகள், துப்பாக்கி ஏந்திய சிப்பாய்கள் சகிதமாக கென்னிங் பிரபு யானைமீதேறி வேட்டைக்குக் கிளம்பினார். அவர்களுக்கு முன்பாகவே கிளாவெல் காட்டிற்குள் போயிருந்தான்.

காடு விடிகாலையில் புதுமணம் கொண்டுவிடுகிறது. சூரிய வெளிச்சம் படுவதற்கு முன்பு ஒளிரும் காட்டின் அழகு வியப்பூட்டக்கூடியது. டோரதி இளம்பச்சை நிற கவுன் அணிந்திருந்தாள். தலையில் வெள்ளைத் தொப்பி. காட்டிற்குள் உதிர்ந்து கிடந்த பறவையின் இறகுகளை அவளுக்காகச் சேகரித்துக் கொடுத்தார்கள். அதைக் கையில் ஏந்தியிருந்தாள். காட்டிற்குள் இருந்த குளிர்ச்சி இங்கிலாந்தில் இருப்பது போலவே உணரச்செய்தது. புலி எங்கே மறைந்திருக்கும், எந்த இடத்தில் வேட்டை நடக்கப் போகிறது என ஆர்வமாகக் கேட்டபடியே வந்தாள்.

கென்னிங் பிரபு முந்தைய இரவில் நிறையக் குடித்திருந்தார். அவரது கண்பிதுங்கி வெளியே வருவது போலப் பெரியதாகியிருந்தது. கண்ணுக்குக் கீழேயுள்ள பை சரிந்து தொங்குவது போலிருந்தது. அவர் யானையின் மீது அமர்ந்திருந்தார். இன்னொரு யானையில் டோரதி வந்து கொண்டிருந்தாள். யானையின் முன்னால் ஈட்டி ஏந்திய வீரர்கள் நடந்து கொண்டிருந்தார்கள். யானை ஆடி அசைந்து நடந்து கொண்டிருந்தது.

அவர்கள் ஆற்றின் கரைக்கு வந்து சேர்ந்தபோது கிளாவெல்லைக் காணவில்லை. எங்கிருந்தோ அவனது சப்தம் மட்டும் கேட்டது. அடுத்த சில நிமிஷங்களுக்குப் பிறகு புலி ஒன்று ஓடிவருவது தெரிந்தது. சிகாரிகள் கென்னிங் பிரபுவிடம் புலி அவர்களை நோக்கி வந்து கொண்டிருப்பதாகச் சொன்னார்கள்.

கென்னிங் பிரபு தனது வேட்டை துப்பாக்கியை உயர்த்திக் குறி வைத்தார். புதர்செடிகள் அசைய ஆரம்பித்தன. கென்னிங் பிரபு அந்தப் புதரை நோக்கி சுட்டார். ஏதோவொரு விலங்கு அடிபட்டு ஓடுவது போலத் தெரிந்தது. கென்னிங் அந்த விலங்கை நோக்கி யானையைச் செலுத்த ஆரம்பித்தார். யானை வேகமாக நடந்தது. சரிவு ஒன்றில் யானை இறங்கும்போது மரத்தின் உயரத்தில்

நின்றிருந்த கிளாவெல் தனது துப்பாக்கியால் குறிபார்த்து கென்னிங்கைச் சுட்டான். யானைமீது இருந்து கென்னிங் சரிந்து விழுந்தபோது அடிவயிற்றில் இருந்து ரத்தம் கொப்பளித்துக் கொண்டிருந்தது.

வெடிச்சப்தம் கேட்ட யானை புதர்களை மிதித்து நசுக்கியபடியே வேகமாக ஓடியது.

கிளாவெல் செத்துக்கிடந்த கென்னிங் அருகில் வந்து நின்று காலால் அவர் உடலைப் புரட்டிப் பார்த்தான். பிறகு தனது துப்பாக்கியை வானிற்கு உயர்த்திச் சுட்டான். இப்போது அவன் வேட்டைக்கு ஏற்பாடு செய்திருந்த ஆட்கள் அனைவரும் டோரதி இருந்த யானையை அப்படியே விட்டுவிட்டு விலகிப் போக ஆரம்பித்தார்கள். எங்கே போகிறார்கள் எனப்புரியாமல் டோரதி சப்தமிட்டாள். அந்த யானை மேற்கு நோக்கி நடக்க ஆரம்பித்தது. டோரதி யானையின் மீதிருந்து குதித்துவிட முயன்றாள்.

பாகன் அதை அனுமதிக்கவில்லை. அவள் பாகனை மீறி யானையின் மீதிருந்து கீழே இறங்க முயன்றபோது கிளாவெல் அருகில் வந்திருந்தான். அவன் யானையை நிறுத்தச்சொல்லி அவளைக் கீழே இறக்கிவிட்டான். கென்னிங் பிரபுவிற்கு அடிபட்டுவிட்டது. புலி அவரைத் தாக்கிவிட்டதால் ரத்தவெள்ளத்தில் மிதக்கிறார். வாருங்கள் எனத் தன்னோடு அழைத்துக் கொண்டு போனான்.

அவள் பயமும் குழப்பமுமாக கிளாவெல்லைப் பின்தொடர்ந்தாள். கிளாவெல் மரத்தில் கட்டியிருந்த பரண் வீட்டிற்குள் அவளை அழைத்துச் சென்றபோது அங்கே யாருமில்லை.

அவள் கோபத்துடன் "கென்னிங் எங்கே?" எனக்கேட்டாள்.

வானை நோக்கி கையைக் காட்டியபடியே கிளாவெல் சிரித்தான். அவளுக்குப் புரிந்துவிட்டது. கிளாவெல் தன்னை அடைவதற்காகவே கென்னிங்கைக் கொன்றிருக்கிறான். கிளாவெல் அவளை நோக்கி நெருங்கி வந்து அவளது தோளை தனது வலிமையான கைகளால் பற்றிக் கொண்டபடியே சொன்னான்:

"நீ காட்டை விட்டுப் போகமுடியாது."

அவள் கிளாவெல்லின் கைகளைத் தள்ளிவிலக்க முயன்றாள். கிளாவெல் சிரித்தபடியே சொன்னான்:

"புலிக்குட்டி வேண்டும் என்று கேட்டாயே. நான் ஒரு புலி. என்னையே தருகிறேன்."

அவள் ஓங்கி அடிப்பது போலக் கைகளை உயர்த்தினாள். தனது அகன்ற கைகளால் அவள் முகத்தில் ஓங்கி அறைந்த கிளாவெல் அவளைத் தரதரவெனத் தனது வெட்டவெளியை நோக்கி இழுத்துக் கொண்டு போனான். உடைகளைக் கிழித்து அவளுடன் கூடியதை புணர்ச்சி எனச் சொல்லமுடியாது. கொல்லப்பட்ட மானின் சதையைப் புலி பிய்த்து தின்னுவது போன்ற வேட்டையது.

தொடைகள் கிழிந்துபோக, மார்பில் நகம் பதிந்து கீறல் விழ, வீங்கிய உதடுகளும் நடுங்கும் கால்களுடன் டோரதி கட்டிலில் கிடந்தாள். கிளாவெல் அவள் அருகில் உட்கார்ந்தபடியே தன் நாவால் அவள் உடலை நக்க ஆரம்பித்தான். ரத்தம் ருசிக்கும் மிருகத்தின் செயல். டோரதி அலறினாள். அந்த இரவில் காட்டில் அவளது கூக்குரல் தனியே கேட்டுக் கொண்டேயிருந்தது. ஆறு இரவு பகல்கள் அந்த மரவீட்டிற்குள்ளாகவே டோரதி நிர்வாணமாகக் கிடந்தாள். கிளாவெல் குடிப்பதும் அவளுடன் கூடுவதுமாகவே இருந்தான்.

ஏழாம் நாளின் காலையில் அவளை நிர்வாணமாக நடத்தி ஆற்றின் கரைக்கு அழைத்துப் போனான். அவளை ஆற்று நீரில் இறங்கச் செய்து வேடிக்கை பார்த்தான். பிறகு பாறை ஒன்றில் ஏறி நிற்கச் சொன்னான். குளிரில் ஜில்லிட்ட உடலுடன் அவள் கைகூப்பி வணங்கினாள். அவளைத் திரும்பி நிற்கச் சொன்னான் கிளாவெல். ஈரம் சொட்டும் முதுகுடன் அவள் நின்றிருந்தாள். கிளாவெல் தனது ரிவால்வரை எடுத்து அவளது முதுகில் சுட்டான். அறுபட்ட வாழைமரம் போல விழுந்தாள் டோரதி. காலால் அவள் உடலை எத்திவிட்டான். ஆற்றில் மிதந்து சென்றாள் டோரதி.

கிளாவெல் சந்தோஷ மிகுதியில் ஓடும் தண்ணீரை நோக்கி ஒரு முறை சுட்டான்.

கென்னிங் பிரபுவும் அவனது மனைவியும் காட்டுப்புலியால் வேட்டையாடப்பட்ட நிகழ்வை அவன்

ரிப்போர்ட் செய்தபோது கம்பெனி அதைப்பற்றித் துளி சந்தேகத்தையும் எழுப்பவில்லை.

ஆனால் இதை லாராவால் மன்னிக்க முடியவில்லை. அவள் நடந்த விஷயங்களைக் கேள்விப்பட்டபிறகு கிளாவெல்லுடன் ஒன்றாகப் படுப்பதற்குக் குற்றவுணர்வு கொண்டாள். அவனை என்ன செய்வது என அவளுக்குப் புரியவேயில்லை.

மழைக்காலத்தின் நடுவே ஒரு நாள் கிளாவெல் குதிரையிலிருந்து தவறி விழுந்தான். இடுப்பு எலும்பில் சிறிய முறிவு ஏற்பட்டிருந்தது. ஆகவே அவன் மூலிகை வைத்துக் கட்டி நாற்பத்தியெட்டு நாட்கள் ஓய்வெடுக்க வேண்டும் என்று கேட்டுக் கொள்ளப்பட்டான்.

வேறு வழியின்றி நாற்பத்தியெட்டு நாட்களும் அவன் வனவிடுதியில் இருக்க வேண்டிய கட்டாயமானது.

அந்த நாட்களில் அவன் சதா குடித்தபடியே இருந்தான். போதையில் முலாக்மீது மதுவை ஊற்றி நெருப்பு வைத்தான். முலாக் அலறியபடியே ஓடும்போது லாரா பயந்து போனாள். அதன்பிறகுதான் கிளாவெல் சபேசனுடன் நெருக்கமாகத் துவங்கினான்.

குறிப்பாக வலியை மறப்பதற்காக சபேசன் செய்து கொடுத்த இனிப்பு அடையைத் தின்றவுடன் உடல் வலி மறையத் துவங்கியதோடு விசித்திரமான கனவுகள் வரவும் துவங்கின.

அந்தக் கனவுகளிலிருந்து அவனால் விழித்துக் கொள்ளமுடியவில்லை. ஒரு நாள் கிளாவெல்லின் கனவில் அருவி அவன் வீட்டிற்குள் விழுந்து கொண்டிருந்தது. யானைகள் வானில் பறந்து கொண்டிருந்தன. உடல் எடையற்றுப் போனது.

அந்த இனிப்பு அடைக்காக கிளாவெல் ஏங்க ஆரம்பித்தான். அதைத் தயாரிக்கத் தாமதமானபோது கைகள் நடுங்க காத்திருந்தான்.

அந்த அடையை கிளாவெல்லிற்காக மட்டுமே தயாரிப்பதாகவும் அதை வேறு எவரும் சாப்பிடக் கூடாது என்றும் சபேசன் சொன்னான்.

லாரா அதில் ஒரு துண்டினை சாப்பிடக் கேட்டபோதும் அவன் மறுத்துவிட்டான்.

இந்த இனிப்பினை சாப்பிட்டுப் பழகிய கிளாவெல் சதா கனவுகளிலே மிதந்தான்.

பதினெட்டு நாட்கள் தொடர்ந்து இனிப்பு அல்வாவைத் தின்று கனவுகளில் சஞ்சரித்த கிளாவெல் பத்தொன்பதாம் நாள் காலை படுக்கையில் இருந்தபடியே கத்தினான்.

அவனது குரல் அடிபட்ட விலங்கு கத்துவது போலிந்தது. பொதுவாக அவன் கோபத்தில் சப்தம் போட்டவுடன் லாரா மதுப்புட்டியைக் கொண்டுபோய் வைப்பது வழக்கம். ஆனால் அன்றைக்கு லாரா போனபோது கிளாவெல் உடல் முழுவதும் கொப்பளித்து வீங்கியிருந்தது.

ஏதோ பூச்சி கடித்திருக்கிறது. மருத்துவர் ஹாமில்டன்னை அழைத்துக் கொண்டு வரச்சொல் என்று கத்தினான். லாரா தலையசைத்தபடியே அறையை விட்டு வெளியே சென்றாள்.

ஹாமில்டன் வந்து பரிசோதனை செய்வதற்குள் உடல் முழுவதும் கொப்பளங்கள் பெருகியிருந்தன. ஹாமில்டனுக்கு அது என்ன நோய் என்று புரியவில்லை. அந்தக் கொப்பளங்களிலிருந்து ரத்தம் கசிந்து கொண்டேயிருந்தது.

கிளாவெல் வலி தாங்கமுடியாமல் கத்தினான். பித்தேறியவன் போல ஓலமிட்டான். அவன் குரல் அடங்கவேயில்லை.

லாராவிற்கு என்ன நோய் இது என்று புரியவில்லை. அவள் பயந்து போயிருந்தாள்.

சபேசன் ஒரு இரவு அவளிடம் வந்து சொன்னான்:

"இனி என்னால் இங்கே வேலை செய்ய முடியாது. நான் ஊருக்குக் கிளம்புகிறேன். நீங்களும் இங்கிலாந்து கிளம்புங்கள். இனி கிளாவெல்லால் பிழைக்க முடியாது. அவனுக்காக நான் செய்து கொடுத்த இனிப்பு அவன் உடலை நஞ்சாக்கிவிட்டது. அவன் மூன்று நாட்களில் இறந்துவிடுவான். இறப்பதற்கு முன்பு வலியின் உச்சத்தை அவன் அனுபவிப்பான். கதறுவான். ஓலமிடுவான். அந்தக் குரலை இந்தக் காடு கேட்கட்டும். சமையல் என்பது ஒரு கலை. அது உடலை வளர்ப்பதற்கு மட்டும்

உதவி செய்வதில்லை. உடலை அழிப்பதற்கும்தான். கிளாவெல்லைப் போன்றவர்களை வேறு வழியில் அழிக்க முடியாது. இந்த இனிப்பிற்காக நான் தேடிச் சேகரித்த எல்லா மூலிகைகளும் இந்தக் காட்டில் விளைந்ததுதான். கிளாவெல் காட்டைத் தன் அதிகாரத்தில் வைத்திருந்தான். ஆனால் காடு எவர் அதிகாரத்திற்கும் கட்டுப்பட்டதில்லை. அதைக் காடு என் வழியாக நிரூபித்திருக்கிறது.”

சபேசன் சொன்னது போலவே மூன்றாம் நாளை அழுது புலம்பி ஊளையிட்டு கிளாவெல் இறந்து கிடந்தான். லாராவும் அவள் பிள்ளைகளும் விநோதமான நோய் தாக்கி கிளாவெல் இறந்துவிட்டான் என்ற அறிக்கையில் கையெழுத்திட்டு விட்டு லண்டன் புறப்பட்டார்கள்.

இங்கிலாந்தில் வசித்தபோது லாரா எப்போதாவது தனது நோட்புக்கைப் பார்த்து இந்திய இனிப்பு வகைகளைச் செய்து பார்ப்பாள். அப்போதெல்லாம் அவள் சபேசனை நினைத்துக் கொள்வாள். கூடவே தென்வனக்காட்டினையும் கிளாவெல்லின் ஓலத்தையும் சேர்த்தே நினைத்துக் கொள்வாள்.

இனிப்பு சந்தோஷத்தை மட்டும் நினைவுபடுத்துவதில்லையே.

□

18
கறுப்பு ரத்தம்

நர்மதா லிப்டை விட்டு வெளியே வந்தபோது இரண்டு கார்களுக்கும் நடுவில் இருந்த இடைவெளியில் அந்தக் கிழவர் தன் பேத்தியுடன் நிற்பதைக் காணமுடிந்தது.

மூன்று நாட்கள் முன்பாக அந்தக் கிழவர் அவள் வேலை செய்யும் சேனலுக்கு வந்து தன்னுடைய பேத்தியின் கல்லூரிப் படிப்பிற்குத் தேவையான பண உதவி வேண்டி டிவி செய்தியில் ஒளிபரப்பும்படி கேட்டார்.

அப்படிச் செய்யமுடியாது என அவர்கள் மறுத்துப் பேசியதை அவர் கேட்டுக்கொள்ளவேயில்லை.

கிழவருக்கு எழுபது வயதிருக்கும். தோளைவிட இறங்கிய கைகள் கொண்ட பெரிய சட்டை. அது மிக அழுக்காக இருந்தது. தோளில் வெளிறிய துண்டு ஒன்றைப் போட்டிருந்தார். கைகளில் வயதின் சுருக்கம். பேத்திக்கு பதினாறு வயதிருக்கும். இளமஞ்சள் நிற சுடிதார் அணிந்திருந்தாள். பொருத்தமில்லாத ரோஸ் வண்ண துப்பட்டா. காலில் ரப்பர் செருப்பு. கையில் ரப்பர் வளையல்கள். அவள் கையில் ஒரு செல்போன் இருந்தது.

கிழவர் பிடிவாதமான குரலில் சொன்னார்:

"என் பேத்தி முகத்தை டிவியில பாத்தா கட்டாயம் உதவி செய்வாங்க."

செய்திப் பிரிவில் வேலை செய்யும் ஆனந்த் அது இயலாத விஷயம் என்று சொல்லி அவரை வெளியே அழைத்துக்கொண்டு போனான். வேண்டுமானால் ஆபீஸில் வேலை செய்கிறவர்கள் முடிந்த பணத்தை அவருக்குக் கொடுத்து உதவலாம் என்று சொன்னார் நியூஸ் எடிட்டர் சாரதி.

கிழவர் அன்று முழுவதும் சேனலின் வாசல்படிக்கட்டை ஒட்டி நின்றுகொண்டிருந்தார். இரவில் அவள் கிளம்பும்போதும் பார்த்தாள். தலைகவிழ்ந்து நின்றிருந்தார்கள். இருவரும் சாப்பிட்டார்களா என்றுகூடத் தெரியாது. அதன் மறுநாளும் அவர்கள் காலையிலே சேனல் வாசலில் வந்து நின்றிருந்தார்கள். ஒருவேளை பக்கத்து பிளாட்பாரத்திலே தங்கிவிட்டார்களோ என்னவோ.

இந்த முறை அவர்களை உள்ளே காவலாளி விடவேயில்லை. கிழவர் சேனல் செயல்பட்டு வந்த அடுக்குமாடி அலுவலகத்தின் வாசல்படியை ஒட்டி நாள் முழுவதும் நின்றிருந்தார். அவரது பேத்தி நிமிர்ந்துகூட எவரையும் பார்க்கவில்லை.

நர்மதாவிற்கு அவர்களுக்கு எப்படி உதவி செய்வது எனத்தெரியவில்லை. ஒருமுறை அவர்களிடம் பேசிப் பார்த்தபோதும் டிவி நியூஸ்ல காட்டுனா உதவி செய்வார்கள் என்று திரும்பத் திரும்பக் கிழவர் சொல்லிக்கொண்டேயிருந்தார். அது நர்மதாவால் இயலாத காரியம். மூன்றாம் நாளில் அந்தக் கிழவரை சேனலில் ஒருவரும் பொருட்டாக நினைக்கவேயில்லை. ஆயிரம் பரபரப்புகளுக்குள் அவரை யார் கண்டுகொள்ளப் போகிறார்கள்.

நர்மதா சேனலின் செய்திப்பிரிவில் வேலை செய்துகொண்டிருந்தாள். வாரம் புதன்கிழமை இரவு ஒளிபரப்பாகும் "உண்மையின் குரல்" என்ற நிகழ்ச்சியை அவள்தான் தயாரித்து வந்தாள். சமூகப்பிரச்சனைகளைப் பேசும் அந்த நிகழ்ச்சிக்கு நல்ல வரவேற்பு இருந்தது. இரண்டு முறை அந்த நிகழ்ச்சிக்காக அவள்மீது நீதிமன்ற வழக்குத் தொடரப்பட்டது. பலமுறை போனில் முகம் தெரியாத ஆட்கள் மிரட்டியிருக்கிறார்கள். இந்த மிரட்டலும் வழக்கும் அவளது செயல்பாட்டினை மிகவும் வேகமாக்கியது.

அவளும் அவளது குழுவினரும் மிகுந்த போர்க்குணத்துடன் மறைக்கபட்ட விஷயங்களை வெளிப்படுத்தினார்கள்.

புதன்கிழமை இரவு ஒன்பது மணிக்கு அவளது நிகழ்ச்சி ஒளிபரப்பானவுடன் போனை அணைத்து வைத்துவிடுவாள். இல்லாவிட்டால் இரவெல்லாம் வசைகளைக் கேட்க நேரிடும். ஆரம்பத்தில் அவளும் பதிலுக்குப் பதில் சண்டையிட்டாள். இப்போது அது வீண் வேலை என்று புரிந்திருந்தது.தான் நிறையப் பேரின் கோபத்தை, பகையைச் சம்பாதித்து வருவதைப் பற்றி அவள் கவலைப்படவேயில்லை.

கேன்டீனில் சாப்பிடச் செல்லும் சில நேரம் கணேஷ் கேலியாக "இந்த வாரம் பாம்பு யாரைக் கொத்தப்போகிறது?" என்று கேட்பான். நர்மதா சிரித்தபடியே "இந்த விஷம் எல்லாம் அவங்களை ஒண்ணும் பண்ணாது. பாம்புக்கு நாக்கு மட்டும்தான் விஷம். அவங்களுக்கு உடம்பு பூராமே விஷம்தான்" என்பாள்.

அதைக் கேட்டு கணேஷ் சிரிப்பான். அந்த அலுவலகத்தில் அவளுக்கு இரண்டே நண்பர்கள் இருந்தார்கள். பலருக்கும் அவளைப் பிடிக்கவில்லை. அவளும் விலகியே இருந்தாள். வேலையில் காட்டும் ஆர்வத்தை விடவும் வம்பளப்பதில் அதிக அக்கறை காட்டுகிறவர்களுடன் எப்படி நட்பு பாராட்ட முடியும்.

ஒவ்வொரு வாரமும் வியாழன் காலையில் அவள் நிகழ்ச்சி குறித்த எதிர்வினைகளைப் பற்றிக் குழு விவாதம் நடைபெறும். அன்று அதன் நிறைகுறைகளைப் பற்றி விரிவாகப் பேசுவார்கள். அடுத்த நிகழ்ச்சி பற்றி விவாதிப்பார்கள். ஆகவே வியாழக்கிழமை காலை எட்டுமணிக்கெல்லாம் அலுவலகம் வந்துவிடுவாள். அன்று மதியச் சாப்பாட்டில்கூட அக்கறை காட்டமாட்டாள். ஆகவே இரவு சாப்பாட்டிற்காக அவளுக்கு விருப்பமான தாபா எக்ஸ்பிரஸிற்குப் போவது வழக்கம்.

இன்றும் வியாழன் என்பதால் வழக்கம்போலவே நாள்முழுவதும் கூட்டம், விவாதம் என்று களைத்துப் போயிருந்தாள். தாபா எக்ஸ்பிரஸ் கிளம்புவதற்கு முன்பு அவளது தோழி ஷிவானிக்கு போன் பண்ணி ஏழு மணிக்கு அவளை வந்துவிடும்படி சொல்லியிருந்தாள். வழியில்

பேக்கரியில் பிரட் பாக்கெட் வாங்கிக்கொள்ள வேண்டும். அதுதான் அவளது தினசரி காலை உணவு. தனியறையில் வசிக்கும் அவளுக்குச் சமைக்க நேரமிருப்பதில்லை. ஆகவே மெக்ரெனட் பேக்கரி கடையில் பிரெட் வாங்கிக்கொண்டு தாபா எக்ஸ்பிரஸ் போக வேண்டும் என நினைத்தபடியே லிப்டிலிருந்து வெளியே வந்தாள்.

அந்தக் கிழவரைக் கடந்து போகையில் அவர் ஏதோ கேட்க நினைப்பவர்போல அவளைத் திரும்பிப் பார்த்தார். ஒரு நிமிஷம் அவளும் நின்றாள். கிழவர் பரிதாபமான முகத்துடன் அவளைப் பார்த்துக் கொண்டிருந்தார்.

நர்மதா அவரைப் பார்த்து தலையசைத்தபடியே படியை விட்டுக் கீழே இறங்கி நடந்தாள்.

அவளது ஸ்கூட்டி பின்பக்கமிருந்த பார்க்கிங்கில் நின்றிருந்தது. அதை நோக்கி நடந்தபோது முதுகு தெரிய ஒரு ஆள் நிற்பது தெரிந்தது. அந்த ஆள் அணிந்திருந்த சட்டையின் முதுகில் பி எனப் பெரிதாக எழுதப்பட்டிருந்தது. அந்த ஆளைக் கடந்து நர்மதா நடந்தபோது அவன் திரும்பி நர்மதாவைப் பார்த்தான். இருபத்தைந்து வயதிருக்கும். கோரையான தாடி. மஞ்சள் படிந்த கண்கள். தலையில் அடர்பச்சை வண்ண தொப்பி.

“நர்மதா” என அவன் சப்தமாக அழைப்பது கேட்டது.

நடந்துகொண்டிருந்த அவள் நின்று திரும்பிப் பார்த்தாள். அவன் வேகமாக அவளை நோக்கி வந்து கொண்டிருந்தான். நர்மதா அவன் தன்னுடைய கையில் எதையோ வைத்திருப்பதைக் கவனித்தாள். என்ன செய்யப்போகிறான் என்று அவளுக்குப் புரிவதற்குள் அவன்தான் வைத்திருந்த மைப்புட்டியை அப்படியே அவள் முகத்தின் மீது அடித்தான்.

கறுப்பு மை அவளது முகத்தில் வழிந்தோடியது. தலைமயிரில், காதுநுனியில் கழுத்தில் மை வழிந்தோடியது. தன்மீது ஆசிட் அடித்துவிட்டானோ என நினைத்து நர்மதா அலறினாள். ஆனால் அது ஆசிட் இல்லை, மை என அவள் உணர்வதற்குள் அவன் மிக ஆபாசமான வசையொன்றை உதிர்த்தபடியே நடந்து சென்று தன் பைக்கை எடுத்து வெளியே சென்றுவிட்டான்.

நர்மதா முகத்தில் மை வழிய நின்று கொண்டிருந்தாள். அவள் உடல் நடுங்கியது. இப்போது என்ன செய்வது. இதே கோலத்தில் சேனலில் போய் நின்று தன்மீதான தாக்குதலைப் பற்றிச் செய்தி ஒளிரப்ப வேண்டும் போலிருந்தது.

அந்த ஆள் யார், எதற்காகத் தன்மீது கறுப்பு மையை அடித்திருக்கிறான். நேற்றைய நிகழ்ச்சியின் விளைவுதானா. இல்லை, யாரோ தூண்டிவிட்டு வந்தவனா? எதுவும் தெரியவில்லை. மை வழிந்து அவளது உடைக்குள் இறங்கியது.

அப்படியே அவள் வேகமாக லிப்ட்டை நோக்கி நடக்க ஆரம்பித்தாள். படியோரம் நின்றிருந்த கிழவர் அவளது கோலத்தைக் கண்டு அதிர்ந்தவராக "என்ன பாப்பா ஆச்சு. ரத்தம் வருதா?" என்று கேட்டார். நர்மதா பதில் பேசவில்லை. அவள் சேனல் அலுவலகத்தினுள் சென்றபோது செய்திப் பிரிவில் வேலை செய்தவர்கள் அவளுக்கு ஏதோ விபத்து நடந்துவிட்டது போலப் பதற்றமானார்கள்.

ஒரு கேமிராமேனை அழைத்து அவளைப் படமாக்கும்படி சொன்னார் செய்தி ஆசிரியர். வாசலில் இருந்த செக்யூரிட்டிகள் அழைக்கப்பட்டார்கள். கேமிராவில் அந்த ஆள் உருவம் பதிவாகியிருக்கும் என்பதால் கேமிராவை ஆராய ஒருவர் அனுப்பி வைக்கப்பட்டார்.

மை வழியும் முகத்துடன் நர்மதா நின்றுகொண்டிருந்தாள். அந்த அதிர்ச்சி உள்ளூற நடுக்கத்தை ஏற்படுத்தியிருந்தது. இந்தச் சேனல் வரலாற்றில் இதுவரை யார்மீதும் இப்படி மையை வீசியதில்லை. என்ன கோபம். எதற்காக இந்தத் தாக்குதல் என ஆளுக்கு ஆள் பேசிக் கொண்டார்கள்.

யாராவது மை அடிக்கும்போது வீடியோ எடுத்திருக்கிறார்களா? என்று கேட்பதற்காக ஆனந்த் வேகமாகக் கீழே சென்றான்.

வந்தவன் எப்படியிருந்தான், என்ன சொன்னான் என ஒவ்வொன்றாக விசாரிக்க ஆரம்பித்தார் சாரதி. அவளால் பேசமுடியவில்லை. நாக்கு உலர்ந்துபோனது போலிருந்தது. இது என்ன எச்சரிக்கையா? அல்லது தண்டனையா? இத்தனை வருஷப் பத்திரிகையாளர் வேலையில் இப்படி ஒரு சம்பவத்தை அவள் எதிர்கொண்டதில்லை.

நர்மதா கேமிரா முன்பு நின்றபடியே வெளியே நடந்த விஷயங்களை வரிசையாகச் சொன்னாள். பிறகு தன் முகத்தைக் கழுவிக்கொண்டு வருவதற்காக ரெஸ்ட்ரூமை நோக்கிச் சென்றாள். கண்ணாடியில் தன் முகத்தைப் பார்த்தபோது அழுகை வருவது போலிருந்தது. கண்விழிக்குள் கூட மை கலந்திருந்தது. ஆகவே கண் எரிச்சலாக வந்தது. எவ்வளவு தண்ணீரை ஊற்றி முகத்தைக் கழுவினாலும் மைக்கறை போகவில்லை.

ஒருவேளை மையோடு வேறு எதையாவது கலந்துவிட்டார்களா. அவளுக்குக் குழப்பமாக இருந்தது. முகத்தை அழுத்தித் துடைத்தாள்.

அவளது உடையில் இருந்த மைக்கறையை என்ன செய்வது? இதுதான் உண்மையைக் கண்டறிய முயன்றதன் பரிசா. அவள் கண்ணாடியை வெறித்துப் பார்த்துக்கொண்டிருந்தாள். தன் முகத்தைப் பார்க்க அவளுக்கே வேதனையாக இருந்தது.

அவளுக்கு நடந்த தாக்குதலை அலுவலகத்தில் சிலர் கேலி செய்து சிரித்துக்கொண்டிருப்பார்கள் என்று மனதில் தோன்றியது. அற்ப ஜந்துக்கள் என்று மனதிற்குள் திட்டிக்கொண்டாள். திடீரெனக் கண்ணைக் கட்டிக்கொண்டு மயக்கம் வருவது போலிருந்தது. தண்ணீரை முகத்தில் அடித்துக் கொண்டாள். தலைமயிரில் படிந்திருந்த மை வழிந்தது.

கோழை. எதற்காக இப்படி மை அடிக்கிறான் எனத் தாக்கியவனைத் திட்டினாள் நர்மதா.

அவள்மீது நடந்த தாக்குதலை டிவியில் ஒளிபரப்பப் போகிறார்களா எனத் தெரியவில்லை. ஒளிபரப்பினால் ஊரிலிருக்கும் அப்பா, அம்மா பயந்து போவார்கள். அவளது அண்ணனுக்கு இந்தப் பத்திரிகையாளர் வேலை பிடிக்கவேயில்லை. எதற்காக இப்படிக் கோவில்மாடு போலத் திரிகிறாள் என்று சண்டையிட்டிருக்கிறான். அவனுக்கு இப்படி ஒரு சம்பவம் நடந்தது தெரிந்தால் வீட்டை ரெண்டு பண்ணிவிடுவான்.

செய்தி தெரிந்தால் ஒருவேளை இரவோடு கிளம்பி அப்பா, அம்மா வந்துவிடவும் கூடும். அடுத்து நடக்கப்போகும் விஷயங்களை நினைத்தால் தலை சுற்றியது.

அவள் ரெஸ்ட்ரூமை விட்டு வெளியே வருவதற்குள் செக்யூரிட்டி கேமிராவில் இருந்த அந்த இளைஞனின் உருவத்தைக் கண்டறிந்திருந்தார்கள். அவன் முகம் தெளிவாகத் தெரியவில்லை. ஆனால் அவன் பைக் நம்பர் நன்றாகத் தெரிந்தது. அவன்தானா என உறுதிபடுத்தும்படி நியூஸ் எடிட்டர் கேட்டுக்கொண்டார். அவள் அந்த உருவத்தை உற்று நோக்கிப் பார்த்து தலையாட்டினாள்.

அவன் சத்தமாக நர்மதா எனக் கூப்பிட்ட குரல் அவள் காதில் ஒலித்துக்கொண்டேயிருந்தது. அவன் இன்றைக்குத்தான் முதன்முறையாக வந்திருப்பவன் போலத் தெரியவில்லை. ஒருவேளை பல நாட்கள் அவளைப் பின்தொடர்ந்து வந்தவனாக இருக்கக்கூடும்.

எதற்காக அலுவலக வாசலில் தாக்குதலில் ஈடுபட்டான். தனியாகத்தான் வந்தானா. அல்லது வெளியே வேறு யாரும் நின்றிருந்தார்களா. எதுவும் அவளுக்குப் புரியவில்லை.

இதற்குள் அவள் தாக்கப்பட்ட விஷயம் பற்றிய செய்தியை ஒளிபரப்பு செய்ய வேண்டாம் என்றும் தாக்குதல் குறித்துப் போலீஸில் புகார் செய்தால்போதும் என்றும் நிர்வாகத்திலிருந்து பதில் வந்ததாகப் பேசிக்கொண்டார்கள். அது நர்மதாவிற்கு மேலும் கோபத்தை அதிகப்படுத்தியது.

எடிட்டர் அவளிடம் "பத்திரிகையாளர் சங்கத்தில் அவள் உறுப்பினராக இருக்கிறாளா?" எனக்கேட்டார்.

"இல்லை" என்றாள் நர்மதா.

"மருத்துவரிடம் சென்று பரிசோதனை செய்துவிட்டு அப்படியே காவல்நிலையத்தில் ஒரு புகார் அளித்துவிடலாம்" என்று சொன்னார் எடிட்டர்.

"டாக்டரைப் பார்க்கத் தேவையில்லை" என்றாள் நர்மதா.

"இல்லை. நாளைக்குக் கோர்ட்டுக்குப் போனா தேவைப்படும். நம்ம மோகன் டாக்டர்கிட்ட போகலாம். நான் பேசிட்டேன்" என்றார்.

அவள் வேறுவழியின்றி ஒத்துக்கொண்டாள். அவளுடன் நிவாஸை அனுப்பி வைத்தார்கள். அவன் காரில் நர்மதா ஏறிக்கொண்டபோது வாசலில் காத்துக்கிடந்த கிழவரை

யாரோ திட்டித் துரத்திக் கொண்டிருந்தார்கள். இனி அலுவலக வளாகத்திற்கு எவரையும் எளிதாக நுழைய விடமாட்டார்கள்.

கார் சாலையில் செல்லும்போது திடீரென அந்த நகரம் அந்நியமாகிப் போனதைப்போல உணர்ந்தாள். அவளுக்கென யாருமில்லையோ என்று தோன்றியது. ஷிவானிக்குப் போன் செய்து தாபா எக்ஸ்பிரஸ் வரவேண்டாம் எனச் சொல்லிவிட வேண்டும் என நினைத்துக்கொண்டாள். நிவாஸ் யாரிடமோ போனில் நடந்த தாக்குதல் பற்றிச் சொல்லிக்கொண்டு வந்தான்.

டாக்டரிடம் சென்று பரிசோதனை செய்துவிட்டுப் பின்பு காவல்நிலையத்தில் சென்று புகார் அளித்தார்கள். அவளுக்குப் பசி மிக அதிகமாக இருந்தது. வழியில் எங்காவது சாப்பிடலாமா என நினைத்தாள். ஆனால் இந்தக் கோலத்தில் எப்படிச் சாப்பிடுவது. அவர்கள் அலுவலகம் திரும்பியபோது எடிட்டர் அவளுக்கு இரண்டு நாள் விடுமுறை அளிப்பதாகவும் இந்த வாரத்தின் நிகழ்ச்சியை பிரதீப் பார்த்துக்கொள்வான் என்றும் சொன்னார்.

"இல்லை, நானே பாத்துக்கிடுறேன்" என்றாள் நர்மதா.

"உனக்குப் போலீஸ் என்கொயரி இருக்கும். ஷோவை பிரதீப் பாத்துகிடுவான்" என்றார்.

அவளால் மறுக்கமுடியவில்லை. அறைக்குப் போய்க் குளித்துவிட்டு வேறு உடைகளை மாற்றிக் கொண்டு சாப்பிடப் போக வேண்டும் போலிருந்தது.

"நான் கிளம்பவா சார்" என்று கேட்டாள்.

"வெயிட் பண்ணு. இன்ஸ்பெக்டர் என்கொயரிக்கு வர்றேனு சொல்லியிருக்காரு" என்றார் எடிட்டர்.

அவள் தன் இருக்கையில் அமர்ந்தபடியே நடந்த விஷயங்களை நினைவுகொள்ள ஆரம்பித்தாள். நினைக்க நினைக்கப் பயமும் குழப்பமும் அதிகரிக்க ஆரம்பித்தது. அதை அவள் வெளிக்காட்டிக் கொள்ளவில்லை.

நிர்வாகம் ஏன் இதனை ஒளிபரப்பவில்லை. தன்மீது நடந்த தாக்குதலை ஏன் அற்ப விஷயமாக நினைக்கிறது. இவர்கள் சம்பாதிக்கத்தான் என் உயிரைப் பணயம் வைத்து வேலை

செய்து கொண்டிருக்கிறேன். இது அபத்தமானதில்லையா என்று யோசித்தாள்.

ஷிவானி போன் செய்து அவளுக்கு உடல்நலமில்லையா என விசாரித்துக்கொண்டிருந்தாள். அவளிடம் உண்மையைச் சொல்லவா, வேண்டாமா எனக் குழப்பமாக இருந்தது. ஷிவானியிடம் தனக்குத் தலைவலி என்று மட்டும் சொன்னாள்.

ஊரிலிருந்த அப்பா, அம்மாவிடம் பேசலாமா என்றும் தோன்றியது. என்ன பேசுவது. எதற்காகப் பேசுவது, இந்தப் பயத்தை வளரவிட்டால் இந்த நகரில் வேலை செய்ய முடியாது. என்ன நடந்தாலும் சந்திக்க வேண்டும், பயந்து ஓடக்கூடாது என்று முடிவு செய்துகொண்டாள்.

நீண்ட காத்திருப்பின் பிறகு இன்ஸ்பெக்டர் இரண்டு காவலர்களுடன் விசாரணைக்காக வந்திருந்தார். அவர்களிடம் லிப்ட்டை விட்டு இறங்கி நடந்த நிமிஷம் முதல் நடந்தவற்றைச் சொல்லி வந்தாள்.

"மைபாட்டிலை அவன் கையில் வைத்திருந்தானா?" என ஒரு காவலர் கேட்டார். "ஆமாம்" எனத் தலையாட்டினாள்.

"இதுக்கு முன்னாடி அந்த ஆளை எங்காவது பார்த்திருக்கிறீர்களா?" என இன்னொரு காவலர் கேட்டார்.

"இல்லை" என்றாள்.

"யார் மேலயாவது சந்தேகமிருக்கா?" எனக் கேட்டார் இன்ஸ்பெக்டர்.

யாரைச் சொல்வது எனத்தெரியவில்லை. ஒன்றரை மணி நேர விசாரணைக்குப் பிறகு அவர்கள் கிளம்பிப் போனார்கள். நைட் ஷிப்ட்டிற்கு வருபவர்கள் ஒவ்வொருவராக அலுவலகம் வரத் துவங்கியிருந்தார்கள். காலியான இருக்கைகளைக் கடந்து தன் கேபினுக்குள் சென்றாள் நர்மதா. எடிட்டர் அலுவலகம் விட்டுப் போவதற்குப் பதினொரு மணியாகிவிடும். அதுவரை காத்திருக்கமுடியாது. ஆகவே அவரிடம் சொல்லிக்கொண்டு லிப்ட்டை நோக்கி நடந்தபோது திடீரெனப் பசி காதை அடைத்தது.

ஐந்து வருட மௌனம் ௪ 211

அறைக்குத் திரும்பியபோது உடையை மாற்றத் தோன்றவில்லை. அப்படியே படுக்கையில் விழுந்தாள். பெரும்பாரம் தன்னுடைய உடல்மீது இறங்குவதுபோல உணர்ந்தாள். குளிக்க வேண்டும் போலவும் இருந்தது. கால்களில் சக்தியில்லாமல் முடங்கிவிட்டது போலவும் உணர்ந்தாள். கண்களை மூடிக்கொண்டாள். குழப்பமான சிந்தனைகள். தன்னை அறியாமல் அவள் உறங்கிப்போனாள்.

விழிப்பு வந்தபோது மணி மூன்றைக் கடந்திருந்தது. உடைகளைக் களைந்துவிட்டு குளிர்ந்த தண்ணீரில் குளித்தாள். மீதமிருந்த பிரெட்டைப் பிய்த்து சாப்பிட்டாள். ஒரு கோப்பைக் காபியை சூடாகக் கையில் எடுத்தபடியே டிவியை ஆன் செய்து தனது சேனலில் ஏதாவது செய்தி வருகிறதா எனப் பார்த்தாள். இப்படி ஒரு நிகழ்வு நடந்த சுவடேயில்லை. சேனலை மாற்றிக்கொண்டே வந்தாள். ஒரு சேனலில் ஆயிரக்கணக்கான வண்ண மீன்கள் கடலில் நீந்திக்கொண்டிருந்தன. அதைப் பார்த்தபடியே இருந்தாள்.

குளித்துத் திரும்பியபோதும் மைக்கறை முற்றிலும் மறையவில்லை. அது மனதை உறுத்திக் கொண்டேயிருந்தது. இனி என்ன நடக்கும்! அந்த ஆளை கைது செய்வார்களா? நிச்சயம் அது நடக்காது என்றே தோன்றியது. அவன் இந்நேரம் தப்பிப் போயிருப்பான்.

இந்தக் கோபம் அவனுடையதில்லை. அவன் ஒரு அம்பு. ஒருவேளை அவனைக் கைது செய்தாலும் உடனே விடுவிக்கப்பட்டு விடுவான். நாளையே அவனை வழியில் எங்காவது சந்திக்கவும்கூடும். அதுதான் சூது நிரம்பிய இந்த மாநகரின் வாழ்க்கை.

அதிகாரம் எல்லாவற்றையும் ஒடுக்கி முடக்கப் பார்க்கிறது. விலை போகமுடியாத விஷயங்களை அது அனுமதிப்பதில்லை. உண்மையும் இங்கே ஒரு விற்பனைப் பொருள். அதை எப்படி வியாபாரம் ஆக்குகிறார்கள் என்பது முக்கியம்.

நர்மதாவிற்குக் களைப்பாக இருந்தது. அவள் டிவியை அணைத்துவிட்டுப் பால்கனியில் வந்து நின்று வீதியைப் பார்க்க ஆரம்பித்தாள். ஆள் நடமாட்டமில்லாத வீதியில் சோடியம் விளக்கின் வெளிச்சம் பிரகாசமாக ஒளிர்ந்துகொண்டிருந்தது.

இரண்டு நாட்கள் அலுவலகம் போகவேண்டியதில்லை. அறையில் அடைந்து என்ன செய்வது. ஊருக்குப் போய் வரலாமா? அல்லது வேறு ஏதாவது வெளியூர் போகலாமா?

அவள் மீது தாக்குதல் நடத்தியவன் இந்நேரம் நன்றாக உறங்கிக்கொண்டிருப்பான். அவன் நிச்சயம் குடித்திருப்பான். நிறையச் சாப்பிட்டிருப்பான். அவனுக்கு ஒரு குற்றவுணர்வும் கிடையாது.

நர்மதா கண்ணாடி முன்பாக நின்று தன் முகத்தைப் பார்த்துக்கொண்டாள். நர்மதா என அவன் அழைப்பது போலவே கேட்டது.

திரும்பிப் பார்த்தாள். அவன் வீசிய மை முகத்தில் மட்டுமில்லை. ரத்தத்தினுள் கலந்துவிட்டிருக்கிறது. தன் உடம்பில் கறுப்பு ரத்தம் ஓடுகிறது. அதைத் துடைத்தெறிவது எளிதானதில்லை.

திடீரென அந்தக் கிழவர் பற்றி நினைப்பு வந்தது. அந்தக் கிழவர் ஊருக்குத் திரும்பிப் போயிருப்பாரா? அவரது வேண்டுகோளை ஏன் ஒருவரும் புரிந்துகொள்ளவேயில்லை. எத்தனையோ கோடி ரூபாய்களைப் பொழுதுபோக்கிற்காக வீணடிக்கிறார்கள். ஆனால் நியாயமான தேவைகளுக்குக்கூட உதவ மறுக்கிறார்கள். அவளுக்குத் தன்மீதும் கோபமாக வந்தது.

மறுபடியும் டிவியைப் போட்டு ஏதோ பாடல்காட்சியைப் பார்த்தாள். மனது அதில் கவியவில்லை. விடிகாலை வரை அவள் நாற்காலியில் சாய்ந்தபடியே கிடந்தாள். நீண்டகாலத்தின் பின்பு தனது ஸ்கூட்டியை எடுத்துக்கொண்டு கடற்கரைக்குச் சென்றாள்.

கடற்கரையில் வாக்கிங் போகிறவர்களின் உற்சாகமாக நடை அவளையும் இணைந்து கொள்ளச் செய்தது. தன் மீது நடந்த தாக்குதலை இப்படியே விட்டுவிடக்கூடாது. சேனல் செய்தி ஒளிபரப்பாமல் இருக்கலாம். அதற்காக நாம் பின்வாங்கக் கூடாது. பிரஸ் கிளப்பிற்குப் போய்ப் பத்திரிகையாளர் முன்பு நடந்த விஷயத்தைச் சொல்ல வேண்டும். ஒருவேளை இதற்காக சேனல் நடவடிக்கை எடுத்தால் கவலையில்லை. இந்த மைக்கறை நிறைய விஷயங்களைப் புரியவைத்துவிட்டது. தோற்றுப்

ஐந்து வருட மௌனம் ௴ 213

பின்வாங்கினால் தாக்குதல் செய்தவன் ஜெயித்து விடுவான். அதை அனுமதிக்கக் கூடாது. அவள் வேகமாக நடக்க ஆரம்பித்தாள். மூச்சு வாங்கியது. வியர்த்து வழிய நின்றபோது அவள் புத்துணர்வாக உணர்ந்தாள்.

கடற்கரை மணலில் பந்து விளையாடிக்கொண்டிருந்த இரண்டு சிறுவர்கள் அக்கா பந்து என்று சப்தமிட்டார்கள்.

தன்னை நோக்கி வந்து கொண்டிருந்த கால்பந்தை அவள் ஓங்கி ஒரு உதைவிட்டாள். அது காற்றில் பறந்து கொண்டிருந்தது.

***

பிரஸ் கிளப்பிற்குப் போன் செய்து விக்டரைப் பிடித்தாள். அவன் பத்திரிகையாளர் சந்திப்பிற்கு ஏற்பாடு செய்வதாகச் சொன்னான். அதற்கு முன்பு அவள் மீது நடந்த தாக்குதல் பற்றிய புகைப்படங்களை அவள் ஐம்பது பிரிண்ட் போட்டு வைத்துக்கொள்ளவேண்டும். சிறிய அறிக்கை ஒன்றை எழுதி அதையும் ஐம்பது பிரதிகள் கொண்டு வர வேண்டும் என்றான்.

செல்போனிலிருந்த அவளது மை வழியும் புகைப்படத்தைப் பார்த்துக்கொண்டாள். அது அவளில்லை. யாரோ ஒரு ஒருத்தி. ஸ்கூட்டியில் ரத்னா ஸ்டுடியோவிற்குச் சென்று தன் செல்போனிலுள்ள புகைப்படத்தைப் பிரிண்ட் போட்டுத் தர வேண்டும் என்றாள். அவளது போனில் உள்ள புகைப்படத்தை மெயிலில் அனுப்பி வைக்கும்படி சொன்னான் அங்கிருந்த இளைஞன். அவள் புகைப்படத்தை அனுப்பி வைத்தாள்.

அவன் புகைப்படத்தைக் கம்ப்யூட்டர் திரையில் பார்த்தபடியே "ஆக்சிடெண்டா" எனக்கேட்டான்.

அவனிடம் நர்மதா பதில் சொல்லவில்லை.

ஒரு மணி நேரம் கழித்து வரும்படி சொல்லியபடியே அவள் புகைப்படத்தைப் போட்டோ ஷாப்பில் சரிசெய்ய ஆரம்பித்தான்.

எங்கே உட்கார்ந்து நடந்த விஷயத்தை அறிக்கையாக எழுதுவது என யோசித்தபடியே காபிடேக்கு சென்றாள். மூலையில் இருந்த மேஜைக்குப் போய் உட்கார்ந்து

கொண்டபடியே செல்போனில் எழுத ஆரம்பித்தாள். இடையில் எழுந்து போய் ஒரு காபி வாங்கிக்கொண்டு வந்தாள். கோர்வையாக எழுத இயலவில்லை. எழுதியதை திருத்தி மாற்றி எழுதினாள். காபியை ஒரு வாய்கூடக் குடிக்கவில்லை. எழுதிய விஷயத்தை நேரில் சொல்லப் போகிறோம்தானே என்று தோன்றியது. அதையும் பிரிண்ட் அவுட் எடுக்க ஜெராக்ஸ் கடை ஒன்றுக்குச் சென்றாள்.

புகைப்படமும் அறிக்கையும் அவள் கைக்கு வந்தபோது மணி இரண்டாகியிருந்தது. யாரையும் உடன் அழைத்துக் கொண்டு போகவேண்டாம் என முடிவு செய்தவளாகப் பிரஸ் கிளப் நோக்கி சென்றாள். நான்கு மணிக்கு இன்னும் நேரமிருந்தது. வழியில் இருந்த ஹோட்டலில் தயிர்சாதம் மட்டும் சாப்பிட்டாள். நாக்கு கசந்தது. தண்ணீர்கூட ருசியற்றுப் போனது போலிருந்தது.

ஆறு பத்திரிகையாளர்கள் மட்டுமே வந்திருந்தார்கள். விக்டர் மற்றவர்கள் வரும்வரை காத்திருப்போம் என்றான். ஐந்து மணிக்கு சந்திப்பு துவங்கியபோது எட்டுப் பேர் இருந்திருந்தார்கள். நடந்த விஷயத்தை நர்மதா சுருக்கமாகச் சொன்னாள். ஒருவரும் குறிப்பு எடுத்தது போலவே தோன்றவில்லை.

ஒரு நிருபர் மட்டும் அவளிடம் “எந்தக் கட்சி மேல சந்தேகம்?” எனக்கேட்டான்.

அவள் “தெரியவில்லை” என்றாள்.

இதற்குள் பின்வரிசையில் இருந்த சந்தன நிற ஜிப்பா அணிந்த பத்திரிகையாளர் எழுந்து “இது உங்க லவ் மேட்டர்னு கேள்விப்பட்டேன். அதை ஏன் அரசியலாக்குறீங்க?” என்றார்.

அவளுக்குச் சுரீரெனக் கோபம் வந்தது.

“யார் சொன்னது லவ் மேட்டர்னு. லவ் மேட்டர்ல இப்படி முகத்துல மை அடிப்பாங்களா?.”

“அதான்மா கேட்குறேன். ஆசிட் அடிச்சா, அது பொலிடிக்கல் அட்டாக். இது மையைத்தானே ஊற்றியிருக்கான். அதுவும் நீங்களே சொல்லுறீங்க

இளைஞன்னு. உங்க ஆபீஸ்ல விசாரிச்சா உங்களுக்கு நிறைய பாய்பிரண்ட் உண்டுனு சொல்றாங்க."

"என் வேலை அப்படி சார்.கூட வேலை செய்றவங்ககூடப் பேசினா அது பாய்பிரண்டுனு அர்த்தமா? இது யாரோ ஒரு கிரிமினல் என் மேல மையை அடிச்சிருக்கான்."

"அவன் உங்க லவ்வரா இல்லையானு நீங்கதான் சொல்லணும்" என நமுட்டுச் சிரிப்புடன் சொன்னார் ஜிப்பா ஆள்.

"உங்க பொண்ணா இருந்தா இப்படிக் கேட்பீங்களா சார்?" என்று கோபமாகக் கேட்டாள் நர்மதா.

"என் பொண்ணு இப்படி இத்தனை பசங்ககூடச் சுத்துனா நான் சும்மா இருக்கமாட்டேன்ல?" என்றார் ஜிப்பா அணிந்த ஆள்.

அவளால் கோபத்தைக் கட்டுப்படுத்த முடியவில்லை. பேசினால் வெடித்துவிடுவோம் என்பதால் அமைதியாக அவரை முறைத்தபடியே இருந்தாள்.

வேறு ஒரு பத்திரிகையாளர் அவளிடம் கேட்டார்:

"நாலு வருசத்துல ஆறு இடத்துல வேல பாத்து இருக்கீங்க. இதுல நீங்க சண்டை போடாத ஆளே இல்லே. நீங்க குடியிருந்த வீட்டு ஹவுஸ் ஓனர்கூட உங்கமேலே போலீஸ் கம்ப்ளெயிண்ட் பண்ணியிருக்கார். இதுல யார் வேணும்னாலும் உங்க மேல இங்க் அடிச்சிருக்கலாம்லே?."

"வீட்டு ஓனர் நைட் பத்து மணிக்கு மேல லைட் போடக்கூடாதுன்னு சொன்னார். நான் வேலைவிட்டு வீட்டுக்குப் பதினொரு மணிக்குதான் வருவேன். அதான் சண்டைபோட்டேன். அந்த ஆள் தப்பா பேசினான். நானும் கெட்டவார்த்தையில திட்டுனேன். போலிஸ் கம்ப்ளெயிண்ட் குடுத்தான். அதுக்கும் இந்த அட்டாக்கிற்கும் என்ன சார் சம்பந்தம். ஏன் தேவையில்லாமல் பிரச்சனையைத் திசை திருப்புறீங்க?."

"மேடம், நாங்க எல்லாத்தையும் விசாரிச்சி பாத்துதான் நியூஸ் போடுவோம்."

“நானும் பத்திரிகையாளர்தான். அதை மறந்துராதீங்க.”

ஜிப்பா அணிந்த ஆள் இன்னும் கேலியாகக்கேட்டார்.

“சினிமா ஸ்டார் மாதிரி அழகா இருக்கீங்க. உங்களை ஆபீஸ்ல நாலு பசங்க லவ் பண்ணியிருப்பாங்க. இந்த இங்க் அடிச்சவன் உங்களுக்கு எத்தனாவது லவ்வர்?.”

“அப்படி ஒரு மயிரும் கிடையாது. அந்த நாயி என்மேல இங்க்கை அடிச்சிருக்கான். அதைப் புரிஞ்சுக்கிடாமல் கேள்விகேட்டா எப்படி? சார். கிசுகிசு எழுதுற உங்களை எல்லாம் கூப்பிட்டதுக்கு என் புத்தியை செருப்பாலே அடிக்கணும்.”

“மரியாதையா பேசும்மா. நான் ஒண்ணும் பொய் சொல்லலை. உன் ஆபீஸ்ல விசாரிச்சிட்டுதான் சொல்றேன்.”

“யாரு சொன்னானு ஆளை சொல்லுங்க சார். இப்போவே கேட்ருவோம்” எனக் கோபமாகக் கத்தினாள்.

“அதை எப்படிச் சொல்லமுடியும். பப்ளிசிட்டிக்காக நீ போடுற டிராமாதானேம்மா இது.”

“எனக்கு எதுக்கு சார் ப்பளிசிட்டி. சும்மா உளறாதீங்க.”

விக்டர் அவளைச் சமாதானப்படுத்த முயன்றான். இதற்குள் நாலைந்து பத்திரிகையாளர்கள் வெளியேறியிருந்தார்கள். அவள் எடுத்து வந்த பிரிண்ட் அவுட் மற்றும் புகைப்படங்களைத் தரையில் வீசி எறிந்தாள்.

அவர்கள் வெளியேறிப் போனபிறகு விக்டர் “உனக்குப் பேசத் தெரியலை நர்மதா. உன் கோபத்தைக் காட்ட இவங்கதான் கிடைச்சாங்களா?” எனக்கேட்டான்.

நர்மதாவிற்கு விக்டர்மீதும் கோபம் வந்தது. அவள் முறைத்தபடியே ஒரு வார்த்தை பதில் பேசாமல் வெளியே வந்தாள். ஸ்கூட்டியை எடுத்துக்கொண்டு கடற்கரை சாலையில் சென்றபோது அவளுக்கு இந்த நகரம் தன்னைப் பெருங்கரத்தால் இறுக்கி மூச்சுமுட்டச் செய்வதைப் போல உணர்ந்தாள்.

இரவு பத்தரை வரை அவள் வீதி விதியாகச் சுற்றினாள். எதற்காக இப்படி அலைகிறோம் என்று புரியவேயில்லை.

அறைக்குத் திரும்பியபோது ஊருக்கே திரும்பிப் போய்விடலாமா என்றும் தோன்றியது.

பதினொரு மணிக்கு அவளது சேனலின் எடிட்டர் போன் பண்ணி பிரஸ் கிளப்பிற்குப் போன விஷயம் பற்றி விசாரிக்க ஆரம்பித்தார்.

"நான்தான் போலீஸ் விசாரிச்சிக்கிட்டு இருக்குனு சொன்னனே. அதுக்குள்ளே நீதி கேட்டுப் பிரஸ் கிளப் போயிட்டயாக்கும்?"

"நம்ம சேனல்ல என் மேல நடந்த தாக்குதல பற்றி ஒரு வார்த்தை வரலையே சார்" என்றாள் நர்மதா.

"இது சின்ன விஷயம் நர்மதா. இதை ஏன் பெருசு பண்றே?."

"எது சார் சின்ன விஷயம்? அவன் ஆசிட் அடிச்சிருக்கணுமா, இல்லை கொலை பண்ணியிருக்கணுமா?."

"இது உன்னோட லவ் மேட்டர்னு பசங்க சொல்றாங்க. நிஜமா?."

"நம்ம ஆபீஸ்ல எந்த நாயோ இப்படிக் கிளப்பிவிட்டுக்கிட்டு இருக்கான்."

"உன் நல்லதுக்காகச் சொல்றேன் நர்மதா. நடந்ததை இப்படியே விட்ரு."

"ஏன் சார். விடச்சொல்லி யாராவது மிரட்டுறாங்களா?."

"என் மேலயே சந்தேகப்படுறயா?."

"எல்லோர் மேலேயும் சந்தேகப்படுவேன். என் வலி எனக்குத்தானே தெரியும்."

"விசாரிச்சா உண்மை எதுனு தெரியப்போகுது."

"அப்போ நான் பொய் சொல்றேனு சொல்றீங்க."

"பொய்யோ, உண்மையோ. நீ இதோட விட்டுட்டா பிரச்சனை இல்லே. பெரிசு பண்ணினா? விளைவுகளை நீதான் சந்திக்கணும். உன் வேலைகூடப் போயிடும் பாத்துக்கோ."

"வேலை போனா போகட்டும். சேனலுக்கு இத்தனை நாள் உழைச்சதுக்குக் கிடைச்ச பலனைப் பாத்துகிட்டுதானே இருக்கேன்."

"பெரிய சம்பளத்தோட வேற சேனலுக்கு வேலைக்குப் போக இதெல்லாம் நீ போடுற டிராமாவா இருக்குமோனு எனக்கே சந்தேகமா இருக்கு."

"ஆமா, டிராமாதான் போதுமா. இந்தச் சேனல் மயிரு இல்லேன்னா... நான் செத்துப்போயிற மாட்டேன் சார்."

மறுமுனையில் எடிட்டர் போனை வைத்துவிட்டதை உணர்ந்தாள். தான் பேசியது சரியா, தவறா என அவளால் உணரமுடியவில்லை. ஆனால் ஏன் தன்னைச் சந்தேகப்படுகிறார்கள்? தன்னை மறுபடியும் அவமானப்படுத்துகிறார்கள்? இந்த வேலையைவிட்டு அவர்கள் நீக்குவதற்கு முன்பு நாமே விலகிக்கொண்டால் என்ன.

தனக்கு இழைக்கப்பட்ட அநீதி அவ்வளவுதானா? அதற்கு நியாயம் கிடைக்காதா? இந்தத் தாக்குதலே ஒரு நாடகம்தானா? சேனலின் உள்ளே இருக்கும் யாரோதான் இதை நடத்துகிறார்களா? யோசிக்க யோசிக்கத் தலைவலிக்க ஆரம்பித்தது.

அவள் ஷிவானிக்குப் போன் செய்தாள். ஷிவானி போனை எடுக்கவில்லை. வேலையை விட்டுவிடலாம் என முடிவு செய்தபடியே அவள் ஒரு தூக்க மாத்திரையைப் போட்டுக்கொண்டு உறங்கினாள்.

கனவில் பி என்ற எழுத்துப் பொறித்த சட்டை மிகப்பெரியதாக வானில் பறந்து கொண்டிருந்தது. அந்தச் சட்டை அவளைத் துரத்தி வருவதாகக் கனவுகண்டாள்.

மறுநாள் காலை இரண்டு பத்திரிகைகளில் காதல் விவகாரத்தில் அவள்மீது மை ஊற்றப்பட்டதாகச் செய்தி வெளியாகியிருந்தது. எடிட்டர் கணேஷ் அதை வாட்ஸ்அப்பில் அனுப்பியிருந்தார். பேப்பரில் அவளது புகைப்படத்தையும் வெளியிட்டிருந்தார்கள். அதைப் பார்த்தவுடன் கோபம் பொங்கியது. இனி சண்டையிட்டு ஒன்றும் ஆகிவிடாது. அவள் ஷிவானியைப் போனில் அழைத்தாள்.

போனை எடுத்த ஷிவானியின் அம்மா இனி அவள் ஷிவானியை அழைக்கவேண்டாம். அவளைத் தேடி வீட்டுக்கு வரவேண்டாம் என்று கடுமையான குரலில் சொன்னாள். எரிச்சலுடன் போனை வீசி எறிந்தாள் நர்மதா.

ஒவ்வொன்றாகத் தன்னை விட்டுப் போய்க்கொண்டிருக்கிறது. திடீரென அந்த நகரம் அவளைத் துரத்தி அடிக்க முயற்சிப்பதாக உணர்ந்தாள். அறைக்கதவை மூடிக்கொண்டு படுக்கையிலே நாள் முழுவதும் கிடந்தாள். ஒருவர்கூட அவளுக்கு ஆறுதல் சொல்வதற்காகப் போன் செய்யவில்லை. நீண்ட பல வருஷங்களுக்குப் பிறகு தனியே இருப்பதாக வருத்தம் அடைந்த நர்மதா அதை நினைத்து அழுதாள்.

***

இரண்டு நாட்களுக்குப் பின்பு அலுவலகம் சென்ற நர்மதா வேலையை விட்டு நின்று கொள்வதாகக் கடிதம் கொடுத்தாள். எடிட்டர் அதை மேஜையில் வைத்துவிட்டு போகும்படி சொன்னார். தனக்கு வரவேண்டிய பணத்தை அடுத்த வாரம் வந்து பெற்றுக்கொள்வதாகச் சொல்லியபடியே வெளியே வந்தாள்.

டீக்கடையை ஒட்டி பைக்கை நிறுத்தியபடியே போன் பேசிக்கொண்டிருந்த கேமிராமேன் நிவாஸ் அவளைக் கண்டதும் போனைத் துண்டித்துவிட்டு அருகில் வந்தான்.

"என்ன நர்மதா, வேலையை விட்டுப் போறயாமே?."

"எடிட்டருக்கே என் மேல சந்தேகம். ரொம்பக் கேவலமா பேசினார். இவ்வளவு மோசமா என்னை அட்டாக் பண்ணியிருக்காங்க. ஆனா ஒருத்தரும் உதவிக்கு வரலை. என் நியாயத்தைப் புரிஞ்சிக்கிடலே."

"அதை விடு நர்மதா. ஊருக்கு உபதேசம் சொல்வாங்க. ஆனா அவங்க பிரச்சனைனு வந்துட்டா? வாயைத் திறக்கமாட்டாங்க. நிச்சயம் பொலிடிகல் பிரஷர் இருக்கும் நர்மதா. யாரோ பெரிய கை சம்பந்தப்பட்டு இருக்கு. இல்லாட்டி சேனல்ல இதை டெலிகாஸ்ட் பண்ணாம இருக்கமாட்டாங்க. சேனலுக்கு நல்ல டிஆர்பி கிடைக்கிற மேட்டர். இதை நிர்வாகம் வேண்டாம்னு சொல்றப்பவே எனக்குப் புரிஞ்சிருச்சி."

“எனக்கும் தெரியுது. ஆனா நான் என்ன பண்ணமுடியும் சொல்லு?”

“என்ன பண்ணப்போற சொல்லு?”

“தெரியலை. ஆனா ரொம்ப டயர்டா இருக்கு.”

“இவங்களை நம்பியா நாம சென்னைக்கு வந்தோம். விடு. நர்மதா என் பிரண்டு ஒரு காமெடி யூடியூப் சேனல் ஆரம்பிச்சிருக்கான். உனக்கு ஓகேன்னா நீ அதுல வேலை செய்யலாம். பெரிய சம்பளம் கிடைக்காது. ஆனால் ஜாலியான பசங்க.”

“என் லைப்பே காமெடியா ஆகிருச்சே நிவாஸ்.”

“அப்படிப் பேசாதே. இது சின்ன செட்பேக். ரொம்பக் கவலைப்பட்டா அப்புறம் இந்த ஊர்ல வாழமுடியாது. இங்க புதுசுபுதுசா பிரச்சனை முளைச்சிக்கிட்டேதான் இருக்கும். ஆனா அதைத் தூக்கிப் போட்டுட்டு போய்க்கிட்டே இருக்கணும். பயந்தோம். ஓடஓட விரட்டுவாங்க.”

“எனக்கும் புரியுது. ஒரு வாரம் வெளியூர் போயிட்டு வரலாம்னு இருக்கேன்.”

“போகாதே. போனா... இதையே நினைச்சிக்கிட்டு இருப்பே, நாளைக்கே வேற வேலையில சேர்ந்துரு. ரெஸ்ட் எப்போ வேணும்னாலும் எடுத்துக்கிடலாம். இங்க் அடிச்சவன் உன்னைக் கண்டு பயப்படுறான். அந்தப் பயத்தை நீதான் ஏற்படுத்தியிருக்கே. அதை விட்றாதே.”

“தேங்க்ஸ் நிவாஸ். உன் பிரண்டை எப்போ பாக்கணும்.”

“ஈவினிங் நானே அழைச்சிட்டு போறேன். நீ என்ன செய்றே. ஜாலியா மாலுக்குப் போய்ச் சுத்து. சினிமா பாரு. நல்லா பிரியாணி சாப்பிடு. ஈவினிங் ஆறு மணிக்கு மாலுக்கு நானே வந்து கூட்டிக்கிட்டுப் போறேன். உன் மேல உனக்கு நம்பிக்கை போச்சுன்னா அப்புறம் இங்கே வாழமுடியாது. இங்க் அடிச்சவன் எங்க போகப்போறான்? அவனை லீகலா பாத்துக்கிடலாம். ஆனா நீ பயந்து ஒதுங்கிப் போனா அவன் ஜெயிச்சிடுவான். இந்த மைக்கறை வாழ்நாள்ல போகாது. அதைப் புரிஞ்சிக்கோ.”

அவன் பேசுவதைக் கேட்க கேட்க உடம்பில் வெயில் படுவது போலிருந்தது. சிரித்தபடியே அவள் பீனிக்ஸ் மாலுக்குப் போகப் போவதாகச் சொன்னாள்.

நிவாஸ் "ஈவினிங் மீட் பண்ணுவோம்" என்றபடியே பைக்கை எடுத்தான். திடீரெனப் பகல் மிகப் பிரகாசமாக இருப்பதுபோலத் தோன்றியது. நர்மதா ஸ்கூட்டியில் சிக்னலுக்கு வந்தபோது சேனலில் தனக்குக் கிடைக்கும் பணத்தை அப்படியே கிழவருக்குக் கொடுத்துவிடவேண்டும் என்று நினைத்துக்கொண்டாள்.

சிக்னல் விழுந்து இடதுபுறம் ஸ்கூட்டியில் திரும்பியபோது திடீரென சாக்லேட் கேக் சாப்பிடலாம் என்று தோன்றியது. மெக்ரெனட் பேக்கரியை நோக்கி அவள் தன் ஸ்கூட்டியைத் திருப்ப ஆரம்பித்தாள்.

□

19
காற்றில் பறக்கும் மலர்

கரணின் டீசர்ட்டை அபர்ணா துவைத்துக் கொண்டிருப்பது தெரிந்தது. இப்படிக் காலை ஐந்து மணிக்குப் பாதி உறக்கத்திலிருந்து எழுந்து வந்து அவனது டீசர்ட்டை ஏன் துவைத்துக் கொண்டிருக்கிறாள் என வெறித்துப் பார்த்துக் கொண்டிருந்தேன்.

பின்கதவு பாதி திறந்திருந்தது. வாழைமரத்தில் அசைவில்லை. அதன் விநோதநிழல் சரிந்து விழுந்த, மஞ்சள் வெளிச்சத்தில் இப்படி அபர்ணாவைப் பார்க்க கலக்கமாகவே இருந்தது.

கலைந்த கூந்தலுடன் சேலையை இடுப்பில் தூக்கி சொருகியபடியே அவள் துணியினைக் கசக்கிக் கொண்டிருந்தாள். அருகிலிருந்த பிளாஸ்டிக் வாளியில் சோப் நுரையுடன் கரணின் நீல நிற பேண்ட் தொங்கிக் கொண்டிருந்தது.

கரண் வீட்டை விட்டு ஓடிப்போய் ஒன்பது மாதங்களாகி விட்டது. நாங்கள் எவ்வளவோ தேடிப் பார்த்துவிட்டோம். அவனைப் பற்றி ஒரு தகவலும் கிடைக்கவில்லை.

இரண்டு நாட்களுக்கு முன்புகூட நானும் அபர்ணாவும் அவனைத் தேடி கொடைக்கானல் வரை போயிருந்தோம். அங்கே அவனைப் பார்த்ததாக ஸ்டீபன் சார் சொன்னார்.

எதற்காக இந்தக் குளிர்காலத்தில் கொடைக்கானல் போயிருக்கிறான் என்று புரியவில்லை. ஆனால் நாங்கள் கொடைக்கானல் முழுவதும் தேடியும் அவனைக் கண்டறியமுடியவில்லை. கைவிடப்பட்ட குதிரையொன்றை வழியில் கண்டேன். கரண் ஞாபகம் அதிகமானது.

ஒருவேளை அங்கிருந்து வெளியேறிவிட்டானோ என்னவோ, கயிறு அறுந்துபோன பட்டம் காற்றில் தன்னிஷ்டம் போலப் பறந்ததுபோல கரண் சுற்றிக் கொண்டிருந்தான். பட்டம் சுதந்திரமாகத் தன்னை உணரக் கூடும். ஆனால் கையில் பிடித்திருந்த வெற்றுக்கயிற்றுடன் தனியே அலையும் பட்டத்தைப் பார்த்துக் கொண்டிருக்கும் ஆளின் வேதனையை எப்படிப் பகிர்ந்து கொள்வது? அந்தத் துயரம் யாருக்கும் வரக்கூடாது.

வழக்கமாக கரண் காலையில் மைதானத்திற்குக் கிளம்பிப் போகும்போது இந்தப் பேண்டினையும் டீசர்ட்டினையும்தான் போட்டுக் கொண்டு போவான். அவனுக்கு எந்த விளையாட்டிலும் ஈடுபாடு கிடையாது. ஆனால் அதிகாலையிலே மைதானத்திற்குப் போய்விடுவான். காதில் இயர்போன் மாட்டியபடியே தனியே அவன் நடந்து போய்க் கொண்டிருப்பதைப் பார்த்திருக்கிறேன்.

நடைப்பயிற்சிக்குப் போகிறவர்களிடம் காணப்படும் வேகம் அவனிடம் கிடையாது. மரத்திலிருந்து உதிரும் இலை காற்றில் அலைந்தாடுவது போல மெதுவாக நடப்பான். யாரையும் நிமிர்ந்துகூடப் பார்ப்பதில்லை. அதே மைதானத்தில்தான் நானும் நடக்கிறேன். ஆனால் ஒருமுறைகூட என்னிடம் அவன் பேசியதில்லை. என்னைக் கண்டுகொண்டது போலத் திரும்பிக் கூடப் பார்க்க மாட்டான்.

அந்த மைதானத்தில் காலை ஆறுமணிக்கெல்லாம் நூற்றுக்கும் மேற்பட்டவர்கள் வாக்கிங் போய்க் கொண்டிருப்பார்கள். ஆனால் அவர்களில் ஒருவருடன் கூட கரணுக்கு நட்பு உருவாகவில்லை. அவன் நண்பர்களே இல்லாமல் இருந்தான். வீட்டிலும்கூட அவன் யாருடனும் பேசுவதில்லை. அபூர்வமாக அவனைத் தேடி உடன்படித்த மாணவன் திவாகர் வருவான். அவனுடன்கூட ஐந்து

நிமிசத்திற்கு மேல் பேசமாட்டான். அவசரமாக அனுப்பி வைத்துவிடுவான்.

எதற்காகப் பதினேழு வயதில் ஒருவன் இவ்வளவு தனிமையாக உணருகிறான். மௌனத்தின் குகைக்குள் தன்னை அடைத்துக் கொண்டிருக்கிறான்.

கோபம்தானா, இல்லை குழப்பமா அல்லது வெறுப்பா, என்னவென்று எனக்கும் புரியவில்லை.

சில நேரங்களில் அவனை நினைத்து அபர்ணா அழுவாள். நீயே பேசு அபர்ணா என்பேன்.

என்ன பேசுவாள் என்று தெரியாது. ஆனால் அவளால் அவனது மௌனத்தைக் கலைக்க முடியவில்லை. காலில் ஒட்டிக் கொண்ட தார் போல மௌனம் அவனைப் பிடித்திருந்தது.

பதினேழு வயதில் கறுப்பு மேகங்கள் போலப் பல்வேறு குழப்பங்கள் மனதில் உலவத் துவங்குகின்றன. திடீரென அவன் நனைந்த பஞ்சினைப் போலாகிவிடுகிறான் அல்லது பின்னிரவில் அதிகப் பிரகாசமாக எரியும் தெருவிளக்கினைப் போல ஒளிர ஆரம்பிக்கிறான். சில நேரங்களில் கரண் முகத்தைக் காணும்போது அதில் இந்த உலகம் தனக்கு ஒரு பொருட்டேயில்லை என்பது போலிருக்கும். சில வேளைகளில் இவ்வளவு துயரங்களை நான் ஏன் சுமந்து கொண்டிருக்க வேண்டும் என்பது போல வேதனை கவ்வியதாகயிருக்கும்.

கொதித்துக் கொண்டிருக்கும் தண்ணீரை கையாளுவது போலப் பதினேழு வயதுப் பையனைக் கையாள வேண்டியிருக்கிறது.

உண்மையில் இது எதுவும் அவனது பிரச்சனையில்லை. வயதின் பிரச்சனை. ஆனால் அந்த வயதை நானும் கடந்து வந்திருக்கிறேன். இப்படி நடந்து கொள்ளவேயில்லை என்றும் தோன்றியது.

எனக்குள்ளும் அந்த வயதில் கோபமிருந்தது. ஆனால் அதை நேரடியாகக் காட்டிப் பழக்கப்பட்டிருந்தேன். சாப்பிடாமல் சண்டைப் போட்டிருக்கிறேன். தாடி வளர்ந்திருக்கிறேன். வீட்டில் தன் ஆசைகளை வெளிப்படுத்த

ஏன் இத்தனை தயக்கம்? பெற்றவர்களின் கோபம் அவ்வளவு வலிமையானதா என்ன? ஏன் விலகிக் கொண்டேயிருக்க வேண்டும்.

கரண் கோபத்தில் ஒரு முறைகூடச் சாப்பிடாமல் இருந்ததேயில்லை. அவன் கோபத்தை வெளியே காட்டுவதேயில்லை. அவனது கோபம் வெறுப்பு யாவும் உறைந்து விநோதச் சுடர் ஒன்று எரிவது போல மாறியிருக்கிறது. அந்த வெளிச்சம் அவன் முகத்தில் பரவியிருப்பதைக் கண்டிருக்கிறேன்.

மதியவேளையில் நிம்மதியற்ற அணில் ஒன்று தண்ணீர் குழாயின்மீது வேகவேகமாக ஏறி இறங்கி ஓடுவதைக் கண்டிருக்கிறேன். அந்த அணிலின் மனநிலை போலத்தான் கரணுக்கும் இருந்தது. ஆனால் அணிலின் வேகமில்லை. அவன் தன் செயல்களின் இயல்பை மாற்றிக் கொண்டுவிட்டான். ஒருவன் மெதுவாகச் சாப்பிடுவது என்பதுகூடக் கோபத்தின் அடையாளம்தான் என்பதை அவனிடமிருந்தே புரிந்து கொண்டேன்.

கரணுக்கு என்ன பிடிக்கவில்லை? யார்மீது கோபம். எதற்காகத் தன்னை இப்படி வருத்திக் கொள்கிறான். ஒருவேளை படிப்பில் ஆர்வமில்லையா? அல்லது வேறு எதையோ நினைத்துப் பயப்படுகிறானா?

அவனுடன் சிலவேளைகளில் பேசிப் பார்த்திருக்கிறேன். அப்போது கரண் மௌனமாகக் கேட்டுக் கொண்டிருப்பான். பலநேரம் வெறுமனே தலையசைத்து இல்லை என்று சொல்லுவான். சில நேரம் ஒற்றை வார்த்தையில் பதில் சொல்லுவான். சொற்களில்லாமல் கோபத்தைக் காட்டுகிற ஒருவனை எப்படிக் கையாளுவது என எனக்குப் புரியவில்லை.

கரண் தலைசீவிக் கொள்ளமாட்டான். தேய்த்து வைத்த உடைகளைப் போட்டுக் கொள்ளமாட்டான். படுக்கையைச் சுத்தம் செய்வது கிடையாது. வேண்டுமென்றே சூடான உணவினை ஆறவிட்டுச் சாப்பிடுகிறான். நாள் கிழமை தேதி எதுவும் தெரியாது. பாலைநிலத்திற்குள் வந்துவிட்ட பனிக்கரடியைப் போல அவன் தன்னை அந்நியமாக உணர்ந்தான்.

கரணுக்காக நாங்கள் எங்களை மாற்றிக் கொண்டோம். அவன் கேட்காமலே பணம் கொடுத்தோம். அவனோ தன் மௌனத்தை வீடு முழுவதும் நிரப்பிக் கொண்டிருந்தான்.

ஆனால் இப்படி வீட்டை விட்டு ஓடுவான் என்று நாங்கள் நினைக்கவேயில்லை.

எது ஒருவனை வீட்டை விட்டுத் துரத்துகிறது. நாங்கள் அவன்மீது அன்பு காட்டுகிறோம் தானோ. அவனுக்குத் தேவையான வசதிகளை, விருப்பமான பொருட்களை வாங்கித் தந்திருக்கிறோம்தானே. பின் ஏன் அவன் வீட்டை விட்டு ஓடினான். என்ன குறை. என்ன கோபம். யார் மீது வெறுப்பு.

நாமாகப் புலம்பிக் கொண்டிருக்க வேண்டியதுதானா. குற்றவுணர்ச்சி ஏன் இப்படி விஸ்வரூபம் எடுத்துக் கொண்டேயிருக்கிறது. பிள்ளைகளை நீர்க்குமிழிப் போல நினைப்பது தவறானதுதானா? அவர்கள் எரிகற்கள் போன்றவர்களா?

காற்றில் கரங்களால் பறித்துச் செல்லப்படும் மலரை காற்று எவ்வளவு தூரம் கொண்டு செல்லும். தரையில் வீழ்ந்த மலரின் கதிதான் என்ன. மலர்கள் ஏன் இப்படிப் பறக்க ஆசைப்படுகின்றன.

கரணால் நான் அதிகம் குழப்பத்திற்கு உள்ளானேன். அவனைப் பற்றியே நினைத்துக் கொண்டிருந்தேன். குழப்பம் என்பது சேற்றுநிலம் போல. அதில் காலை வைத்து நடக்கத் துவங்கிவிட்டால் எளிதாக வெளியேற முடியாது. ஒரு அடி வைப்பதுகூட எளிதானதில்லை.

கரண் இப்படி ஒரு விடிகாலையில்தான் வீட்டை விட்டு ஓடிப்போனான். அவன் கிளம்பிப் போன விஷயமே எங்களுக்குத் தெரியாது. ஆறரை மணிக்கு அபர்ணா கேட்டில் இருந்த பூட்டு உடைந்து கிடப்பதைக் கண்டு யாரோ திருடன் இரவில் வந்து பூட்டை உடைத்திருக்கிறான் எனப் பயந்து என்னை அழைக்கும்வரை அவளுக்கும் கரண் வெளியேறிப் போனது தெரியாது.

எதற்காகப் பூட்டை உடைத்துப் போட்டிருக்கிறான் என்று தெரியவில்லை. அவன் உடைகள் எதையும் எடுத்துக் கொள்ளவில்லை. அவனது செல்போன்கூட வீட்டில்

தானிருந்தது. சைக்கிள் ஓரமாக நின்றிருந்தது. வெறும் கையோடு போயிருக்கிறான். திடீரென முடிவு செய்து கிளம்பிப் போனது போலவே இருந்தது.

ஒருவேளை மைதானத்திற்குப் போயிருப்பான் என நினைத்துக் கொண்டு வேகமாக மைதானத்திற்குச் சென்றேன். ஆனால் அவனைக் காணவில்லை. திடீரென மைதானம் மிகப்பெரியதாகிவிட்டது போல அச்சமாக இருந்தது. கைகள் நடுங்க அவசரமாக வீடு திரும்பினேன். அபர்ணா அழுது கொண்டிருந்தாள். பக்கத்துவீட்டுப் பெண் அவளுக்கு ஆறுதல் சொல்லிக் கொண்டிருந்தாள்.

கரணை எங்கே போய்த் தேடுவது என்று தெரியவில்லை. இருவருமாகப் பேருந்து நிலையம் வரை போய்ப் பார்த்துவந்தோம். விடிகாலையில் அப்படி ஒருவன் வந்தானா எனப் பெட்டிக்கடைகளில் விசாரித்தோம். ஒருவர் கண்ணிலும் கரண் படவில்லை. எங்கே போயிருப்பான். அபர்ணா பேருந்து நிலையத்தில் நின்றபடியே சப்தமாக அழுதாள். அவள் அழுகையை ஒருவரும் கண்டுகொள்ளவேயில்லை.

அவளை ஆறுதல்படுத்தி வீட்டிற்கு அழைத்து வந்தேன். அன்றிலிருந்து மூன்று நாட்கள் தெரிந்தவர்கள் வீடு, அவனது நண்பர்கள், ஆசிரியர்கள் எனப் பலரையும் விசாரித்துப் பார்த்துவிட்டோம். எங்கும் அவனைப் பற்றி ஒரு தகவலும் இல்லை. ஒருவேளை அவனாக வீடு திரும்பி வந்துவிடக்கூடும் என்பதற்காக இரவில் வீட்டின் முன் கதவைப் பூட்டவேயில்லை. அன்றாடம் அவனுக்காக இரவு உணவை தனியே எடுத்து வைத்தாள் அபர்ணா. அவன் அறையைச் சுத்தம் செய்து வைத்தாள்.

இப்படிச் சில நாட்கள் விடிகாலையில் எழுந்து துவைத்து தேய்த்து வைத்த அவனது உடைகளை மீண்டும் தண்ணீரில் ஊற வைத்து துவைத்து வந்தாள். அவளும் தன் கோபத்தைத்தான் இப்படிக் காட்டுகிறாளா. அல்லது வேதனையைக் கட்டுப்படுத்த முடியவில்லையா?

ஒருவன் வீட்டை விட்டுப் போய்விடுகிறான் என்பது எளிய விஷயமில்லை. தனது பதினேழு வருஷ கடந்தகாலத்தை அவன் விட்டுச் செல்கிறான். எத்தனை நினைவுகள்.

எவ்வளவு கனவுகள். பெற்றோர்களைத் தண்டிப்பதில் ஏன் பிள்ளைகள் இத்தனை ஆனந்தம் கொள்கிறார்கள்?

ஒருவேளை கரணின் பக்கமிருந்து பார்த்தால் இதுவெல்லாம் இயல்பான விஷயமாக இருக்குமோ என்னவோ. வீட்டை விட்டு ஓடுவதென்பது மரத்தில் இருந்து திடீரெனப் பறவை விடுபட்டு வானத்தில் பறந்து போய்விடுவது போல எளிதான விஷயம்தானா. பறவைகளுக்கு எளிதாகக்கூட இருக்கலாம். மரமாக இருந்தால் அதை ஏற்றுக்கொள்ள முடியாது.

கரணைத் தேடுவதை நிறுத்திக் கொள்ள வேண்டும் என்று தோன்றவில்லை. எனது வேலைக்கு லீவு போட்டுவிட்டுச் சுற்றியலைந்தேன். சில சமயம் நானும் அபர்ணாவும் ஒன்றாகத் தேடினோம். கரண் கிடைக்காமல் வீடு திரும்பும் நாட்களில் அபர்ணா வேறு யாரோ ஒரு பெண்ணைப் போலிருந்தாள். அவள் முகத்திலிருந்த வேதனை மனதை மிகவும் கலக்கமடையச் செய்தது.

கரண் வீட்டை விட்டு ஓடியதற்குத் தானே காரணம் என அழுவாள். சில நேரம் நான்தான் காரணம் என்று சண்டை யிடுவாள். பல நேரம் அவனுக்குப் படிக்கப் பிடிக்கவில்லை, வேறு நல்ல பள்ளிக்கூடத்தில் சேர்த்திருக்கலாம் என்று ஆதங்கப்படுவாள்.

ஒருவன் காணாமல் போனவுடன் ஆயிரம் காரணங்கள் கிளைவிடத் துவங்கிவிடுகின்றன. எல்லாமும் நியாயமாகவும் தோன்றுகின்றன.

கரண் வீட்டில் இருந்தாலும் அவன் அறையை விட்டு வெளியே வர மாட்டான். பள்ளிக்குப் போகும் நேரம் தவிர மற்ற நேரங்களில் அறைக்குள்ளே இருந்தான். அதன் ஜன்னல்களையும் திறக்க மாட்டான். பல நேரம் லைட் போட்டுக் கொள்வதுகூடக் கிடையாது. ஒருவனால் எப்படி இருட்டிற்குள் அமர்ந்திருக்க முடிகிறது. அபர்ணாதான் அவன் அறையில் எப்போதும் லைட்டைப் போட்டு விடுவாள். சில வேளைகளில் இரவில் லைட்டை அணைக்கவே மாட்டான். இரவெல்லாம் எரிந்து கொண்டேயிருக்கும். பகலிலும் அது எரிவதைக் கண்டிருக்கிறேன். பகலில் எதற்காக இப்படி

லைட் எரிகிறது என்று கோபம் கொண்டிருக்கிறேன். அது அவன் தெரியாமல் செய்த விஷயமில்லை. தெரிந்தே அந்த விளக்கினை எரிய விடுகிறான்.

கோபம் இப்படியும் வெளிப்படுமா என்ன?

கரணுக்குப் படிப்பில் விருப்பமில்லை. விளையாட்டில் விருப்பமில்லை. சாப்பாட்டில் விருப்பமில்லை. நல்ல உடைகளில் விருப்பமில்லை. அவனுக்கு எதிலோ விருப்பமிருந்தது. அதை எங்களால் கண்டறிய முடியவில்லை.

அபர்ணா அவனை சதுரங்கம் கற்றுக் கொள்ள அனுப்பி வைத்தாள். இரண்டு மாதங்கள் சென்று வந்தான். பிறகு ஒரு நாள் அவன் சதுரங்கம் ஆடப்பிடிக்கவில்லை என்று நிறுத்திக் கொண்டுவிட்டான். சில செடிகள் வளரும்போது திடீரென வளைந்து கொண்டுவிடுகின்றன. அவற்றை எப்படி நேர் செய்தாலும் அவை வளைந்து நிற்கவே விரும்புகின்றன. கரண் அப்படித்தானிருந்தான்.

வீட்டை விட்டு ஓடுகிறவனுக்கு வெளிப்படையான காரணங்கள் தேவையில்லையோ என்னவோ. உண்மையில் அவன் எங்களைத் தண்டிக்க விரும்பியிருக்கிறான். அந்தத் தண்டனை எளிதானதில்லை. ஒன்பது மாதங்களாக அன்றாடம் நாங்கள் அவனைப் பற்றியே நினைத்துக் கொண்டிருக்கிறோம். இரவில் அவன் வந்துவிடுவானோ என்று கதவைப் பார்த்தபடியே இருந்தேன். பாதி உறக்கத்தில் கதவு தள்ளப்படும் சப்தம் கேட்பது போலத் தோன்றியது.

கரண் இல்லாத அவனது படுக்கையைக் காண்பது மனதை ரணப்படுத்தியது. குளியல் அறையில் கரணின் சோப்பைக் கையில் எடுத்து முகர்ந்து பார்த்துக் கொண்டிருந்தேன். என்ன பைத்தியக்காரத்தனமிது. ஆனால் அந்தச் சோப்பினுள் கரணின் வாசனை கலந்திருக்கிறது.

கரண் இப்போது என்ன செய்து கொண்டிருப்பான்? யாருடன் தங்கியிருப்பான்? அவனது கஷ்டங்களை நாங்கள் நினைத்து நினைத்து வருந்திக் கொண்டிருந்தோம். அந்த வருத்தம் சமயத்தில் கோபமாக மாறிவிடும். எதுவும் செய்ய முடியவில்லையே என்ற ஆதங்கம் மேலும் மனச்சோர்வை அதிகமாக்கிவிடும்.

கரண் காணாமல் போனது இது மூன்றாம் முறை.

அவனது ஆறு வயதில் குற்றாலத்திற்குப் போயிருந்தோம். என்னோடுதான் அருவில் குளிப்பதற்காக வந்திருந்தான். பேரோசையுடன் கொட்டும் அருவியைக் கண்டு பயந்து ஓரமாக நின்றிருந்தான். மெலிந்த அவன் கைகளைப் பிடித்து அருவிக்குள் இழுத்தேன். வெற்றுடம்பில் தண்ணீர்பட்டுத் தெறிக்க விலகி ஓடினான். தண்ணீரை வாறி அவன்மீது அடித்தேன். அதன் குளிர்ச்சி தாங்க முடியாதவன்போல நடுங்கினான்.

"ஒண்ணும் செய்யாது கரண். வா, குளிக்கலாம்" என்று அவனை மறுபடியும் இழுத்தேன்.

அவன் தயங்கித் தயங்கி அருவிக்குள் வந்தான். சிறுகிளை போல விரிந்து வழியும் தண்ணீரில் அவனைக் குளிக்கச் செய்தேன். ஒரு நிமிஷம்கூட நிற்கவில்லை. அவசரமாக வெளியேறி ஓடினான்.

சிரித்தபடியே நான் பேரருவியினுள் நுழைந்து தலையைக் கொடுத்தேன். அருவிக்குள்ளும் என் கண்கள் கரணைப் பார்த்தபடியே இருந்தன. ஆனால் தண்ணீரின் வேகத்தில் கரண் புலப்படவில்லை. கூட்டம் வேறு இடித்துத் தள்ளியது. அருவியை விட்டு வெளியேறி வந்தபோது கரணைக் காணவில்லை.

எங்காவது தனியே உட்கார்ந்து கொண்டிருப்பான் என நினைத்து அங்குமிங்கும் தேடினேன். ஒரு வேளை அபர்ணா வந்து அவனை அழைத்துக் கொண்டு போய்விட்டாளா? அல்லது அவனே அவளைத் தேடிப் போய்விட்டானா? எனக் குழம்பியபடியே அபர்ணா குளித்துக் கொண்டிருந்த பெண்கள் பக்கம் போவதற்கு முயன்றேன். அங்கிருந்த காவலர்கள் என்னை அனுமதிக்கவில்லை.

அபர்ணா தன்னை மறந்து அருவியில் குளித்துக் கொண்டிருந்தாள். அவள் பெயரைச் சொல்லி சப்தமிட்டேன். அது அருவிச் சப்தத்தினுள் கேட்கவில்லை. ஒரு பெண்ணிடம் அவளை அழைக்கும்படி சொன்னேன்.

அபர்ணா ஈரம் சொட்டும் உடையுடன் வந்து நின்று "கரண் எங்கே?" என்று கேட்டாள்.

"இங்கே வரலையா?" என்று கேட்டேன்.

"என்ன சொல்றீங்க. உங்க கூடத்தானே வந்தான்" என்று பதற்றமாகக் கேட்டாள்.

"அவனைக் காணோம்" என்றேன்.

அவ்வளவுதான், அபர்ணா சப்தமாக அழ ஆரம்பித்தாள். இதைக் கேட்டு அங்கிருந்த காவலர் ஒருவர் விசாரிக்க ஆரம்பித்தார். நாங்கள் மூவருமாகக் கரணைத் தேட ஆரம்பித்தோம்.

திடீரென அந்த அருவியும் இளவெயிலும் அருவிக்கரையில் மோதி வழியும் மனிதர்களும் அச்சமூட்டினார்கள். கரண் கரண் என்று கத்தியபடியே இங்குமங்கும் ஓடினோம். காவலர் உதவி மையத்தில் ஒலிபெருக்கியில்கூட அறிவித்தார்கள்.

எங்கே போயிருப்பான் கரண். ஒருவேளை ஓடும் தண்ணீரில் விழுந்துவிட்டானா? அல்லது கடைவீதிகளுக்குள் போயிருப்பானா? அபர்ணா கடைவீதியில் தனியே அலைந்தாள். நான் ஒருபக்கம் சுற்றி அலைந்தேன். சிறுவர்களின் முதுகு ஒன்று போலவேயிருப்பதை அன்றுதான் கவனித்தேன்.

அபர்ணா கரடிபொம்மைகள் விற்பவனிடம் விசாரித்துக் கொண்டிருந்தாள். யாரும் கரணைப் பார்த்திருக்கவில்லை. மனம் விபரீதமான விஷயங்களைக் கற்பனை செய்து கொண்டிருந்தது. மதியம் இரண்டு மணி வரை அருவியைச் சுற்றிய இடங்களில் தேடி அலைந்தோம். பூங்காவிற்குக்கூடப் போய்ப் பார்த்து வந்தேன்.

அபர்ணா மறுபடியும் அருவிக்கரைக்கு ஓடினாள். ஆண்கள் பகுதியினுள் தனியே சுற்றி அலைந்தாள். யாரோ அவளைக் கோபித்துக் கொண்டார்கள். எதையும் அவள் கண்டுகொள்ளவேயில்லை.

வழிந்தோடும் தண்ணீரில் அமர்ந்தபடியே அபர்ணா அழுது கொண்டிருந்தாள். எனக்கு என்ன செய்வதெனத் தெரியவில்லை. அவளை ஆறுதல்படுத்த முயன்று தோற்றுப் போனேன்.

மதியம் மூன்றுமணி வரை கோவில் முன்பாகவே நின்று கொண்டிருந்தோம். இதற்குள் அபர்ணா நான்கு தடவை

சாமி கும்பிட்டுத் திரும்பி வந்தாள். வேண்டுதல் உடனே பலித்துவிடுமா என்ன?

நாலரை மணிக்கு ஒரு குடும்பம் குளிப்பதற்காக வந்தார்கள். எண்ணெய் வழியும் பருத்த வயிறுடன் ஒரு பெண்ணும் இரண்டு சிறுமிகளும் நடந்து வந்தார்கள். அந்தச் சிறுமியோடு கரணும் வந்து கொண்டிருந்தான். அவர்களுடன் எப்படிப் போனான் என்று தெரியவில்லை. ஆனால் அபர்ணா தொலைவிலே அவனைக் கண்டுபிடித்துவிட்டாள்.

ஓடிப்போய் அவனைக் கட்டிக் கொண்டு அழுதாள்.

அந்த ஆள் “உங்க பையனா? காலையில் குளிச்சிட்டுக் கிளம்பும்போது எங்ககூட வந்துட்டான். கேட்டா பதிலே பேசலை. ரூமுக்குக் கூட்டிட்டுப் போயிட்டோம்.”

கரணை அபர்ணா அடித்தாள். அவனை அடிக்க வேண்டாம் என்று நான் தடுத்தேன். கரண் அடிவாங்கிக் கொண்டு சலனமேயில்லாமல் நின்றிருந்தான். அந்தக் குடும்பம் அருவியை நோக்கிச் சென்றது. சிறுமிகள் திரும்பி பார்த்தபடியே நடந்தார்கள்.

கரணின் கைகளைப் பிடித்துக் கோவிலுக்குள் இழுத்துக் கொண்டு போனாள் அபர்ணா. திரும்பி வரும்போது இருவர் நெற்றியிலும் திருநீறு இருந்தது. அடுத்த அரைமணி நேரத்தில் நாங்கள் அறையைக் காலி செய்து பேருந்தில் ஏறியிருந்தோம்.

எதற்காக யாரோ ஒரு குடும்பத்துடன் கரண் போனான் என்று புரியவில்லை. வீடு வந்து சேர்ந்தவுடன் அபர்ணாவிற்குக் காய்ச்சல் வந்துவிட்டது. நான் கரணிடம் எவ்வளவோ விசாரித்துப் பார்த்தும் அவன் ஒரு வார்த்தை பதில் சொல்லவில்லை.

அதன் பிறகு நாங்கள் பயணம் போவதற்கே தயங்கினோம். அபர்ணா எப்போதும் அவனைத் தன் பொறுப்பிலே வைத்துக் கொண்டாள். டிவியில் குற்றால அருவியைக் காட்டினால்கூட எனக்கு கரண் காணாமல் போய்த் தேடியதுதான் நினைவில் வந்து போனது.

இது நடந்து ஆறுமாதங்களுக்குப் பிறகு ஒரு நாள் அபர்ணா சொன்னாள்:

"நீங்கதான் பிள்ளையை அருவிக்குள்ளே தள்ளிவிட்டு இருக்கீங்க. அந்தக் கோபத்திலதான் அவங்ககூடப் போயிருக்கான்."

"இல்லை அபி. நான் கையைப் பிடிச்சி குளிக்கத்தான் கூட்டிட்டுப் போனேன்."

"அருவியில குளிக்காட்டி என்ன குறைஞ்சா போயிடும்? அதான் அவன் பயப்படுறான்லே."

"நான் கையைப் பிடிச்சிட்டுதான் இருந்தேன்."

"அவங்க அருவிக்குக் கூட்டிக்கிட்டு வர்றப்போ நல்லவேளையா கோவில் வாசல்ல நின்னுக்கிட்டு இருந்தோம். இல்லாட்டி நம்ம பிள்ளை அவ்வளவுதான்."

என்று சொல்லி முடிப்பதற்குள் கண்ணீர் பொங்கிக் கொண்டு வந்தது.

"அதான் வந்துட்டான்லே."

"அவனை இனிமேல் எதுக்கும் கட்டாயப்படுத்தாதீங்க."

சரியென்று தலையாட்டினேன்.

அதன்பிறகு நான் அவன் கைகளைப் பிடிக்கும் போதெல்லாம் குற்றவுணர்வு கொண்டேன். அவன் எங்களுடன் சேர்ந்து சாப்பிடாத போதும்கூட நான் கோபித்துக் கொள்ளவில்லை.

அவனை வேறு பள்ளிக்கு அபர்ணா மாற்றிபோதும் நான் கோபித்துக் கொள்ளவில்லை. ஆனால் கரண் சப்தமில்லாமல்தான் விரும்பியதை செய்யக்கூடியவன் என்பதை நன்றாக உணர ஆரம்பித்திருந்தேன். அதன்பிறகு நாங்கள் மூவரும் வெளியே போவதாக இருந்தால் எங்கள் கவனம் முழுவதும் கரணின்மீதே இருந்தது.

கரண் பள்ளிவிட்டுத் திரும்பி வர அரைமணி நேரம் தாமதமானாலும் உடனே அபர்ணா கிளம்பி போய்விடுவாள். கரணுக்கு போட்டோ எடுத்துக் கொள்ளப்பிடிக்காது. ஆகவே அவனது பத்து பனிரெண்டு வயது புகைப்படங்கள் ஒன்றுகூட என்னிடம் கிடையாது. உறவினர்கள் திருமண வீட்டிற்குப் போனாலும் கரண் சாப்பிடமாட்டான். கூட்டத்துடன் அமர்ந்து சாப்பிட அவனுக்குப் பிடிக்காது.

அபர்ணா அவனுக்காக வீட்டில் சமைத்து வைத்திருப்பாள். அல்லது வழியில் ஹோட்டலில் அவனை மட்டும் சாப்பிடச் சொல்லுவாள்.

ஹோட்டலில் அத்தனை பேர் முன்னாலும் சாப்பிட முடிகிறவனுக்குக் கல்யாண வீட்டில் சாப்பிட மட்டும் ஏன் பிடிக்கவில்லை என்று ஆத்திரமாக வரும். ஆனால் காட்டிக் கொள்ள மாட்டேன்.

கரணுக்கு எதில் ஆர்வமிருந்தது என்பதை எங்களால் கண்டுபிடிக்க முடியவில்லை. வீட்டில் ஓடாமல் கிடந்த கடிகாரம் ஒன்றைத்தானே ஒரு நாள் கரண் சரிசெய்து கொடுத்தான். அத்தோடு அந்தக் கடிகாரத்தின் எண்கள் இருளில் ஒளிரும்படி செய்திருந்தான். எங்கே கற்றுக் கொண்டான் என்று தெரியவில்லை. ஆனால் அவனுக்குக் கடிகாரங்களை உருவாக்குவதில் விருப்பம் இருந்தது. அபர்ணாவின் கைக்கடிகாரத்தைப் புதிய வடிவில் உருமாற்றிக் கொடுத்தான்.

“கடிகாரம் செய்வதற்கு ஏதாவது படிப்பு இருந்தால் அவனைப் படிக்க வைக்கலாம்” என்றாள் அபர்ணா.

“அப்படி ஒரு படிப்பும் கிடையாது” என்றேன்.

“என் வாட்ச்சை எவ்வளவு அழகாக மாத்திட்டான்” என்று பெருமையாகச் சொன்னாள் அபர்ணா.

கடிகாரம் செய்வதற்கு என்ன படிப்பு இருக்கிறது, எந்தக் கல்லூரி இருக்கிறது என்று தேட ஆரம்பித்தேன். எவருக்கும் அதைப்பற்றித் தெரியவில்லை.

இரண்டாம் முறையாக கரண் காணாமல் போனது அவனது பதினைந்தாம் வயதின் பிறந்த நாளின்போது. அன்றைக்குச் சைக்கிளில் வெளியே போனான். கேக் வாங்கிக் கொண்டு வரப்போவதாக அபர்ணா சொன்னாள். பத்து மணிக்கு வெளியே போனவன் மதியம் இரண்டு மணியாகியும் வரவில்லை. நான் பைக்கில் ஒவ்வொரு பேக்கரியாக அலைந்து தேடினேன். கரணைக் காணவில்லை.

ஒருவேளை ஏதாவது ஆக்சிடெண்ட் ஆகியிருக்குமா எனப் பயந்து அபர்ணா பொதுமருத்துவமனைக்குப் போய்த் தேடி வருவோம் என்றாள். நாங்கள் பயந்தது போல ஒரு

தகவலும் இல்லை. இரவு வரை காத்திருந்தும் கரண் வீடு திரும்பி வரவில்லை.

சைக்கிளில் ஒருவன் எங்கே போயிருப்பான். கரணோடு படிக்கும் அஸ்வின் ஹைவே ரோட்டில் அவன் போவதைப் பார்த்ததாகச் சொன்னான்.

ஹைவேயில் எங்கே போனான் என்று தெரியவில்லை. பைக்கில் நானும் மாரிமுத்து சாரும் ஒன்றாகத் தேடி அலைந்தோம். பெட்ரோல் பங்க் பையன் மட்டும் அப்படி ஒருவன் கடந்து போனதைக் கண்டதாகச் சொன்னான். எவ்வளவு தூரம் போவது எனப்புரியாமல் பைக்கில் போய்க் கொண்டேயிருந்தோம். வீடு திரும்பியபோது அபர்ணா தரையில் சுருண்டு படுத்துக்கிடப்பதைக் கண்டேன். லைட்டைக் கூடப் போடவில்லை. அழுது அழுது கண்கள் வீங்கியிருந்தன. அவளை எழுப்பிக் கரணைக் கண்டுபிடிக்க முடியவில்லை என்றேன்.

பிறந்த நாளும் அதுவுமா எங்க போனான் என்று அவள் மறுபடியும் விசும்பத் துவங்கினாள்.

இரவில் கரணைப் பற்றி நினைத்தபடியே உறக்கமற்றுக் கிடந்தோம். இரண்டு நாட்கள் கரணைத் தேடியும் கிடைக்கவில்லை. ஆனால் மூன்றாம் நாள் காலை அவன் சைக்கிள் வீட்டுவாசலில் நின்றிருந்தது. கரண் வீடு திரும்பியிருந்தான். தலையில் ஒரு ஓலைத்தொப்பி.

அபர்ணா அவனிடம் ஒரு வார்த்தை பேசவில்லை. கரண் தன் அறைக்குப் போய் உறங்கத் துவங்கிவிட்டான்.

ஒரு வாரத்தின் பிறகு அபர்ணா சொன்னாள்:

“கன்யாகுமரி வரைக்கும் சைக்கிள்ல போயிருந்தானாம்.”

“சொல்லிட்டுப் போகலாம்லே.”

“திடீர்னு தோணுச்சாம்.”

எனக்குள் கோபம் பீறிட்டது. ஆனால் அதைக் காட்டிக் கொள்ளவில்லை. அந்த ஓலைத்தொப்பியைக் காணும் போதெல்லாம் அது என்னைப் பரிகாசம் செய்வது போலவே தோன்றியது.

இரண்டாம் முறை காணாமல் போய்த் திரும்பி வந்தபிறகு கரணிடம் ஒரு மாற்றத்தைக் கண்டேன். அவன் படிப்பில் ஆர்வம் காட்ட ஆரம்பித்தான். கணிதப் பாடத்தில் அவன் முதல் மதிப்பெண் பெற்றிருக்கிறான் என்று அபர்ணா சந்தோஷமாகச் சொன்னாள்.

ஒரு நாளில் இரண்டு டியூசன் படிக்கப் போய்வந்தான். இரவெல்லாம் கண்விழித்துப் படித்தான். ஆனால் இந்த மாற்றம் மூன்று மாதங்களில் வடிந்து போனது. பரீட்சை நாளில் பள்ளிக்குப் போகாமல் வீட்டிலே இருந்தான். அபர்ணா எவ்வளவு திட்டியும் அவன் பள்ளிக்குப் போகவில்லை. என்ன நடக்கிறது அவனுக்குள், ஏன் திடீரெனத் தன்னைச் சுருக்கிக் கொண்டுவிட்டான்.

ஒரு நாள் அபர்ணா சொன்னாள்:

"அவனுக்குப் படிக்கப் பிடிக்கலையாம்."

"என்ன செய்யப்போறானாம்?"

"சைக்கிள்லயே இந்தியா பூரா போகப்போறானாம்."

"லூசாடி அவன். சைக்கிள்ல ஊர் சுத்துனா வயிறு நிரம்பிடுமா?"

"அவன்கிட்ட நீங்கதான் பேசுங்க!"

"பேசுனா வாயை திறக்கமாட்டாங்கிறேன்."

"என்கிட்டயும்தான் பேசமாட்டேங்குறான். அதுக்காக அப்படியே விட்றமுடியுமா?"

"என்ன செய்யச் சொல்றே?"

"நீங்க கண்டிக்கத்தான் வேணும்."

நான் கரணைக் கண்டிக்கவில்லை. ஆனால் அவன் சைக்கிள் பயணம் போகும் எண்ணத்தைத் தானே கைவிட்டுவிட்டான். அதையும் அபர்ணாவிடம்தான் சொல்லியிருக்கிறான்.

கரண் மூன்றாம்முறை காணாமல் போவான் என்று நாங்கள் நினைக்கவேயில்லை. இந்த முறை அவன் ஒன்பது மாதங்கள் கடந்தும் வீடு திரும்பவில்லை. அவன் சைக்கிள்கூட வீட்டில்தானிருக்கிறது. பேரலை ஒன்று

அவனை இழுத்துக் கொண்டு போய்விட்டது போல உணர்ந்தேன்.

தேடிச் சோர்ந்த நாட்களில் நாங்கள் இருவரும் இரவெல்லாம் விளக்கை எரிய விட்டு உட்கார்ந்தேயிருந்தோம். திடீரென கரணின் ஐந்து வயதில் நடந்த விஷயங்களை அபர்ணா சொல்ல ஆரம்பிப்பாள். நான் மௌனமாகக் கேட்டுக் கொண்டிருப்பேன்.

பிரிவு என்பது எவ்வளவு சிறிய சொல். எவ்வளவு பெரிய வலி. அதை ஏன் கரண் புரிந்து கொள்ளவில்லை. ஓடிப்போனவர்கள் நினைவுகளையும் எடுத்துக்கொண்டு போய்விட வேண்டியதுதானே.

சில நாட்கள் அபர்ணாவின் கனவில் கரண் வந்தான். விடிந்து எழுந்தவுடன் அதைப்பற்றிச் சொல்லிக் கொண்டிருப்பாள். ஆனால் ஒருமுறைகூட என் கனவில் கரண் வரவில்லை.

கொஞ்சம் கொஞ்சமாக நானும் அபர்ணாவும் பித்தேறியவர்கள் போல நடந்துகொள்ள ஆரம்பித்தோம். கரண் எங்களுடன் இருப்பது போலவே கற்பனை செய்து கொள்ள ஆரம்பித்தோம். அதை உறுதிப்படுத்துவது போல கரணுக்குப் பிடித்த பிளம்கேக்கை பேக்கரியில் இருந்து வாங்கி வர ஆரம்பித்தேன். அபர்ணா அவனது அறையில் விளக்கை எரிய விட்டாள். மின்விசிறியைச் சுழல விட்டாள்.

கரண் என்ற சொல்லை எங்கே கேட்டாலும் அது எங்கள் கரணை மட்டுமே குறிப்பதாக மாறியது.

வீட்டைத் துறந்து சென்றவர்கள் நினைவில் பெற்றோர்களின் வாடிய முகங்கள் வந்து போகுமா? தான் இல்லாத வீட்டின் வெறுமை எத்தகையது என அவர்கள் உணர்வார்களா? தன் கோபத்தை உலகம் மீது காட்ட இயலாமல்தான் வீட்டின்மீது காட்டுகிறார்களா?

அபர்ணா காத்திருக்கத் துவங்கிவிட்டாள். பெண்களால் எத்தனை ஆண்டுகளுக்கும் காத்திருக்க முடியும். கண்ணீரை உறையச் செய்துவிட முடியும். ஆனால் என்னால்? ஒவ்வொரு நாளின் காத்திருப்பும் தோளில் பெரும்பாரமாக இறங்குகிறது.

என் இயலாமையை எப்படி வெளிப்படுத்துவது, எதைக் கொண்டு என் கண்ணீரை மறைத்துக் கொள்வது?

அபர்ணா துணியைக் கொடியில் காயப்போட்டுவிட்டு வந்தாள். என்னைக் கடந்து போகையில் அவள் எதையோ கேட்க விரும்பியது போல நின்றாள். ஆனால் கேட்கவில்லை.

எனக்கும் அவளிடம் எதையோ சொல்ல வேண்டும் போலிருந்தது. சமையல் அறையில் இருந்த கரணின் சாப்பாடு தட்டை வேண்டுமென்றே எடுத்துக் கீழே போட்டேன்.

அது தரையில் விழுந்து சப்தம் எழுப்பியதை அவள் கேட்காதவள் போல நின்று கொண்டிருந்தாள். எனக்கோ அது எங்கோ தொலைவில் சப்தம் எழுப்பியதைப் போலக் கேட்டது.

தலைகீழாகக் கிடந்த தட்டின் முதுகினைக் காணும்போது கரண் நினைவு மிகவும் அதிகமானது எனக்கு மட்டும்தான்.

□

20
கிணற்றின் வயது

அவர்கள் மூன்று பேர் வந்திருந்தார்கள்.

மூவரில் உயரமாக இருந்தவருக்கு வயது எழுபதுக்கும் மேலிருக்கும். ஈட்டி போன்ற உறுதியான உடற்கட்டு கொண்டிருந்தார். தோளில் ஒரு துண்டு. அழுக்கடைந்த வேஷ்டி. உடன் வந்திருந்த இரண்டு பேரும் இளைஞர்கள். பெரியவர் கையில் ஒரு மஞ்சள் பையிருந்தது. அதில் ஏதோ ஒரு பொருளைச் சுற்றி வைத்திருந்தார்.

வீட்டின் பின்புறமிருந்த கிணற்றடிக்கு அவர்கள் போய் நின்றபோது விசாலாட்சி பூக்கட்டிக் கொண்டிருந்தாள். அவளுக்கு எழுபது வயது நடந்து கொண்டிருந்தது. தலையில் ஒரு கறுப்பு முடிகூடக் கிடையாது. மற்றவர்களைப் போல அவள் தலைக்குக் கறுப்பு மை பூசிக்கொள்வதுமில்லை. செங்கல் நிற சுங்கடிப் புடவை உடுத்தியிருந்தாள். அவளது ஜாக்கெட் தொளதொளவென இருந்தது.

"இன்னைக்கு வெள்ளிக்கிழமையாக இருக்கு. பூஜையை மட்டும் முடிச்சிக்கிடுவோம். கிணற்றை மூடுறதை நாளைக்குச் செய்யலாம்" என்றார் பெரியவர்.

விசாலாட்சி வருத்தம் தோய்ந்த முகத்துடன் அதைக் கேட்டுக் கொண்டிருந்தாள். அவளுக்கு வீட்டுக்கிணற்றை மூடுவதில் விருப்பமில்லை. எவ்வளவோ சண்டையிட்டுப்

பார்த்துவிட்டாள். வீட்டில் அவளது மகன் பிரசாத், மருமகள் பாவனா, பேரன் பேத்தி என எல்லோரும் கிணற்றை மூட வேண்டும் என்பதில் குறியாக இருந்தார்கள்.

"ஒரு தட்டுல வெத்திலை பாக்கு, வெல்லம், தேங்காய் பழம், பூ வச்சி கொண்டுட்டு வாங்க" என்றார் பெரியவர்.

விசாலாட்சி பூஜை அறைக்குள் சென்று ஒரு தட்டில் அவர் கேட்ட பொருட்களை எடுத்துக் கொண்டு வந்தாள். திடீரென அவள் கட்டிய பூ மாலையைச் சாமிக்குப் போடுவதற்குப் பதிலாகக் கிணற்றுக்கே போடலாமே என்று தோன்றியது. அதையும் தட்டில் வைத்தாள். கூடவே 101 ரூபாய் பணத்தையும் வைத்து எடுத்துக் கொண்டு வந்தாள்.

இதற்குள் வந்தவர்கள் கிணற்றடியைச் சுத்தம் செய்து வைத்திருந்தார்கள். இளைஞன் வாழையிலை ஒன்றை வெட்டிப் படையலுக்காக விரித்து வைத்திருந்தான்.

அந்தப் பெரியவர் தன் பையிலிருந்து சிறிய வெண்கலப்பதுமை ஒன்றை வெளியே எடுத்து இலையின் முன்னால் வைத்தார். விசாலாட்சி கொண்டு வந்திருந்த பூஜைப் பொருட்களை ஒவ்வொன்றாக எடுத்து இலையில் பரப்பி வைத்தார்.

பிறகு அவளிடம் "ஒரு நாழி நிறைய அரிசியும் நிறை விளக்கும் கொண்டுக்கிட்டு வாங்க" என்றார்.

"நாழியை எங்கேபோய்த் தேடுவது" என ஒரு நிமிஷம் யோசித்தாள். மரக்கால் உறி, மண்கலயம், வெண்கலப் பானைகள். எல்லாம் மறைந்துபோய் எத்தனை ஆண்டுகளாகிவிட்டது. அவரிடமே கேட்டாள்:

"சின்ன உழக்குதான் இருக்கு. கொண்டுட்டு வரவா?"

"அப்போ ஒரு சொளகு நிறையப் பச்சரிசி கொண்டுக்கிட்டு வாங்க" என்றார் அந்தப் பெரியவர்.

சமையல் அறைக்குள் போய்ப் பச்சரிசியைத் தேடினாள். சமையல் மருமகள் வசமானபிறகு எந்தப் பொருள் எங்கேயிருக்கிறது என்று தெரியாது. சில பாக்கெட்டுகளைக் காணும்போது அது என்ன பொருள் என்றுகூட அவளுக்குத் தெரியாது. சமையல் அறையே மாறிவிட்டது. மீனாம்பாள் இருந்தவரைக்கும் சமையல் அறையில் அவளைத் தவிர

வேறு எவரும் ஒரு உப்புக்கல்லைக்கூட எடுக்க முடியாது. மாமியார் இல்லாத குறையைத் தீர்க்க வந்த மகராசி, அவளும் போய்ச் சேர்ந்துவிட்டாள் என்று நினைத்துக் கொண்டபடியே பச்சரிசியைச் சொளகில் கொண்டு போய்க் கொடுத்தாள்.

அவர்கள் வாழை இலையில் அரிசியைப் பரப்பினார்கள். பூ மாலையைக் கிணற்றுக்குச் சூடினார்கள். உருளையில் பூவைக் கிள்ளி சொருகினான் இளைஞன்.

ஐந்து முகம் கொண்ட விளக்கினை ஏற்றினார் அந்தப் பெரியவர்.

"சூடம் காட்டுற தட்டும் மணியும் வேணும்" என்று இளைஞன் கேட்டான்.

விசாலாட்சி வீட்டிற்குள் அதை எடுக்கப் போனபோது மருமகள் டிவி பார்த்துக் கொண்டிருந்தபடியே "காசு எதுவும் குடுக்காதீங்க. காண்ட்ராக்டர்கிட்ட ஏற்கனவே அட்வான்ஸ் குடுத்து இருக்கோம்" என்றாள்.

"சூடம் காட்டுற தட்டு வேணுமாம்."

விசாலாட்சியின் பேரன் நந்து கேட்டான்:

"பாட்டி. கிணற்றை எதை வச்சி மூடுவாங்க. ஸ்டோனா, இல்ல டோரா?"

அவள் பதில் சொல்லவில்லை. சூடம் காட்டுகிற தட்டையும் மணியையும் எடுத்துக் கொண்டு வெளியே வந்தவள் திரும்பி பேரனிடம் சொன்னாள்:

"சாமி கும்புட வா. நந்து."

"போ பாட்டி. நான் வரலை. அந்தக் கிணறு ரொம்ப டர்ட்டி. அதுகிட்ட போகக்கூடாதுனு மம்மி சொல்லியிருக்காங்க."

"நாளைக்குக் கிணற்றை மூடப்போறாங்கடா."

"புது கார்ஷெட் கட்டப்போறோம். மம்மி சொல்லிட்டாங்க."

பேரபிள்ளைகளும் இப்படியாகிவிட்டார்களே என்று விசாலாட்சிக்கு ஆதங்கமாக இருந்தது. இந்தக் கிணற்றடியில் வைத்து எத்தனை நாட்கள் மகனுக்குக் கதை

சொல்லியிருக்கிறோம். விடுமுறைக்காகச் சேலத்திலிருந்து வந்த உறவினர்பிள்ளைகள் அத்தனையும் இந்தக் கிணற்றடியைச் சுற்றித்தானே விளையாடினார்கள். கதை பேசினார்கள். குளித்தார்கள்.

அவள் சூடம்காட்டும் தட்டினையும் மணியினையும் அந்த இளைஞனிடம் கொடுத்தாள்.

இதற்குள் பெரியவர் தன் மேல்சட்டையைக் கழட்டிவிட்டு இடுப்பில் துண்டைக் கட்டியபடியே மந்திரம் சொல்பவர் போல எதையே முணுமுணுத்தபடியே இலையின் முன்னால் அமர்ந்திருந்தார்.

என்ன வணங்குகிறார்கள் எனப்புரியாமல் அந்தப் பெரியவரைப் பார்த்துக் கொண்டிருந்தாள்.

பெரியவர் விளக்கைத் தூண்டி விட்டார். இளைஞன் மணி ஆட்டினான்.

பெரியவர் கைபிடி நிறைய அரிசியை எடுத்து ஏதோ சொல்லிக் கிணற்றில் கொண்டு போய்ப் போட்டுவந்தார். பின்பு நான்கு திசைகளை நோக்கியும் பூப்போட்டு வணங்கினார். தேங்காய் உடைத்துத் தீபாராதனை காட்டினார். இளைஞன் வேகமாக மணியை அடித்தான்.

அவளிடம் “கும்பிட்டுக்கோங்க” என்றார்.

அவள் கிணற்றை இருகரம் கூப்பி வணங்கினாள். பின்பு கோவிலை வலம் வருவதுபோலக் கிணற்றைச் சுற்றி வந்து வணங்கினாள்.

“வீட்டில இருந்து ஒரு டம்ளர் தண்ணீர் கொண்டுவந்து கிணற்றில் ஊற்றுங்க” என்றார் அந்தப் பெரியவர்.

விசாலாட்சி வீட்டிற்குள் போய் ஒரு டம்ளர் தண்ணீர் கொண்டுவந்து பெரியவரிடம் நீட்டினாள்.

“நீங்களே ஊற்றுங்க” என்றார்.

மரணப்படுக்கையில் கிடப்பவர்களுக்குக் கடைசியாகப் பால் ஊற்றுவது நினைவிற்கு வந்து போனது. கிணற்றில் அந்தத் தண்ணீரை ஊற்றினாள். எவ்வளவு தண்ணீரை இந்தக் கிணறு நமக்குத் தந்திருக்கிறது. இன்று அந்தக்

கிணறுக்கு நாம் ஒரு டம்ளர் தண்ணீர் பதிலுக்குத் தருகிறோம். இரண்டும் ஒன்றுதானா.

அவளை அறியாமல் கண்கள் கலங்கின.

"வீட்டுல இருக்கிற எல்லோரும் வந்து கும்பிட்டுக்கோங்க" என்றார் பெரியவர்.

தன்னைத் தவிர எவருக்கும் கிணறு வேண்டியதில்லை என்று அவரிடம் எப்படிச் சொல்வது. அவள் கிணற்றைக் கைகூப்பி வணங்கினாள்.

"ராத்திரி முழுக்க இந்த விளக்கு எரியட்டும். காலையில் நாங்க வந்து கிணற்றை மூடுற வேலையை ஆரம்பிச்சிடுறோம்."

சரியெனத் தலையாட்டினாள்.

அவர் தனது பையில் உடைத்த தேங்காய் பழம் வெற்றிலை அரிசி வெல்லம் உள்ளிட்ட பொருட்களை எடுத்துப் போட்டுக் கொண்டார். பிறகு தன் சட்டையை அணிந்தபடியே சொன்னார்:

"சாந்தி செய்யாமல் கிணற்றை மூடக்கூடாதும்மா."

அவளுக்கு அது புரிந்தேயிருந்தது.

"கிணற்றுக்குள்ளே ஒரு ஆமை இருக்கு" என்றாள் விசாலாட்சி.

"நாளை கிணற்றுக்குள்ளே இறங்கி அதை வெளியே எடுத்துவிட்ருவோம்" என்றான் இளைஞன்.

"அது எங்கே போகும்?" என்று கேட்டாள் விசாலாட்சி.

"நாங்களே கொண்டு போய் ராஜாஊரணியில விட்ருறோம்" என்றான்.

இதுவரை அந்த ஆமை வெளிஉலகினைக் கண்டதேயில்லை. நாளைக்குத்தான் முதன்முறையாக வெளியுலகினைக் காணப்போகிறது.

"மறக்காமல் ஆமையை வெளியே எடுத்துவிடணும்" என்று சொன்னாள் விசாலாட்சி.

பெரியவர் தலையாட்டிக் கொண்டார்.

ஒரு இளைஞன் வாளிக் கயிறை உருவி தனியே எடுத்தான். இரும்பு உருளையைக் கழட்டினான்.

"இதை எடுத்து உள்ளே வச்சிக்கோங்க" என்றான் ஒருவன்.

"இனிமே இது எதுக்கு?" எனக்கேட்டாள் விசாலாட்சி.

"நாங்க எடுத்துக்கிடவா" என்று கேட்டான் மற்ற இளைஞன்.

விசாலாட்சி தலையாட்டினாள். அவன் அந்த வாளிக் கயிறைக் கையில் எடுத்துக் கொண்டான்.

பெரியவர் மீண்டும் ஒரு முறை கிணற்றை வலம் வந்து வணங்கினார். பின்பு கிளம்புவதற்கு முன்பு சொன்னார்:

"கிணறு அமையுறது ஒரு பாக்கியம். அதுவும் நல்ல தண்ணீர் கிடைக்குதுன்னா ரொம்பப் புண்ணியம் பண்ணியிருக்கோம்னு அர்த்தம். பெரிய அய்யா இருக்கிறப்போ அடிக்கடி உங்க வீட்டுக்கு வருவேன். இந்தக் கிணற்றுத் தண்ணியைக் குடிச்சிருக்கேன். சக்கரையா இனிக்கும். இன்னைக்கு அப்படித் தண்ணீ ஏது. இப்போ தண்ணிய பாக்கெட்டுல அடிச்சி விக்குறான். இந்தக் கர்மத்தை எல்லாம் பாக்குறதுக்குள்ளே பெரிய அய்யா செத்துப்போயிட்டார். ஒரு கிணற்றுத் தண்ணியைக் குடிச்சி வளர்ந்தா எந்த நோயும் வராதுனு சொல்வாங்க. இன்னைக்குச் சம்பாதிக்கிறதுல பாதியை ஹாஸ்பிடல்காரனுக்குத்தான் குடுக்க வேண்டியிருக்கு. தண்ணியை மொத்தமா சீரழிச்சிப்புட்டாங்க."

என்றபடியே அவர் தன்னோடு வந்தவர்களை அழைத்துக்கொண்டு புறப்படத் துவங்கினார்.

கிணற்றடியில் எரியும் விளக்கைப் பார்த்தபடியே விசாலாட்சி அமர்ந்திருந்தாள். இறந்த கணவனின் உடல் முன்னால் அமர்ந்திருந்த நாள் நினைவில் வந்து போனது. கிணற்றை இழப்பதும் மனிதரை இழப்பதும் வேறுவேறா என்ன.

•••

இரண்டு முறை புதிதாகக் கிணறு வெட்டி அவள் பார்த்திருக்கிறாள். அவளுக்கு ஏழு வயதானபோது கிருஷ்ணமூர்த்தி மாமா தோட்டத்தில் கிணறு

வெட்டினார்கள். ஊற்றுமுகம் தென்பட்டதும் பெண்கள் குலவையிட்டார்கள். ஊற்றின் கண்திறந்து தண்ணீர் பீய்ச்சியடித்தபோது மாமா பூமியைக் கைகூப்பி வணங்கினார். அந்தத் தண்ணீரைக் கைநிறைய வாங்கிக் குடித்தார். இன்னொரு முறை கோவிலை ஒட்டிய நந்தவனத்தில் பழைய கிணறு தூர்ந்துவிட்டது என்று புதிய கிணறு தோண்டினார்கள். நாற்பது அடியில் நல்ல தண்ணீர் வந்துவிட்டது. கோவிலே ஆரவாரம் செய்தது. ஆனால் கிணற்றை மூடப்போவதைத் தன் வாழ்நாளில் இன்றைக்குத்தான் முதன்முறையாகப் பார்க்கிறாள். அதுவும் தன் வீட்டுக்கிணற்றை மூடுவதைக் காணுவது எத்தனை துயரமானது.

கோடை காலத்தில் கிணற்றுத் தண்ணீர் வற்றிப்போய்விடும். அப்போது காற்று கிணற்றில் புகுந்து வெளியேறும்போது விநோதமான சப்தம் வரும். கைவிடப்பட்ட தாயின் அழுகையைப் போன்ற ஒலியது. மழைக்காலத்தில் கிணறு பிள்ளைத்தாய்ச்சியின் வயிற்றைப் போலாகிவிடும். அதைக் காணவே அத்தனை மகிழ்ச்சியாக இருக்கும்.

கிணற்றுக்கு எப்படித் தண்ணீர் வந்து சேருகிறது, எப்படி மறைந்து போகிறது என்பது புதிரானது. தண்ணீர் நம் கண்ணில் படாத ஒரு பயணத்தை மேற்கொள்கிறது. ஒருவேளை அதற்கும் தாய்வீடு இருக்குமோ என்னவோ.

அவள் திருமணமாகி வந்து இந்த ஆண்டுடன் ஐம்பத்திரெண்டு வருஷங்களாகி விட்டது. இத்தனை வருஷங்களாக இந்தக் கிணறுதான் அவளது உற்ற தோழி, துணை. எத்தனையோ நாட்கள் கிணற்றிடம் தன் கவலைகளைச் சொல்லியிருக்கிறாள். அழுதிருக்கிறாள். கிணற்றுத் தண்ணீர் அவளைச் சாந்தப்படுத்தியிருக்கிறது.

அதுவும் மார்கழி மாதக் குளிரில் இந்தக் கிணற்றுத் தண்ணீரை இறைத்துத் தலையில் ஊற்றிக் கொண்டவுடன் உடம்பில் அதுவரை இருந்த கசடுகள் எல்லாம் கரைந்துபோய் ஆள் புதுமனுஷியாகிவிட்டது போலிருக்கும். அவள் அந்தக் கிணற்றுக்கும் ஒரு பெயர் வைத்திருக்கிறாள். ரகசியமாக அதைச்சொல்லி அழைப்பாள்.

வீட்டுக் குளியலறை ஒருபோதும் கிணற்றடி தந்த சுகத்தை, நினைவுகளைத் தர இயலாது.

கிணற்றை மூடி அந்த இடத்தில் கார்ஷெட் கட்ட வேண்டும் என்று அவளது மகன் நீண்டகாலமாகவே சொல்லிக் கொண்டிருந்தான். ஆனால் விசாலாட்சி அதை அனுமதிக்கவில்லை. வீட்டில் இரண்டு கார்கள் வந்தபிறகு அதை வாசலில் நிறுத்த இடமில்லை என்பதால் கிணற்றை மூடி ஷெட் கட்ட வேண்டும் என்பதில் மருமகள் பாவனா தீவிரமாக இருந்தாள்.

என்ன பெண்ணிவள். கிணற்றை மூடச் சொல்கிறாளே என்று விசாலாட்சிக்கு அவள்மீது பெருங்கோபம் வந்தது. அவளுடன் நேருக்கு நேராகவே பேசி சண்டையிட்டிருக்கிறாள்.

"அந்தக் கிணற்றை நாம இப்போ யூஸ் பண்ணுறதுல்ல. அதுல இருந்து கெட்ட நாற்றம் அடிக்குது. அதை மூடுனா என்ன தப்பு?"

"மழைக்காலத்துல கிணறு நிறைஞ்சப்போ அந்தத் தண்ணியைத்தானே செடிகளுக்கு யூஸ் பண்ணுறோம்" என்றாள் விசாலட்சி.

"அது நல்ல தண்ணியில்லை."

"அந்தத் தண்ணியிலதான் நான் குளிச்சேன். உன் புருஷன் காலேஜ் போற வரைக்கும் குளிச்சான். அதைத்தான் நாங்க இருபது முப்பது வருஷமாகக் குடிச்சிட்டு இருந்தோம்."

"பழைய கதைய பேசி ஆகப்போறதில்லை. இப்போ குழாய்ல வர்ற தண்ணிய குடிக்கவே பயமா இருக்கு. மினரல் வாட்டர் குடிச்சிக்கிட்டு இருக்கோம். இதுல எங்களைக் கிணற்றுக் தண்ணீரைக் குடிக்கச் சொல்றீங்களா."

"நான் கிணற்றுத் தண்ணியைக் குடிக்கச் சொல்லலை. ஆனா கிணறை மூட வேண்டாம்னு சொல்றேன்."

"அப்போ நாங்க வேற வீடு பாத்துப் போய்க்கிடுறோம். எனக்குக் கார் நிறுத்த இடம் வேணும். நீங்களே உங்க கிணற்றைக் கட்டிக்கிட்டு அழுங்க."

இந்தச் சண்டையின் போதெல்லாம் விசாலாட்சிதான் மனம் உடைந்து போனாள். சில நாட்கள் ஆற்றாமையில் அழுவாள். மகனிடம் தனியே பேசிப் பார்ப்பாள். அவனும்

பிடிவாதமாகக் கிணற்றை மூட வேண்டும் என்றே சொன்னான்.

ஒருவேளை அவள் கணவர் உயிரோடு இருந்திருந்தால் அவளுக்குத் துணையாகப் பேசியிருப்பாரோ என்னவோ. அவருக்கு வெளியே போய்விட்டு வந்தால் எந்த இரவிலும் கிணற்றில் போய்த் தண்ணீர் இறைத்துக் குளிக்க வேண்டும். தன் வாழ்நாளில் ஒரு நாள்கூட வெந்நீரில் அவர் குளித்தது கிடையாது. பச்சைத் தண்ணீர்தான் அதுவும் இந்தக் கிணற்றுத் தண்ணீர்தான். சில நாட்கள் வெளியூர் பயணம் போய்விட்டு இரவு திரும்பி வந்தால் கூடப் பையை வைத்த மறுநிமிடம் கிணற்றடிக்குப் போய்விடுவார். தானே இறைத்து இறைத்து வாளித் தண்ணீரைத் தலையில் ஊற்றிக் குளிப்பார்.

மாமனாருக்குத் தண்ணீர் இறைத்து வைக்க வேண்டும். நாலு அண்டா தண்ணீர் குளிப்பார். ஒரு அண்டா தண்ணீர் வெதுவெதுப்பாக இருக்க வேண்டும். அடுத்தது நல்ல சூடு கலந்த தண்ணீர். மூன்றாவது லேசாக வெதுவெதுப்பு. நாலாவது பச்சைத்தண்ணீர். இத்தனையும் அவள்தான் ரெடி பண்ண வேண்டும். அவரும் ஒரு நாளில் இரண்டு முறை குளிக்கும் பழக்கம் கொண்டவர். வயதான காலத்தில் அவர் உட்கார்ந்து குளிப்பதற்காக ஒரு முக்காலி ஒன்றைச் செய்து வைத்திருந்தார்கள். அதில் உட்கார்ந்து கொண்டுதான் குளிப்பார்.

இரண்டு வருஷங்கள் மழையில்லாமல் போய்க் கிணறு முற்றிலும் வற்றியபோது வீட்டில் போரிங் போட்டு மேல்நிலை தொட்டி கட்டித் தண்ணீரை ஏற்றினார்கள். அதன்பிறகு கிணற்றில் தண்ணீர் இறைக்கும் வேலை குறைந்து போனது. ஆனாலும் துவைப்பதற்குக் கிணற்றுத் தண்ணீர்தான். அந்தத் தண்ணீரில் எவ்வளவு அழுக்காக இருந்தாலும் போய்விடும்.

அவளது மாமனார் காலத்தில்தான் அந்த வீட்டைக் கட்டினார்கள். வக்கீல் கோசல்ராம் என்றால் அந்த ஊரில் தெரியாதவர்கள் கிடையாது. அந்தக் காலத்திலே ஆயிரம் ரூபாய் பீஸ் வாங்கிய பெரிய வக்கீல். ஜமீன்தார்கள் வண்டி போட்டு வந்து வீட்டுவாசலில் காத்துக் கிடப்பார்கள்.

அவர் கட்டிய வீடு என்பதால் மிகப்பெரியதாக இருந்தது. விசாலமான ஹால். அதில் ஒரு ஊஞ்சல் போட்டிருந்தார்கள். லட்சுமி விலாஸம் என அவர் தன் தாயின் பெயரைத்தான் வீட்டிற்கு வைத்திருந்தார். பத்து, பனிரெண்டு அறைகள். அவர் கட்சிக்காரர்களைச் சந்தித்துப் பேச தனி அறை. மாடியில் அவரது நூலகம். படிப்பறை. மாடியிலும் இரண்டு படுக்கை அறைகள். இத்தனை இருந்தபோதும் வீட்டிற்குள் கழிப்பறை கிடையாது. வீட்டின் பின்புறம் இருந்த வெளியில் ஒரு ஓரமாக ஓடு வேய்ந்த கழிப்பறை அமைத்திருந்தார்கள். வீட்டின் பக்கம் நிறையக் காலி இடம் கிடந்தது. அதில் ஒரு மாமரமும் தென்னைமரங்களும் அவள் வந்துதான் வைத்தாள். இன்று அந்த மரங்கள் உயர்ந்தோங்கி நிற்கின்றன.

வீட்டின் பின்பக்கமிருந்த கிணற்றை யார் வெட்டியது என்றோ, அதற்கு எத்தனை வயது என்றோ யாருக்கும் தெரியாது. கிணற்றுக்குக்கூட யூகமாக வயதைச் சொல்லிவிடலாம். ஆனால் தண்ணீருக்கு ஏது வயது. அந்தக் கிணற்றை ஒட்டி துவைகல் ஒன்றினைப் போட்டிருந்தார்கள்.

இரண்டு வாழைமரங்களையும் பூச்செடிகளையும் விசாலாட்சிதான் வைத்தாள். கிணற்றடியில் பெரிய கல்தொட்டி வைத்திருந்தார்கள். அதில் எப்போதும் தண்ணீர் நிரப்பி வைக்கப்பட்டிருக்கும். தண்ணீர் இறைக்க இரும்பு வாளியினை நார்கயிற்றில் கட்டியிருப்பார்கள். இரும்பு உருளையில் கயிறு இழுபடும்போது விநோதமாகச் சப்தமிடும். அது ஒரு சங்கீதம். யார் கிணற்றடியில் நிற்கிறார்கள் என்பது அந்தச் சப்தத்தை வைத்து அவளால் தெரிந்துகொள்ள முடியும். ஆளுக்கு ஒரு விதமாகத்தான் அந்த உருளை சப்தமிடுகிறது.

வக்கீலின் பிள்ளையாக இருந்தபோதும் விசாலாட்சியின் கணவர் நாராயணன் அளந்து பேசக் கூடியவர். அவர் ஒரு போட்டோகிராபர். பஜாரில் அவர் தனியாகப் போட்டோ ஸ்டுடியோ துவங்கியதை அவரது தந்தை விரும்பவில்லை. ஆனால் தன் விருப்பத்தின்படியேதான் அவர் செயல்பட்டார். காலை ஏழு மணிக்கு ஸ்டுடியோவிற்குப் போனால் மதியம் மூன்று மணிக்குச் சாப்பிட வருவார். பின்பு ஸ்டுடியோவை மூடிவிட்டு அவர் வீடு வந்து சேருவதற்கு இரவு பத்தரையாகிவிடும்.

அவர்களுக்கே சொந்தமாகப் போட்டோ ஸ்டுடியோ இருந்தபோதும் அவர் விசாலாட்சியை நிறையப் புகைப்படம் எடுத்ததில்லை. ஆனால் மகன் பிரசாத்தையும் மகள் செல்வியையும் நிறையப் போட்டோ எடுத்திருக்கிறார். அவரும் அவரது தந்தையும் இருப்பது போல வீட்டில் ஒரு போட்டோகூடக் கிடையாது. பெரும்பாலும் தந்தையின் முன்னால் அவர் நின்று பேசவே மாட்டார். ஏதாவது சொல்லவேண்டும் என்று கோசல்ராம் நினைத்தால்கூட மருமகளிடம்தான் சொல்லுவார்.

கோசல்ராமின் மனைவி பிரசவமான ஆறாம் நாள் இறந்து போனவள். ஆகவே பிள்ளையை வளர்க்க உதவியாக அவரது அத்தை மீனாம்பாளை அழைத்துக் கொண்டு வந்திருந்தார். அவள்தான் நாராயணனை வளர்த்தாள். அவளுக்கும் விசாலத்திற்கும் ஆகவேயில்லை. எப்போதும் சண்டை. அவள் விசாலத்திடம் குறை கண்டுபிடித்துக் கொண்டேயிருந்தாள்.

அத்தை குளிப்பதற்காகக் கிணற்றடியை ஒட்டி சிறிய ஒற்றை அறை ஒன்றை கோசல்ராம் கட்டிக் கொடுத்தார். அந்த அறையில் அவள் ஒருத்தியைத் தவிர வேறு எவரும் குளிக்கக் கூடாது.

விசாலாட்சி கிணற்றடியில் ஒரு அண்டாவை வைத்திருந்தாள். அந்த அண்டாவில் தண்ணீரை நிரப்பி மெதுவாகக் குளிப்பாள். சில நாட்கள் அவள் குளிப்பதை ஒரு காகம் வேடிக்கை பார்த்துக் கொண்டிருக்கும். சில நேரத்தில் குளித்து முடித்தபிறகும் அவள் கிணற்றடியிலே ஈரக்கூந்தலை உலர்த்தியபடியே நின்றிருப்பாள். வெயில் ஏறிய நாட்களில் கிணற்றடியில் நிற்கும்போது விநோதமான குளிர்ச்சியை உணர முடியும்.

அந்தக் கிணற்றில் இறைத்த தண்ணீரை வடிகட்டி அதைத்தான் குடித்தார்கள். சமையலுக்குப் பயன்படுத்தினார்கள். வக்கீல் வீடு என்பதால் கட்சிக்காரர்கள் குடிப்பதற்கென்றே பெரிய மண்பானை வெளியே வைக்கப்பட்டிருந்தது. கூடவே ஒரு அலுமினிய டம்ளர். அதில் நாலைந்து டம்ளர் தண்ணீர் மோந்து குடித்துவிட்டு தேனா இனிச்சிக் கிடக்கு என்று சொன்னவர்கள் உண்டு.

அந்தத் தண்ணீரை மருமகள் பாவனா கேவலமாகப் பேசுகிறாள். அவள் நகரத்தில் பிறந்து வளர்ந்தவள். ஆறு, குளம், கிணறு எல்லாம் அவளுக்குத் தேவையில்லாத விஷயங்கள். அவள் அறிந்து வைத்திருப்பதெல்லாம் தண்ணீர் வீட்டுக் குழாயில் வரும். அல்லது தண்ணீர் லாரியில் வரும். பிடித்துக் கொள்ள வேண்டும். அதுவும் பெங்களூரில் ஹாஸ்டலில் தங்கிப் படித்தவள். அங்கேப் தண்ணீர் பிரச்சனையே கிடையாது.

தன் வாழ்நாளில் ஒருமுறைகூட பாவனா கிணற்றில் தண்ணீர் இறைத்தது கிடையாது. கிணற்றடியில் குளித்தது கிடையாது. அவளுக்கு எப்படிக் கிணற்றின் அருமை தெரியும் என நினைத்துக் கொள்வாள் விசாலாட்சி.

மருமகள் சொன்னதுபோலக் கடந்த ஐந்து வருஷங்களாக அவர்கள் கிணற்றுத் தண்ணீரைக் குடிக்கப் பயன்படுத்தவில்லை. வீட்டுக்குழாயில் வரும் தண்ணீரை மினரல் வாட்டர் பிளாண்ட் மூலம் சுத்தகரிப்புச் செய்துதான் குடிக்கிறார்கள். குளிப்பதற்கும் துவைப்பதற்கும்கூடக் குழாய் தண்ணீர்தான்.விசாலாட்சி மட்டும் கிணற்றுத் தண்ணீரில் பிடிவாதமாகக் குளித்து வந்தாள். ஆனால் ஒருமுறை காய்ச்சல் கண்டு மருத்துவமனையில் அனுமதிக்கப்பட்டபோது டாக்டர் அவள் கிணற்றுத் தண்ணீரில் குளிக்கக் கூடாது என்றார். அதை மகன் பிடித்துக் கொண்டுவிட்டான். அத்தோடு அவள் கிணற்றடியில் குளிப்பது நிறுத்தப்பட்டது. ஆனால் கிணற்றில் தண்ணீர் இறைத்துச் செடிகளுக்கு ஊற்றுவாள். மழைக்காலத்தில் கிணற்றில் எவ்வளவு தண்ணீர் உயர்ந்திருக்கிறது என்று பார்த்துக் கொள்வாள். கோடையில் கிணறு வற்றியபோது கையளவு தண்ணீரில் கிடக்கும் ஆமையை வேடிக்கை பார்த்தபடியே இருப்பாள்.

அந்த ஆமை சில நேரம் தலையை எட்டிப்பார்க்கும். வெயில் படுவதைக் கண்டதும் வெளியே பார்ப்பதற்கு என்ன இருக்கிறது என்பது போலத் தலையை ஓட்டிற்குள் இழுத்துக் கொண்டுவிடும்.

விசாலாட்சியும் அப்படித்தானிருந்தாள். அவளுக்கும் வீடுதான் உலகம். அதுவும் கணவர் இறந்தபிறகு வெளியூர் போவதைப் பெரும்பாலும் தவிர்த்துவிட்டாள். வீட்டில் இருக்கும் நேரங்களில்கூடத் தன் அறைக்குள்ளாகவே

இருப்பாள். பேரன் பேத்திகளுடன் பேசுவது மட்டுமே அவளுக்கான ஒரே ஆறுதல்.

அவர்களும்கூட இந்தக் கிணற்றை மூடுவதற்குத் துணையாக இருக்கிறார்களே என்று விசாலாட்சிக்கு வருத்தமாக இருந்தது.

பூஜை முடிந்து பெரியவர் போனபிறகும் அவள் கிணற்றடியிலே இருந்தாள். கிணற்றின் முன்னே எரியும் விளக்கினைப் பார்த்தபடியே இருந்தாள். அவளே எத்தனையோ முறை இப்படிக் கிணற்றடிக்கு விளக்கு வைத்திருக்கிறாள். திருக்கார்த்திகை அன்று கிணற்றைச் சுற்றிலும் அகல் விளக்கு வைத்திருக்கிறாள். எவ்வளவு அழகான காட்சியது. நினைவில் அழியாமல் பதிந்து போயிருக்கிறது.

இன்றைக்கு எரியும் சுடர்களைக் காணும்போது அவளுக்கு அழுகை முட்டிக்கொண்டு வந்தது.

எத்தனையோ பொருட்கள் கைவிட்டுப் போய்விட்டன. நேசித்த மனிதர்கள் பூமியை விட்டுப் போய்விட்டார்கள். இந்த வீடே எத்தனையோ முறை மாற்றிக் கட்டப்பட்டுவிட்டது. அது போல இந்தக் கிணறும் போகட்டும். மனிதர்களால்தான் நேசித்தவற்றைக் காப்பாற்றி வைத்துக் கொள்ள முடியாது. இழக்க வேண்டியதை இழந்துதான் ஆக வேண்டும்.

இருட்டிய பிறகு பின் வாசல் கதவைத் தள்ளித் திறந்து வந்த பேரன் நந்து சப்தமாகச் சொன்னான்:

"பாட்டி கொசு உள்ளே வருது. மம்மி பின்கதவை மூடச்சொன்னாங்க."

"நீ மூடிட்டு போ."

"நீங்க உள்ளே வரலையா?"

"நான் கொஞ்ச நேரம் நேரம் கழிச்சி வர்றேன்."

"அப்போ என்னைக் கூப்பிடு. கதவைத் திறந்துவிடுறேன்" என்று பெரிய மனுஷன் போல நந்து சொன்னான்.

அவன் பின்கதவை மூடும் சப்தம் கேட்டது. அந்தக் கிணற்றடிக்கு காலை நேரம் வரும் வெயில் அத்தனை அழகானது. அந்த இளவெயிலில் நின்றபடி ஒரு

புகைப்படம் எடுத்துக் கொள்ள வேண்டும் என அவளுக்குள் ஒரு ஆசையிருந்தது. ஆனால் அதைக் கணவரிடம் கேட்கவேயில்லை. சொந்தக் கணவராக இருந்தாலும் மனதில் தோன்றும் ஆசைகளை எல்லாம் கேட்டுவிட முடியுமா என்ன? ஒருவேளை அப்படி ஒரு புகைப்படம் எடுக்கப்பட்டிருந்தால் அதில் இந்தக் கிணறும் பதிவாகியிருக்கும். அந்த வீட்டோடு இப்படி ஒரு கிணறு இருந்தது என்பதற்குப் புகைப்படம் எதுவும் கிடையாது. அதன் சாட்சியாக உள்ள தன்னையும் மகனையும் தவிர வேறு எவர் நினைவிலும் அது இனி இருக்காது.

ஒருவேளை தன் காலத்தின் பின்பு மகனும் கிணற்றை மறந்துவிடுவான். அப்படித்தானே நடக்க முடியும். பெற்றவர்கள் மறைவையே பிள்ளைகள் சில மாதங்களில் மறந்துவிடுகிறார்களே. முந்தைய காலம் போலத் துக்கம் இப்போது நீண்டதில்லை. எல்லா வருத்தங்களும் துயரங்களும் நாட்கணக்கில் மணிக்கணக்கில் முடிந்துவிடுகின்றன.

தன் கணவர் இறந்த அன்று அவரது உடலை ஹாலில் கிடத்தியிருந்த இரவில் விசாலாட்சி இப்படித்தான் உணர்ந்தாள். "இனி பேசிக் கொள்ள எதுவுமில்லை. நடந்த விஷயங்களை நினைத்துக்கொள்ள வேண்டியதுதான். ஆழ்ந்த மௌனம் கொண்டவர்களைப் புரிந்துகொள்வது கடினம்."

நீண்டநேரம் அந்தக் கிணற்றடியிலே விசாலாட்சி உட்கார்ந்திருந்தாள்.தான் வேறு ஒரு காலத்தில், வேறு ஒரு உலகில் இருப்பது போலவே தோன்றியது.

வீடு திரும்பிய மகன் பின்கட்டு லைட்டைப் போட்டுக் கதவை திறந்து வெளியே வந்தபோது கோபமாகக் கேட்டான்:

"பாம்பு கீம்பு கிடக்கப்போகுதும்மா. இங்கே என்ன பண்ணுறே."

"நாளைக்குக் கிணற்றை மூடப்போறாங்கடா" என்றாள் அம்மா.

அவன் பதில் சொல்லவில்லை. குற்றவுணர்வோடு தலைகவிழ்ந்திருந்தான்.

பிறகு உறுதியான குரலில் சொன்னான்:

"கிணறுதானேம்மா."

அது சரி. கிணறுதானே. அதற்கு எதற்குத்தான் இத்தனை உணர்ச்சிவசப்படுகிறோம். கிணறு என்றால் வெறும் கிணறு மட்டும்தானா. அதன் கொடையும் கருணையும் ஒன்றுமில்லைதானா. பெற்ற பிள்ளைகளும் உறவுகளும் ஒன்றுமில்லாமல் போய்விட்ட உலகில் தண்ணீரின் கருணையை யார் நினைக்கப் போகிறார்கள்.

"இந்த விளக்கை உள்ளே எடுத்துக்கிட்டு போம்மா" என்றான் மகன்.

"எரியுற வரைக்கும் எரியட்டும் பிரசாத்" என்றாள்.

அவன் அம்மா எழுந்து கொள்வதற்காகக் கையைப் பிடித்துத் தூக்கிவிட்டான். வீட்டிற்குள் போகும்போது நாளைக்கு உபவாசமிருக்க வேண்டும் என்று தோன்றியது. கால்களை அசைக்க முடியவில்லை. மிக மெதுவாக நடந்தாள். உடம்பில் அதிகக் கனம் கூடிவிட்டது போலிருந்தது.

படுக்கையில் வந்து படுத்துக் கொண்டபோதும் மனது அடங்கவில்லை. மனம் பெரும் பாரமாக இருந்தது. மனதின் துயரம்தான் உடலின் எடையாக மாறிவிடுகிறதோ.

நாளை கிணற்றை மூடுவதைத்தான் பார்க்கக் கூடாது என்று முடிவு செய்து கொண்டவளாக அவள் கண்களை மூடிக் கொண்டாள்.

□

21
நிழல் கலைஞன்

"**பி**காசோ வெளியே வாருங்கள்" என்று சப்தமாக அழைத்தாள் ஜாக்குலின்.

அவர் குளிப்பதற்காக வெற்றுடம்புடன் அரைக்கால் டிராயர் மட்டும் அணிந்தபடியே நின்றிருந்தார். அவரது காலை நேரம் மிகத் தாமதமாகவே துவங்குவது வழக்கம்.

பல நாட்கள் இரவில் நண்பர்களுடன் விருந்து நிகழ்ச்சிகளில் கலந்து கொண்டுவிட்டு மிதமிஞ்சிய போதையில் வீடு திரும்புவதற்குப் பின்னிரவாகிவிடும்.

சில இரவுகளில் அவர் கடற்கரைக்குச் சென்று தனியே நடப்பதும் உண்டு. விருந்தில் வெளிப்படும் பகட்டும் போலியான உரையாடல்களும் அவரைச் சலிப்படையச் செய்திருந்தன. மனிதர்களின் பொய்யான சிரிப்பு அருவருப்பூட்டுகிறது.

விடுமுறைக்காக அவர் கடற்கரை கிராமத்திலிருந்த வில்லாவில் தங்கியிருந்தார். இங்கே வந்த நாளிலிருந்து ஓவியம் வரையும் தூண்டுதல் ஏற்படவேயில்லை. குடி, இசை, நடனம், விளையாட்டு என நாட்கள் கடந்து போய்க் கொண்டிருந்தன. அவரைத் தேடி வெளியாட்கள் எவரும் வருவதில்லை. அன்றாடம் தபால் கொண்டுவருகிறவரையும் பணியாட்களையும் விட்டுவிட்டால் வேறு எவரும் அவர்

வீட்டுக்குள் வருவதேயில்லை. அவருக்கும் அந்நியர்களை அனுமதிக்க விருப்பமும் இல்லை.

விடுமுறைக்காக வந்து தங்கியிருந்த இந்தப் பிரெஞ்ச் வில்லாவும் அதையொட்டிய மணற்பரப்பும் அவருக்கு மிகவும் பிடித்திருந்தன. சில நாட்கள் காலை எழுந்தவுடனே கடலில் நீந்தச் சென்றுவிடுவார். சோம்பேறித்தனமாக உணரும் நாட்களில் காலை அவரே சமைக்க ஆரம்பித்துவிடுவார். ஓவியம் வரைவதில் கிடைக்கும் அதே சந்தோஷம் சமைப்பதிலும் கிடைத்தது. சமைக்கும்போது வண்ணங்கள் மாறிக் கொண்டேயிருப்பதைக் கவனிப்பார். நறுக்கப்பட்ட காய்கறிகள், இறைச்சி மீனின் நிறத்தை ஆராய்ந்தபடியே இருப்பார். சமையல் பாத்திரங்கள் யாவும் நவீன சிற்பங்களாகவே அவருக்குத் தோன்றின.

முந்தைய இரவும் ஒரு விருந்திற்குச் சென்றுவிட்டுப் பின்னிரவில்தான் வீடு திரும்பியிருந்தார். சரியான தூக்கமில்லை. ஆகவே புருவங்கள் வீங்கியிருந்தன. கெண்டைக்கால் சதை பிடித்துக் கொண்டது போலிருந்தது.

ஜாக்குலின் திரும்பவும் அவரைச் சப்தமாக அழைத்தாள். தோளில் போட்டிருந்த துண்டினைத் தூக்கி எறிந்துவிட்டு அவர் வாசலை நோக்கி நடந்தார்.

இந்த நேரம் யார் வந்திருப்பார்கள். எதற்காக இத்தனை உற்சாகமாக அழைக்கிறாள் என்று புரியாமல் அவர் நடந்தார்.

ஜாக்குலின் வாசற்கதவைப் பிடித்தபடியே நின்றிருந்தாள். அவர்களின் கார் மதிற்சுவரை ஒட்டி நின்றிருந்தது.

“பாப்லோ. இதை எப்போது வரைந்தீர்கள்” என்று உற்சாகமாகக் கேட்டாள்.

“எதை” என்றபடியே அவர் காரைத் திரும்பிப் பார்த்தார். அவரது காரின் நிறம் பாதி நீலமும் பாதி ரோஸ் நிறமாகவும் மாற்றப்பட்டிருந்தது. அதில் அவரது கோடுகள் போலவே கோடுகள் கொண்ட உருவங்கள் வரையப்பட்டிருந்தன. யார் வரைந்திருப்பார்கள்.

பின்னிரவில் காரை நிறுத்திவிட்டுப் போனபிறகு யாராவது வந்திருப்பார்களா. அவர் தன் ஓவியங்களின்

அதே ரோஸ் மற்றும் அடர் நீல வண்ணங்களை அப்படியே யாரோ காருக்குப் பூசியிருக்கிறார்களே என வியந்தபடியே காரில் வரையப்பட்ட ஓவியங்களைப் பார்த்தார்.

அவரது ஓவியத்தில் வரையப்பட்ட அதே உருவங்கள். ஆனால் வேறு அசைவுகளில் வேறு நிலைகளில் வரையப்பட்டிருந்தன. அந்த ஓவியங்களை ரசித்தபடியே சொன்னார்:

"நான் இதை வரையவில்லை. இது நம் காரில்லை."

"போதையில் மறந்திருப்பீர்கள். தன் காரை இப்படிக் கலைப்பொருளாக மாற்ற உங்கள் ஒருவரால்தான் முடியும்."

"இல்லை ஜாக்குலின், இது யாரோ ஒரு ரசிகனின் வேலை."

"நம் வீட்டு வாசலில் நிறுத்தப்பட்ட காரை யார் வந்து வரைந்திருக்கக் கூடும்?"

"சுற்றுலாப் பயணிகளில் எவனோ ஒரு தீவிர ரசிகன். அதுவும் தேர்ந்த ஓவியன் வரைந்திருக்கக் கூடும். நேற்றிரவு விருந்தில் அப்படி நிறைய இளம் ஓவியர்களைப் பார்த்தேன். அவர்களில் ஒருவனாக இருக்கக் கூடும்."

"அச்சு அசலாக உங்களை நகலெடுத்திருக்கிறான். இந்தக் கோடுகளைப் பாருங்கள்."

"அதுதான் வியப்பாக இருக்கிறது. கோடுகளின் வளைவுகூட எனது பாணியிலே இருக்கிறது."

"இனி இந்தக் காரை சாலையில் எங்கே கண்டாலும் பிகாசோ போகிறார் என்று மக்கள் கூச்சலிடுவார்கள்."

"எனது அந்தரங்கம் முற்றிலும் பறிக்கப்பட்டுவிடும். இனி நான் வானில் பறந்து போக வேண்டியதுதான்."

"உங்களால் இறக்கைகளைச் செய்ய முடியும்தானே."

"எனக்குத் தனியே பறக்கப் பிடிக்காது."

"நம் பூனையைக் கூடப் பறக்கக் கூட்டிக் கொள்ளுங்கள்" என்று சொல்லிச் சிரித்தாள்.

பிகாசோ, ஓவியம் வரையப்பட்டிருந்த காரை சுற்றி வந்து பார்த்தார். கச்சிதமாக வரையப்பட்டிருந்தது.

ஐந்து வருட மௌனம் ழ 257

“காரின் முன்னால் நீங்கள் நிற்கும்படி ஒரு புகைப்படம் எடுக்க வேண்டும். அப்படியே இருங்கள்” என்று ஜாக்குலின் வேகமாக வீட்டிற்குள் ஓடி கேமிராவை எடுத்து வந்தாள்.

அவளது ஆசைகள் விநோதமானவை. அவளது அழகைப் போலவே புரிந்துகொள்ள முடியாத வசீகரமது.

ஜாக்குலின் பிகாசோவை வண்ணக்காருடன் புகைப்படம் எடுத்தாள். பிறகு அவள் கார் முன்பாக நின்று கொண்டாள். பிகாசோ பல கோணங்களில் அவளைப் புகைப்படம் எடுத்தார்.

அன்று மாலை செய்தித்தாளில் பிகாசோவின் காரைப் பற்றிய செய்தி அவள் எடுத்த புகைப்படத்துடன் வெளியாகியிருந்தது. நிறையத் தொலைபேசி அழைப்புகள். உள்ளூர் கேலரி அதைக் காட்சிக்கு வைக்க விரும்பியது.

ஆனால் பிகாசோவிற்குக் காரில் ஓவியங்களை வரைந்தவன் யார் என்ற யோசனை மனதில் ஓடிக் கொண்டேயிருந்தது. அன்று மாலை பிகாசோவைத் தேடி வந்திருந்த ஆர்ட் டீலர் ஹாப்கின்ஸ்கூட அந்தக் காரை ஏலத்தில் விட்டால் மிகப்பெரிய பணம் கிடைக்கும் என்று சொன்னார்.

“இனி நான் அந்தக் காரைப் பயன்படுத்த முடியாது. அது ஒரு கலைப்பொருளாகிவிட்டது.”

“பிகாசோவின் கார் என்றால் தன் விசேசம்தானே” என்று கண்சிமிட்டினார் ஹாப்கின்ஸ்.

அத்துடன் அவர் ஜாக்குலினை சந்தோஷப்படுத்து வதற்காக பிகாசோதான் தன் காரை இப்படி ஓவியங் களுடன் உருமாற்றியிருக்கிறார் என்றும் உள்ளூற நம்பினார். இளம்பெண்களுக்காகப் பிகாசோ எதையும் செய்யக் கூடியவர். ஜாக்குலின்மீதான காதலில் அவளுக்காகப் பீங்கான் கோப்பைகளில் ஓவியம் வரைந்து தந்திருக்கிறார். ஒரு முறை அவளது முதுகில்கூட ஓவியம் ஒன்றை வரைந்திருந்தார். அதைப் போட்டோ எடுக்கும்படி ஜாக்குலின் சொன்னாள். அந்தப் புகைப்படத்தைப் பெரியதாக அச்சிட்டு தன் அறையில் பிரேம் போட்டு மாட்டிக் கொண்டாள்.

ஒரு இரவு அவள் பிகாசோவை முத்தமிட்டபடியே சொன்னாள்:

"நீங்கள் ஒரு ஓவியத்தை முத்தமிடுகிறீர்கள்."

"அப்படியானால் உன் உதட்டில் ஒரு படம வரைகிறேன். தூரிகையால் அல்ல. எனது நாவினால்" என்றார் பிகாசோ.

அவள் அதை அனுமதித்தாள். கலைஞனின் விசித்திரம் காதலில்தான் முழுமையாக வெளிப்படுகிறது.

ஓவியம் வரையப்பட்ட காரைக் காண்பதற்காக பிகாசோ வீட்டிற்கு நிறைய நண்பர்கள் வரத்துவங்கினார்கள். அது பிகாசோவை எரிச்சல்படுத்தியது. மறுநாளே அந்தக் காரை வீட்டின் பின்புறமுள்ள ஷெட்டில் வைத்துப் பூட்டிவிட்டார். இது நடந்த மறுநாள் காலை கடற்கரைக்குக் குளிப்பதற்குக் கிளம்பும்போது மறுபடியும் ஜாக்குலின் கூச்சலிட்டாள்.

"எத்தனை அழகான செருப்பு. இதைக்கூடவா சித்திரங்களால் அலங்கரித்திருப்பீர்கள்?"

"எங்கே?" எனக் கேட்டார் பிகாசோ.

வாசலில் கழட்டி விடப்பட்டிருந்த அவரது ஒரு ஜோடி செருப்புகளும் வண்ணம் தீட்டப்பட்டிருந்தன. ஒரு செருப்பில் ஆண் உருவமும் மறு செருப்பில் பெண் உருவமும் வரையப்பட்டிருந்தது. அசலான ஓவியங்கள். அவரே வரைந்தது போன்ற வெளிப்பாடு.

"இதையும் நீங்கள் வரையவில்லை என்று சொல்லிவிடாதீர்கள்" என்றாள் ஜாக்குலின்.

"இதுவும் அதே ரசிகனின் வேலைதான். நான் இந்தக் காலணிகளைச் சில நாட்களாக அணியவேயில்லை. சில நாட்களுக்கு முன்புதானே புதிய செருப்புகளை வாங்கினேன்."

"பழைய செருப்புகளைக் கலைப்பொக்கிஷமாக்கி விட்டான்."

"அவனை என்னால் புரிந்து கொள்ள முடியவில்லை. விசித்திரமாக இருக்கிறது அவனது செயல்கள்."

"ஓவியத்தில் உங்களுக்கு ஒரு வாரிசு உருவாகிவிட்டான்."

"வாரிசில்லை. நகலெடுப்பவன் உருவாகிவிட்டான். இந்த ஓவியத்தில் என்னைக் கேலி செய்வதுதான் வெளிப்படுகிறது."

"யாரோ உங்களுடன் விளையாடுகிறார்கள்."

"ஓவியர் வெர்மீரை நகல் எடுப்பவர்கள் நிறைய இருக்கிறார்கள். அப்படி யாரோ தோற்றுப்போன ஓவியன் என்னையும் நகலெடுக்கத் துவங்கியிருக்கிறான்."

"இதை ஏன் உங்கள்மீது அவன் காட்டும் அன்பு என நினைக்கக் கூடாது."

"அன்பு காட்டுகிறவன் பின்னிரவில் திருடன் போல வருவதில்லை. இப்படி ரகசியமாக ஓவியம் வரைந்து போவதில்லையே."

பிகாசோ பழைய செருப்புகளை வீட்டினுள் எடுத்துச் சென்று சிற்பங்களுடன் சேர்த்து வைத்தார். பின்பு புதிய காலணியை அணிந்து கொண்டபடியே கடற்கரைக்குச் சென்றார். அன்று கடற்கரை மணலில் ஒரு ஜோடி செருப்புகளைச் சிற்பமாகச் செய்தார். பிறகு தன் உடைகளைக் களைந்து மணலில் வைத்து விட்டுக் கடலில் நீண்ட நேரம் நீந்திக் களித்தார். தொலைவில் நீந்துகிறவர்கள் உற்சாகமாகச் சப்தமிட்டுக் கொண்டிருந்தார்கள்.

ஈர உடலுடன் கரையேறி தன் மேல் அங்கியை அணிந்து கொள்ள முற்பட்டபோது அங்கியின் பாக்கெட்டில் ஒரு சிகரெட் பாக்கெட் இருப்பதைக் கண்டார். இது போன்ற சிகரெட்டினைதான் புகைப்பதில்லையே. பின் எப்படி இது தனது பாக்கெட்டில் வந்தது என்று குழப்பத்துடன் அதைத் திறந்து பார்த்தார். நான்கு சிகரெட்டுகள் உள்ளே இருந்தன. ஒவ்வொன்றும் ஒரு வண்ணம். எல்லாச் சிகரெட்டிலும் சிறிய பறவையின் உருவம் வரையப்பட்டிருந்தது.

அதே ஆளின் வேலைதான். அவன் தன்னைக் கடற்கரையிலும் பின்தொடர்ந்திருக்கிறான். ஒருவேளை தொலைவில் நீந்திக் கொண்டிருந்தவர்களில் அவனும் ஒருவன்தானே என்னவோ. அந்தச் சிகரெட்டினை கையில் எடுத்துப் பார்த்தார். சிவப்பு மஞ்சள் ஊதா வண்ணங்களில் சிகரெட்டினைக் காண வியப்பாக இருந்தது. பறவையை மிக நேர்த்தியாக வரைந்திருந்தான்.

அவனைக் காண வேண்டும் என்ற ஆவல் பிகாசோவிடம் உருவானது. அவர் கடற்கரையில் மணலில் அவனைத் தேடி நடக்க ஆரம்பித்தார். யார் அந்த மனிதன். இளைஞனா? முதியவரா? அல்லது இளம்பெண்ணா? யாராக இருக்கக் கூடும். கடற்கரை மணலில் ஓய்வெடுத்துக் கொண்டிருந்தவர்கள் பிகாசோவைக் கண்ட மகிழ்ச்சியில் கையசைத்தார்கள். அவரும் உற்சாகமாகக் கையசைத்தபடியே நடந்தார்.

மணல்மேடு ஒன்றில் பத்துப் பதினைந்து சிறுவர்கள் ஒன்று சேர்ந்து பட்டம் விட்டுக் கொண்டிருந்தார்கள். வானில் பட்டங்கள் பறந்து அலைந்தபடியே இருந்தன. திடீரென மேற்குவானில் ஒரு பட்டம் பறப்பது அவரது கண்ணில் பட்டது. அந்தப் படத்தில் அவரது Le Rêve ஓவியம் அப்படியே பட்டமாக உருமாற்றப்பட்டிருந்தது. அந்தப் பட்டம் பறக்கும் திசையை நோக்கி பிகாசோ வேகமாக நடக்க ஆரம்பித்தார். மணல்மேட்டில் நடப்பது சிரமமாக இருந்தது. அந்தப் பட்டம் வானில் சுழன்றபடியே இருந்தது.

அதை அவர் நெருங்கிப் போகும்போது பட்டம் அறுந்து வானில் தனியே பறக்கத் துவங்கியது. பட்டம் பறக்கவிடப் பட்ட கயிறு ஒரு மரத்தில் கட்டப்பட்டிருந்தது. அப்போதுதான் யாரோ அந்தக் கயிரை அறுத்துவிட்டிருக்கிறார்கள்.

இது என்ன கண்ணாமூச்சி ஆட்டம். எதற்காக அந்த மனிதன் தன்னோடு இப்படி விளையாடுகிறான்? தன் மீதான அன்பிலா? அல்லது நான் உன்னைவிடவும் பெரியவன் என்று காட்டிக் கொள்ளவா? அவர் அந்த மரத்தடியில் நின்றபடி இருந்தார். மணலில் அந்த மனிதனின் கால்தடங்கள் பதிந்து போயிருந்தன. குனிந்து அந்தக் கால்தடங்களைப் பார்த்தார். அது உயரமான ஆளின் கால்கள் என்பது நன்றாகத் தெரிந்தது. ஒரு சிறிய குச்சியால் அந்தக் கால்தடத்தினைச் சுற்றிலும் கோடு வரைந்தார் பிகாசோ. பிறகு அந்தக் கால்கள் இடுப்பு வயிறு தலை என அந்த மனிதன் மணலில் தோன்ற ஆரம்பித்தான்.

இப்படித்தான் அவன் இருக்கக் கூடும் என்று தோன்றியது. தான் வரைந்த கோடுகளைத் தானே அழித்துவிட்டு அவர் தன் வீட்டிற்குத் திரும்ப ஆரம்பித்தார்.

ஜாக்குலினால் இதை நம்ப முடியவில்லை. ஆனால் இப்படியான வெறிபிடித்த ரசிகர்களை அவள் அறிவாள். ஒரு பெண் தன்னை நிர்வாணமாக வரையும்படி அவரது வீட்டின் முன்பு வாரக்கணக்கில் காத்துக் கிடந்திருக்கிறாள். ஒரு கல்லூரி மாணவன் தச்சன் போல நடித்து அவரது வீட்டிற்குள் வந்து பிகாசோவிடம் ஆட்டோகிராப் வாங்கிப் போயிருக்கிறான். ஒரு கிழவர் தனது தங்கப்பல் ஒன்றை அவருக்குப் பரிசாக அனுப்பி வைத்திருந்தார். ஒரு குடிகாரன் பிகாசோவின் வளர்ப்பு பூனையைத் திருடிக் கொண்டு போயிருக்கிறான். இப்படி எத்தனையோ விசித்திரங்கள். ஆனால் இப்படிச் செருப்பை, சிகரெட்டினை, காரை ஓவியமாக மாற்றும் ஒருவனை அவள் இதன் முன்பு அறிந்திருக்கவில்லை.

பிகாசோ அந்த மனிதன் தன்னைப் பின்தொடர்கிறான் என்பதை நன்றாக உணர்ந்திருந்தார். ஆகவே வெளியே எங்கேயும் போகாமல் வீட்டிலே இருந்தார். சில நாட்கள் இரவில் கண்விழித்து யாராவது வாசலில் நடமாடுகிறார்களா என்று ஒளிந்து பார்த்ததும் நடந்தேறியது. அந்த ஆள் யார் எனக் கண்டறிய முடியவில்லை.

இது நடந்த ஒரு வாரத்திற்கு அந்த மனிதனிடமிருந்து எந்தப் பரிசும் வரவில்லை. அதன்பிறகு யாரோ ஒரு கூடை ஆரஞ்சுப் பழங்களை வாசலில் வைத்துப் போயிருக்கிறார்கள் என்று பணிப்பெண் சொன்னபோது "அதை என்னிடம் கொண்டுவா" எனச் சப்தமாகச் சொன்னார் பிகாசோ.

அவள் அந்தப் பழக்கூடையை அவர் முன்னால் கொண்டுவந்து வைத்தார். அவர் நினைத்தது போலவே அத்தனை ஆரஞ்சுப் பழங்களிலும் படம் வரையப்பட்டிருந்தது. அதுவும் மெல்லிய காகிதம் ஒன்றில் படம் வரைந்து பழத்தின் மீது ஒட்டப்பட்டிருந்தது. அந்த ஆரஞ்சுப் பழங்களை மேஜையின்மீது வைத்து அவர் ரசித்துப் பார்த்துக் கொண்டிருந்தார்.

யாரோ ஒருவன் ஒரு பெண்ணைக் காதலிப்பது போலத் தன்னைக் காதலிக்கிறான். தன் அன்பை வெளிப்படுத்துகிறான் என்பது புரிந்தது.

ஆனால் அவன் தனக்குப் புதிய சவாலை எழுப்பியிருக் கிறான் என்பதைப் புரிந்துகொண்டவரைப் போல முற்றிலும்

புதிய பாணியில் புதிய வண்ணங்களுடன் ஓவியம் வரைய ஆரம்பித்தார். அந்த மனிதனையே ஒரு கருப்பொருளாகக் கொண்டும் ஓவியம் வரைந்தார். பித்தேறியது போல அவர் ஓவியத்தினுள் மூழ்கியிருந்தார். ஜாக்குலின் மட்டும் தனியே இரவு விருந்திற்குச் சென்று வந்தாள்.

ஒரு ஞாயிற்றுக்கிழமை பின்னிரவில் தூக்கம் கலைந்து ஓவியம் வரைவதற்கான உந்துதல் ஏற்படவே படம் வரையும் அறைக்குள் சென்றார். திடீரென அவரது உள்ளுணர்வு வெளியே யாரோ தனக்காகக் காத்திருப்பது போல உணர்த்தியது. சப்தம் எழுப்பாமல் அவர் வீட்டின் பின்கதவைத் திறந்து இருட்டிற்குள்ளாகவே நடந்து வெளியே வந்தார். அவரது கையில் சிறிய டார்ச் இருந்தது.

அவர் நினைத்தது சரி. அவர் எதிர்பார்த்திருந்த மனிதன் அவர் வீடு இருந்த வீதியை முற்றிலும் ஓவியங்களால் வரைந்து அழகுபடுத்திக் கொண்டிருந்தான். விடிந்து பார்த்தால் அந்தச் சாலையே ஓவியத்தால் ஒளிர்ந்து கொண்டிருக்கும். அவர் வீடு இருந்த வீதி மிகச்சிறியது. அதன் முனைவரை அவன் ஓவியம் வரைந்துவிட்டுத் திரும்பும்போது பிகாசோ நிற்பதைக் கண்டவன் போலத் தனது தொப்பியை எடுத்து வணங்கினான்.

பிகாசோ தனது டார்ச் ஒளியை அவன் மீது அடித்தார்.

அவன் காகித முகமூடி அணிந்திருந்தான். அந்த முகமூடி பிகாசோவின் தோற்றத்தில் இருந்தது. அவன் உற்சாகமான குரலில் சொன்னான்:

"மாஸ்டர், நாம் சந்தித்துக் கொள்ள வேண்டாம். இந்த விளையாட்டினை இன்றோடு நிறுத்திக் கொண்டுவிடுகிறேன்."

"நீ யார்?" என்று சப்தமாகக் கேட்டார் பிகாசோ.

"சிறுவயது முதலே உங்களால் வழிநடத்தப்படுகிறவன். உங்களைப் பார்த்து ஓவியம் வரைய ஆசை கொண்டவன். நான் ஒரு தோற்றுப் போன ஓவியன். என் ஓவியங்களில் உங்களின் சாயல் தெரிகிறது என்று நிராகரித்துவிட்டார்கள். அது எனக்குப் பெருமைதான். உண்மையில் நான் உங்கள் நிழல். உங்கள் நிழல் ஓவியம் வரைவதை நீங்கள் காண வேண்டாமா? அதற்காகத்தான் இப்படி உங்களுடன்

விளையாடினேன். மாஸ்டர், உங்களைத் தொந்தரவு செய்திருந்தால் மன்னித்துவிடுங்கள்."

"நான் உன்னைக் காண வேண்டும்" என்று டார்ச் லைட்டை உயர்த்தியபடியே அவனை நோக்கி நடந்தார் பிகாசோ.

"வேண்டாம் மாஸ்டர். அங்கேயே நில்லுங்கள். அசல் ஒருபோதும் நகலுடன் கைகுலுக்கக் கூடாது."

பிகாசோ அப்படியே நின்றுவிட்டார். அந்த மனிதன் உரத்த குரலில் சொன்னான்:

"சில பூச்சிகளுக்கு இரவுதான் பிடித்தமானது. அவை இருளுக்குள் பிறந்து இருளுக்குள் வாழக்கூடியவை. அதன் சப்தத்தை மட்டுமே உலகம் கேட்கிறது. அந்தப் பூச்சியை நேரில் கண்டாலும் யாருக்கும் பிடிக்காது. நான் அப்படி ஒரு இரவுப்பூச்சி. என் குரல் உங்களுக்கு எட்டியது எனக்கு மகிழ்ச்சி. குட் நைட் மாஸ்ட்ரோ" என்றபடியே அவன் இருட்டில் தாவி மறைந்தான்.

பிகாசோ அவன் வரைந்த ஓவியங்களின் முன்பாக விடியும்வரை அமர்ந்திருந்தார். மறுநாள் காலை தனது வீதியை ஓவியத்தால் நிரப்பியிருக்கிறார் பிகாசோ என மக்கள் திரண்டு வந்து பார்த்தார்கள்.

அந்த மனிதன் அணிந்திருந்த முகமூடியைத் தன் கையில் எடுத்து வைத்துக் கொண்டபடியே பிகாசோ வீடு திரும்பினார்.

பிகாசோ அதன் பிறகு அந்த இளைஞனைத் தன் வாழ்நாளில் சந்திக்கவே இல்லை. அவன் பெயரோ, ஊரோ எதையும் அறிந்துகொள்ள முடியவுமில்லை.

□

22
மழைப்பயணி

பைக்கைத் தள்ளிக்கொண்டு ராதிகா சாலையில் நடந்து கொண்டிருந்தாள். இப்படி வழியில் பைக் ரிப்பேர் ஆகிவிடும் என்று அவள் நினைக்கவில்லை. ராதிகாவிற்கு இருபத்திநான்கு வயது நடந்து கொண்டிருந்தது. கறுப்பு நிறத்தில் ஜெர்கின் அணிந்திருந்தாள். நீலநிற ஜீன்ஸ். மெலிந்த உடல்வாகு.

கௌகாத்தியிலிருந்து ஷில்லாங் செல்லும் அந்த மலைப்பாதையில் ஆள் நடமாட்டமில்லை. நீண்டு வளைந்து செல்லும் பாதையில் மஞ்சள் வெயில் மினுங்கிக் கொண்டிருந்தது. மழைக்காலத்தின் மாலைநேரம் பேரழகு மிக்கது. அந்தப் பாதையில் இரண்டு வண்ணத்துப்பூச்சிகள் ஒன்றையொன்று துரத்திச் சென்று கொண்டிருந்தன.

மெக்கானிக் ஷாப் அருகில் எங்கேயிருக்கிறது என்று தனது செல்போனில் தேடினாள். நெட்வொர்க் இல்லை என்று போன் காட்டியது. டிரக், லாரி எதுவும் கூடக் கண்ணில் படவில்லை. மலையைக் கடந்து சென்றுவிட்டால் நிச்சயம் ஏதாவது பெட்ரோல் பங்க் கண்ணில் படும் என்று தோன்றியது.

சென்னையிலிருந்து ஷில்லாங்கிற்குத் தனி ஆளாகப் பைக்கில் போய் வரலாம் என்ற யோசனை ஆறுமாதமாகவே இருந்தது. இதற்கு முன்பு அவள் தனியே ஸ்ரீநகர்,

ஹம்பி, அஜந்தா, கொல்கத்தா எனப் பைக்கில் பயணம் செய்திருக்கிறாள். ஏன் மேகாலயாவைத் தேர்வு செய்தாள் என்று அவளுக்கே புரியவில்லை.

மழைக்காலத்தில் பைக்கில் பயணம் செய்து ஷில்லாங் வரை போய்வர வேண்டும் என்று அவள் திட்டமிட்டாள். மழைக்காலத்தில் பொதுவாக யாரும் பயணிக்கமாட்டார்கள். வலுவாக மழை பெய்தால் சாலை இணைப்பு துண்டிக்கப்பட்டுவிடும். சிலவேளை மழை பகலிரவாகத் தொடரும். நாலைந்து நாட்கள்கூட மழை விடமால் பெய்து கொண்டிருக்கும் என்பதை அறிந்திருந்தாள்.

மழையின் ஊடாகப் பயணிப்பதற்காகவே மழைக்கோட்டு மற்றும் தேவையான குளிராடைகள், கைஉறைகள், காலணிகள் வாங்கியிருந்தாள். பழைய ஹெல்மெட்டில் சிறிய விரிசல் இருந்தது என்பதால் புதிய ஹெல்மெட்கூட வாங்கிக் கொண்டாள்.

அவள் படித்த வார இதழ் ஒன்றில் ஷில்லாங்கில் நீலநிறமுள்ள ஒரு வீட்டின் புகைப்படம் வெளியாகியிருந்தது. அதன் வாசலில் ஒரு சிறுமி கையில் பலூன் ஒன்றுடன் நின்றிருந்தாள். அந்த வீடு மலைச்சரிவில் தனியே கட்டப்பட்டிருந்தது. அந்த வீடு அவளை வா வாவென அழைப்பது போலவே தோன்றியது. அது யாருடைய வீடு என்று எந்தக் குறிப்பும் அதில் காணப்படவில்லை. பலூன் வைத்திருந்த சிறுமியையும் அந்த வீட்டினையும் காண வேண்டும் என்பதற்காகவே அவள் பைக்கில் பயணிக்க விரும்பினாள்.

அவள் தனது முந்தைய பயணங்களில் பெரும்பாலும் பெட்ரோல் பங்கில்தான் இரவு தங்கினாள். பெட்ரோல் பங்கில் ஒரு ஓரமாகப் பைக்கை நிறுத்திவிட்டு ஒரு ஆள் உறங்குவதற்கான சிறிய கூடாரத்தை விரித்து அதற்குள் படுத்துக் கொள்வாள். சில நேரம் சிறிய விடுதிகளில் அறை எடுத்துக் கொள்வதும் உண்டு.

மேகலாயா பயணம் புறப்படும் முன்பாகவே டெக்கதலான் ஷாப்பிற்குச் சென்றிருந்தாள். மலையேற்றம் செய்யும் சித்தார்தான் அந்தக் கடையைச் சிபாரிசு செய்திருந்தான். சாகசப்பயணம் மேற்கொள்கிறவர்களுக்குத்

தேவையான சகல பொருட்களும் அங்கே கிடைக்கும் என்று சொன்னான்.

முதன்முறையாக ஸ்ரீநகர் செல்லும்போது ராதிகா அப்படி எதையும் வாங்கிக் கொள்ளவில்லை. ஆனால் அந்தப் பயணம் நிறைய இடர்ப்பாடுகளை உருவாக்கியது. பாதியில் திரும்பிவிடலாமோ என்றுகூடத் தோன்றியது.

தனியே பைக்கில் செல்லும் பெண்ணைக் காவலர்கள் நடத்தும் விதம் மிக மோசமாகவே இருந்தது. மூன்று இடங்களில் அவள் நிறுத்தப்பட்டுக் காவலர்களால் விசாரிக்கப்பட்டாள். அவளிடம் கல்லூரி அடையாள அட்டை, ஆதார் அட்டை எல்லாமும் இருந்தது. ஆனாலும் காவலர்கள் அவளை மோசமாகவே நடத்தினார்கள்.

சாலையில் தனியே செல்லும் பெண் என்றாலே அவள் மோசமானவள் என ஏன் நினைக்கிறார்கள் என்று அவளுக்குக் கோபமாக வந்தது. ஆரம்பத்தில் இரண்டு காவலர்களிடம் சண்டையிட்டாள். பிறகு அவர்களிடம் சண்டையிட்டு ஒரு பயனுமில்லை, பொய் சொல்ல வேண்டியதுதான் என்று முடிவு செய்துதான் ஒரு டாகுமெண்டரி பிலிம் மேக்கர் என்று சொல்லுவாள்.

பெரும்பான்மை காவலர்களுக்கு அது என்ன வேலை என்று புரியாது. சினிமாவா என்று கேட்பார்கள். ஆனால் அதிகம் சோதனை செய்யமாட்டார்கள்.

ஒரு இடத்தில் மட்டும் அவள் போதை மருந்து கடத்துகிறாளா என்பதற்காக அவளது பை மற்றும் உடைகளைச் சோதனை செய்தார்கள். அவள் வைத்திருந்த மெடிக்கல் கிட்டிலிருந்த ஊசியை எடுத்து வந்து எதற்காக இந்த ஊசி என்று கேள்விக் கேட்டார்கள். காய்ச்சல் வந்தால் போட்டுக் கொள்வதற்கு என்று அவள் சொன்னதை இன்ஸ்பெக்டர் நம்பவில்லை. அவளை மருத்துவப் பரிசோதனைக்கு அழைத்துப் போக வேண்டும் என்று கட்டாயப்படுத்தினார். ஐநூறு ரூபாய் பணம் கொடுத்தபிறகே அவளை விட்டார்கள்.

ஆனால் இரண்டு வருஷம் பைக்கில் தனியே சுற்றி அவளுக்கு நிறைய அனுபவங்கள் உருவாகியிருந்தன.

ஐந்து வருட மௌனம் ✿ 267

என்ஜினியரிங் கல்லூரி முடித்தவுடன் அவளது தோழிகள் பலரும் ஐடி வேலைக்குச் சென்றுவிட்டார்கள். அவளுக்கும் பெங்களூரில் உள்ள ஒரு நிறுவனத்தில் வேலை கிடைத்தது. ஆனால் அவள் வேலைக்குப் போகவில்லை.

அவள் முன்னால் இரண்டு வழிகள் இருந்தன. ஒன்று வேலைக்குச் செல்வது, சம்பாதிப்பது, திருமணம் செய்து கொண்டு செட்டில் ஆவது. இரண்டாவது, விரும்பிய இடங்களுக்கெல்லாம் பயணம் செய்வது, உலக அனுபவம் பெறுவது. மூன்று ஆண்டுகளுக்குப் பிறகு ஏதாவது ஒரு வேலைக்குப் போவது அல்லது திருமணம் செய்து கொள்வது. அதுவும் காதல் திருமணம் செய்து கொள்வது.

அவள் கல்லூரியில் படித்த நாட்களில் திவாகர்மீது காதல் கொண்டிருந்தாலும் படித்து முடிப்பதற்குள் அவன் அமெரிக்கக் கனவில் இருப்பவன், தனக்குச் செட் ஆக மாட்டான் என்று நன்றாகவே தெரிந்துவிட்டது. அவளாகவே அவனை விட்டு விலகினாள். அதற்காக திவாகர் பெரிதாகக் கவலைப்படவில்லை. அவன் உடனே ரேஷ்மாவோடு நெருக்கமாகப் பழக ஆரம்பித்து விட்டான்.

அவள் கல்லூரியில் சேர்ந்த முதலாண்டு மட்டும் காலேஜ் பஸ்ஸில் போய் வந்து கொண்டிருந்தாள். அதன்பிறகு அவளது அப்பாவிடம் தனக்கொரு புல்லட் வேண்டும் என்று கேட்டாள். அதைக் கேட்டதும் அவளது அப்பா சிரித்தார்.

அம்மாதான் கோபம் கொண்டு கத்தினாள்.

“பொம்பளை பிள்ளைக்கு எதுக்கு பைக். ஸ்கூட்டி வாங்கிக் குடுங்க.”

“அதெல்லாம் உன்னை மாதிரி ஹவுஸ் ஒய்ப் ஓட்டுறது. எனக்கு பைக்தான் வேணும்.”

`பைக்தானே வாங்கிட்டா போச்சு” என்றார் அப்பா.

“சொன்னா கேளுங்க. அதை மட்டும் வாங்கிக் குடுக்காதீங்க. அடிபட்டு கைகால் போயிட்டா அப்புறம் அவளை ஒரு பய கட்டிக்கிட மாட்டான்” என்றாள் அம்மா.

“அதெல்லாம் ஒண்ணும் ஆகாது” என்றார் அப்பா.

"அவ பொம்பளை பிள்ளைங்கிறதை மறந்துராதீங்க" என்றாள் அம்மா.

"உலகம் மாறிகிட்டு இருக்கு சாந்தா. நீதான் அதைப் புரிஞ்சிக்கிட மாட்டேங்குறே" என்றார் அப்பா.

"செல்லம் கொடுத்துக் கொடுத்து அவளைக் கெடுத்து வச்சிருக்கீங்க. காலேஜுக்கு போறதுக்குப் பஸ் வருதுல்ல. அதுல போனா என்ன குறைச்சல்?"

"அதான் பிடிக்கலைன்னு சொல்கிறாளே."

"அதுக்காகப் புல்லட் கேக்கறதா. அவ திமிருக்கு எல்லாம் நீங்களும் சேர்ந்து ஆடாதீங்க."

"சரி, வாங்கிக் கொடுக்கலைபோதுமா" என்று அம்மாவைச் சமாதானப்படுத்தினார் அப்பா.

அப்பாவின் பைக்கில் பின்னால் உட்கார்ந்துகொண்டு போவதற்குக்கூட அம்மா பயப்படுகிறவள். பெரும்பாலும் ஷேர் ஆட்டோவில்தான் பயணம் செய்வாள். அப்பா இல்லாமல் அவள் வெளியூர் போய் வந்ததில்லை. கோடை விடுமுறைக்குத் தாத்தா ஊருக்குப் போவதாக இருந்தால்கூட அப்பாதான் கொண்டு வந்துவிட்டுப் போவார். திரும்பி வரும்போது நீயும் ராதிகாவும் வந்துவிடுங்கள் என்று சொன்னாலும் அம்மா கேட்க மாட்டாள்.

உயரமான இடங்களுக்குப் போனால் அம்மாவிற்கு மயக்கம் வந்துவிடும். பேருந்து வேகமாகப் போனால் வாந்தி எடுத்துவிடுவாள். யாராவது கோபமாகச் சண்டை போட்டால் தலைவலி வந்துவிடும். இவ்வளவு ஏன், டிவி நியூஸில் இடியுடன் மழை பெய்யப்போகிறது என்று சொன்னால் உடனே ஜன்னல்களை மூடி விடுவாள். யார் சொன்னாலும் இரண்டு நாட்களுக்கு வீட்டு ஜன்னலைத் திறக்கமாட்டாள். அம்மா அப்படித்தான்.

ஆனால் ராதிகா அப்படியே அம்மாவிற்கு நேர் மாறானவளாக வளர்ந்திருந்தாள். அப்பாதான் அதற்குக் காரணம். ஐந்து வயதிலே அவளைக் கராத்தே படிக்க வைத்தார். ஸ்கேட்டிங் கற்றுக் கொள்ளச் செய்தார். அவரே நீச்சல் சொல்லிக் கொடுத்தார். கியர் உள்ள சைக்கிள் வாங்கிக் கொடுத்து பள்ளிக்கூடம் போய் வரச்

சொன்னார். அவர்கள் பள்ளியில் அப்படி ஒரு சைக்கிளைக் கொண்டுவரக்கூடாது என்று தடைவிதித்தார்கள். ஆனால் அப்பா இதற்காகப் பள்ளி முதல்வரிடம் சண்டைபோட்டு அனுமதி வாங்கிக் கொடுத்தார்.

புது வீடு கட்டியபோது அவளுக்காக மாடியில் அறை ஒன்றை கட்டிக் கொடுத்தார். வீட்டின் வெளியே இருந்து மாடிக்குப் போவதற்குப் படிகள் வைத்தார்.

"யாராவது பிரண்ட்ஸ் வந்தா ப்ரீயா மாடிக்குப் போயிட்டு வரட்டும்." என்று அம்மாவைச் சமாதானப்படுத்தினார்.

அந்த மாடி அறையில் அவளுக்கென ஒரு ம்யூசிக் சிஸ்டம், கம்ப்யூட்டர், உடற்பயிற்சிக் கருவிகள் எல்லாமும் ஏற்பாடு செய்து கொடுத்தார். ஆனால் அவளுக்குப் பள்ளி துவங்கி கல்லூரி வரை நண்பர்கள் உருவாகவேயில்லை. அவளது ரசனை வித்தியாசமாக இருந்தது. அவளது கனவுகள் போல ஆசைப்படும் ஒருத்தியை அவள் சந்திக்கவேயில்லை. குறைந்தபட்சம் இது போன்ற விஷயங்களில் ஆர்வம் காட்டும் ஒருத்தியைக்கூட அவள் அறியவில்லை.

அவளோடு படித்த பெண்களில் பெரும்பாலும் மார்க் வாங்குவதையும் சினிமா, கிரிக்கெட் பார்ப்பதையும் பற்றியே பேசக் கூடியவர்கள். அவர்களுக்குத் தெரிந்த ஒரே விஷயம், ஹோட்டலில் போய் விதவிதமான அசைவம் சாப்பிடுவது மட்டும்தான். அதை ராதிகா விரும்பவில்லை.

அவள் புதுப்புது உணவகங்களைத் தேடிப்போய்ச் சாப்பிடுவாள். சில நேரம் அப்பாவையும் அழைத்துக் கொண்டு போவாள். ஒரு சமோசா சாப்பிடுவதற்காகப் பத்து மைல் போய் வந்திருக்கிறாள். அம்மாவிற்கு ஹோட்டல் சாப்பாடு என்பதே பிடிக்காது. எந்த ஹோட்டலுக்கு வந்தாலும் கண்ணை மூடிக்கொண்டு சப்பாத்தி என்றுதான் கேட்பாள். ஆனால் அப்பா அப்படியில்லை. புதிய ருசிகளை அறிந்து கொள்வார். புதிய விஷயங்களைக் கற்றுக் கொள்வார்.

அப்பா எப்படி இது போன்ற கட்டுப்பெட்டியான அம்மாவைத் திருமணம் செய்து கொண்டார் என்று அவளுக்குப் புதிராகவே இருந்தது.

அப்பா ஐந்து ஆண்டுகள் ராணுவத்தில் வேலை செய்திருக்கிறார். பின்பு ஊர் திரும்பி சொந்தமாகப் பிளாஸ்டிக் குழாய்கள் தயாரிக்கும் நிறுவனம் ஒன்றை நடத்தி வந்தார். கம்பெனி விஷயமாக அடிக்கடி வட இந்தியாவிற்கு அப்பா போய்வருவது வழக்கம். அப்பாவிற்கு நிறைய நண்பர்கள். ஆனால் அவர்களை வீட்டிற்கு அழைத்து வந்தால் அம்மாவிற்குப் பிடிக்காது என்பதால் கிளப் ஒன்றில் உறுப்பினராகியிருந்தார்.

மாலையில் அங்கே சென்று நண்பர்களைச் சந்திப்பார். டென்னிஸ் விளையாடுவார். சந்தோஷம் மிகுதியாக இருந்தால் தொலைக்காட்சியில் ஒளிபரப்பாகும் பாடல்களுடன் சேர்ந்து அப்பாவும் பாடுவார். அப்பா பாடும்போது மட்டும் அம்மாவின் முகத்தில் மெல்லிய சிரிப்புப் படர்ந்திருக்கும். அந்த நிமிஷத்தில் அம்மா பேரழகுடன் இருப்பாள்.

ராதிகாவிற்குத் தன்னை அலங்கரித்துக் கொள்வதில் சிறுவயதிலிருந்தே ஆர்வமில்லை. தலையில் வைத்துக் கொள்ள அம்மா பூ கொடுத்தாலும் வைத்துக் கொள்ளமாட்டாள். கோவிலுக்கு அழைத்தால் போக மாட்டாள். வீட்டில் விளக்கேற்று என்று சொன்னால் கேட்க மாட்டாள். அம்மா அவளைத் தடிமாடு, ராங்கி பிடித்தவள் என்று கண்டபடி திட்டுவாள்.

ராதிகா எட்டாம் வகுப்புப் படித்துக் கொண்டிருந்தபோது ஒரு நாள் காலை நான்கு மணிக்கு அப்பா அவளைப் பைக்கில் அழைத்துக் கொண்டு ஏலாங்குன்றுக்கு அழைத்துக் கொண்டு போனார்.

குன்றின் அடிவாரத்தில் பைக்கை நிறுத்திவிட்டு அவர்கள் இருவரும் மலையேறினார்கள். பாறைகளாக உருண்டு கிடந்தது. முறையான படிகள் கிடையாது. பாறைகளைப் பிடித்துப் பிடித்து மேலேறி நடந்தார்கள். ஒரு மணி நேரத்தின் பின்பு உச்சிக்கு வந்தபோது சூரியன் வானில் ஒளிர்ந்து கொண்டிருந்ததைக் கண்டார்கள். உற்சாகத்தில் ராதிகா சப்தமிட்டாள். அப்பாவும் அவளும் நீண்ட நேரம் சூரியனைப் பார்த்தபடியே நின்று கொண்டிருந்தார்கள்.

கீழே இறங்கி வரும்போது பாறையில் கால் சறுக்கி ராதிகா விழுந்துவிட்டாள். கை கால்களில் சிராய்ப்பு. கால்விரல்

ஐந்து வருட மௌனம் ழ 271

ஒன்றில் எத்தி ரத்தம் வடிந்து கொண்டிருந்தது. அப்பா தனது கைக்குட்டையை வைத்துத் துடைத்துவிட்டார். பதற்றப்படவேயில்லை.

வீடு திரும்பியபோது அம்மா பதற்றமாகி அழுதாள். உடனே மருத்துவமனைக்குப் போகவேண்டும் என்றாள். அப்பா அதைக் கேட்டுக் கொள்ளவேயில்லை.

"அதெல்லாம் ஒண்ணுமில்லை. டிஞ்சர் வச்சி துடைச்சாபோதும்" என்றார்.

"அவ பொம்பளை பிள்ளை. அதை மறந்துராதீங்க" என்று அம்மா கத்தினாள்.

அப்பா அதைக்கேட்டு சிரித்தபடியே சொன்னார்:

"அவளும் உன்னை மாதிரி இருக்கணும்னு சொல்றயா."

"பொம்பளை பிள்ளைன்னா அடக்க ஒடுக்கமா இருக்கணும். இவ எதுக்கு மலையேறணும். இவளுக்கு அங்கே என்ன வேலை."

"உன்னையும் ஒரு நாள் மலை உச்சிக்குக் கூட்டிக்கிட்டு போறேன். அப்புறம் நீயே புரிஞ்சிக்கிடுவே" என்றார் அப்பா.

அம்மாவிற்கு உடனே தலைவலிக்க ஆரம்பித்தது. அவசரமாக டைகர்பாமைத் தேடி எடுத்துத் தேய்த்துக் கொண்டாள்.

ராதிகா தனியே சினிமாவிற்குப் போவதற்கு அப்பா அனுமதித்தார். அவளை உள்ளூர் நூலகம் ஒன்றில் உறுப்பினராகச் சேர்த்துவிட்டார். அவள் பள்ளி இறுதியாண்டு படிக்கும்போது அவளையும் அம்மாவையும் ஒரு மாத காலம் பஞ்சாப், ஹரியானா, ராஜஸ்தான், டெல்லி என அழைத்துக் கொண்டு போனார்.

டெல்லியில் போய் ஆர்கிடெக்சர் படி என்று அப்பா சொன்னதை அம்மா ஏற்கவில்லை. உள்ளூர் என்ஜினியரிங் காலேஜில்தான் படிக்க வேண்டும் என்று பிடிவாதமாக இருந்தாள். அம்மாவை அவர்களால் சமாதானப்படுத்த முடியவில்லை, அம்மாவின் விருப்பத்திற்காகவே உள்ளூர் என்ஜினியரிங் காலேஜில் ராதிகா சேர்ந்திருந்தாள்.

அம்மாவின் கோபத்திற்காக புல்லட் வாங்குவதைத் தற்காலிகமாகத் தள்ளி வைத்த அப்பா நவம்பர் மாதம் முதல் வாரத்தில் ஒரு நாள் மாலை அவளை ராயல் என்ஃபீல்டு ஷோ ரூமிற்கு அழைத்துக் கொண்டு போனார்.

புதிய புல்லட் 350 சிசி வண்டியை அவளுக்காகப் பதிவு செய்து வைத்திருந்ததைக் காட்டினார்.

அவளுக்குப் பைக்கைத் தொட்டுப் பார்ப்பதை விடவும் அப்பாவைக் கட்டிக் கொள்ள வேண்டும் போலிருந்தது. அந்த நிமிஷத்தில் அப்பா மிகுந்த அழகோடு இருந்தார். அவரது கையை இறுக்கிப்பிடித்துக் கொண்டாள்.

அவளது பெயரிலே புல்லட்டைப் பதிவு செய்து வாங்கிக் கொடுத்தார். அவர்கள் கோவிலுக்கு எடுத்துக் கொண்டு போய்ச் சாமி கும்பிட்டுவிட்டு அதே பைக்கில் வீடு திரும்பியபோது அம்மா அவர்களிடம் முகம் கொடுத்துப் பேசவில்லை.

“உங்க அம்மாவைச் சமாதானப்படுத்த வேண்டியது உன் பொறுப்பு” என்று அப்பா அவளிடம் ரகசியமாகச் சொன்னார்.

தான் பைக்கை வேகமாக ஓட்டமாட்டேன். அம்மாவோடு வாரந்தோறும் கோவிலுக்கு வருவேன், தலைபின்னி பூவைத்துக் கொள்வேன் என்று நிறைய வாக்குறுதிகளை அளித்து அம்மாவைச் சமாதானம் செய்தாள்.

பின்பு ஒரு ஞாயிற்றுகிழமை அம்மாவைத் தன் பைக்கில் உட்கார வைத்து பஜாருக்கு அழைத்துக் கொண்டு போனாள். அம்மா பயத்தில் அவள் தோளை இறுக்கிப் பிடித்திருந்தது அவளுக்குச் சிரிப்பாக வந்தது.

புல்லட் வந்தபிறகு அவளது உலகம் மாற ஆரம்பித்தது. அதிகாலையில் எழுந்து வெளியே போய்வரத் துவங்கினாள். இரவு பதினொரு மணிக்கு வெளியே சென்று வந்தாள். அப்பாவும் அவளும் ஒருமுறை பைக்கிலே ஊட்டி வரை போய் வந்தார்கள். ஒரு நாள் அதிகாலை பைக்கை எடுத்துக் கொண்டு கிராமப்பாதை வழியாகவே நீண்டதூரம் போய் வந்தாள். பின்னொரு நாள் பைக்கில் தனியே பழனிக்குப் போய் வந்தாள்.

அவளது கல்லூரியில் அவள் ஒருத்திதான் புல்லட் வைத்திருந்தாள். அது பெரும்பான்மை பேராசிரியர்களுக்குப் பிடிக்கவில்லை. அதுவும் ரமாதேவிக்குச் சுத்தமாகப் பிடிக்கவில்லை. அதன் காரணமாகவே அவள் இன்டர்னல் மதிப்பெண்ணை மிகவும் குறைத்துப் போட்டு அவளைப் பெயிலாக்கினாள்.

என்ஜினியரிங் காலேஜ் அவளுக்குப் பிடிக்கவேயில்லை. அந்த நாட்களில் திடீரென அவளுக்கு வைல்ட் லைப் போட்டோகிராபிமீது ஆர்வம் வந்தது. அப்பா வைத்திருந்த கேமிராவை எடுத்துக் கொண்டு வார இறுதிகளில் காட்டை நோக்கிப் பயணிக்க ஆரம்பித்தாள்.

புல்லட்டில் மலைப்பாதையில் பயணம் செய்வது பேரனுபவம். பசுமையின் சாறு வழிந்தோடும் சிறுபாதைகளில் ஒற்றை ஆளாக அவள் செல்லும்போது தனக்கு இறக்கைகள் முளைத்திருப்பது போலவே அவள் உணர்ந்தாள்.

காடு அவள் படித்து அறிந்தது போலில்லை. அது புதிராகவும் வியப்பாகவும் இருந்தது. ஆயிரமாயிரம் புது விஷயங்கள் காட்டிலிருந்தன. அரியவகைப் பறவைகளைத்தான் முதலில் புகைப்படம் எடுத்தாள். அந்தப் புகைப்படங்களை அப்பா பாராட்டி சந்தோஷப்பட்டதோடு பத்திரிகைகளுக்கும் அனுப்பி வைக்கும்படி உற்சாகப்படுத்தினார்.

அவள் எடுத்த புகைப்படம் ஒன்று நூறு ரூபாய் பரிசு பெற்றதோடு பத்திரிகையின் பின்னட்டையிலும் வெளியாகியிருந்தது. அப்பா அடைந்த சந்தோஷத்திற்கு அளவேயில்லை. நூறு இதழ்களை விலைக்கு வாங்கித் தெரிந்தவர்கள் எல்லோருக்கும் கொடுத்து வந்தார். அவளது கல்லூரியில் அதை யாரும் பெரிதாக எடுத்துக் கொள்ளவில்லை.

பின்பு ஒரு நாள் அப்பா கிரிதரன் என்ற வைல்ட் லைப் போட்டோகிராபரைச் சந்திக்க அழைத்துக் கொண்டு போனார். கிரிதரன் ஒரு பள்ளி ஆசிரியர். ஆனால் முப்பது ஆண்டுகளாக வனவிலங்குகளைப் புகைப்படம் எடுத்து வந்தார். அவரது புகைப்படங்கள் சர்வதேச அளவில் காட்சிக்கு வைக்கப்பட்டிருக்கின்றன. எளிய மனிதராக இருந்தார். அவர் ராதிகாவின் புகைப்படங்களைப் பார்த்துப் பாராட்டியதோடு நிறைய ஆலோசனைகள் சொன்னார்.

அவரது ஆலோசனையின்படியே அப்பா அவளுக்குப் புதிய கேனான் டிஜிட்டல் கேமிரா ஒன்றை வாங்கிக் கொடுத்தார். அந்தக் கேமிராவும் பைக்கும் ஒன்று சேர்ந்தவுடன் அவள் நீண்ட தூரப் பயணங்களைத் திட்டமிட ஆரம்பித்தாள்.

கர்நாடகாவின் ஸ்ரீரங்கபட்டினம் அருகிலுள்ள பறவைகள் சரணாலயத்திற்குச் சென்று ஒரு வார காலம் தங்கி புகைப்படம் எடுத்தாள். பின்பு குவாலியர் அருகிலுள்ள குனோ வனவிலங்கு சரணாலயத்திற்குச் சென்று பத்து நாட்கள் புகைப்படம் எடுத்தாள். ஒரு ஆண்டு முழுவதும் அவளது பயணங்கள் காட்டை நோக்கியே இருந்தன. திடீரென ஒரு நாள் காலை தனது கேமிராவை பீரோவில் வைத்துப் பூட்டிவிட்டு வெறுமனே பைக்கில் கிளம்பினாள்.

எங்கே போவது என்று மனதில் திட்டமேயில்லை. தனுஷ்கோடிக்கு அவள் போய்ச் சேர்ந்தபோது விடிகாலையாக இருந்தது. கலைந்து கொண்டிருக்கும் இருட்டில் ஒற்றை ஆளாக நின்றபடியே அவள் கடல் அலைகளின் ஓயாத சப்தத்தைக் கேட்டுக் கொண்டிருந்தாள். ஒரு கிழவனும் நாயும் தொலைவில் தெரிந்தார்கள். புகைப்படம் எடுக்க வேண்டும் என்ற நினைப்பே அவளுக்கு வரவில்லை.

அன்று முழுவதும் தனுஷ்கோடியிலிருந்தாள். சிறிய உணவகம் ஒன்றில் சாப்பிட்டாள். மறுநாள் வீட்டிற்குத் திரும்பி வரும்போது நீண்ட தூரம் போய் வர வேண்டும் என்ற ஆசை மனதில் வேர்விட்டது.

அப்பாவிடம் இதைப் பற்றிச் சொன்னபோது அவர் எங்கே போகத் திட்டம் வைத்திருக்கிறாள் என்று எதையும் கேட்கவில்லை. மாறாக, நீ இரண்டு மாதம் உடம்பையும் மனதையும் தயார்படுத்திக்கோ என்று மட்டுமே சொன்னார்.

அம்மாவிடம்தான் கல்லூரி ஆய்விற்காகப் பெங்களூர் போவதாகச் சொல்லிவிட்டு முதன்முறையாகத் தனியே ஸ்ரீநகர் நோக்கி பயணம் செய்தாள்.

இருபத்தியெட்டு நாட்கள் தொடர் பயணம். நாள் முழுவதும் பைக்கில் போய்க் கொண்டேயிருப்பது புதிய அனுபவமாகயிருந்தது. விதவிதமான மனிதர்கள்.

ஆரம்பத்தில் அவளுக்கு இருந்த பயம் மெல்ல வடிந்து போனது. கிடைத்த இடத்தில் தங்கிக் கொண்டாள். ஏடிஎம் தேடி பணம் எடுத்துக் கொண்டாள். சொற்ப பணம் மட்டுமே கையில் வைத்துக் கொண்டாள். பெரும்பாலும் இரவில் பயணம் செய்யவில்லை. ஆனால் அதிகாலை நான்கு மணிக்கு எழுந்து பைக்கை கிளப்பிவிடுவாள். வழியில் அவளைப் போல நீண்ட தூரம் செல்லும் இரண்டு இளைஞர்களைச் சந்தித்தாள். அவர்கள் ஒன்றாக உணவு அருந்தினார்கள். ஒன்றாக ஒரு மலைப்பாதை முழுவதும் பயணம் செய்தார்கள். செல்போன் கேமிராவில் அவர்களுடன் புகைப்படம் எடுத்துக் கொண்டாள்.

இன்னொரு இடத்தில் போதையில் இருவர் அவளிடம் வம்பு செய்தார்கள். கோபத்தில் ஒருவனை ஹெல்மெட்டால் அடித்தாள். அவர்கள் பயந்து ஓடிப்போனார்கள். இன்னொரு முறை ஒரு டெய்லர் வீட்டில் இரவு தங்கியபோது பையில் வைத்திருந்த இரண்டாயிரம் ரூபாய் திருடுபோனது.

பயண வழியில் இரண்டு இடங்களில் அவள் உடல்நலமற்றுப் போனாள். லோக்கல் மருத்துவரை தேடிப் போய்ச் சிகிச்சை எடுத்துக் கொண்டாள். நாலைந்து நாட்களுக்கு ஒருமுறை அப்பாவை அழைத்துப் பேசுவாள். அவர் "ஏதாவது உதவி வேண்டுமா" என்று மட்டுமே கேட்பார். ஸ்ரீநகர் போய்ச் சேர்ந்தபோது ஏதோ பெரிய சாதனை செய்துவிட்டது போலிருந்தது. ஒரு நாள் முழுவதும் அறையில் உறங்கினாள். மறுநாள் காலை எழுந்து உள்ளூர்வாசி போலச் சுற்றினாள். எங்கும் ராணுவத்தினர். சூடான இஞ்சி டீயைக் குடித்தபடியே சாலையில் கடந்து செல்லும் ஆட்களை வேடிக்கை பார்த்துக் கொண்டிருந்தாள். வாழ்க்கை புதியதாக இருந்தது.

இந்த வாழ்க்கை தன் அம்மாவிற்குக் கிடைக்காதது. தன் பாட்டி யோசிக்கவே யோசிக்காதது. ஆனால் இது ஒன்றும் பெரிய சாதனையில்லை. விருப்பத்தின்படியே வாழ்வது எத்தனை பேருக்கு வாய்த்திருக்கிறது.

ஸ்ரீநகரிலிருந்து திரும்பி வரும்போது அவள் அவசரம் காட்டவேயில்லை. வேண்டுமென்றே சிறிய நகரங்களுக்குள் சென்றாள். விதவிதமான உணவு வகைகளைத் தேடி ருசித்தாள். வழியிலிருந்த பள்ளிக்குச் சென்று

மாணவர்களுடன் பேசினாள். அவள் நினைத்தது போல உலகம் பயமுறுத்தக்கூடியதில்லை. கொடூரமானதில்லை. மோசமான மனிதர்கள் சிலர் இருக்கிறார்கள். ஆனால் அவர்களுக்குப் பயந்து வீடுதான் உலகம் என்று முடங்கிக் கிடக்கமுடியாதே.

இருபத்தியெட்டு நாட்களுக்குப் பிறகு வீடு திரும்பியபோது அம்மா அவள் மெலிந்துவிட்டதாக வருத்தப்பட்டாள். அப்பா அவளிடம் கதை கேட்பது போல அவளது பயண அனுபவங்களை ரசித்துக் கேட்டுக் கொண்டிருந்தார்.

பிறகு அவளது கைகளைப் பற்றியபடியே சொன்னார்:

"தைரியம்தான் வாழ்க்கை. நீ எவ்வளவு தைரியமா இருக்கிறாயோ அவ்வளவு சாதிக்க முடியும். பயந்து ஓடினா உலகம் உன்னைத் துரத்திக்கிட்டேதான் இருக்கும். விலை கொடுத்து வாங்குற எந்தப் பொருளாலும் நீ அடைஞ்ச சந்தோஷத்தை தர முடியாது. இந்த உலகத்தில நிறைய விஷயங்களுக்கு விலையே கிடையாது. அந்த அழகை ரசிக்க மனசு வேணும் பாப்பா."

அப்பா அவளைப் பாப்பா என்று அபூர்வமாகத்தான் அழைப்பார். அன்று அவளைப் பாப்பா என்று அழைத்தது அவளுக்கு ரொம்பவும் பிடித்திருந்தது.

நீண்ட தூரப்பயணம் செல்வதற்கு முறையாகத் திட்டமிட வேண்டும். பருவகாலம் ஒத்துழைக்க வேண்டும். உடலை ஆரோக்கியமாக வைத்துக் கொள்ள வேண்டும். அதைவிடவும் அப்பாவிடம் கேட்காமல் பணம் சம்பாதிக்க வேண்டும் என்று தோன்றியது. ஆகவே அவளாக ஆன்லைனில் பார்ட்டைம் வேலை ஒன்றை எடுத்துக் கொண்டாள். அந்த வேலையிலிருந்து கிடைத்த பணத்தில்தான் அடுத்த முறை பயணம் போக வேண்டும் என்று முடிவு செய்து கொண்டாள். அதைப்பற்றி அப்பாவிடம் சொன்னபோது அவர் "இதுதான் பயணம் கற்றுத்தரும் பாடம்" என்று சொல்லிச் சிரித்தார்.

மழைக்காலத்தில் வீட்டின் ஜன்னல்களைக்கூட அம்மா பூட்டிவைத்து விடுவதுதான் அவளை மேகாலயா நோக்கிப் போவதற்குத் தூண்டியிருக்கக் கூடும். அதைப் பயண வழியில்தான் உணர்ந்தாள். அவள் ஆறு நாட்களின்

பயணமுடிவில்தான் மழையை எதிர்கொண்டாள். அவள் கேள்விப்பட்டது போலில்லை அந்த மழை. அசுரவேகம். பல்லாயிரம் அம்புகள் ஒரு சேரப் பாய்வது போல மழைத்துளிகள் அவள்மீது பட்டன. இரண்டு மழைத்துளிகளுக்குள் இடைவெளியில்லை, அடர்த்தியான மழை. பெருங்காற்றும் சேர்ந்து கொண்டது. சாலையே தெரியவில்லை. அவளால் பைக்கை ஓட்ட முடியவில்லை.

ஒரு பஸ் ஸ்டாப்பின் நிழற்குடை ஒன்றினுள் பைக்கை நிறுத்திவிட்டு நின்று கொண்டாள். பூமியைப் புரட்டித் தள்ளிவிடுவதைப் போல மழை வேகம் கொண்டது. நான்குமணி நேரம் அதே இடத்தில் நின்றிருந்தாள். மழை லேசாக வெறிக்க ஆரம்பித்தவுடன் பைக்கை எடுத்து மீண்டும் பயணிக்க ஆரம்பித்தாள். ஒரு விடுதியைத் தேடிக் கண்டுபிடித்து அறை எடுத்துக் கொண்டாள். இரவெல்லாம் மழை பெய்தது. மறுநாள் வெளியே வரமுடியவில்லை.

மழை நிற்காது என்று விடுதி மேலாளர் சொன்னார். அறை ஜன்னல் வழியே மழை பெய்வதைப் பார்த்தபடியே இருந்தாள். பெயரறியாத சிறிய ஊரில் இப்படி ஒரு விடுதியில் தங்கியபடியே பெருமழையை வேடிக்கை பார்ப்பது வாழ்வில் ஒருமுறைதான் கிடைக்கும் அனுபவம் என்று பட்டது.

இரண்டு நாட்கள் மழை நீண்டது. பின்பு மழை வெறித்தபோது அவள் பயணத்தைத் துவங்கினாள். துலக்கி வைத்தது போல வீடுகள் சாலைகள் அத்தனையும் வசீகரமாகயிருந்தது. ஈரக்காற்றோடு அவள் பயணித்தாள். தூரத்து வீடுகளிலிருந்த சிலர் அவளுக்குக் கையசைத்தார்கள். இனிமையானது உலகம் என்று மகிழ்ந்தபடியே அவள் பைக்கில் சென்றாள்.

இதன் மூன்றாம் நாள் நான்கு மணியளவில் ஷில்லாங்கை நெருங்கிக் கொண்டிருக்கும்போதுதான் பைக் ரிப்பேர் ஆனது.

அவளாகச் சரிசெய்ய முயன்றாள். பைக் ஸ்டார்ட் ஆகவில்லை. வேறு இடமாக இருந்தால் மெக்கானிக்கை போன் செய்து வரவழைத்துவிடுவாள். இங்கே நெட்வொர்க் வேலை செய்யவில்லை. ஆகவே உருட்டிக் கொண்டு நடந்தாள்.

நீண்ட சாலையில் தனியே செல்லும் அவளுக்கு விருப்பமான ஹாலிவுட் திரைப்படமான “On the Road” நினைவிற்கு வந்தது. Jack Kerouac எழுதிய அந்த நாவலையும் அவளுக்குப் பிடிக்கும்.

மலைப்பாதையில் பைக்கை உருட்டிக் கொண்டு நடப்பது கஷ்டமாகயிருந்தது. மெல்ல மாலைவெயில் வடிந்து இருட்ட ஆரம்பித்தது. இன்னும் எவ்வளவு தூரம் இப்படி நடக்க வேண்டும் என்று தெரியவில்லை. எரிச்சலாக வந்தது. பைக்கை ஒரமாக நிறுத்திவிட்டு செல்போன் சிக்னல் கிடைக்கிறதா என்று மறுபடியும் பார்த்தாள். ஆனால் சிக்னல் இல்லை. பசி வேறு எடுத்தது. எங்கோ தொலைவில் புகை வருவது போல நாசியில் உணர்ந்தாள். எந்தப்பக்கம் என்று சுற்றிலும் பார்த்தாள். புகை வருவதற்காக இடம் தெரியவில்லை.

மலைப்பாதையின் அடுத்த வளைவினைக் கடந்து பைக்கைத் தள்ளிக் கொண்டு போனபோது தொலைவில் சிறிய விளக்கு வெளிச்சம் தெரிந்தது. பைக்கை ஓரமாக நிறுத்திவிட்டு அந்த வெளிச்சம் வரும் இடம் நோக்கி நடக்க ஆரம்பித்தாள். பக்கத்தில் தெரிந்த அந்த வெளிச்சம் நடக்க நடக்கப் போய்க் கொண்டேயிருந்தது. அது ஒரு வீடு. ஒரு கிழவர் தனியே வசித்து வந்தார். அவருக்கு ஆங்கிலம் தெரியவில்லை.

சைகை மொழியிலே தனது பைக் ரிப்பேர் ஆகிவிட்டது என்று தெரியப்படுத்தினாள். அவர் இரவில் அங்கே தங்கிக் கொள்ளும்படி சொன்னார். வேறுவழியில்லை. அந்தக் கிழவருடன் இரவில் அவரது குடிசையில் தங்கிக் கொண்டாள். சூடான ரொட்டிகள் செய்து சாப்பிடுவதற்குக் கொடுத்தார்.

காலை அவள் தூங்கி எழுந்து கொள்வதற்குள் அவர் நடந்து போய்ப் பக்கத்திலிருந்த ஒரு மெக்கானிக்கை அழைத்துக் கொண்டு வந்திருந்தார். அந்த மெக்கானிக் பைக்கை சரிசெய்து தரும்வரை கிழவர் கூடவே இருந்தார். இரண்டு மணி நேரத்தின் பின்பு பைக் சரியானது. அவள் கிளம்பும்போது அந்தக் கிழவருக்குப் பணம் கொடுத்தாள். அவர் வாங்க மறுத்துவிட்டார்.

அவள் பைக்கில் ஷில்லாங்கை நோக்கிச் செல்ல ஆரம்பித்தபோது அவர் மலைப்பாதையில் நின்று கையசைத்தபடியே இருப்பது தெரிந்தது.

திரும்பி வரும்போது அந்தக் கிழவர் வீட்டிற்கு இன்னொரு முறை போக வேண்டும். அத்தோடு ஏதாவது பரிசுப்பொருள் வாங்கித் தரவேண்டும் என்று தோன்றியது.

ஷில்லாங்கிற்கு வந்து சேர்ந்தவுடன் அப்பாவிற்குப் போன் செய்தாள்.

அப்பா அன்பான குரலில் கேட்டார்:

“எப்படியிருந்தது ட்ரிப். ஒண்ணும் பிரச்சனையில்லையே?”

“எவரிதிங் ஒகே. வழியெல்லாம் நல்ல மழை” என்றாள்.

எப்போ திரும்பிவருகிறாள் என்று ஒரு வார்த்தைகூட அவர் கேட்கவில்லை. அவளாகச் சொன்னாள்:

“தேங்ஸ்பா.”

“இது என்ன புதுப்பழக்கம்” என்று அப்பா சிரிப்பது கேட்டது.

அந்தச் சிரிப்பு மழையை விடவும் அழகாக இருந்தது.

□

23
எளிதானது கோபம்

கிரிஜாவோடு இன்றைக்கும் ராகவன் சண்டையிட்டான்.

அவள் படுக்கையறைக்கதவைப் பூட்டிக்கொண்டு அழுது கொண்டிருக்கும் சப்தம் கேட்டது.

வீட்டை விட்டு எங்காவது வெளியே போய்வரலாம் என்று தோன்றியது. தன்னுடைய காரை வெளியே எடுத்துக் கொண்டு கிளம்பினான் ராகவன்.

டிசம்பர் மாதத்தின் காலை நேரம் பேரமைதியானது. தாங்கமுடியாத குளிரும் பனியும் கொண்ட பாஸ்டன் நகரின் வீதிகளில் நடமாட்டமில்லை. கடைகள் பூட்டியே இருந்தன. சாலையோரம் ஒரு பிச்சைக்காரன் குளிரில் நடுங்கியபடியே உட்கார்ந்திருந்தான். நடைப்பயிற்சிக்காகச் செல்லும் இருவர் நாயோடு நடந்து கொண்டிருந்தார்கள். மரங்கள்கூட அசைவற்று நின்றிருந்தன.

எதற்காக அமெரிக்காவிற்கு வேலைக்கு வந்தோம். ஏன் இப்படியான பிரச்சனைகளில் மாட்டிக் கொண்டோம் என்று ஆற்றாமையாக இருந்தது.

எங்கே போவது என்று புரியாமல் நீண்டு செல்லும் சாலையில் காரை ஓட்டிக் கொண்டிருந்தான்.

தவறு கிரிஜாவின் மீதில்லை. தன்னுடைய தவறுக்கு அவளைக் கோபித்துக் கொண்டு என்ன செய்வது. ஆனால் அவள் ஏன் தூங்கி எழுந்தவுடன் இந்தப் பிரச்சனையை

எழுப்பினாள். இதைப்பற்றி எத்தனையோ முறை பேசிப்பேசி அலுத்துப் போய்விட்டதே. திரும்பவும் பேசி என்ன ஆகப்போகிறது. ஆனால் அதற்காக விட்டுவிடவும் முடியாதே.

கிரிஜா வேண்டுமென்றே அவனைக் குற்றம் சொல்வது போலப் பேசவில்லை. அவளால் ஏமாற்றத்தை தாங்கிக் கொள்ள முடியவில்லை. அதை விடவும் தங்களால் ஒன்றும் செய்ய முடியவில்லை என்பது அவளை மிகவும் வேதனைப்படுத்தியது.

இந்தப் பிரச்சனை துவங்கிய நாளில் இருந்தே இருவரும் சண்டைபோட்டுக் கொண்டேதானிருக்கிறார்கள்.

ராகவன் தனது காரை ஸ்டார்பக்ஸ் காபிஷாப் ஒன்றின் பார்க்கிங்கில் நிறுத்திவிட்டு உள்ளே போகாமல் காரிலே உட்கார்ந்திருந்தான்.

இரண்டு வருஷங்களுக்கு முன்பாக ஒரு மாலைநேரம் அலுவலகம் விட்டு நண்பர்களுடன் அலுவலகத்தை ஒட்டிய ஸ்டார்பக்ஸில் உட்கார்ந்திருந்தபோதுதான் ஊரிலிருந்து அவனது தம்பி முரளிராமன் போன் செய்தான்.

"அண்ணா. ஸ்ரீபெரும்புதூர்கிட்ட நீ வாங்கிப் போட்டிருந்த லேண்ட்லே யாரோ ஒரு ஆள் பில்டிங் கட்டியிருக்கானாம்!"

"என்னடா சொல்றே?"

"ஆமாண்ணா. நம்ம சிவசுதான் சொன்னான். அவன் ஒரு லேண்ட் விஷயமாக ஸ்ரீபெரும்புதூர் பக்கம் போயிருந்தப்போ நம்ம லேண்ட்ல ஒரு பில்டிங் இருக்கிறதைப் பார்த்தானாம்..."

"வேற ஏதாவது லேண்டா இருக்கப்போகுது!"

"அப்படி நினைச்சிதான் நானே நேர்ல போய்ப் பார்த்தேன். நீ வாங்கின அதே லேண்ட்தான். ஆனா சுத்துச்சுவர் எல்லாம் கட்டி உள்ளே போக முடியாமல் பண்ணியிருக்காங்க."

"யாரு. என்ன பில்டிங்?" என்று குழப்பத்துடன் கேட்டான்.

"கேட்டா பதில் சொல்லமாட்டேங்குறாங்க. அது ஒரு ஹாலோபிளாக் பண்ணுற கம்பெனி. பத்துப்பேர்

வேலை பாக்குறாங்க. ஓனர் வீடு பூந்தமல்லில இருக்குனு சொல்றாங்க."

"அநியாயமா இருக்கு. நம்ம இடத்துல அவன் எப்படிப் பில்டிங் கட்ட முடியும்?"

"பில்டிங் கட்டி ஒன்றரை வருஷம் ஆச்சாம். நீங்க யாரும் வந்து பாக்கவேயில்லை. இடத்தை வாங்கிப் போட்டுட்டு அமெரிக்காவில உட்கார்ந்துகிட்டா இப்படித்தான் ஆகும். அங்கே இடம் வாங்காதேனு நான் சொன்னேன். நீதான் கேட்கலை. இப்போ அநியாயமா பறி போயிருச்சு..."

"உளறாதே. அந்தப் பில்டிங்கை உடனே ஒரு போட்டோ எடுத்து அனுப்பிவை. அப்படியே அந்த ஓனர் யாருனு விசாரிச்சி சொல்லு."

"விசாரிச்சிப் பாத்துட்டேன். அந்த ஆள் கட்சிக்காரனாம். நாம ஒண்ணும் செய்ய முடியாதுனு சொல்றாங்க..."

"அதுக்காக ஐம்பத்திரெண்டு லட்சம் குடுத்து வாங்கின லேண்டை அப்படியே விட்டுற முடியுமா? நாம போலீஸ்ல கம்ப்ளெயிண்ட் கொடுப்போம்."

"அதுக்கு நீதான் வரணும். இடம் உன் பேர்லதான் இருக்கு."

"நான் எப்படிரா உடனே கிளம்பி வரமுடியும். நீ முதல்ல போட்டோவை அனுப்பி வை. மற்றதை நான் பாத்துக்கிடுறேன்" எனக் கோபமாகச் சொன்னான்.

முரளிராமன் போனைத் துண்டித்துவிட்டான். ராகவனுக்குக் கை நடுங்கிக் கொண்டிருந்தது. அமெரிக்காவிற்கு வந்த ஒன்பது வருஷத்தில் கொஞ்சம் கொஞ்சமாகப் பணம் சேர்த்து வாங்கிய ஒரே சொத்து. அதுவும் கிரிஜா சொன்னதைக் கேட்காமல் அவனோடு கல்லூரியில் படித்த விக்டரின் சிபாரிசின் பேரில் வாங்கிய நிலம். விக்டரும் அந்தப் பகுதியில் நிலம் வாங்கியிருந்தான். அவன்தான் புரோக்கர் ரவியைச் சிபாரிசு செய்து அந்த இடத்தை வாங்க வைத்தான்.

கிரிஜாவிற்கு மதுரையில் புதிதாகக் கட்டப்பட்டு வரும் நவீன் அபார்ட்மெண்டில் ஒரு பிளாட் வாங்கிவிடலாம் என்று ஆசை. அதை நாலைந்து முறை சொல்லியும் காட்டினாள். ஆனால் ராகவன் கேட்டுக் கொள்ளவில்லை.

"நமக்கு எதுக்கு மதுரையில வீடு?"

"போனா வந்தா நாம தங்கலாம்."

"அதான் உன் வீடு இருக்குல்லே."

"நமக்குன்னு ஒரு வீடு இருந்தா நல்லதுதானே. நாளைக்கே நாம மதுரையில வேணும்னாலும் செட்டில் ஆகலாம்."

"மதுரையில நான் என்ன வேலை பாக்குறது. பூக்கடை வைக்கிறதா? சும்மா உளறாதே. ஸ்ரீபெரும்புதூர் பக்கம் லேண்ட் வாங்கினா, நாளைக்கு நாம வீடு கட்டிக்கிடலாம். இல்லை, அதை வித்தாலும் நல்ல விலைக்குப் போகும்."

"தெரியாத ஊர்ல யாராவது இடம் வாங்குவாங்களா."

"ஏன் அமெரிக்கா நமக்குத் தெரியாத ஊர்தானே. நாம இங்கே வீடு வாங்கலை."

"அசடு மாதிரி பேசாதீங்க. நான் சொல்றது உங்களுக்குப் புரியமாட்டேங்குது."

"நல்லா புரியுது. பக்கத்துல விக்டர் லேண்ட் இருக்கு. அவன் மெட்ராஸ்லதானே இருக்கான். அவன் பாத்துகிடுவான்."

"எனக்கு இஷ்டமில்லை."

"நாம ஆகஸ்ட்ல ஊருக்குப் போறப்போ நேர்ல பார்ப்போம். டாகுமெண்ட்ஸ் செக் பண்ணுவோம். எல்லாம் சரியா இருந்தா முடிப்போம்."

கிரிஜா அதற்குப் பதில்சொல்லவில்லை. ஆனால் அவள் கடைசி நாள்வரை அந்த இடத்தை வாங்க வேண்டாம் என்றே சொல்லிக் கொண்டிருந்தாள். அவர்கள் ஆகஸ்டில் ஊருக்குப் போனபோது ஸ்ரீபெரும்புதூரை ஒட்டிய கிராமசாலையில் இருந்த அந்த இடத்தை நேரில் பார்த்தார்கள். மூலப்பத்திரம் உள்ளிட்ட சகல டாகுமெண்டுகளையும் சரிபார்த்தார்கள். வங்கி அதிகாரியாக இருந்த கேசவ் மூலமும் சரிபார்த்துக் கொண்டான் ராகவன். எந்தப் பிரச்சனையும் இல்லை.

மெயின்ரோட்டிலிருந்து இரண்டு கிலோ மீட்டர் தூரம் கிழக்கே இருந்தது நிலம். நிச்சயம் எதிர்காலத்தில் நல்லவிலைக்குப் போகக்கூடும். புரோக்கர் ரவி தானே பக்கத்தில் இருந்து நிலத்தைப் பாதுகாத்துக் கொள்வதாக வாக்குறுதி வேறு தந்தான்.

இரண்டு மாதங்களில் அந்த நிலத்தைப் பத்திரம் முடித்தான் ராகவன்.

சென்னைக்கு வேலை தேடி வந்த நாட்களில் தங்குவதற்குச் சிறிய அறைகூட அவனுக்குக் கிடையாது. ஆனால் இப்போது அதே நகரை ஒட்டி இவ்வளவு பெரிய நிலத்தை வாங்கியிருக்கோம் என்று மிகவும் மகிழ்ச்சியாக உணர்ந்தான். கிரிஜா அந்த மகிழ்ச்சியை முழுமையாக ஏற்றுக் கொள்ளவில்லை. அவளுக்கு மதுரையில் வீடு வாங்காதது ஏமாற்றமாகவே இருந்தது.

இது நடந்தது ஐந்து வருஷங்களுக்கு முன்பாக. இரண்டு ஆண்டுகளுக்கு ஒரு முறை ஊருக்குப் போகும்போதெல்லாம் காரை எடுத்துக் கொண்டு நிலத்தைப் பார்த்துவருவதை வழக்கமாக வைத்திருந்தான் ராகவன். பிரதான சாலையை ஒட்டிய டீக்கடை ஒன்றில் வேலை செய்த முனுசாமிக்கு ஐநூறு ரூபாய் பணம் கொடுத்து தன் இடத்தைப் பார்த்துக் கொள்ளவும் ஏற்பாடு செய்திருந்தான்.

கடந்த இரண்டு வருஷங்களாக ஊருக்குப் போகவும் இல்லை. அந்த நிலம் பற்றிய எண்ணமும் வரவில்லை. ஆனால் முரளிராமன் சொன்னதைக் கேட்டதும் எப்படித் தன் நிலத்தில் யாரோ பில்டிங் கட்டியிருப்பார் என்று ஆத்திரமாக வந்தது.

புரோக்கர் ரவிக்குத்தான் முதலில் போன் செய்தான். அந்த நம்பர் தற்போது உபயோகத்தில் இல்லை என்று பதில் வந்தது. விக்டருக்குப் போன் செய்தான். அவனும் போனை எடுக்கவில்லை. நுங்கம்பாக்கத்திலிருந்த கிரிஜாவின் சித்தப்பாவிற்குப் போன் செய்து நேரில் போய்ப் பார்த்துவரச் சொன்னான். அவரும் தன் பங்கிற்கு அறிவுரைகளை அள்ளி வழங்கினார். ராகவனுக்கு எரிச்சலாக வந்தது.

விஷயத்தைக் கேள்விப்பட்டதும் துக்கச்செய்தியைக் கேட்டது போல கிரிஜா அழ ஆரம்பித்தாள்.

"போச்சா. நாம கஷ்டப்பட்டு உழைச்சி சம்பாதிச்சது அத்தனையும் போச்சா!" என்று அரற்றினாள்.

"அதெல்லாம் ஒண்ணும் போகாது. நீ ஒப்பாரி வைக்காதே."

"அங்கே போய் நிலம் வாங்க வேண்டாம்னு நான் படிச்சி படிச்சி சொன்னேன். கேட்டாதானே. இப்போ நல்லா அனுபவிங்க" என்று கோபத்தோடு சொன்னாள்.

"வாயை மூடிட்டு இரு. என்ன செய்யணும்னு எனக்குத் தெரியும்" என்று அவனும் கத்தினான். அவர்கள் மாறி மாறிச் சண்டையிட்டார்கள்.

அலுவலகத்திற்கு லீவு போட்டுவிட்டு ராகவன் சென்னையில் தனக்குத் தெரிந்த பலருக்கும் போன் செய்து விஷயத்தைச் சொன்னான். ஆளுக்கு ஒரு யோசனை சொன்னார்கள். இதற்குள் கிரிஜாவின் சித்தப்பா நேரில் சென்று பார்த்துவிட்டுப் புகைப்படங்களை அனுப்பியிருந்தார். தன் நிலத்தில் கட்டப்பட்டிருந்த பில்டிங்கையும் சுற்றுச்சுவரையும் வெறித்துப் பார்த்தபடியே இருந்தான். அநியாயமான வேலை. எப்படி இதைச் செய்ய மனது வந்தது என்று ஆத்திரமாக வந்தது.

"அந்த ஓனர் யாருனு விசாரிச்சிட்டேன். பேரு நடேசன். டெலிபோன் நம்பர்கூட வாங்கிட்டேன். நான் பேசினால் பதில் சொல்லமாட்டேங்குறான். நீயே பேசிப்பாரு. ஆனா பக்கா பில்டிங் கட்டியிருக்கான். எலக்ட்ரிக் கனெக்சன்கூட வாங்கியிருக்கான். சரியான பிராடு..."

"அவன் யாரா இருந்தாலும் நான் பாத்துக்கிடுறேன்" என்று கோபமாகச் சொன்னான் ராகவன். உடனே நடேசனுக்குப் போன் செய்தான். அந்த ஆள் போனை எடுக்கவேயில்லை. இதற்குள் அவனோடு படித்த கணபதியை பிடித்துப் போலீஸ் இன்ஸ்பெக்டர் ஒருவரின் உதவியை நாடினான்.

அவர் இதெல்லாம் "சிவில் கேஸ் சார். நீங்க ஸ்ரீபெரும்புதூர்ல ஒரு கம்ப்ளெயிண்ட் குடுங்க. அப்புறம் நான் பேசுறேன்" என்றார்.

அதற்குத் தானே நேரில் போக வேண்டும். எப்படியும் சென்னைக்குப் போய்வராமல் ஒன்றும் நடக்காது என்பது உறுதியானது.

திடீரென வேலையில் இருந்து லீவு தரமாட்டார்கள். ஏதாவது பொய் சொல்லிதான் புறப்பட வேண்டும். என்ன பொய் சொல்வது என்று வேறு குழப்பமாக இருந்தது.

அதன்பிறகான நாட்களில் ஐம்பது முறை நடேசனைப் போனில் தொடர்பு கொண்டு பார்த்துவிட்டான். ஆனால் ஒருமுறையும் அவன் எடுக்கவேயில்லை.

ஒருவேளை இந்தப் பிரச்சனையை அறிந்துகொண்டுதான் பேச மறுக்கிறானோ என்று கோபமாக வந்தது. இதற்குள் முரளிராமன் தானே நேரில் சென்று நடேசனை சந்தித்து வந்திருந்தான். அவன் ராகவனுக்குப் போன்செய்து விஷயத்தைச் சொன்னான்.

"அண்ணா. நான் நேர்லயே போயி அந்த நடேசனைப் பார்த்துட்டேன். அவன் அந்த இடத்தை விலைக்கு வாங்கிட்டதா சொல்றான். பத்திரம்கூட வச்சிருக்கான். யாரோ அவனுக்கு இடத்தை வித்துருக்காங்க."

"ஒரிஜினல் டாகுமெண்ட் நம்ம கையில இல்ல இருக்கு. எப்படி இடத்தை விக்க முடியும்?"

"கள்ளப்பத்திரம் தயார் பண்ணியிருப்பாங்க. நிலம் தன்னோடது, நீங்க எங்க வேணும்னாலும் போயி கம்ப்ளெயிண்ட் பண்ணுங்கன்னு சொல்றான்."

"நாம போலீஸ்க்குப் போயிடுவோம். நான் ஆறாம் தேதி சென்னைக்கு வர்றேன்."

"டாகுமெண்ட்ஸ் எல்லாத்தையும் எடுத்துட்டு வந்துரு."

"அதெல்லாம் மதுரையில மாமனார் வீட்ல இருக்கு."

"அங்கே போயி எதுக்குக் கொடுத்துவச்சிருக்கே?"

"அதெல்லாம் எனக்குத் தெரியும். நான் மதுரைக்கு வந்துட்டுதான் சென்னை வருவேன். நீ நாலு நாள் ஆபீஸ் லீவு போட்ரு."

"பாக்குறேன். நான் போன தடவையே அபர்ணா படிப்புக்குப் பணம் கேட்டேன். தர்றேன்னு சொன்னேன். இந்தத் தடவை வரும்போது கொடுத்தா சௌகரியமா இருக்கும்."

"சரி, தர்றேன். நீ இப்பவே ஆபீஸ்ல லீவு சொல்லிடு."

"அதெல்லாம் பாத்துகிடலாம்."

முரளிராமன் சொன்னதைத்தான் கிரிஜாவின் சித்தப்பாவும் சொன்னார். கள்ளப்பத்திரம் தயாரித்து

ஐந்து வருட மௌனம் ♦ 287

விற்றிருக்கிறார்கள். இது போலப் பலரது நிலம் விற்பனை செய்யப்பட்டிருக்கிறது. நடேசன் தெரிந்தேதான் நிலத்தை மிகக் குறைந்த விலைக்கு வாங்கியிருப்பதாகச் சொன்னார் கிரிஜாவின் சித்தப்பா.

என்ன செய்வது. எப்படி நிலத்தை மீட்பது என்று குழப்பமாக இருந்தது. இரவில் உறக்கம் வரவில்லை. கிரிஜா தானும் அவனுடன் சென்னைக்கு வருவதாகச் சொன்னாள். மகளின் படிப்பு போய்விடும் என்று அதை மறுத்தான். அதற்கும் கிரிஜா சண்டையிட்டாள். முடிவில் ராகவன் மட்டுமே தனியே கிளம்பினான்.

மதுரை விமான நிலையத்தில் அவனது மாமனார் காருடன் காத்திருந்தார். காரில் ஏறியதும் புலம்ப ஆரம்பித்துவிட்டார்.

"ராப்பகலா கஷ்டப்பட்டு உழைச்சி சம்பாரிச்ச பணம். இப்படிப் போயிருச்சே. பகல் கொள்ளையா இருக்கு. நாம அந்த ஆளை சும்மா விடக்கூடாது."

"மாமா... பத்திரத்தை நீங்க யாருக்காவது வெளியே கொடுத்தீங்களா?"

"பீரோவுல இருந்து வெளியே எடுக்கவேயில்லை மாப்பிள்ளை..."

"அப்போ எப்படிக் கள்ளப்பத்திரம் தயார் பண்ணியிருப்பாங்க?"

"கிரிமினல் பசங்களுக்கு இதெல்லாம் செய்யச் சொல்லியா தரணும். முதல்ல அந்த ஆளை அரெஸ்ட் பண்ணி உள்ளே போடணும்."

கிரிஜா வீட்டில் அவன் காலை உணவோடு கிளம்பி விட்டான். சென்னைக்கு விமானத்தில் வந்து இறங்கியபோது விமானநிலையத்திற்கு வருவதாகச் சொல்லியிருந்த முரளிராமன் வரவில்லை. ஆபீஸில் அவசர வேலையாக ராயபுரம் அனுப்பிவிட்டார்கள் என்று போனில் சொன்னான். வாடகை கார் ஒன்றில் கிரிஜாவின் சித்தப்பா வீட்டிற்குச் சென்றான் ராகவன். அவர் இரண்டு மணி நேரம்தான் விசாரித்த தகவல்களைச் சொல்லிக் கொண்டிருந்தார். அதைக் கேட்டபோது ராகவனுக்குத் தலை வலித்தது. அவரும் ராகவனும் கிளம்பி அவரது

காரிலே ஸ்ரீபெரும்புதூர் சென்றார்கள். வழியில் கிரிஜாவின் சித்தப்பாவிற்குத் தெரிந்த லாயர் வரதராஜனையும் துணைக்கு அழைத்துக் கொண்டார்கள்.

தனது நிலத்தில் கட்டப்பட்டிருந்த அந்த இடத்தை ராகவன் வீடியோ எடுத்துக் கொண்டிருந்தான். அவனை உள்ளே அனுமதிக்கமுடியாது என்று காவலாளி சண்டைபோட்டான். தனது நிலம் என்று ராகவன் கத்தியபோதும் காவலாளி அதைக் கேட்டுக் கொள்ளவேயில்லை.

தேவையான புகைப்படங்கள் மற்றும் வீடியோ எடுத்துவிட்டு ராகவனும் கிரிஜாவின் சித்தப்பாவும் ஸ்ரீபெரும்புதூர் காவல்நிலையத்தில் சென்று புகார் அளித்தார்கள். இன்ஸ்பெக்டர் வெளியே போயிருப்பதால் மாலை வந்து நேரில் சந்திக்கும்படி சொன்னார் கான்ஸ்டபிள். இன்ஸ்பெக்டரின் செல்போன் நம்பரை வாங்கி வருவதாகச் சொல்லி இருநூறு ரூபாய் பணம் கேட்டார் லாயர். ராகவன் பணம் கொடுத்துவிட்டு வெளியே காத்திருந்தான். சில நிமிஷங்களில் அவர் செல்போன் நம்பருடன் வந்தார்.

ராகவன் பேசியபோது இரவு ஏழு மணி. அவனைக் காவல்நிலையத்திற்கு வரும்படி இன்ஸ்பெக்டர் சொன்னார். பத்திரப் பதிவு அலுவலகத்தில் போய் இதைப்பற்றி முறையிட்டபோது அவர்கள் தங்களுக்கு எதுவும் தெரியாது என்று கையை விரித்தார்கள்.

பின்பு அவர்கள் மூவரும் பூந்தமல்லியில் இருந்த நடேசனை சந்திக்கச் சென்றார்கள். அவர் தஞ்சாவூர் போயிருப்பதாகச் சொல்லி வருவதற்கு ஒரு வாரம் ஆகும் என்று ஒரு பெண் சொன்னாள். அது உண்மையா இல்லை பொய்யா என்று ராகவனுக்குத் தெரியவில்லை.

மதியம் சாப்பிடுவதையும் மறந்து அவர்கள் வேறுவேறு ஆட்களாகப் பார்த்துப் பேசிக்கொண்டேயிருந்தார்கள். இரவு கிரிஜாவின் சித்தப்பா வீட்டிற்குத் திரும்பியபோது தலைசுற்றுவதாக இருந்தது. வாழ்நாளில் முதன்முறையாகப் போலீஸ் ஸ்டேஷன் போயிருக்கிறான். அந்த இன்ஸ்பெக்டர் நம்பிக்கையாகப் பேசியபோதும் லாயர் இது லேசில் முடியாத விஷயம் என்று சொன்னது மனதை உறுத்தவே செய்தது.

இனி இந்த விஷயத்தில் எப்படி நடந்து கொள்வது என்று தெரியவில்லை. அதைவிடவும் அவனது உடல் படபடப்பாகவும் கைகள் நடுங்குவதாகவும் இருந்தது அவனுக்குக் கவலை அளித்தது. கிரிஜா அவன் வந்து இறங்கியதில் இருந்து போனில் பேசிக் கொண்டேயிருந்தாள். அவளிடம் நிலத்தை மீட்டுவிடலாம் என்று தைரியமாகச் சொன்னான். ஆனால் அது எளிதான விஷயமில்லை என்று ஒரு நாளிலே புரிந்துவிட்டது.

நான்கு நாட்கள் லீவு போட்டுவிட்டு கூடவே இருப்பதாகச் சொன்ன தம்பி முரளிராமன் நேரில் வந்து பார்க்கக்கூடயில்லை என்பது அவனது கோபத்தை அதிகப்படுத்தியது.

மறுநாள் லாயர் அலுவலகத்திற்குச் சென்றபோது கேஸ்போடுவதைத் தவிர வேறுவழியில்லை என்று லாயர் உறுதியாகச் சொன்னார். கிரிஜாவின் சித்தப்பாவோ கேஸ் போட்டால் பத்து வருஷம் இழுத்து அடித்துவிடுவார்கள். அது வரை நாம் அந்த நிலத்தில் கால் வைக்க முடியாது என்று உறுதியாகச் சொன்னார்.

"அப்படியானால் என்னதான் வழி?" என்று ராகவன் கோபமாகக் கேட்டான்.

"தெரிந்த ஆள் மூலம் நடேசனிடம் பேசிப் பார்ப்போம். அந்த நிலத்திலிருக்கும் கட்டிடத்தை விலைக்கு வாங்கிவிட்டால் பிரச்சனையைத் தீர்த்துவிடலாம்" என்றார் லாயர்.

இது என்ன முட்டாள்தனமான யோசனை என்று ராகவனுக்குக் கோபமாக வந்தது. ஆனால் அதைக் காட்டிக் கொள்ளவில்லை. லாயர் வரதராஜனே பூந்தமல்லியில் இருந்த அரசியல் பிரமுகர் ஒருவர் மூலம் பேச்சுவார்த்தைக்கு ஏற்பாடு செய்தார். இந்த ஏற்பாடுகளுக்குப் பத்தாயிரம் பணம் வாங்கிக் கொண்டார்.

அவர்கள் நடேசனை சந்தித்தபோது அவர் நிலத்தைப் புரோக்கர் ரவி மூலம் வாங்கியதாகச் சொன்னார். யார் விற்றார்கள் என்று கேட்டதைச் சொல்ல மறுத்துவிட்டார். நீண்ட நேரம் பஞ்சாயத்து பேசி முடிவில் அந்தக் கட்டிடத்தை விற்க நடேசன் சம்மதித்தார். அதற்கு நஷ்ட

ஈடாக அறுபது லட்சம் தரவேண்டும் என்றார். தன் நிலத்தை மீட்க இன்னும் அறுபது லட்சம் தருவது மோசடியான வேலை என்று அவர் முகத்திற்கு நேராகவே ராகவன் கோபப்பட்டான்.

"அப்படின்னா நீங்க கோர்ட்டுக்குப் போங்க. நான் பாத்துக்கிடுறேன்" என்று அவரும் கோபத்தில் சொன்னார்.

தன் நிலத்தைவிட்டு ஒருவாரத்தில் காலி செய்ய வைப்பதாகச் சவால் விட்டான் ராகவன். இரவு வீடு திரும்பும்போது லாயர் சொன்னார்.

"நாம பேசி முப்பது லட்சம் குடுக்கிறதா முடிச்சிருக்கலாம். ஆனா நீங்க கோபப்பட்டது தப்பு. இனி அந்த இடத்தை மீட்கிறது லேசில்லை."

"நான் ஏன் சார் பணம் குடுக்கணும். அது என் நிலம்."

"இருக்கலாம். ஆனால் அவன் அதுல பில்டிங் கட்டியிருக்கான்…"

"அது திருட்டுத்தனம்."

"திருட்டுத்தனம்தான், இல்லைனு சொல்லலை. ஆனா அவன் பேர்ல பத்திரம் வச்சிருக்கானே."

"நாம கேஸ் போடுவோம்."

"அதுதான் ஒரே வழி. ஆனா செலவு நிறைய ஆகும்."

"எவ்வளவு ஆனாலும் பாத்துக்கிடுவோம்" என்று கோபமாகச் சொன்னான் ராகவன்.

"கோர்ட்டுக்கு நீங்க வரவேண்டியது இருக்கும்."

"வர்றேன், போதுமா?" என்று ஆத்திரமாகச் சொன்னான்.

சொன்னபடியே கோர்ட்டில் வழக்கு தொடர ஏற்பாடு நடந்தது. இதற்குள் ராகவன் முதலமைச்சரின் தனிப்பிரிவிற்குப் புகார் அனுப்பி வைத்தான். புரோக்கர் ரவியைச் சந்தித்துச் சண்டையிட்டான். ஐந்தாறு கோவில்களுக்குச் சென்று வழிபாடு செய்து முறையிட்டான். தெரிந்தவர்கள் மூலமாகவும் பல்வேறு வழிகளில் முயற்சிகளைத் தொடர்ந்தான்.

தனது நிலம் பறிபோனதைத் தனது உறவினர்களிலே பலர் சந்தோஷமாக நினைக்கிறார்கள் என்பது ராகவனுக்குக் கூடுதல் வேதனையைத் தந்தது. நண்பன் நண்பன் என்று அவன் கொண்டாடிய விக்டர் "நிலம் வாங்கிக் கொடுத்ததோடு தனது வேலை முடிந்துவிட்டது. அதைப் பாதுகாக்க வேண்டியது உன் வேலை" என்று சொன்னதைக் கேட்க அவன்மீது ராகவனுக்கு ஆத்திரமாக வந்தது.

"உன் பேச்சைக் கேட்டு இடம் வாங்கினதுக்கு என் புத்தியை செருப்பாலே அடிக்கணும்" என்று போனில் சொன்னான்.

"நல்லா அடிச்சிக்கோ. ஆனா இப்படி நைட்ல போன் பண்ணி உளறிக்கிட்டு இருந்தா நானே நேர்ல வந்து செருப்பாலே அடிப்பேன் பாத்துக்கோ" என்றான் விக்டர்.

ராகவன் போனைத் துண்டித்துவிட்டான். ஆனால் மனக்கொதிப்பை ஆற்ற முடியவில்லை. ஒரு மாத காலம் சென்னையில் இருந்தபோதும் உருப்படியாக எதையும் செய்யமுடியவில்லை.

அமெரிக்காவில் வேலை செய்யும் பலரும் எதிர்காலத்தைப் பற்றிய கவலையில் இப்படி நிலமோ வீடோ ஊரில் வாங்கிவிடுகிறார்கள். ஆனால் அதைப் பராமரிப்பதும் பாதுகாப்பதும் எளிதாகயில்லை. தன்னைப் போல ஏமாற்றப்பட்டவர்கள் பட்டியல் நீண்டது என்று அவனுக்குப் புரிந்தது.

அமெரிக்கா கிளம்பும் நாளில் கிரிஜாவின் சித்தப்பா லாயரை மாற்றிவிடுவோம், இவர் சரியில்லை என்று ஆலோசனை சொன்னார். எவ்வளவு அறிவுரைகளைக் கேட்பது? எவ்வளவு பணம் செலவு செய்வது என்று ஆதங்கமாக இருந்தது. வந்த நாள் முதல் அலைச்சல். சரியான தூக்கமில்லை. சாப்பாடு இல்லை என்பதால் உடலும் நலிவு கொண்டிருந்தது. ஒரு மாதகாலமாகச் சவரம் செய்து கொள்ளாமல் விட்டது வேறு தாடி அடர்த்தியாக வளர்ந்திருந்தது.

அவன் பாஸ்டன் வந்து இறங்கி வீடு வந்தபோது அவனது கோலத்தைப் பார்த்து கிரிஜா கண்ணீர் விட்டாள்.

அலுவலகம் போகாமல் ராகவன் இரண்டு நாட்கள் படுக்கையிலே கிடந்தான். குளிர்காய்ச்சல் வந்தது போல உடம்பு வலித்தது. மூன்றாம் நாள் அலுவலகம் கிளம்பும்போது கிரிஜா சொன்னாள்.

“அந்த இடம் போய்த் தொலையட்டும். அதை மறந்துட்டு வேலையைப் பாருங்க. நாம சம்பாதிச்சி இதைவிடப் பெரிசா வாங்குவோம்.”

ராகவன் பதில் சொல்லவில்லை. ஆனால் அன்றிலிருந்து அவன் மனதின் மூலையில் இந்தப் பிரச்சனை பற்றிய குழப்பம் கொப்பளித்துக் கொண்டேயிருந்தது. ஒவ்வொரு நாளும் லாயரிடம் பேசுவான். கிரிஜா சித்தப்பாவோடு ஆலோசனை செய்வான். கேட்கும் பணத்தை அனுப்பிக் கொடுப்பான். இரண்டு வருஷம் ஓடிவிட்டபோதும் கேஸ் அதன் துவக்க நிலையிலே இருந்தது. சிவில் கேஸ் அப்படித்தானிருக்கும் என்றார்கள். சில நாட்கள் இரவில் தன் நிலத்தில் கட்டப்பட்டிருந்த கட்டிடத்தின் வீடியோவை கம்ப்யூட்டரில் ஓடவிட்டு மௌனமாகப் பார்த்துக் கொண்டேயிருப்பான்.

இப்படி அடுத்தவன் சொத்தை அபகரிக்க எப்படி மனது வருகிறது. இந்தக் கட்டிடத்தை ஏன் தன்னால் இடித்துத் தள்ள முடியவில்லை. நியாயம் என்பதே இந்த உலகில் கிடையாதா? ஏமாற்றுக்காரர்களுக்கு மட்டும்தான் உலகமா? ஐம்பது லட்சத்தைச் சம்பாதிக்க எவ்வளவு கஷ்டப்பட்டோம். எத்தனை நாள் பகலிரவாக வேலை செய்தோம். எல்லாமும் யாரோ ஒருவனால் பறிக்கப்படுகிறது. அதை ஏன் தன்னால் தடுக்க முடியவில்லை. அதைப்பற்றி நினைக்க நினைக்கக் கோபமும் வருத்தமும் ஒருசேர வந்தது. சில நாட்கள் ரகசியமாக அவனும் அழுதிருக்கிறான்.

அவன் நினைத்தது போலவே நிலத்தை மீட்கும் முயற்சி ஆமைவேகத்தில் நடந்து கொண்டிருந்தது.

கொஞ்சம் கொஞ்சமாக நம்பிக்கை இழந்து போக ஆரம்பித்தான் ராகவன். அத்தோடு நேர்மையாக நடந்து கொள்வது முட்டாள்தனம் என்ற எண்ணமும் அவன் மனதில்

வலுவாக ஊன்றியிருந்தது. தேவையில்லாமல் அலுவலகத்தில் சக ஊழியர்களிடம் கோபம் கொண்டான். மகள் புது டிரஸ் வாங்கப் பணம் கேட்டதற்கு ஆத்திரப்பட்டான். இனி ஊருக்கே போகக்கூடாது என்று நினைத்துக் கொண்டான். லாயர் கேட்கும் பணத்தை அனுப்பி வைக்க மறுத்தான். வீட்டிலிருக்கும் நேரத்தில்கூட அவன் சதா கவலையோடுதானிருந்தான். சினிமா பாடல்களைக் கேட்பதில்கூட விருப்பமில்லாமல் போயிருந்தது.

கிரிஜா அவன் மனதை மாற்றுவதற்காக நயாகரா அருவிக்கு அழைத்துப் போனாள். ஒரு முறை நியூயார்க்கிலுள்ள பரமு மாமா வீட்டிற்குப் போய் வந்தார்கள். எதுவும் அவனைச் சந்தோஷப்படுத்தவில்லை.

ஒரு நாள் கிரிஜாவின் சித்தப்பா போன் செய்து “கள்ளப்பத்திரம் தயாரித்து விற்ற திருஞானம் என்ற ஆள் வேறு ஒரு கேஸில் மாட்டிக் கொண்டுவிட்டான். அவனிடம்தான் நடேசன் நிலம் வாங்கியிருக்கிறான். நடேசன் வைத்திருப்பது போலி பத்திரம் எனக் கோர்ட்டில் உறுதிபடுத்திவிடலாம் ஆகவே கேஸ் நமக்குச் சாதகமாக உள்ளதாக லாயர் சொன்னார்” என்றார்.

“அப்படியா!” என்று நம்பிக்கையில்லாதவன் போல ராகவன் கேட்டுக் கொண்டான். கோர்ட்டில் அவனுக்கு நியாயம் கிடைக்கும் என்ற தோன்றவேயில்லை.

இது நடந்த இரண்டு நாட்களின் பின்பு அவனது தம்பி முரளிராமன் போன் செய்து அபர்ணாவின் படிப்பிற்காகப் பணம்கேட்டான்.

“நீ யார்றா என்கிட்ட பணம் கேட்க. பிள்ளையைப் படிக்க வைக்கமுடியலைன்னா கோவில் வாசல்ல போயி பிச்சை எடு” என்று கத்தினான் ராகவன்.

“ஏண்ணா இப்படிப் பேசுறே?” என்று உடைந்த குரலில் கேட்டான் முரளிராமன்.

“உங்க அண்ணன் எல்லாம் செத்து ரெண்டு வருஷமாச்சி. போனை வையி” என்று தொலைபேசி இணைப்பைத் துண்டித்தான்.

அன்றிரவு இதைப்பற்றி கிரிஜாவிடம் சொன்னபோது அவன் பேசியது சரிதான் என்றாள்.

ஆனால் தம்பியிடம் ஏன் அப்படிப் பேசினோம் என்று அவனுக்கு வருத்தமாக இருந்தது.

நிலத்தைப் பறிகொடுத்தவுடன் அறிவையும் உணர்ச்சிகளையும் சேர்த்துப் பறிகொடுத்துவிட்டோமோ என்று மேலும் கவலையாக இருந்தது. அதைத்தான் அவனால் தாங்கிக்கொள்ள முடியவில்லை.

☐

24
கடைசிக் குதிரைவண்டி

கண்ணாயிரம் வீட்டின் பெரிய இரும்புக் கேட்டை ரகசியமாகத் தள்ளி அந்த இடைவெளியின் வழியே உள்ளே எட்டிப்பார்த்தார் சேர்மதுரை.

குதிரை கண்ணில் படவில்லை.

வாசலை ஒட்டி ஒரு இன்னோவா கார் நிற்பது மட்டும்தான் கண்ணில் தெரிந்தது. எக்கிக் கொண்டு பார்த்தபோது நாலைந்து பூச்செடிகளும் பைக் ஒன்றும் கண்ணில் பட்டது.

குதிரையை எங்கே கட்டிப்போட்டிருக்கிறார்கள் என்று தெரியவில்லை. நேற்று மாலை அவரது கடனுக்காகக் குதிரையைக் கண்ணாயிரத்தின் ஆட்கள் பிடித்துக் கொண்டு போய்விட்டார்கள்.

அந்த நேரம் சேர்மதுரை வீட்டில் இல்லை. குதிரைவண்டி ஓட்டுவது நின்று போனபிறகு மாலை நேரம் சூப்பும் காளானும் விற்கும் தள்ளுவண்டிக் கடையில் எடுபிடி வேலை செய்துவந்தார். ஒரு நாளைக்குப் பத்து ரூபாய் சம்பளம். இரவுச் சாப்பாடு அவர்களே தந்துவிடுவார்கள்.

பகல் நேரம் கொய்யாப்பழம் வாங்கி விற்பது, தள்ளுவண்டியில் ஐஸ் விற்பது என்று கிடைத்த சிறுவேலைகளைச் செய்து வந்தார். இந்த வருமானத்தில்

எப்படி வாங்கிய இருபதாயிரம் ரூபாய் கடனை அடைப்பது என்று புரியவில்லை. அசலைப் போல ரெண்டு மடங்கு வட்டி கொடுத்தாகிவிட்டது. மூன்று மாதமாக வட்டி தரவில்லை. கடன்காரன் குதிரையைப் பிடித்துக்கொண்டு போய்விட்டான். அவரிடம் உள்ள ஒரே சொத்து குதிரைதானே.

அதைப் பிடித்துக் கொண்டு போனால் போகட்டும் என்று வீடு திரும்பிய இரவில் வீறாப்பாக இருந்தார். ஆனால் மனது கேட்கவில்லை. குதிரைக்குப் புல் போட்டிருப்பார்களா. அதன் காதில் புண் இருந்ததே, அதைச் சுத்தம் செய்து களிம்பு போட்டிருப்பார்களா என்று கவலையாக இருந்தது.

ஒருவேளை கண்ணாயிரம் வீட்டிற்குப் போனால் குதிரைக்குப் பதில் தன்னைப் பிடித்துக் கட்டிப்போட்டாலும் போட்டுவிடுவார்கள். இந்தப் பயம் இரவில் குதிரையைத் தேடிப் போகாமல் செய்தது.

ஆனால் காலையில் அவரால் வீட்டிலிருக்க முடியவில்லை. வழக்கமாகப் பறிப்பது போல நாலைந்து மூலிகைகளைப் பறித்துக் கசக்கி ஒரு துணியில் முடிந்து கொண்டு குதிரையைக் காணுவதற்காகக் கிளம்பினார். காலை ஒன்பது மணிக்குப் பிறகு போனால் கண்ணாயிரம் வீட்டில் இருக்கமாட்டார் என்று அவருக்குத் தெரியும். அவர் எப்போதும் பெட்ரோல் பங்க்கில் தானிருப்பார். அங்கே போய்த்தான் சேர்மதுரை கடன் வாங்கினார். சில நாட்கள் வட்டிப்பணம் கொடுக்கவும் போயிருக்கிறார். கண்ணாயிரத்திற்கு நாலைந்து பெட்ரோல் பங்க்குகள். சினிமா தியேட்டர். லாட்ஜ் எல்லாம் இருந்தது.

அவர் குதிரை வண்டி ஓட்டுகிற காலத்தில் கண்ணாயிரம் எங்கோ பலசரக்குப் பையனாக வேலை செய்து கொண்டிருந்தான். காலம் சேர்மதுரையைத் தாழ்த்தி அவனை உயர்த்திவிட்டிருக்கிறது.

இருபத்தைந்து வருஷங்களுக்கும் மேலாக அவர் குதிரை வண்டி ஓட்டி வந்தார். இதற்கு முன்பு ஒரு குதிரை வைத்திருந்தார். அது வெள்ளைக் குதிரை. அப்படிக் குதிரை அமைவது அதிர்ஷ்டம் என்பார்கள்.

நெல்லூரில் இருந்த வாசிரெட்டியிடம் அதை விலைக்கு வாங்கினார். அந்தக் குதிரை வந்த ராசியோ என்னவோ கையில் எப்போதும் பணம் புரண்டது. அந்த நாட்களில் சொந்த மாமா மகளைத் திருமணம் செய்து கொள்ளும்படி எவ்வளவோ சொன்னார்கள். ஆனால் சேர்மதுரை கேட்கவேயில்லை.

அவர் புதுத்தெரு சரோஜாவை சேர்த்து வைத்துக் கொண்டார். மாநிறம் என்றாலும் தென்னங்குருத்துபோல உடல்வாகு. சம்பாதித்த பணத்தை எல்லாம் அவளிடம்தான் கொடுத்தார். அந்த நாட்களில் நெய்சோறு, கறிக்குழம்பு, மீன், காடை, கருவாடு என்று வேளைவேளைக்கு ருசித்துச் சாப்பிட்டார். சினிமா, கோவில், கொடைக்கானல் பயணம் என்று சந்தோஷமாக இருந்தார்.

எல்லாம் சில ஆண்டுகளில் வடிந்துவிட்டது வெள்ளைக் குதிரையை விற்கும் அளவிற்கு நெருக்கடி உண்டானது. அந்தப் பணத்தையும் சரோஜாதான் வாங்கிக் கொண்டாள். ஒரு நாள் விடிந்து எழுந்து பார்க்கையில் வீட்டில் சரோஜா இல்லை. வீட்டில் அவளது பொருட்கள் எதுவுமில்லை.

வேப்பங்குளத்தானுடன் ஓடிப்போய்விட்டாள் என்று அறிய வந்தபோது வேதனையாக இருந்தது. இரண்டு நாட்களுக்கு வீட்டிலே முடங்கிக் கிடந்தார். பின்பு வயிற்றுப்பசி உந்தித் தள்ள எழுந்து நடமாடத் துவங்கினார். கண்ணாயிரத்திடம் கடன் வாங்கிப் புதுக்குதிரை ஒன்றை அந்தியூர் குதிரை சந்தையில் வாங்கி வந்தார். அந்தக் குதிரைதான் இப்போது அவரிடமிருக்கும் தேவானை.

வாங்கி வந்த புதிதில் அந்தக் குதிரைக்கு ஏக அலங்காரம் செய்திருந்தார். மணிகளும் குஞ்சலமும் நெற்றிக்கவசமும் அணிந்து அந்தக் குதிரை வசீகரமாகயிருந்த காலவோட்டத்தில் எல்லாம் போய்விட்டது.

இப்போது அந்த ஊரின் கடைசிக் குதிரை வண்டி அவருடையது. யாரும் குதிரை வண்டிப் பயணத்திற்கு வராமல் போனதால் வண்டியை எடுப்பதேயில்லை. குதிரையை மட்டும் சில நாட்கள் கல்யாண ஊர்வலத்திற்கு வாடகைக்கு அனுப்பி வைப்பார். அதுவும் கிழடு ஆகிப்போனதால் யாரும் அழைப்பதில்லை.

குதிரையை விற்றுவிடலாம் என்றாலும் கிழட்டுக் குதிரையை வாங்க ஒருவரும் விரும்பவில்லை. குதிரையை வைத்துப் பராமரிப்பதற்கு அவரிடமும் பணமில்லை. ஒரு காலத்தில் அதற்கு ஓட்ஸ், பார்லி, கோதுமைத்தவிடு போன்றவை எல்லாம் கொடுத்து வளர்த்திருக்கிறார். இப்போது புல்லும் மார்க்கெட்டில் வீணாகிப் போன இலைதழைகளும்தான் அதற்கு உணவாகின்றன. அதிலும் வலது காதில் புண்ணாகி சீழ்பிடித்தபிறகு குதிரையின் முகத்தைச் சுற்றிலும் எப்போதும் ஈக்கள் மொய்த்தபடியே இருந்தன. பாவம், அந்தக் குதிரை என்று தோன்றியது.

...

கண்ணாயிரம் வீட்டிலிருந்து ஒரு வேலையாள் வயர்கூடை ஒன்றுடன் வெளியே நடந்து வருவது தெரிந்தது. ஒளிந்து கொள்வதா அல்லது குதிரையைப் பற்றிக் கேட்கலமா என்று யோசனையாக இருந்தது.

அந்த ஆள் கேட்டினை திறந்து வெளியே வந்தபோது சேர்மதுரை அவனைக் கையெடுத்துக் கும்பிட்டார்.

"என்ன வேணும், எதுக்குப் பம்மிக்கிட்டு நிக்குறே?" என்று அந்த வேலையாள் முறைத்தபடியே கேட்டான்.

"குதிரை வண்டிக்காரன். என் குதிரையைப் பிடிச்சிக் கொண்டுவந்துட்டாங்க."

"அந்தக் கிழட்டு குதிரையா. அதை எப்பவோ அடிமாட்டோட அனுப்பி வச்சிட்டாங்க."

"என்னய்யா சொல்றீங்க. அடிமாடுகூட அனுப்பிச் சிட்டாங்களா?"

"அதை வச்சி என்ன ஊர்வலமா போக முடியும். ஐநூறு ரூபாயைக் கொடுத்து அடிமாட்டுக்காரன் கொண்டுட்டுக் போயிட்டான்."

"எப்போம் போனான்?"

"ஆறு மணியிருக்கும். மேற்கே ஒரு டின்பேக்டரி இருக்கும் தெரியுமா! அங்கே இருந்துதான் லாரி கிளம்பும். அங்கே போயி பாரு."

ஐந்து வருட மௌனம் ௦ 299

அதைக் கேட்டதும் சேர்மதுரைக்குக் கைகால்கள் நடுங்க ஆரம்பித்தன. டின் பேக்டரியை நோக்கி வேகவேகமாக நடக்க ஆரம்பித்தார். அவரை அறியாமல் கண்கள் கலங்கின.

எத்தனை வருஷம் தன்னை வைத்துக் காப்பாற்றிய உசிர். அதை அநியாயமாகக் கொல்ல விடக்கூடாது என்று நினைத்தபடியே நடந்தார்.

கண்ணாயிரம்மீது கோபமாக வந்தது. வட்டிக்காக யாராவது இப்படிச் செய்வார்களா? படுபாவி என்று சபித்தபடியே டின்பேக்டரியை நோக்கி நடந்தார்.

அந்த ரோடு மேடு போல உயர்ந்து போகக் கூடியது. குதிரை வண்டி ஓட்டும் காலத்தில் அந்த மேட்டில் ஏறும்போது குதிரைகள் கால் தாங்கும். தட்டி ஓட்ட வேண்டும். இன்றைக்குப் பெருமூச்சு வாங்க நடந்தார்.

டின்பேக்டரி முன்னால் நின்ற லாரியில் நாலைந்து வத்தலும் தொத்தலுமான மாடுகள் ஏற்றப்பட்டிருந்தன. குதிரையைக் காணவில்லை. ஒருவேளை வேறு லாரியில் கொண்டு போயிருப்பார்களோ என்று கவலையாக இருந்தது. லாரி க்ளீனரிடம் கேட்டபோது, அதைக் கொண்டுபோய் என்ன செய்றது? அதான் பின்னாடி கட்டிப் போட்ருக்கேன்? என்றான்.

கட்டிடத்தின் பின்னால் குதிரை நின்றிருந்தது. காதில் சீழ் வடிந்து ஒழுகியது. கீழே கிடந்த காகிதம் ஒன்றை எடுத்து துடைத்தபடியே குதிரையைத் தடவிக் கொடுத்தார். குதிரையின் கண்கள் உலர்ந்து போயிருந்தன. அதன் நெற்றியைத் தடவியபடியே அதனுடன் பேசினார்.

சிகரெட் பிடித்தபடியே அடிமாட்டு வியாபாரி வருவது தெரிந்தது.

"யாரு நீ. குதிரைகிட்ட என்ன செய்றே?" என்று அதட்டும் குரலில் கேட்டான் வியாபாரி.

"என் குதிரை சாமி."

"நீ. ரயில்வே ஸ்டேஷன் முன்னாடி குதிரைவண்டி வச்சிட்டு இருந்தவன்தானே... உன்னைப் பாத்துருக்கேன்."

"ஆமாய்யா."

அடிமாட்டு வியாபாரிக்கு அவரை அடையாளம் தெரிந்திருந்தது.

"உன் பேரு என்ன சொன்னே?"

"சேர்மதுரை."

"உன் வண்டியில எம்ஜிஆர் படம் ஒட்டி வச்சிருப்பே. ஞாபகம் இருக்கு."

"ஆமாம் சாமி. வாத்தியார்னா எனக்கு உசிரு."

"சின்ன வயசுல உன் குதிரை வண்டில நான் வந்துருக்கேன். பள்ளிக்கூடத்துக்குப் போறப்போ ஒரு நாள் ஓசியில் நீ ஏத்திக்கிட்டு போயிருக்கே. ஞாபகமிருக்கா."

"நினைப்பு இல்லை சாமி."

"மினி பஸ்சும் ஆட்டோவும் வந்தபிறகு குதிரைவண்டியில யாரு போகப்போறா. இந்தக் குதிரை எப்படிக் கண்ணாயிரம்கிட்ட வந்துச்சி."

"கடனுக்குப் பிடிச்சிட்டுப் போயிட்டாரு."

"இந்தக் கிழட்டுக் குதிரையை வச்சி நீ என்ன செய்யப்போறே?"

"பெத்தபிள்ளை மாதிரி வளர்த்துட்டேன்."

"ஐநூறு ரூபா குடுத்து இதை வாங்கியிருக்கேன். அதை யாரு குடுக்குறது?"

"அந்த ரூபாயை நான் அடைக்கிறேன். குதிரையை விட்டுக் குடுங்க."

"உனக்கு எம்ஜிஆர் பாட்டு பாடத்தெரியுமா?"

"தெரியும் சாமி?"

"அப்போ நெஞ்சம் உண்டு நேர்மை உண்டு ஓடு ராஜா பாடு. உன் குதிரையை விட்டுர்றேன்."

நெஞ்சம் உண்டு நேர்மை உண்டு ஓடு ராஜா பாடலை உடைந்த குரலில் பாடினார் சேர்மதுரை. அந்தப் பாடலின் கூடவே அடிமாட்டு வியாபாரியும் பாடிக் கொண்டு வந்தான். பாடி முடித்தபோது சேர்மதுரைக்கு இருமல் வந்துவிட்டது.

"உன் பாவம் எனக்கு எதுக்குக் கொண்டு போய்த் தொலை" என்று சொல்லியபடி அந்த ஆள் சிகரெட்டினைக் காலில் போட்டு நசுக்கினான்.

எந்தச் சாமி புண்ணியமோ குதிரை திரும்பக் கிடைத்துவிட்டது என்று அதைக் கூட்டிக்கொண்டு வெயிலோடு நடந்து தன் வீடு திரும்பினார் சேர்மதுரை.

...

ஊரின் மேற்கே அரளிமலைக்குப் போகும் சரிவில் இருந்த ஒற்றைவீட்டில் சேர்மதுரை குடியிருந்தார். அந்த வீட்டின் முன்னே ஒரு வாகைமரமிருந்தது. ஒரு காலத்தில் அந்த வீடு தீப்பெட்டி குடோனாக இருந்தது. பயர் ஒர்க்ஸ் செல்லையா குடும்பத்துடன் நீண்டகாலப் பழக்கம் என்பதால் அவரைக் காலி செய்யாமல் வைத்திருந்தார்கள்.

ஒரு காலத்தில் ரயில் நிலைய வாசலில் வரிசையாகப் பத்து பனிரெண்டு குதிரை வண்டிகள் நிற்பது வழக்கம். ரயிலை விட்டு இறங்கும் பயணிகள் எந்த வண்டி அலங்காரமாக ஜோடிக்கப்பட்டிருக்கிறது என்பதைப் பார்த்து ஏறுவார்கள். சேர்மதுரை வண்டியினுள் பெரிய சமுக்காளம் விரித்திருப்பார். விசிறிக் கொள்ள ஒரு விசிறி. அவர் வெற்றிலை போடுவதற்காகச் சிறிய பெட்டி. நாலைந்து மயில்தோகைகள் வண்டியிலிருக்கும். சேர்மதுரை அதிகம் கூலி கேட்பதில்லை. ஆகவே அவருக்கு வாடிக்கையாளர்கள் எளிதாகக் கிடைத்தார்கள்.

ரயில் நிலையம், சினிமா தியேட்டர். பேருந்து நிலையம் தவிர வாடிக்கையாக டாக்டர் செல்லையா வீடு. டிம்பர் மில் கந்தசாமி முதலியார் வீடு, பழைய சேர்மன் கரையாளர் வீடு போன்றவற்றில் எங்கே வெளியே கிளம்பினாலும் அவரது குதிரை வண்டியைதான் அழைப்பார்கள். தங்கள் வீட்டு மனிதர்களில் ஒருவரைப் போலத்தான் அவரை நடத்தினார்கள்.

அதிலும் அவரது வண்டியில் பெண்களைத் தனியே அனுப்பி வைக்குமளவு அவர்மீது நம்பிக்கையிருந்தது.

டிம்பர் மில் கந்தசாமியாருக்கு ஜோதிடம் பார்ப்பதில் நம்பிக்கை அதிகம். ஆகவே வாரம் இரண்டு நாள் புதுப்புது

ஜோசியர்களைத் தேடிப் போவது வழக்கம். அந்த நாட்களில் விடிகாலையில் கிளம்பிவிடுவார்கள். கந்தசாமி முதலியார் ரயில்வே கேட்டை ஒட்டிய அபிராமி மெஸ்ஸில்தான் எப்போதும் டிபன் சாப்பிடுவார். அதுவும் இட்லி வடைதான். அப்போது சேர்மதுரையையும் உடன் சாப்பிட வைத்துவிடுவார்.

"வண்டி ஓட்டுறவன்கூட நாலு இட்லி சாப்பிடுப்பா" என்று சொல்லி சர்வரிடம் ஐந்தாறு இட்லிகளைக் கொண்டுவந்து இலையில் வைக்கச் சொல்லுவார்.

"சேமத்துரை, உனக்கு ஒண்ணு சொல்லுவேன். எப்பவும் வயிற்றைக் காயப்போடக்கூடாது. நேரத்துக்குச் சாப்பிடணும். அதுக்குத்தான் கல்யாணம் பண்ணிக்கோனு சொல்றேன். நீ கேட்க மாட்டேங்குறே."

"எனக்கு எதுக்கு முதலாளி கல்யாணம்" என்று மறுத்துவிடுவார் சேர்மதுரை.

"நான் பொண்ணு பாக்கட்டுமா. கடையநல்லூர்ல தெரிந்த இடத்துல பொண்ணு இருக்கு?"

"வேணாம் முதலாளி. இந்தக் குதிரையை வச்சிக்கிட்டு வயிற்றுபாட்டைப் பாத்துட்டு இருந்தாபோதும்."

"என்னைக்கும் ஒருபோல இப்படி இருக்கமுடியாதுல்ல. நாளைக்கு ஏதாவது உடம்புக்கு வந்துட்டா பாக்க ஒரு பொம்பளை வேணும்லே."

"நம்ம கஷ்டம் நம்மோட போகட்டும். ஒரு பொம்பளையைக் கண்ணீர்விட வைக்க வேணாம்."

"உன்னைத் திருத்த முடியாதுப்பா. உனக்கு உடம்புக்கு முடியாட்டி. என் வீட்டுக்கு வந்துரு. நான் வச்சிப் பாக்குறேன்."

"இந்த வார்த்தைபோதும் முதலாளி. நீங்க நல்லா இருக்கணும்."

"என் வீட்டுக்காரிக்குப் பெரிய மனசு. எப்பவும் வீட்ல பத்து பேர் சாப்பிட்டு இருக்கணும். அவளைத்தான் உனக்குத் தெரியும்லே. உதவினு யாரு கேட்டாலும் கைல கழுத்துல இருக்கிறதைக் கழட்டி குடுத்துருவா."

“உங்க மனசுதான் அவங்களுக்கு. குடுக்கிறவனுக்கு எப்பவும் குறைவு இருக்காது முதலாளி.”

“உன்கிட்ட சொல்றதுக்கு என்ன, கல்யாணத்துக்கு முன்னாடி நான் செய்த வியாபாரம் ஒண்ணும் உருப்படலை. ஆனா அவ வந்த நேரம்தான் எனக்குத் தொழில்ல விருத்தியாச்சி. புது வீடு கட்டுனேன். டிம்பர் மில் வச்சேன். எல்லாம் அவ ராசி. இல்லாத வீட்டுப் பொண்ணுதான். ஆனா வாழவந்த இடத்துக்கு லட்சுமியைக் கூட்டிக்கிட்டு வந்துட்டா. நமக்குச் செல்வம் கொட்டுது.”

“அவங்க நல்லா இருக்கணும் முதலாளி.”

“அவ பேச்சுக்கு நான் மறுபேச்சே கிடையாது. எல்லாம் அவ முடிவுதான்.”

கந்தசாமி முதலியார் இப்படித்தான் மனதில் உள்ளதை வெளிப்படையாகப் பேசிவிடுவார். எதையும் மறைத்துக் கொள்ளத் தெரியாது.

நாலைந்து முறை கந்தசாமி முதலியார் மனைவியைக் கோவிலுக்கு வண்டியில் அழைத்துப் போய்வந்திருக்கிறார். ஒவ்வொரு முறையும் பேசிய கூலிக்கு மேலேதான் அந்த அம்மா கொடுத்தார்.

இரண்டு ஆண்டுகளுக்குப் பிறகு கந்தசாமி முதலியார் புதிதாகப் பஸ் சர்வீஸ் விட்டார். எதிர்பார்த்தது போல அது ஓடவில்லை இரண்டுமுறை விபத்து ஏற்பட்டு விட்டது.

ஒரு நாள் புதூர் ஜோசியக்காரனைப் பார்க்க அவரது குதிரைவண்டியில்தான் போனார்கள்.

ஜோசியக்காரன் “உங்க ஜாதகப்படி நஷ்டம் வரப்போகுது. பஸ் கம்பெனியை வர்ற விலைக்குக் குடுத்துருங்க” என்று சொன்னான்.

கந்தசாமி முதலியார் கேட்டுக் கொள்ளவில்லை. அது அவர் மனைவியின் ஆசை. அவள் சொன்னபடிதான் பஸ் வாங்கிவிட்டிருக்கிறார். அவள் ராசியை மீறி எப்படி நஷ்டம் வந்து சேரும் என்று உறுதியாக இருந்தார்.

வண்டியில் திரும்பி வரும்போது ஜோதிடரை திட்டிக் கொண்டே வந்தார். ஆனால் ஜோதிடர் சொன்னபடிதான் நடந்தது. எதிர்பாராத தீவிபத்து, நஷ்டம் என்று அடுத்தடுத்து

இழப்புகள். பெரிய கடன் சுமை உருவானது. உறவினர்கள் பலரும் அவரது மனைவி ராசி கெட்டவள் என்று பேசிக் கொண்டார்கள். அவளது துரதிருஷ்டம் கந்தசாமி முதலியாரைப் பிடித்துக் கொண்டுவிட்டது என்றார்கள். ஆனால் அவர் மனைவியை ஒரு வார்த்தை கோபித்துக் கொள்ளவில்லை.

ஒரு நாள் அவளே சொன்னாள்:

"என் பேச்சை கேட்டுப் பஸ் கம்பெனி ஆரம்பிச்சதுதான் தப்பு. எல்லாம் போயி. இப்போ கடன்ல இருக்கோம்."

"அப்படிப் பேசாதே பாப்பூ. தெரியாத தொழில். நம்பினவங்க ஏமாத்திட்டாங்க. அதுக்கு நீ என்ன செய்ய முடியும். நீ சொர்ணலட்சுமி. உன் கை பட்டது எல்லாம் ராசிதான்."

அவள் பதில் சொல்லவில்லை. ஆனால் பெருஞ் சப்தமாக அழுதாள். அதன் இரண்டு வாரங்களில் கந்தசாமி முதலியார் சொந்த வீட்டினை விற்கப்போகிறார் என்று கேள்விப்பட்டபோது சேர்மதுரை கண்ணீர் விட்டார்.

வக்கீல் ஒருவரைப் பார்க்கப் போய்வரவேண்டும் என்று சேர்மதுரையை அழைத்த அன்று பாதி வழியில் குதிரை வண்டியை நிற்கச் சொல்லிவிட்டு கந்தசாமி முதலியார் சொன்னார்:

"வீட்டை வித்துட்டு வாடகை வீட்ல குடியிருக்க முடியாது. அவமானமாயிப் போயிடும். குடும்பத்தோட கோயம்புத்தூருக்குப் போகலாம்னு இருக்கேன். இதுதான் உன் வண்டியில கடைசியா வர்றது."

"அப்படிச் சொல்லாதீங்க முதலாளி. கஷ்டம் யாருக்கும் வரத்தான் செய்யும். உங்க மனசுக்கு எல்லாம் நல்லதா நடக்கும்."

"அந்த நம்பிக்கை போயிருச்சி சேமத்துரை. கல்யாண வயசுல ரெண்டு பொம்பளைப் பிள்ளைகள் இருக்கு. எப்படிக் கட்டிக் கொடுக்கப் போறேன்னு தெரியலை. படுத்தா தூக்கம் வர மாட்டேங்குது. மனசுல ஒரே பாரம்."

“நீங்களே இப்படிப் பேசினா எப்படி முதலாளி” என்று ஆற்றாமை தாங்கமுடியாமல் சேர்மதுரை கண்ணைத் துடைத்துக் கொண்டார்.

வக்கீல் வீட்டிற்குப் போய்விட்டுத் திரும்பி வரும்போது கந்தசாமி முதலியார் ஒரு வார்த்தை பேசவில்லை. அவரது முகம் கறுத்துப் போயிருந்தது.

மறுநாள் காலை சுந்தரம் ஓடிவந்து சேர்மதுரையிடம் சொன்னான்:

“கந்தசாமி முதலியார் தூக்கு போட்டுச் செத்துட்டாராம்.”

“அது எப்போ?”

“விடிகாலையில்!”

அந்த வீட்டு வாசலுக்குப் போய் நிற்கும்போது சேர்மதுரையின் கால்கள் நடுங்கின. எப்பேர்ப்பட்ட மனுசன். இப்படிப் போய்விட்டாரே. ஒப்பாரி வைத்து அழுது கொண்டிருக்கும் பெண்களைக் காணும்போது அவராலும் அழுகையைக் கட்டுப்படுத்த முடியவில்லை.

கந்தசாமி முதலியார் போல எத்தனை எத்தனை பெரிய மனிதர்கள் மறைந்துவிட்டார்கள். ஊரில் புகழ்பெற்றிருந்த குடும்பங்கள் மறைந்துவிட்டன. யார் யாரோ பணக்காரர் ஆகிவிட்டார்கள். பழைய கடைகள், வீடுகள் இடிக்கப்பட்டு புதிய கட்டிடமாகிவிட்டன. ஊரில் தெரிந்த முகங்கள் குறைந்துவிட்டார்கள். ஊரின் பெயர் மட்டும்தான் அப்படியே இருக்கிறது.

இத்தனை மாற்றங்களுடன் ஒன்றாக அவரது குதிரை வண்டியும் கைவிடப்பட்டுப் போனது. குதிரை வண்டிகள் நிற்கும் இடத்தில் இப்போது ஆட்டோ ஸ்டாண்ட் நிற்கிறது. சாலைகளில் கேட்ட குதிரைவண்டி சப்தம் மறைந்துவிட்டது.

கடைசிக் குதிரைவண்டியாக அவன் மட்டும் வண்டியோட்டிக் கொண்டிருந்தான். வயதான சிலரை மருத்துமவனைக்கு அழைத்துக் கொண்டு போவது. ஜவுளிக்கடை விளம்பர பேனரை வைத்துக் கொண்டு மைக்கில் தெருத்தெருவாக விளம்பரம் செய்து வருவது எனக் கிடைத்த வேலைகள் செய்து வந்தார். ஆனால் நாளுக்கு நாள் வருமானம் தேய்ந்துகொண்டே வந்தது குதிரை வண்டியில் யாரும் ஏறாத ஒரு நாளின் இரவில்

காந்தி சிலையின் அருகே வண்டியை நிறுத்திவிட்டு கண்டபடி கத்தினார் சேர்மத்துரை. யாரைத் திட்டுகிறார் என்று புரியாமல் தெருநாய் பயந்தோடியது. அதன்பிறகு வண்டியை எடுக்கவேயில்லை.

பேசாமல் எங்காவது வடக்கே ஓடிப்போய்விடலாமா என்று சில நாட்கள் தோன்றும். குதிரையை என்ன செய்வது என்ற குழப்பம்தான் அவரை ஊரோடு நிறுத்தியிருந்தது.

...

குதிரையின் காதில் மருந்தை அரைத்துப் போட்டுத் துணிவைத்துக் கட்டினார். குதிரை கால்தாங்கியபடியே நின்றது. அதன் கண்களில் எதையோ யாசிப்பது போலிருந்தது. எதற்காக இந்தக் குதிரையை மீட்டுக் கொண்டு வந்தோம். இதை இனி என்ன செய்யப் போகிறோம் என்று எதுவும் புரியவில்லை.

எப்படியும் இந்தக் குதிரை சில நாட்களில் செத்துப்போய்விடும். அதை நேர்கொண்டு காண மனதைரியம் கிடையாது. இதைப் பிழைக்க வைக்க வேண்டும் என்றால் செலவு செய்ய வேண்டும். அதற்குக் கையில் பணமில்லை. இரவெல்லாம் அவர் உறக்கம் வராமல் யோசித்துக் கொண்டேயிருந்தார்.

குதிரை வண்டி ஓட்டுவது ஒரு காலத்தில் அத்தனை சந்தோஷமாக இருந்தது. அந்த ஊரில் அவர் போகாத வீதியில்லை, தெரியாத சந்து கிடையாது. அதிலும் ஒரு காலத்தில் அவரது குதிரைவண்டியில்தான் டிரான்சிஸ்டர் ரேடியோ இருந்தது. அதில் சினிமா பாட்டுகள் ஒலிக்கும். அதைக் கேட்டுக் கொண்டு சந்தோஷமாக வண்டி ஓட்டுவார். இரவில் வீடு திரும்பும்போது அவரது குதிரை வண்டி சப்தம் தனியே கேட்கும்.

எல்லாமும் மறைந்துவிட்டது. அந்தக் காலம் இனி திரும்பி வராது. தன்னை நேசித்த மனிதர்கள் யாவரும் மறைந்துவிட்ட பிறகு அந்த ஊரில் எதற்காக இருக்க வேண்டும். ஏன் ஊர்? அவரைப் பிடித்து வைத்திருக்கிறது.

இரவெல்லாம் குழப்பத்துடன் இருந்தார்.

விடிகாலை இருட்டோடு அவர் சரிவில் இறங்கி நடக்க ஆரம்பித்தார். பைபாஸ் ரோடு வரை நடந்து சென்று வடக்கே செல்லும் லாரி ஒன்றில் ஏறிக் கொண்டார்.

"எங்க போகணும்?" என்று லாரி டிரைவர் கேட்டான்.

"திருப்பூர் வரைக்கும் போகணும்."

"நான் சேலம் போறேன். வழியில இறக்கிவிட்டா மாறிப் போயிடுவீங்களா?" என்று கேட்டான் லாரி டிரைவர்.

தலையாட்டினார் சேர்மதுரை.

கலையும் இருட்டினுள் லாரி விரைந்து சென்றபடியே இருந்தது. காலை எட்டு மணிக்குச் சாலையோரம் இருந்த உணவகம் ஒன்றில் லாரியை நிறுத்திவிட்டு டிரைவர் சாப்பிட இறங்கினான்.

சேர்மதுரையிடம் ஒரு ரூபாய்கூட இல்லை. அவர் தயக்கத்துடன் வண்டியில் உட்கார்ந்து இருந்தார்.

"சாப்பிடுவோம் வாங்க" என்று டிரைவர் அழைத்தார்.

"பசியில்லை" என்று மறுத்தார் சேர்மதுரை.

"என்கிட்ட காசு இருக்கு வாங்க" என்றான் டிரைவர். அவன் அப்படிச் சொன்னது அவரைத் தலைகுனியச் செய்தது.

அவர்கள் சாப்பிட உட்கார்ந்தபோது வீட்டின் வெளியே கட்டியிருந்த குதிரை நினைவிற்கு வந்து போனது.

"வேலை தேடிப்போறீங்களா?" எனக்கேட்டான் லாரி டிரைவர்.

"ஆமா. ஊர்ல பிழைக்க வழியில்லே."

"ஊர்ல என்ன வேலை செய்துக்கிட்டு இருந்தீங்க?"

அவர் பதில் சொல்லவில்லை. மௌனமாக இலையைப் பார்த்துக் கொண்டிருந்தார். சூடாக இட்லி கொண்டுவந்து வைத்தார். அதைப் பிய்த்து வாயில் வைக்கும்போது ஏன் இப்படிக் குதிரையைத் தனியே விட்டுவந்தோம் என்ற குற்றவுணர்ச்சி மேலோங்கியது.

"என்ன யோசனை சாப்பிடுங்க?" என்றான் டிரைவர்.

குதிரையின் சீழ்பிடித்த காதுகளும் உலர்ந்த கண்களும் நினைவில் வந்து மோதின.

ஒருவாய் இட்லியை சாப்பிட முடியாமல் "வாய் கசக்குது" என்றபடியே வெளியே எழுந்து நடந்தார்.

இலைபோடும் இடத்தில் கைகழுவுவது போலக் குனிந்து உட்கார்ந்து அழுதார்.

பாவம் சேர்மதுரை. அவரால் அவ்வளவுதான் செய்யமுடியும்.

□

25
தேவகியின் தேர்

"**ந**ம்ம கோவில் தேரைப் பார்க்க வந்திருக்கிறார். அவரைத் தேரடி முக்குவரைக்கும் அழைச்சிட்டுப் போயிட்டு வா" என்று ஹரியிடம் அப்பா சொன்னபோது அவன் சாப்பிடுவதற்காக உட்கார்ந்திருந்தான்.

அம்மா தோசைக்கல்லை அப்போதுதான் அடுப்பில் போட்டிருந்தாள். அம்மா மெதுவாகத்தான் தோசை சுடுவாள். அதுவும் அப்பாவிற்குச் சுடும்போது இடையில் வேறு யாரும் சாப்பிட வந்துவிடக்கூடாது. அப்பா சாப்பிட்டு முடித்துப் போனபிறகு தான் மற்றவர்களுக்குச் சாப்பாடு.

அப்பா ஆதிகேசவப்பெருமாள் கோவிலின் நிர்வாகத்தைப் பார்க்கிறவர் என்பதால் அதிகாலையிலே குளித்துத் தயாராகிக் கோவிலுக்குக் கிளம்பிப் போய்விடுவார். ஒன்பது மணிக்கு வீடு திரும்பி வந்துதான் சாப்பிடுவார். அப்பா சாப்பிட்ட பிறகுதான் அவனும் அக்காவும் சாப்பிடுவார்கள். அம்மா எப்போது சாப்பிடுகிறாள் என்று யாருக்கும் தெரியாது.

அப்பா எப்போதுமே உத்தரவுகளைத்தான் போடுவார். உதவி கேட்பதைக்கூடக் கட்டளையிடுவதே அவரது இயல்பு.

"சாப்பிட்டுப் போறேன்பா" என்று தயங்கியபடியே சொன்னான் ஹரி.

"அதுவரைக்கும் அந்த ஆளைத் தெருவில் நிக்கச் சொல்லவா?" என்று கோபமாகக் கேட்டார் அப்பா.

யாரைச் சொல்கிறார், யார் வந்திருக்கிறார் என்று தெரியவில்லை. டம்ளரில் இருந்த தண்ணீரைக் குடித்துவிட்டு ஹரி வாசலை நோக்கி நடந்தான்.

நாலு கட்டுகளாக உள்ள பெரிய வீடது. தாத்தா காலத்து வீடு. இப்போதும் அப்படியே வைத்திருக்கிறார்கள். பெரியவீடுகள் வெளியில் இருந்து பார்க்க அழகாக இருக்கும். ஆனால் பராமரிப்பது கடினம். அதுவும் வீட்டினை அன்றாடம் சுத்தம் செய்து துடைத்தெடுப்பது பெரிய வேலை. அந்தக் காலத்து வீடு என்பதால் வசதிகள் குறைவு. மழைநாளில் சுவரில் தண்ணீர் இறங்கும். ஆனால் இதைப்பற்றியெல்லாம் அப்பாவிடம் பேச முடியாது. ஓடாத கடிகாரம்கூடச் சுவரில் அப்படியே தானிருக்கிறது. அதைக் கழட்ட அப்பா விடமாட்டார். அவருக்கு வீட்டில் எந்த மாற்றமும் செய்யக்கூடாது.

வாசலுக்கு வந்தபோது நாராயணன் ஏந்திப்பிடித்திருந்த குடையினுள் ஒரு வெள்ளைக்காரன் நின்றிருந்தான். இருபத்தைந்து வயதிருக்கும்.

ஆறடிக்கும் மேலிருக்கும் உயரம். நீளமான கைகள். இளநீலநிறத்தில் சட்டை, கறுப்புபேண்ட். செம்பட்டை மயிர்கள். பெண்மை கலந்த முகம். மெலிதான பிரேம் போட்ட மூக்குக் கண்ணாடி. அவன் தோளில் ஒரு கேமிரா தொங்கிக் கொண்டிருந்தது. எந்த நாட்டைச் சேர்ந்தவன் என்று தெரியவில்லை. அவனைப் பார்த்தபோது சரவணா தியேட்டரில் பார்த்த இங்கிலீஷ் படத்தில் வரும் டாக்டர் நினைவிற்கு வந்து போனார்.

நாராயணன் குடையை உயர்த்திப் பிடித்திருந்தான்.

"ஹலோ குட்மார்னிங்" என்றான் ஹரி.

"ஹாய், ஐ ஆம் லியோன்" என்றான்.

ஏதாவது பத்திரிகையாளராக இருக்க வேண்டும். அவர்கள் கோவிலிலிருந்த ஓவியங்களையும் சிற்பங்களையும் புகைப்படம் எடுத்து வெளியிட இப்படி வெளிநாட்டுக்காரர்கள் பலர் வந்து போயிருக்கிறார்கள்.

ஆகவே லியோனிடம் எதுவும் கேட்காமல் அவனைத் தேரடிக்கு அழைத்துக் கொண்டு போனான்.

அவர்கள் வீடிருந்த வீதி மிகப்பெரியது. தெருவில் மொத்தம் பனிரெண்டே வீடுகள். அகலமான அந்த வீதியில் ஆள் நடமாட்டமேயில்லை. கோழிகள் வெயிலைக் கொத்தி மேய்ந்தபடியிருந்தன. ஹரி முன்னால் நடந்து சென்றான்.

வெள்ளைக்காரன் பழைய காலத்து வீடுகளை விநோதமாகப் பார்த்தபடியே நடந்து வந்தான். தேரடியில் ஒரு வேப்பமரம் மட்டுமே இருந்தது. சுற்றிலும் சிறிய மைதானம் போலக் காலியிடம். மாலைநேரத்தில் பையன்கள் அங்கே கிரிக்கெட் ஆடுவார்கள். சில நேரம் கிரிக்கெட் பந்து தேரை மறைத்திருக்கும் தகரத்தின்மீது அடித்துச் சப்தம் எழுப்பும்.

அந்தச் சப்தம் கேட்டால் கிட்ணா வீட்டிலிருக்கும் ரங்குதாத்தா தன்னுடைய கோலை ஊன்றிக் கொண்டு எழுந்து வெளியே வந்து திட்டுவார். பையன்கள் அதைக் கேட்டுக் கொள்வதேயில்லை.

அந்தத் தேர் நூறு வருஷங்களுக்கும் மேலாகப் பழமையானது. ஆண்டுதோறும் பங்குனிப் பெருவிழா எட்டு நாட்கள் நடைபெறும். அதில் ஏழாம் நாளில் தேரோட்டம் நடைபெறுவது வழக்கம்.

அன்று சுற்றியுள்ள பத்து கிராமத்து மக்களும் திரண்டுவிடுவார்கள். கூடை கூடையாகப் பூக்களை மாலையாக்கி புதுப்பெண்ணைப் போலத் தேரை அலங்கரித்திருப்பார்கள். தேரின் அழகு, அதன் பிரம்மாண்டமான சக்கரங்கள். ஆண்டிற்கு ஒருமுறை மட்டுமே உருளும் அந்தச் சக்கரங்கள் கம்பீரமானவை.

ஊர்மக்கள் தேரின் பெரிய வடங்களைத் தொட்டு வணங்குவார்கள். தேர் ரதவீதிகள் வழியாக வலம் வந்து கோவிலை அடைவதற்கு முன்பு சந்தனமடத்தின் எதிரில் தேரை நிறுத்திவிடுவார்கள். அங்கே விசேஷ பூஜை நடக்கும். அங்கே வாணவேடிக்கைகள் போடுவார்கள்.

தேரோட்டம் காண வெளியூரில் இருந்து உறவினர்கள் வருவதுண்டு. கோவில் முன்னால் துவங்கி பஜனை மடம் வரை பந்தல் போட்டிருப்பார்கள். கண்ணாடி வளையல்கள் விற்பவர்கள், ராட்டினம், பலூன்விற்பவன், குரங்காட்டி,

பஞ்சுமிட்டாய் விற்பவன், இளநீர் விற்பவன், பத்து ரூபாய் போட்டோ ஸ்டுடியோ, நீர்மோர் தருகிறவர்கள், கருப்பட்டி மிட்டாய் கடைகள், இனிப்புப் பால், பன் விற்பவர்கள். முறுக்கு அதிரசக் கடைகள், தள்ளுவண்டி சிப்ஸ் கடைகள் என்று ஊரெல்லாம் கொண்டாட்டம் நிரம்பிவழியும்.

தேரோட்டம் முடிந்த மறுநாள் தேரை நிலைக்குக் கொண்டுவந்து விடுவார்கள். அடுத்து ஒரு ஆண்டிற்கு அதை யாரும் காணமுடியாது. சுற்றிலும் தகரம் அடித்துப் பூட்டியிருப்பார்கள். அதன் சாவி அப்பாவிடம் தானிருக்கும். எப்போதாவது அறங்காவல்துறை அதிகாரிகள் வரும்போது இப்படித் தேரைத்த திறந்து காட்டுவது உண்டு.

தேரின் முன்னால் போய் நின்றபோது நாராயணன் சாவியை எடுத்து நீட்டினான். தகரக் கதவைப் பூட்டியிருந்த இரும்புப்பூட்டினைத் திறந்தபோது லியோன் "இந்தத் தேர் ஆணா, பெண்ணா?" என்று ஆங்கிலத்தில் கேட்டான்.

இது என்ன கேள்வி? தேரில் ஆண் பெண் என்று இருக்குமா என்ன என்ற குழப்பத்துடன் "தெரியவில்லை" என்று பதில் சொன்னான் ஹரி.

தகரக்கதவைத் திறந்தவுடன் தேரைச்சுற்றிப் பார்க்குமளவு இடைவெளியிருந்தது. லியோன் அந்தத் தேரிலுள்ள சிற்பங்களைக் கவனமாகப் பார்த்தபடியே வந்தான். அந்தத் தேரில் நானூறுக்கும் மேற்பட்ட சிற்பங்களுமிருந்தன.அதன் சக்கரத்தின் உயரம் ஆறரை அடி, தேர் இலுப்பை மரத்தில் செய்யப்பட்டது என்ற தகவல்களைக் கடகடவென ஹரி சொல்லிக்கொண்டே சென்றான்.

லியோன் அதைக் கேட்டது போலவே தெரியவில்லை. அவன் நீண்ட பிரிவிற்குப் பிறகு காதலியைக் காணும் காதலன் போல அந்தத் தேரைப் பார்த்துக் கொண்டிருந்தான். பிறகு பெருமூச்சிட்டபடியே 'மார்வலஸ்' என்றான்.

போட்டோ எடுத்தவுடன் திரும்பத் தகரக்கதவை பூட்ட வேண்டும் என்பதற்காக ஹரி நின்று கொண்டிருந்தான்.

"நான் தேரைத் தனியாகப் பார்க்கவிரும்புகிறேன். நீங்கள் வீட்டுக்குப் போகலாம்" என்று ரகசியம் பேசுவது போல லியோன் சொன்னான்.

அப்படி இதில் என்ன பார்க்கப்போகிறான் என்று நினைத்த ஹரி, சரியெனத் தலையாட்டிவிட்டு நாராயணனிடம் வீட்டுக்குப் போய்ச் சாப்பிட்டு வந்துவிடுவதாகச் சொன்னான். நாராயணன் வேப்பமரத்தடியில் போய் நின்று கொண்டான்.

அவர்கள் போனபிறகு லியோன் அந்தத் தேரின் சிற்பங்களைத் தொட்டுத் தொட்டுப் பார்த்துக் கொண்டிருந்தான். குனிந்தும் தரையில் அமர்ந்தும் அந்தத் தேரைப் பார்த்தான். எப்படி இத்தனை நுணுக்கமான சிற்பங்களைச் செய்திருக்கிறார்கள் என்ற வியப்பு அடங்கவேயில்லை. இவ்வளவு பெரிய கலைத்தொகுப்பை எதற்காக இப்படித் தகரமடித்து மூடிவைத்திருக்கிறார்கள்.

ஹரி வீட்டிற்கு வந்தபோது தேவகி அக்கா சாப்பிட்டுக் கொண்டிருந்தாள். அவள் ஒரு தோசையைச் சாப்பிட்டு முடிக்க அரைமணி நேரமாகும். வாயில் தோசையை வைத்தபடியே ஏதோ நினைப்பில் மூழ்கிவிடுவாள். சாப்பிடும்போதும் என்ன யோசனை என்று தெரியாது. பசியில் தன் தட்டை எடுத்துக் கொண்டுவந்து அம்மாவின் முன்னால் நின்றான் ஹரி.

"அவ சாப்பிட்டு முடிக்கட்டும்டா" என்றாள் அம்மா.

"அதுக்கு ராத்திரியாகிடும். நீ தோசையை எனக்குப் போடு" என்று அம்மாவிடம் கோபமாகச் சொன்னான் ஹரி.

அம்மா தோசையை அவனது தட்டில் போட்டாள். நின்றபடியே பசியில் அவன் வேகவேகமாகச் சாப்பிடுவதைப் பார்த்து தேவகி அக்கா சிரித்தபடியே கேட்டாள்:

"எள்ளுப்பொடி போட்டுக்கிடலையா?"

ஹரி பதில் சொல்லவில்லை. அக்கா நிதானமாகத் தோசையைப் பிய்த்து சக்கரையைத் தொட்டுச் சாப்பிட்டாள். அதைப் பார்க்கவே ஹரிக்கு எரிச்சலாக வந்தது. இன்னும் சின்னப்பிள்ளையா இவள்.

அக்கா தேவகி கல்லூரிப் படிப்பை முதல் ஆண்டுடன் நிறுத்திக் கொண்டுவிட்டாள். அவளுக்கு ஹாஸ்டல்

பிடிக்கவில்லை. அதைவிடவும் “படிபபு மனசில நிற்க மாட்டேங்குது” என்றாள். அப்பா கோபித்துக் கொண்டார்.

“அவளுக்கு இஷ்டம் இல்லேன்னா விட வேண்டியதுதான். நல்ல இடத்துல மாப்பிள்ளை பாத்துக் கல்யாணம் பண்ணி வச்சிடுவோம்” என்றாள் அம்மா.

அதற்கும் அப்பா கோபித்துக் கொண்டார்.

“நல்ல இடம் கிடைக்கிறது லேசா. அவ ஜாதகப்படி வரன் அமைய இன்னும் ரெண்டு வருஷமாகும்.”

“அதுவரைக்கும் வீட்ல சும்மா உட்கார்ந்து கிடந்தா உடம்பு பெருத்துப் போயிடும்.” என்றாள் அம்மா.

“எனக்கு ஒரு டைப்ரைட்டிங் மெஷின் வாங்கிக் குடுங்க. உங்க ஆபீஸ் வேலை எல்லாம் நான் வீட்ல இருந்தே செய்றேன்” என்றாள் அக்கா.

அப்பாவிற்கு அந்த யோசனை ஏற்புடையதாக இருந்தது. புதிய டைப்ரைட்டர் மிஷினை வாங்காமல் டவுனிலிருந்து பழைய மிஷின் ஒன்றை வாங்கிக் கொண்டுவந்து கொடுத்தார். அன்றிலிருந்து அப்பாவின் கோவில் சார்ந்த வேலைகளை அவள் வீட்டில் டைப் அடித்துக் கொடுப்பாள். மீதமுள்ள பகலில் தொடர்கதைகள் படிப்பாள். பூத்தையல் செய்வாள். சில நாட்கள் பழைய துணிகளை வைத்துப் பொம்மை செய்வாள்.

தேவகி அக்கா அடுப்படி பக்கமே போக மாட்டாள். கேட்டால் ‘என் கைபட்டா எல்லாம் கசந்து போயிரும். அன்னைக்கு அம்மா சொன்னானு ரசம் வச்சேன். அப்பாகிட்ட ஒரே திட்டு. எனக்குச் சமைக்க வராது’ என்பாள்.

“கல்யாணம் ஆகிப்போனா சாப்பாட்டுக்கு என்னடி பண்ணுவே?” என்று அம்மா கோபித்துக் கொள்வாள்.

“அவன் தலையெழுத்து. நான் பொங்கி போடுறதை சாப்பிட வேண்டியதுதான்” என்று சிரித்துக் கொள்வாள். எந்த நெருக்கடியிலும் அக்கா அழுதது கிடையாது. கோபத்தைக் காட்டிக் கொண்டதும் கிடையாது. எப்போதும் சாந்தமாக இருப்பாள். மாலையானதும் தலையை வாரி பூச்சூடிக்

கொள்வாள். குளிக்கும்போது மெல்லிய குரலில் பாடுவாள். சிலநேரம் அம்மா பக்கத்துவிட்டு மங்களத்திடம் "எதுக்கும் ஆசைப்படாத பொண்ணு" என்று ஆதங்கப்படுவதை ஹரி கேட்டிருக்கிறான்.

அக்கா எப்படி இப்படியிருக்கிறாள் என்று ஆச்சரியமாக இருக்கும். வீடுதான் அவளது உலகம். ஒரு வாரத்திற்கு ஒருமுறைகூட வீட்டுப்படியைத் தாண்டி வெளியே போக மாட்டாள். கோவிலுக்குப் போகலாம் என்று அம்மா கூப்பிட்டால்கூட மறுத்துவிடுவாள்.

மாடியில் இருந்த சிறிய அறையில்தான் எப்போதுமிருப்பாள். அங்கே பகலிலும் வெளிச்சமிருக்காது. ஒரேயொரு ரேடியா துணையாக இருக்கும். மரமேஜை மீது டைப்ரைட்டர். பக்கத்தில் ஒரு டீப்பாய் அவள் அமர்ந்து டைப் அடிக்க உயரமான முக்காலி. ஓரமாக ஒரு தண்ணீர் கூஜா. பித்தளை டம்ளர். அந்த அறையின் ஜன்னல் மிகச்சிறியதாக இருந்தது. அங்கே நின்றால் தெருவில் போகிறவர்களைக் காணலாம். ஆனால் அக்கா ஒருபோதும் அப்படி நின்று பார்த்தது கிடையாது.

சின்னஞ்சிறிய உலகில் ஒரு சிலந்தி போல ஏன் வாழ்கிறாள் என்று வியப்பாக இருக்கும். பெண்கள் சிறிய இடத்திற்குள் பெரிய வாழ்க்கையை உருவாக்கிக் கொள்கிறார்களோ என்றும் அவனுக்குத் தோன்றும்.

ஹரி சாப்பிட்டு முடிப்பதற்குள் அம்மா ரைஸ்மில்லில் போய் மிளகாய் பொடி அரைத்துக்கொண்டு வரும்படி தூக்கு வாளியைக் கொடுத்து அனுப்பினாள். என்ன வீடிது. ஆளுக்கு ஆள் வேலை சொல்லிக் கொண்டேயிருக்கிறார்கள் என்று அவனுக்கு எரிச்சலாக வந்தது.

அவன் மிளகாய்த் தூள் அரைத்துவிட்டுச் சைக்கிளில் திரும்பி வரும்போதும் லியோன் தேரைப் பார்த்துக் கொண்டிருப்பது கண்ணில்பட்டது தேரில் ஏதாவது ஆராய்ச்சி செய்கிறானா? என்ன அப்படி இருக்கிறது? வீட்டிற்குப்போய்த் தூக்குவாளியைக் கொடுத்துவிட்டு தேரடிக்கு வந்தபோது லியோன் சொன்னான்:

"இப்படி ஒரு தேரைக் கண்டதேயில்லை. எவ்வளவு நுணுக்கமான வேலைப்பாடுகள். இதைச் செய்தவர் யார்?

சிற்பத்திலுள்ள இந்த வாத்தியக்கருவியின் பெயரென்ன?" என்று ஏதேதோ கேட்டான்.

"அதெல்லாம் எதுவும் தெரியாது" என்றான் ஹரி.

"யாருக்குத் தெரியும்?" என்று லியோன் கேட்டபோது அவனை அப்பாவிடமே அனுப்பி வைப்பது சரியாக இருக்கும் எனக் கோவிலுக்குப் போகும்படி ஹரி சொல்லி அனுப்பினான். அவன் கோவில்வரை கூடப்போகவில்லை. நாராயணன்தான் கூட்டிச் சென்றான்.

அன்றிரவு அப்பா சொன்னார்:

"அந்த வெள்ளைக்காரன் பிரான்சிலே இருந்து வந்திருக்கான். அவன் நம்ம கோவில் தேரைப்பற்றி அவ்வளவு பெருமையாகச் சொல்றான். இந்தியா பூரா போயி தேரைப்பற்றி ஆராய்ச்சி பண்ணுறானாம். இதுக்கு அவங்க அரசாங்கம் உதவித்தொகை கொடுத்திருக்காம். ஒரு வாரம் நம்ம ஊர்ல தங்க இடம் கேட்குறான்."

"திருட்டுப்பயலா இருக்கப்போறான். ஜாக்கிரதை" என்றாள் அம்மா.

"திருடவருகிறவன் சாவிகேட்டுத் திறந்து போட்டோ எடுப்பானா. என்னடி பேசுறே" என்று அப்பா கோபித்துக் கொண்டார்.

சாரதி வீட்டின் மாடியில் அவன் தங்கிக் கொள்வதற்காக அப்பா ஏற்பாடு செய்தார்.

மறுநாள் லியோன் அந்தத் தேரை விதவிதமான கோணங்களில் புகைப்படம் எடுப்பதைச் சிறார்கள் வேடிக்கை பார்த்துக் கொண்டிருந்தார்கள். அவன் தேரின் மீது ஏறி நின்று போட்டோ எடுப்பதை ரங்குதாத்தா கண்டிப்பது போலக் கத்திக் கொண்டிருந்தார். பசியை மறந்து அவன் புகைப்படம் எடுத்துக் கொண்டிருந்தான். உச்சிவேளையில் கோவிலுக்கு வந்து பிரசாதம் விற்கும் கடையில் புளியோதரை வாங்கி அவன் சாப்பிடுவதைக் கோவில் பணியாளர்கள் வியப்புடன் பார்த்துக் கொண்டிருந்தார்கள்.

லியோன் அப்படித் தேரில் என்ன பார்க்கிறான் என்று தெரிந்து கொள்வதற்காகவே மூன்றாம் நாள் அவனைத் தேடிப் போனான் ஹரி.

“இந்தத் தேர் போல இன்னொரு தேர் செய்யப்பட்டிருக்கும். அதாவது ஜோடித்தேர். அது எந்த ஊர்ல இருக்கும்னு விசாரிக்கணும்” என்றான் லியோன்.

“எப்படி உங்களுக்குத் தெரிஞ்சது” என்று கேட்டான் ஹரி.

“அதுக்கு ஒரு அடையாளம் இருக்கு. பறவையோட ரெண்டு சிறகு மாதிரி இது ரெட்டைத் தேர்ல ஒணணு” என்றான்.

அப்படி ஹரிக்கு எதுவும் தெரியவில்லை.

“இந்தத் தேர்ல ஆண்களைவிடப் பெண்களின் சிற்பம் அதிகமிருக்கு. அதுவும் ஒரே முகம் கொண்ட ஏழு பெண்சிற்பங்கள் இருக்கு. ஒருவேளை ஒரே பெண்ணாவும் இருக்கலாம்” என்று தேரின் நிலைகளைச் சுட்டிக்காட்டினான்.

அவன் காட்டியபிறகே அந்தப் பெண்சிற்பத்தின் முகம் ஒன்றுபோல இருப்பது தெரிந்தது.

“இதில் முப்பத்திரெண்டு கிளிகள் இருக்கு. ஆனா எந்த ரெண்டு கிளியும் ஒண்ணு போல இல்லை. மேல இருக்கிற சிற்பத்தைப் பாருங்க. அந்தப் பொண்ணோட உதடுல சிரிப்பு ஒட்டிக்கிட்டு இருக்கு..”

“அப்படியா!” என ஒன்றும் அறியாமல் கேட்டான் ஹரி.

தேரை எப்படிச் செய்வார்கள் என்ற ரத சாஸ்திரம் பற்றி லியோன் விரிவாகச் சொல்லிக் கொண்டிருந்தான். எங்கோ பிரான்சில் பிறந்து வளர்ந்த ஒருவன் எப்படி இவ்வளவு துல்லியமாகத் தேர் செய்வதை அறிந்து வைத்திருக்கிறான் என்று வியப்பாகவே இருந்தது.

“வேற ஏதாவது உதவி வேணும்னா சொல்லுங்க” என்று சொன்னான் ஹரி.

“எனக்கு இந்தத் தேரோட்டத்தைப் பாக்கணும்னு ஆசையா இருக்கு” என்றான் லியோன்.

“அதுக்குப் பங்குனி மாசம்வரை காத்துக்கிட்டு இருக்கணும்.”

“யாராவது தேரோட்டத்தை வீடியோ எடுத்து இருப்பாங்களா?”

"சுந்தர் வீடியோல கேட்டுப் பாக்குறேன்."

"இருந்தா நான் பணம் தர்றேன். எனக்கு ஒரு சிடி வேணும்."

"கேட்டுப்பார்த்து சொல்றேன்."

"இந்தத் தேரைப் பற்றி ஏதாவது பாட்டு இருக்கா? நடந்த சம்பவம் ஏதாவது" என்று கேட்டான் லியோன்.

"ரங்குதாத்தாகிட்ட பேசினா தெரியும்" என்று கிட்ணா வீட்டினைக் காட்டினான் ஹரி.

"அவர் என்னை வீட்டுக்குள்ளே விட மாட்டேன்னு சொல்லிட்டார்" என்று சிரித்தான் லியோன்.

கோவிலில் இருந்து வெளியிட்ட பழைய மலரில் இருந்த புகைப்படங்களைக் காட்டுவதற்காக அன்று மாலை அவனை அப்பா அவர்கள் வீட்டிற்கு அழைத்து வந்தார். அம்மா கொடுத்த காபியை மிகவும் நன்றாக இருக்கிறது என்று லியோன் பாராட்டினான். அம்மாவிற்கு அப்படி யாரும் முகத்திற்கு நேராகப் புகழ்ந்து சொன்னதில்லை என்று சந்தோஷப்பட்டாள்.

ஒரு வாரம் முடிந்தபோதும் லியோன் தேரைப் பற்றிய ஆராய்ச்சியை முடிக்கவில்லை. ஊரிலே ஒரு மாதகாலம் தங்கியிருந்தான். சுந்தர் வீடியோவில் வாங்கி வந்த தேரோட்டத்தைக் கிட்ணா வீட்டிலிருந்த டெக்கில் போட்டுத் திரும்பத் திரும்பப் பார்த்துக் கொண்டிருந்தான். சில நேரம் அந்தத் தேர் செல்வதைக் காணும்போது அவனது கண்கள் பனித்தன.

யார் சொன்னார்கள் என்று தெரியாது ஒருநாள் லியோன் ஒரு வேஷ்டி கட்டிக் கொண்டு கோவிலுக்கு வந்தபோது அப்பாவிற்கு வியப்பாக இருந்தது. "என்ன வேஷமிது" என்று கேட்டார். அவன் சிரித்தபடியே "ஐ லைக் வேஷ்டி" என்றான்.

அப்பா கோவில் நூலகத்தில் இருந்த பழைய புத்தகங்களை அவன் பார்ப்பதற்கு ஏற்பாடு செய்தார். அந்தப் புத்தகங்களைத் தன் அறைக்கு எடுத்துக் கொண்டுபோவதாகச் சொல்லி ஒரு பேப்பரில் எழுதிக் கையெழுத்துப் போட்டுக் கொடுத்தான்.

ஐந்து வருட மௌனம் ௰ 319

பின்பு ஒரு நாள் அப்பாவைக் காண பெரிய போட்டோ ஆல்பம் ஒன்றுடன் வந்திருந்தான். கல்யாண வீடுகளில் போடப்படும் ஆல்பம் போல மிகப்பெரியதாக இருந்தது.

"என்ன ஆல்பம்" என்று அப்பா கேட்டார்.

"தேரோட போட்டோஸ்" என்று விரித்துக் காட்டினான்.

தேரின் அத்தனை சிற்பங்களையும் அழகாகப் புகைப்படம் எடுத்திருந்தான். இவ்வளவு அழகான சிற்பங்களா என்று வீடே அதிசயமாகப் பார்த்தது. அது மட்டுமின்றி விடிகாலையில், அந்திமாலை, சூரிய வெளிச்சத்தில் தேரைப் படம்பிடித்திருந்தான். அந்த ஆல்பத்தில் இருந்த புகைப்படங்களைக் கண்டபோது அவன் மிகச்சிறந்த போட்டோகிராபர் என்று தெரிந்தது. அப்பா அந்த ஆல்பம் தன்னிடம் இருக்கட்டும் என்று கேட்டு வாங்கி வைத்துக் கொண்டார்.

"இரண்டு நாட்களுக்குப் பிறகு வந்து வாங்கிக் கொள்கிறேன்" என்று சொல்லித் தன் அறைக்குக் கிளம்பிப் போனான்.

அவர்கள் வீதியில் இருந்த எல்லா வீடுகளுக்கும் அம்மா அந்த ஆல்பத்தைக் கொண்டு போய்க் காட்டினாள். அந்தப் புகைப்படங்களைப் பார்த்தபிறகு தேரை ஆசையாகக் கிட்டத்தில் போய்த் தொட்டுபார்த்தவர்களும் உண்டு.

லியோன் அந்தப் புகைப்படங்களின் வழியே அனைவரது மனதிலும் இடம்பிடித்துவிட்டான். உள்ளூர் இளைஞர்களுடன் ஒன்றாகச் சீட்டு விளையாடவும் கால்வாய்க்குக் குளிக்கப் போய்வரவும், தனியே சைக்கிள் ஓட்டிப் போய் டூரிங் தியேட்டரில் சினிமா பார்க்கவும் பழகியிருந்தான். பெட்டிக்கடைகளில் கணக்கு வைத்துக் கொள்ளும் அளவிற்கு அவன் உள்ளூரில் ஒருவனாகியிருந்தான்.

ஒருமுறை லியோன் சொன்னான்:

"ஒவ்வொரு தேரும் ஒரு ரகசியம். இந்தத் தேருக்குள் நிறைய ரகசியங்கள் ஒளிந்திருக்கின்றன."

"என்ன ரகசியம்?"

“அதைச் சொன்னால் புரியாது” என்று சிரித்தான் லியோன். பின்பு ஒரு நாள் அப்பாவைத் தேடி வந்து அவன் வெள்ளிக்கிழமைதான் ஒரிசா புறப்படப்போவதாகச் சொன்னான்.

“வந்த வேலை முடிஞ்சது இல்லியா?”

“ஓரளவு முடிஞ்சது. பூரி ஜெகன்னாதர் கோவில் தேரைப் பார்க்கப்போறேன்.”

“எப்போ உன் நாட்டுக்கு கிளம்புறே” என்று அப்பா கேட்டார்.

“டிசம்பர்ல” என்று சொன்னான் லியோன்.

வீட்டிலிருந்த பழைய தஞ்சாவூர் ஓவியம் ஒன்றைக் கழட்டி அவனுக்குப் பரிசாகக் கொடுத்தார் அப்பா. லியோன மிகப் பணிவோடு அதை வாங்கிக் கொண்டு நன்றி சொன்னான்.

அன்றிரவு அம்மா சமையல் கட்டில் இரவு உணவிற்காகச் சப்பாத்தி மாவு பிசைந்து கொண்டிருந்தபோது தேவகி கலங்கிய கண்களுடன் அம்மாவிடம் சொன்னாள்:

“நான் லியோனைக் கல்யாணம் பண்ணிக்கிடப் போறேன்.”

“என்னடி சொல்றே?”

“நான் அவரைக் காதலிக்கிறேன். அவரைத்தான் கட்டுக்கிடுவேன்.”

அம்மாவால் அதை நம்பமுடியவேயில்லை. வீட்டைவிட்டு வெளியே போகவே போகாத தேவகி எப்படி லியோனைக் காதலித்திருக்க முடியும். அம்மா சப்பாத்தி மாவு பிசைவதை அப்படியே வைத்துவிட்டு எழுந்து தேவகி அருகில் வந்தபோது அவள் குலுங்கி குலுங்கி அழுது கொண்டிருந்தாள்.

“நிஜமாவாடீ சொல்றே?” என்று அம்மா கேட்டாள்.

தேவகி அக்கா தன் கையில் ஒரு புகைப்படத்தைக் காட்டினாள்.

அதில் தேர் சக்கரத்தை ஒட்டி தேவகி நிற்பது போல ஒரு புகைப்படத்தை லியோன் எடுத்திருந்தான். அந்தப் புகைப்படத்தில் தேவகி அத்தனை அழகாக இருந்தாள்.

"இது எப்போ எடுத்தது."

"ஒரு மாசமிருக்கும்."

"அவனோட எப்படிப் பழக்கமாச்சி."

"அடிக்கடி போய் நான் பார்ப்பேன். பேசுவேன்."

"இது எப்போ நடந்துச்சி?"

"துணி துவைக்க வாய்க்காலுக்குப் போயிட்டு வரும்போது" என்று அமைதியாகச் சொன்னாள் அக்கா.

அம்மாவால் நம்பமுடியவில்லை. வீட்டைத் தவிர வேறு எதுவும் தெரியாத பெண்ணா இப்படித் தேடிப் போய் ஒருவனைக் காதலித்திருக்கிறாள். எப்படிப் பயமேயில்லாமல் இப்படி நடந்து கொண்டாள்.

"அவன் உன்னை லவ் பண்ணுறானா" என்று அம்மா கேட்டாள்.

"தெரியாது. ஆனா நான் அவரைத்தான் கல்யாணம் பண்ணிக்கிடுவேன்."

"என்னடி லூசு மாதிரி பேசுறே."

"நான் அவருக்கு லவ் லெட்டர் எழுதியிருக்கிறேன். அதை வாங்கிக்கொண்டார். என்னை நிறையப் போட்டோ எடுத்திருக்கிறார். அப்படின்னா என்மேல ஆசை இருக்குன்னுதானே அர்த்தம்."

"குடியைக் கெடுத்தே. உங்கப்பாவுக்குத் தெரிஞ்சா நம்மளைக் கொன்னே போட்ருவார்."

"நீதான் அப்பாகிட்ட பேசணும்."

"நான் மாட்டேன். நீயே சொல்லு" என்றாள்.

அக்கா சப்தமாக அழத் துவங்கினாள். அம்மா அதன்பிறகு அவளைச் சமாதானம் செய்தாள். இரவு அப்பா திரும்பி வந்தபோது ஹரிதான் இதை அப்பாவிடம் சொன்னான்.

"எங்க அவ. கூப்பிடு அந்த நாயை. லவ் பண்ணுறாளோ லவ்வு. அவளைச் செருப்பாலே அடிப்பேன்" என்று கத்தினார்.

"அந்தப் பையனும் லவ் பண்ணுறானாம்" என்ற அம்மா மென்றுவிழுங்கிச் சொன்னாள்.

"இவ்வளவு நடந்திருக்கு. வீட்ல நீ என்னடி பண்ணுறே?" என்று அப்பாவின் கோபம் அம்மாமீது திரும்பியது. அவர் கத்திக் கொண்டேயிருந்தார். தேவகி அக்கா ஓடிவந்து அப்பா காலில் விழுந்தாள். அப்பா அவள் முதுகில் அடிப்பதை ஹரி தடுக்க முயன்றான். அவனுக்கும் திட்டு விழுந்தது.

லியோனைத் தேடி அழைத்து வருவதற்காக ஹரி சென்றபோது அவன் தங்கியிருந்த அறை திறந்து கிடந்தது. அவன் மாலையே கிளம்பிப் போய்விட்டான் என்று கிட்ணா வீட்டில் சொன்னார்கள். கிளம்புவதற்கு முன்பு அவர்களுக்குப் பரிசாகப் பட்டுப்புடவையும் பட்டுவேஷ்டியும் கொடுத்தான் என்றும் கூடவே முந்நூறு ரூபாய் பணம் இருந்தது என்றார் கிட்ணா.

"வேற ஒண்ணும் சொல்லலையா" என்று ஹரி கேட்டான்.

"இல்லையே... ஏதாவது பிரச்சனையா" என்று கேட்டார் கிட்ணா.

"அதெல்லாம் இல்ல. அவன் எடுத்த போட்டோ தர்றேன்னு சொல்லியிருந்தான். அதைக் கேட்டுப் போகலாம்னு வந்தேன்" என்றான் ஹரி.

வீடு திரும்பி லியோன் போய்விட்டதைச் சொன்னபோது தேவகி அக்கா சப்தமாக அழுதாள். அவன் தேவகி அக்காவைக் காதலிக்கவில்லை. அவள்தான் வலிந்து பழகியிருக்கிறாள். ஆசைப்பட்டிருக்கிறாள் என்று அப்பா திட்டினார். அம்மாவும் சேர்ந்து தேவகி அக்காவைத் திட்டினாள். அவளது அழுகையை யாராலும் கட்டுப்படுத்த முடியவில்லை.

இரண்டு வாரங்களுக்குப் பிறகு அப்பா தேவகிக்கு மாப்பிள்ளை பார்ப்பதில் தீவிரமாகினார். அவள் மாப்பிள்ளை யார் என்றுகூடக் கேட்டுக் கொள்ளவில்லை. ஆறுமாதங்களுக்குப் பிறகு கல்யாணமாகி அவள் ஸ்ரீரங்கம் சென்றாள். அவளது அறையில் இருந்த டைப்ரைட்டரை அப்பா தன் அலுவலகத்திற்குக் கொண்டு போய்விட்டார். அவளது அலமாரியில் லியோன் எடுத்த அவளது போட்டோ இரண்டாகக் கிழிந்துகிடந்தது.

அக்கா எப்போது லியோனைச் சந்தித்தாள். எப்படி அவள் காதலித்தாள், எதுவும் ஹரிக்குப் புரியவில்லை. லியோன் ஏன் இதை வெளிப்படுத்தவேயில்லை. எப்படி ரகசியத்தை மறைத்துக் கொள்ள முடிந்தது. அவ்வளவு பிரம்மாண்டமாக இருந்த தேரையும் தனக்குத் தெரியவில்லை. வீட்டிலிருந்த அக்காவையும் தெரியவில்லை. நிழல் போல இருந்த பெண் இப்படி நடந்து கொண்டுவிட்டாளே என்று வியப்பாகவே இருந்தது. லியோன்மீது கோபமாகவும் வந்தது.

திருமணத்திற்குப் பிறகு அக்கா ஊருக்கே வரவில்லை. வருஷா வருஷம் கோவில் தேரோட்டத்திற்கு வரும்படி அப்பா நேரில் போய் அழைத்து வருவார். அவள் வந்ததேயில்லை.

அவளுக்கு அந்தத் தேரைக் காணப் பிடிக்கவேயில்லை. அம்மாவிடம் ஒரு நாள் போனில் சொன்னாள்:

"நான் செத்தாலும் ஊருக்கு வரமாட்டேன். அந்தத் தேரைப் பார்க்கமாட்டேன் பாத்துக்கோ."

"தேர் என்னடி பண்ணுச்சி" என்றாள் அம்மா.

"என்ன பண்ணலே" என்று கேட்டு அழுதாள் தேவகிஅக்கா.

அம்மாவிற்கு அப்படி தேவகி அழுவதைக் கேட்கும்போது கண்கள் கலங்கவே செய்தன.

□

26

மூழ்ய கண்கள்

கவிஞர் டேனியல் விநோதனுக்காக நிதி திரட்டுவது என்று அவர்கள் முடிவு செய்தார்கள். அது ரமணாவிற்கு ஏற்புடையதாகயில்லை என்றாலும் ஒத்துக் கொண்டான்.

மூன்று வாரத்திற்கும் மேலாக விநோதன் சிறுநீரகம் செயலற்றுப் போனதன் காரணமாக மருத்துவமனையி லிருந்தார். ஐம்பது வயதைக் கடந்திருந்தபோதும் அவரது தோற்றம் எழுபது வயது போலாகியிருந்தது. அதுவும் சவரம் செய்யப்படாத நரைத்த தாடி கொண்ட முகமும் அழுக்கடைந்துபோன வேஷ்டியும் வெளிர் நீல அரைக்கை சட்டையும் அணிந்திருந்த அவரது நிலையைக் காணும்போது வருத்தமாக இருந்தது.

மருத்துவர்கள் அவருக்கு மாற்று சிறுநீரகம் பொருத்தவேண்டும் என்றார்கள். அதற்குக் குறைந்தபட்சம் எட்டு லட்சம் நிதி தேவைப்பட்டது. விநோதன் எந்த வேலையும் செய்யாதவர். திருமணம் செய்து கொள்ளாதவர். ஒரேயொரு தங்கை மட்டுமே உண்டு. ஆனால் அவருடனும் நல்ல உறவில் இல்லை.

அவருக்குத் தெரிந்ததெல்லாம் கவிதைகள் மட்டுமே. முப்பது ஆண்டுகளில் இரண்டே கவிதைத்தொகுப்புகள் மட்டுமே வெளியிட்டிருக்கிறார். அந்தக் கவிதைத்தொகுப்புகளைக்கூட அவரது நண்பர்களே வெளியிட்டார்கள். நூறு பிரதிகள்

விற்றிருக்ககூடும் என்று சொல்வார். ஆனால் அவர் பிடிவாதமாகக் கவிஞனாக மட்டுமே வாழுவேன் என்பதில் உறுதியாக இருந்தார். தமிழ் சூழலில் ஒருவர் கவிஞனாக மட்டுமே வாழுவேன் என்பது தற்கொலை முயற்சிக்குச் சமம்.

கவிதைகளைக் கொண்டாடும் தமிழ் சமூகம் ஒருபோதும் கவிஞனை வாழவைப்பதில்லை. கவிஞர்களை எல்லா இழிவுகளுக்கும் உட்படுத்தி ஆனந்தம் கொள்வதில் ஒரு சமூகம் ஏன் இவ்வளவு சந்தோஷப்படுகிறதோ?

விநோதன் நிறைய அவமானங்களைச் சந்தித்திருக்கிறார். ஆனால் அது பற்றிப் புகார் சொன்னதில்லை. அவரது உலகம் சிறியதொரு வட்டம். அவருக்கு நெருக்கமாக இருந்த நண்பர்கள் நாலே பேர். அவர்களிடம் மட்டுமேதான் படித்த விஷயங்களை தனது கவிதைகளைப் பகிர்ந்து கொள்வார். சில நேரம் அவரைத் தேடி யாராவது இளைஞர்கள் வருவதுண்டு. அவர்களுடன் மிகவும் வாஞ்சையாக இருப்பார். தோளில் கைபோட்டுக் கொண்டு நடப்பார்.

ஒரு முறை விநோதனைச் சந்தித்த மூத்த எழுத்தாளர் ஒருவர் அவரைத் தனக்குத் தெரிந்த ஜவுளிக்கடை ஒன்றில் வேலைக்குச் சேர்த்துவிடுவதாகச் சொன்னார். டேனியல் சிரித்தபடியே அதுக்கு உன் வீட்ல வந்து பாத்திரம் துலக்குகிறேன். எனக்குச் சம்பளம் தர மாட்டாயா என்று கேட்டார். இது மூத்த எழுத்தாளருக்குக் கோபத்தை உருவாக்கியது. அவர் கோபத்தில் கண்டபடி திட்டினார்.

டேனியல் அவசரமாக ஓடிப்போய் எதிரே பூ விற்கும் பெண்ணிடமிருந்து ஒரு ரோஜாப்பூவை வாங்கி வந்து மூத்த எழுத்தாளர் முன்னால் நீட்டி மன்னித்துவிடுங்கள் பிரபு என்றார். அது மூத்த எழுத்தாளரை அசிங்கப்படுத்தியது போலாகியது. அதை அவரால் தாங்கிக்கொள்ள முடியவில்லை. அதன் பிறகு விநோதனை பிராடு, திருடன், மோசடி செய்பவன் என்று எத்தனையோ கதைகளை அவர் உருவாக்கி உலவவிட்டார். விநோதன் அதை எல்லாம் பொருட்படுத்தவில்லை.

விநோதனிடம் ஒரு பழக்கமிருந்தது. தனக்குப் பிடிக்காத விஷயத்தைப் பற்றி யாராவது பேச ஆரம்பித்தால் உடனே கண்களை மூடிக் கொண்டுவிடுவார். எவ்வளவு நேரம்

என்றாலும் கண்களை மூடிக் கொண்டேயிருப்பார். அப்படியே நடந்து போய்ச் சாலையில் ஆட்களை இடித்துத் தள்ளியதும் உண்டு.

இதைப் பற்றிக் கேட்டபோது அவரது அம்மாவிற்கு அப்படி ஒரு பழக்கம் இருந்தது. அவரது தந்தை ஒரு வக்கீல். அம்மாவைக் கோபத்தில் திட்டும்போது அம்மா கண்ணை மூடிக் கொள்வார். அது ஏன் என்று யாருக்கும் தெரியாது. அந்தப் பழக்கம் தனக்கும் வந்துவிட்டது என்பார்.

இதைப் பற்றியே இன்னொரு முறை பேசிக் கொண்டிருந்தபோது ரமணாவிடம் சொன்னார்.

"ஆணின் கண்களும் பெண்ணின் கண்களும் ஒன்றில்லை. நான் கண்களை மூடிக் கொண்டவுடன் பெண்ணாகி விடுகிறேன். உறக்கத்திலும் அழும் பெண்ணைக் கண்டிருக்கிறேன். ஆனால் உறக்கத்தில் அழும் ஒரு ஆணைக்கூடக் கண்டதில்லை."

"ஆண்கள் அழுவது பலவீனம் என்பார்கள்" என்றான் ரமணா.

"அது ஒரு பொய். அழுவதில் ஆண் என்ன பெண் என்ன. மனதின் வேதனையை வெளிப்படுத்த முடியாதபோது தானே அழுகை வருகிறது. கண்ணீர்தான் கவிதையை உயிர்ப்பிக்கிறது. சிரிப்பை விடவும் கண்ணீரைப் பற்றித்தான் அதிகம் கவிதைகள் எழுதப்பட்டிருக்கின்றன."

"நீங்கள் ஒருபோதும் அழுவதில்லையே" என்றான் ரமணா.

"காரணத்தோடு அழுவதில்லை. ஆனால் காரணமில்லாமல் தனியே நிறைய அழுதிருக்கிறேன். பொய் கண்ணீருக்கும் நிஜக் கண்ணீருக்கும் வித்தியாசமிருக்கிறது. சில கவிதைகளை வாசித்து முடிக்கும்போது தானே கண்ணீர் கசிந்திருக்கிறது. சில நேரம் சந்தோஷமும் கண்ணீரை வரவழைக்கும்தானே" என்றார்.

டேனியல் விநோதன் சிறிய அறை ஒன்றில் வாழ்ந்தார். அந்த அறையின் வாடகையை ரமணாவும் இரண்டு நண்பர்களும் பகிர்ந்து கொண்டார்கள். காலையில் அவர் ஊறவைத்த அவல் மட்டுமே சாப்பிடுவது வழக்கம். மதியம்

பல நாள் சாப்பிடவே மாட்டார். இரவில் ரமணா அவரைச் சாப்பிட அழைத்துக் கொண்டு போவான். ரமணா வராவிட்டால் சாப்பிடப் போகமாட்டார். பட்டினிதான்.

பல நாட்கள் பசியில் கிடந்து அவரது வயிறு சுருங்கிப் போயிருந்தது. வாரம் ஒருமுறை யாராவது ஒரு நண்பர் தன் வீட்டிற்கு அவரை மதிய உணவு சாப்பிட அழைத்துப் போவார்.

இலையில் போடப்பட்ட சோற்றினைக் கையெடுத்துக் கும்பிடுவார் டேனியல். அப்போது அவரை அறியாமல் கண்ணீர் கசிந்துவரும்.

எதுக்கு இப்படிச் சோற்றைக் கும்பிடுறார் என்று நண்பரின் மனைவி பலமுறை கேட்டிருக்கிறாள்.

டேனியல் அதற்குப் பதில் சொன்னதில்லை. தனிப்பட்ட உரையாடலின்போது. "பசி என்னை ஜெயிக்க விடமாட்டேன். பட்டினி கிடந்தாதான் உடம்பில சொரணை வருது" என்று சிரித்தபடியே சொல்வார். அதுதான் அவரது வைராக்கியம்.

அவரது அறையில் ஒரு மடக்குக் கட்டில் கிடந்தது. அதன் அடியிலும் கட்டிலைச் சுற்றிலும் புத்தகங்கள். அத்தனையும் பழைய புத்தகங்கள். பெரும்பாலும் கவிதை தொகுதிகள். காலை தூங்கி எழுந்தவுடன் ஒரு கவிதைப் புத்தகத்தைப் புரட்ட ஆரம்பித்துவிடுவார்.

டேனியல் முறையாகத் தமிழ் படித்தவர். செந்தமிழ் கல்லூரியில் புலவர் பட்டம். ஆங்கிலத்திலும் சிறப்பாக எழுதுவார், பேசுவார். அழகான கையெழுத்து. அவர் ஒருபோதும் பேனாவைப் பயன்படுத்தியதில்லை. பென்சில்தான். அதுவும் முழுப் பென்சிலைப் பயன்படுத்தமாட்டார். பென்சிலை சிறிய துண்டுகளாக நறுக்கி வைத்துக் கொள்வார். அதில்தான் எழுதுவார். குறிப்புகள் எடுப்பார். கவிதைகளைப் பற்றிப் பேசுவதைத் தவிர வேறு எதுவும் அவருக்கு விருப்பமானதில்லை. ஆனால் கவிதைகளைப் பற்றிப் பேச யார் வரப்போகிறார்கள். பல நாட்கள் அறையை விட்டு வெளியே வரவேமாட்டார்.

டேனியலின் தங்கை பரங்கிமலையில் இருந்தாள். எப்போதாவது ஒரு முறை அவளைத் தேடிப் போவது வழக்கம். அவள் வீட்டின் வாசலில் நின்றபடியேதான்

பேசுவார். ஒருபோதும் வீட்டின் உள்ளே போனதில்லை. ஒரு வேளைகூட அவள் வீட்டில் சாப்பிட்டதில்லை.

“அண்ணனா நான் அவளுக்கு எதையும் செய்ததில்லை. பிறகு எப்படி அவ வீட்ல சாப்பிட முடியும். எங்கம்மா ஞாபகம் வந்தா என் தங்கச்சியைத் தேடிப் போய்ப் பார்த்துட்டு வருவேன். ஒரே முகச்சாடை. அந்த முகத்தைப் பார்த்தாபோதும், மனசு நிறைஞ்சி போயிடும்” என்பார்.

சில நேரம் டேனியல் தனது தங்கைக்கு மிக நீளமான கடிதம் எழுதுவதும் உண்டு. டேனியலின் ஆசைகளும் கனவுகளும் விநோதமானவை. திடீரென ஒரு நாள் காலை எழுந்தவுடன் பசுமாட்டைப் பார்க்க வேண்டும் என்று தெருத்தெருவாகச் சுற்றினார். சென்னையில் பசுமாட்டினை எங்கே போய்த் தேடுவது. மந்தைவெளியில் உள்ள ஒரு பால் வியாபாரியிடம் மடிவற்றிப் போன பசுமாடு இருந்தது. அதைத் தேடிப் போய்ப் பார்த்து வந்தார். எதற்காக ஒரு மனிதர் இப்படி அலைந்தார் என யாருக்கும் புரியவில்லை.

விநோதனை சந்தோஷப்படுத்திய ஒரே விஷயம், பள்ளிச் சிறுவர்கள். காலை எட்டு மணிக்குத் தபால் அலுவலகத்தை ஒட்டியபடியே நின்று கொள்வார். பள்ளிக்குச் செல்லும் சிறுவர்களுக்கு ஆசையாகக் கையசைப்பார். சில வேளை அவர்கள் சாலையைக் கடப்பதற்கு உதவி செய்வார். அந்தச் சிறுவர்களில் பலரது பெயர்கள் அவருக்கு நன்றாகத் தெரியும். யாராவது வராவிட்டால் ஆதங்கமாக விசாரிப்பார். சிறுவர்களின் சந்தோஷம் நிஜமானது. பெரியவர்களைப் போல அவர்கள் தங்களை ஏமாற்றிக் கொள்வதில்லை என்று சொல்லுவார்.

வேலை செய்யாமல், பணம் சம்பாதிக்காமல் இருப்பதைப் பற்றி அவருக்கு ஒரு குற்றவுணர்வும் கிடையாது. சென்னையில் வசித்தபோதும் அவர் சினிமா எதையும் பார்த்தது கிடையாது. நூலகத்திற்குப் போவது மட்டுமே அவரது வழக்கம் அல்லது பழைய புத்தகக் கடைகளைத் தேடிப் போய் ஏதாவது புத்தகம் வாங்கி வருவார். ஒரு மனிதன் தன்னை வருத்திக் கொண்டு ஏன் படிக்கிறார். கவியாக வாழுவது என்பது சாபம்தானா என்று ரமணாவிற்குத் தோன்றும்.

"ஐரோப்பிய நாடுகளில் கவிஞர்கள் அரசர்களைப் போலச் சகல சௌகரியங்களுடன் வாழுகிறார்களே" என்று ரமணா ஆதங்கப்படும்போது "கம்பனை, பாரதியை வறுமையில் கைவிட்ட தேசம்தானே இது" என்பார் டேனியல்.

ஒரு சாபம்போலத் தலைமுறையாகக் கவிஞர்கள் புறக்கணிக்கப்படுகிறார்கள். அவமதிக்கப்படுகிறார்கள். எந்த அங்கீகாரமும் இல்லாமல் இறந்து போகிறார்கள். ஆனால் தமிழ் மொழியோ கவிதையைத் தனது பொற்கிரீடமாகப் பெருமை பேசுகிறது.

ஒருமுறை அவரது அறையில் ஒரு பிரெஞ்சுக்காரனோடு பேசிக் கொண்டிருந்தார். அப்போதுதான் டேனியலுக்குப் பிரெஞ்சும் பேச வரும் என்பது தெரிந்தது. பிரெஞ்சுக்காரன் ஒரு கவிஞன் என்றும் தற்செயலாக அவனை ம்யூசியத்தில் சந்தித்துப் பேசியதாகச் சொன்னார். ஒரு வார காலம் அவன் டேனியலுடன் தங்கியிருந்தான். அவனைத் திருவாலங்காடு அழைத்துக் கொண்டு போய்க் காரைக்கால் அம்மையாரின் பதிகங்களைப் பாடிக் காட்டினார் டேனியல். டேனியலுக்குக் காரைக்கால் அம்மையார் மீது பக்தி. அவரை அன்னை என்றே கூறுவார்.

ஆண்டிற்கு ஒரு முறை இரண்டு மாதகாலம் டேனியல் விநோதன் காணாமல் போய்விடுவார். அறையைப் பூட்டிக் கொண்டு செல்லும் அவர் எங்கே போவார், என்ன செய்வார் என்று யாருக்கும் தெரியாது. கேட்டாலும் சொல்ல மாட்டார். திடீரென ஒரு நாள் சென்னைக்குத் திரும்பி வந்து தனது அறைக்கதவைத் திறந்து வழக்கம் போல வாழ ஆரம்பிப்பார். ஏன் இப்படிக் காணாமல் போகிறார் என்று தெரியாது.

உடல்நலக்குறைவு ஏற்பட்டால் ஒருபோதும் மருத்துவமனைக்குப் போக மாட்டார். பார்மசி ஷாப்பில் கேட்டு ஏதாவது மாத்திரைகள் வாங்கிப் போட்டுக் கொண்டு அறைக்கதவை மூடிப் படுத்தே கிடப்பார். ஒரு முறை மஞ்சள் காமாலை வந்து முற்றிய நிலையில் மயங்கிக் கிடந்தார். அவரைப் பக்கத்து வீட்டுக்காரர் பொது மருத்துவமனைக்குக் கொண்டு போய் அனுமதித்தார்.

ரமணாதான் உடனிருந்து பார்த்துக் கொண்டான். பதினைந்து நாட்கள் மருத்துவமனையில் இருந்தார். அந்த நாட்களில் பக்கத்துப் படுக்கையில் இருந்தவர்களுக்கு நல்வாக்குகள் சொல்லி அவர்களின் நட்பினைப் பெற்றிருந்தார். செவிலியர்கள்கூட அவரிடம் நல்லாசிகள் பெற்றதை ரமணா கண்டிருக்கிறான்.

“சொற்களால் செய்யமுடியாத விந்தைகள் எதுவும் கிடையாது ரமணா” என்பார்.

அடுத்தவேளை சோறு கிடைக்குமா எனத் தெரியாத கவிஞர்தான் உலகிற்கே நல்லாசிகள் தருகிறார். அதுதான் கவியின் மனது.

இந்த முறை அவர் நோயுற்றபோது ரமணா அலுவல் விஷயமாகப் பெங்களூர் போயிருந்தான். இரண்டுமுறை தொலைபேசியில் அவனைத் தொடர்பு கொள்ள முயன்றிருக்கிறார். ஆனால் அவன் கிடைக்கவில்லை. கிருஷ்ணமூர்த்திதான் அவரை மருத்துவமனையில் அனுமதித்தான். சிறுநீரகக் கோளாறு ஏற்பட்டு டயாலிசிஸ் செய்ய வேண்டும் என்றார்கள். வாரம் ஒருமுறை இதற்காக மருத்துவமனைக்கு அவரை அழைத்துக் கொண்டு போய் வரவேண்டும். அதற்கு ஆயிரத்து ஐநூறு ரூபாய் செலவாகும் என்றார்கள்.

ரமணாதான் அதையும் ஏற்றுக் கொண்டான். பெரும்பாலும் காலை ஆறுமணிக்குதான் டயாலிசிஸ் செய்ய அழைத்துக் கொண்டுபோவான். கையில் ஒரு புத்தகம் எடுத்துக் கொண்டுதான் டேனியல் வருவார். டயாலிசிஸ் முடியும்வரை புத்தகம் படித்துக் கொண்டேயிருப்பார். மழைக்காலத்தின் இரவு ஒன்றில் அவருக்கு மூச்சிரைப்பு ஏற்பட்டது. நள்ளிரவில் ரமணாவிற்குப் போன் செய்து அழைத்தார். அவன் போனபோது அவர் கட்டிலில் இருந்து கீழே விழுந்து கிடந்தார்.

ஆம்புலன்ஸை வரவழைத்து மருத்துவமனைக்குக் கொண்டு சென்றான். மருத்துவர்கள் அவருக்குச் சிறுநீரக மாற்றுச் சிகிச்சை மேற்கொள்ள வேண்டும் என்றார்கள். அதற்கான கட்டணத்தைக் கேட்டபோது ரமணாவிற்கு மலைப்பாக இருந்தது. அவனால் எட்டு லட்சங்களைப் புரட்ட முடியாது.

அப்போதுதான் நிமிஷம் இதழின் ஆசிரியர் கோவிந்தன் மற்றும் நண்பர்கள் ஒன்று சேர்ந்து நிதி திரட்டிக் கொடுப்பது என முடிவு செய்தார்கள். டேனியலின் உடல்நிலையை விளக்கி நிதி கொடுக்கும்படி ஒரு நோட்டீஸ் அச்சடித்தார்கள். அதை ரமணா விரும்பவில்லை.

“இதெல்லாம் அவருக்குப் பிடிக்காது” என்றான்.

“ஒவ்வொருத்தருக்கும் விளக்கிச் சொல்லிக்கிட்டு இருக்கமுடியாதுல்ல. நோட்டீஸைப் படிச்சி நிதி கொடுத்தா கொடுக்கட்டும்” என்றார் கோவிந்தன்.

அவர்கள் ஒவ்வொரு எழுத்தாளர் வீடாகப் போய் நிதி கேட்டார்கள். அதிகபட்சம் நூறு ரூபாய்க்கும் மேல் ஒருவரும் எழுதவில்லை. தொழிலதிபர்களில் ஒருவர் ஆயிரம் ரூபாய் கொடுத்தார். வாசகர்கள் ஒன்று சேர்ந்து நூறு இருநூறு எனச் சேகரித்து எட்டாயிரம் கொடுத்தார்கள். எழுத்தாளர்களுக்கான சங்கம் ஒன்று இருக்கிறது. அவர்கள் மருத்துவ உதவி செய்வார்கள் என்று கேள்விப்பட்டு ரமணா அந்த முகவரிக்குச் சென்றான்.

“அவரு எங்க மெம்பர் இல்லை. நான் மெம்பர்னா இரண்டாயிரம் தரமுடியும். அதுக்கும் டாக்டர்கிட்ட ஒரு சர்டிபிகேட் வாங்கிட்டு வரணும். ரேஷன் கார்டு ஜெராக்ஸ் வேணும். பேங்க் அக்கவுண்ட் தரணும். அப்போதான் பொதுக்குழுவில கேட்டு அந்த நிதியை வாங்கித் தரமுடியும்” என்றார் அதன் நிர்வாகி.

“அவருக்கு ரேஷன் கார்டு கிடையாது. பேங்க் அக்கவுண்ட்டும் கிடையாது” என்றான் ரமணா.

“அப்போ ஒண்ணும் பண்ண முடியாது. மெம்பருக்கே ஐந்தாயிரம்தான் நிதி தரமுடியும். எழுத்தாளர்களுக்கு வேற நலநிதி ஒண்ணும் கிடையாது. அரசாங்கமும் உதவி செய்யாது. வயசான எழுத்தாளர்களுக்குப் பென்ஷன் கேட்டுப் பத்து வருஷமாச்சி. ஒண்ணும் நடக்கலை. சிவதாசனை உங்களுக்குத் தெரியும்தானே. எவ்வளவு பெரிய எழுத்தாளர். அவருக்குக் குடியிருக்க வீடு இல்லை. ஹவுசிங் போர்ட்ல வாடகைக்கு ஒரு வீடு கேட்டு பத்து வருசமா அலையுறார். கிடைக்கலை. ஆயிரம் தமிழ் சங்கங்கள் இருக்கும். எதுவும் எழுத்தாளர்களோட

மருத்துவதேவைக்குப் பத்து ரூபா தர்றதில்லை. முன்னாடி எழுத்தாளர்கள், தமிழ் அறிஞர்கள் வீட்டுப் பிள்ளைகள் படிக்க இன்ஜினியரிங் காலேஜ்ல கோட்டாகூட இருந்துச்சி. அதையும் இப்போ இல்லேன்னு கையை விரிச்சிட்டாங்க. எழுத்தாளன்னா ஒரு பேங்க் லோன் கொடுக்காது. இவ்வளவு ஏன் சார், எழுத்தாளர்களுக்கு ஒரு பஸ் பாஸ் குடுக்கலாம்லே. அது கூடக் கிடையாது" என்று புலம்பித் தீர்த்தார் அந்த நிர்வாகி.

ரமணா திரும்பவும் அவரிடம் சொன்னான்:

"எட்டு லட்ச ரூபாய் வேணும் சார். உங்க சங்கத்துல இருந்து ஒரு லட்சம் தரக்கூடாதா?"

"சங்கத்தோட இருப்பே அவ்வளவுதான். நீங்க மினிஸ்டர் கிட்ட நேரா போயி கேட்டுப் பாருங்க. ஒருவேளை கிடைச்சாலும் கிடைக்கும்."

"அது நடக்காத வேலை சார்."

"அப்போ பேப்பர்ல ஒரு விளம்பரம் குடுத்து பாருங்க. நிதி கிடைக்கும்" என்றார் நிர்வாகி.

ரமணாவிற்கு வேறுவழி தெரியவில்லை. தனக்குத் தெரிந்த கதிரேசன் என்ற பத்திரிகையாளர் மூலம் டேனியலுக்கு நிதி வேண்டி ஒரு விளம்பரத்தைக் கொடுத்தான். விளம்பரம் வெளியாகி ஒருவார காலத்தில் முந்நூறு ரூபாய் மட்டுமே வந்திருந்தது. அதை வாங்கிக் கொள்ள ரமணாவிற்கு மனசேயில்லை.

ஒரு பிரபல நடிகரின் பெயரைச் சொல்லி அவரிடம் அழைத்துப் போவதாகச் சொன்னார் பத்திரிகையாளர் கதிரேசன்.

ரமணா அவருடன் அந்த நடிகரின் வீட்டிற்கு ஒரு நாளிரவு சென்றான். அவர் டேனியல் விநோதனின் கவிதைகளைப் பாடச் சொன்னார். ரமணா நினைவிலிருந்து சொன்னான்.

"சினிமாவுல ஏதாவது பாட்டு எழுதியிருக்கிறாரா?" என்று கேட்டார்.

"இல்லை" என்றான் ரமணா.

மறுநாள் நேரில் வந்து மருத்துவமனையில் பார்த்து நிதி தருவதாகச் சொன்னார் அந்த நடிகர்.

“வேண்டாம் சார். டேனியல் சார் கூச்சப்படுவார்” என்றான் ரமணா.

“எடுக்கிறது பிச்சை இதுல கூச்சம் என்ன வேண்டியிருக்கு” என்று கேட்டார் நடிகர்.

“பிச்சை கேட்டு வரலை சார்” என்று கோபமாகச் சொன்னான் ரமணா.

“நான் எதுக்கு இந்த ஆளுக்குக் காசு குடுக்கணும். எனக்கு மட்டும் பணம் என்ன ஆகாசத்துல இருந்து கொட்டுதா. உழைச்சி தானே சம்பாதிக்கிறேன். அவ்வளவு சுயகௌரவம் பார்த்தா ஏன் என்கிட்ட கையேந்தி நிக்குறீங்க?” என்று கேட்டார் நடிகர்.

ரமணா விடுவிடுவென வெளியேறி வந்தான். அவனால் அந்த ஆத்திரத்தை தாங்க முடியவில்லை. அதன்பிறகு. ஐஏஎஸ் அதிகாரிகள், காவல்துறை அதிகாரிகள். என்ஜிஒ அமைப்புகள் என்று யார் யாரையோ ரமணா சென்று பார்த்தான்.

பதினைந்து நாளின் முடிவில் இருபத்திரெண்டாயிரம் மட்டும் சேகரிக்க முடிந்தது. இதைக் கொண்டு நிச்சயம் அறுவை சிகிச்சை செய்யமுடியாது. ஒரு கிரிக்கெட் மேட்ச் பார்க்க எவ்வளவு செலவு செய்கிறார்கள். முதற்காட்சியில் ஒரு சினிமா பார்க்க ஆயிரம் ரூபாய் செலவு செய்யும் ஒருவன் ஒரு கவிஞனுக்காக நூறு ரூபாய் தர முன்வருவதில்லை. அறிந்தே ஒரு கவிஞனை சாகவிடுகிறார்கள் என்று ஆத்திரமாக வந்தது.

மருத்துவமனையில் இருந்த டேனியலுக்கு யார் நிதி திரட்டும் தகவலைச் சொன்னார்கள் என்று தெரியவில்லை. அவர் ரமணா போனதும் கண்ணை மூடிக் கொண்டார்.

வேண்டும் என்றே தன்னைப் பார்க்க மறுக்கிறார் என்பது வேதனையாக இருந்தது.

“வேற வழியில்லாமதான் நிதி திரட்டுறோம்” என்றான்.

“அந்தப் பணம் எனக்கு வேணாம். நான் கௌவரமாகச் சாகணும்னு நினைக்கிறேன்” ரமணா.

“ஏன் சார் இப்படிப் பேசுறீங்க?” எனக்கேட்டான் ரமணா.

“நீங்க எல்லோரும் சேர்ந்து என்னை அசிங்கப்படுத்துறீங்க. நல்லா இருந்தப்போ யார்கிட்டயும் நான் கை நீட்டியதில்லை. இப்போ எனக்காக ஏன் பிச்சை எடுக்குறீங்க” என்றார் டேனியல்.

“மருத்துவ உதவிதானே” என்றான்.

“ஒரு மயிரும் வேணாம். இப்படி நிதி திரட்டி நான் உயிர் வாழணும்னு ஆசைப்படலை. சாகுறதைப் பத்தி நான் கவலைப்படலே.”

“பிரண்ட்ஸ் எல்லோரும் சேர்ந்துதான் முடிவு பண்ணினோம். ஏன் சார் கோவிச்சிக்கிடுறீங்க” என்று கேட்டான் ரமணா.

“உங்க யாரையும் நான் இனிமே பார்க்கவே மாட்டேன். போயிடுங்க” என்று கையெடுத்துக் கும்பிட்டார் டேனியல்.

“ப்ளீஸ் சார். கண்ணத் திறங்க” என்று கெஞ்சினான் ரமணா.

அவர் கண்களை இறுக்கி மூடிக் கொண்டார். ரமணா செய்வதறியாமல் நின்று கொண்டிருந்தான். அந்தப் பணத்தை என்ன செய்வதெனத் தெரியவில்லை. அவரது படுக்கையோரம் இருந்த அலமாரியில் பணத்தை வைத்துவிட்டு வெளியே வந்தான். அன்றிரவு அவனால் தூங்கமுடியவில்லை. நள்ளிரவில் எழுந்து உட்கார்ந்து டேனியல் விநோதன் கவிதைகளை வாசித்துக் கொண்டிருந்தான். அவனை அறியாமல் கண்ணீர் வந்தது.

மறுநாள் மருத்துவமனைக்குப் போனபோதும் அவர் ரமணாவை காணமறுத்துக் கண்களை மூடிக் கொண்டார். செவிலியர்களைத் தவிர வேறு எவரையும் அவர் கண் கொண்டு பார்க்கவேயில்லை என்றார்கள்.

இது நடந்த ஒரு வாரகாலத்தில் டேனியல் தானே மருத்துவமனையிலிருந்து வெளியேறிச் சென்றுவிட்டார். எங்கே சென்றார் என்று எந்தத் தகவலும் தெரியவில்லை. அவன் வைத்த பணம் அப்படியே அலமாரியில் இருந்தது என்றும் அந்தப் பணத்தைத் தவிர அவரது மருத்துவச்

செலவிற்காகக் கூடுதலாக முப்பதாயிரம் தர வேண்டும் என்றும் மருத்துவமனை ரமணாவிடம் கேட்டது. அதையும் கடன் வாங்கிக் கட்டிவந்தான்.

தன் அறையைக் காலி செய்து அங்கிருந்த புத்தகங்களை எடுத்துக் கொள்ளும்படி ரமணாவிற்கு ஒரு கடிதம் எழுதியிருந்தார் டேனியல் விநோதன்.

அந்தப் புத்தகங்களைத் தன் வீட்டிற்குக் கொண்டுவந்து எங்கே வைப்பது என அவனுக்குத் தெரியவில்லை. பழைய புத்தகக் கடைக்காரர் ஒருவருக்கே அவ்வளவு புத்தகங்களையும் கொடுத்துவிட்டான். டேனியலின் ஒரு புகைப்படத்தையும் சில குறிப்பேடுகளையும் மட்டும் அவன் வைத்துக் கொண்டான்.

ஒரு நாள் தற்செயலாக டேனியலின் தங்கையை சிவன் கோவில் முன்பாக ரமணா சந்தித்தான். அவள் “தனது அண்ணன் ஒரு வாரத்தின் முன்பு இறந்து விட்டதாகவும் உடல் நலிந்த நிலையில் அவர் வேங்காடு என்ற கிராமம் ஒன்றில் போய்த் தங்கியிருந்ததாகவும் அங்கேயே இறந்து புதைத்துவிட்டார்கள்” என்றும் சொன்னாள்.

ரமணாவால் அந்தத் துயரைத் தாங்கிக் கொள்ள முடியவில்லை. கண்கள் கலங்கியது. அதைக் கட்டுப்படுத்திக் கொண்டு அவசரமாக வீடு திரும்பினான். அன்றெல்லாம் டேனியலுக்காக அழுதான்.

பின்பு ஒரு ஞாயிற்றுகிழமை வேங்காடு கிராமத்திற்குப் பயணம் மேற்கொண்டான். ஊரின் மேற்கேயிருந்த இடுகாட்டில் அவரது உடலைப் புதைத்திருந்தார்கள். சிறிய புதைமேடு. புல் முளைத்துப் போயிருந்தது. அதன் முன்பாக அமர்ந்து தியானிப்பவன் போலக் கண்களை மூடிக் கொண்டான்.

கண்ணை மூடியதும் டேனியலின் முகம் நினைவில் ததும்ப ஆரம்பித்தது.

அந்தப் புதைமேட்டில் ஒரு அடையாளமும் இல்லை. சிறுபுல்லின் அசைவு மட்டுமே மிச்சமிருந்தது. கவிஞனாக மட்டுமே வாழுவேன் என்பவரின் முடிவு இவ்வளவு தானா என்று வருத்தமாகயிருந்தது.

"வாழும்போதும் சரி, வாழ்ந்தபிறகும் சரி அடையாளமற்றுப் போவதுதான் தமிழ்க் கவிஞனின் நிலையா!" என்று உள்ளூற ஆத்திரமாகவும் வந்தது.

புதைமேட்டின் முன்னால் அமர்ந்தபடியே ரமணா டேனியலின் கவிதை ஒன்றைச் சப்தமாகச் சொல்லத் துவங்கினான். பாதிக்கும் மேல் சொல்லமுடியாமல் தொண்டையை அடைத்தது.

எங்கிருந்தோ ஒரு கரிச்சான் சப்தமிட்டு அவனது வேதனையை மேலும் அதிகப்படுத்தியது.

□

27
இரண்டு ஜப்பானியர்கள்

அந்த இரண்டு ஜப்பானியர்களும் ஏழாயிரம் கிலோமீட்டர் தூரத்தைக் கடந்து வந்திருந்தார்கள். கியாத்தோவிலிருந்து இந்தியாவின் தென்கோடியிலிருந்த கொடைக்கானல் மலைக்கு வந்து சேர்ந்த தூரமது.

உடல்வாகை வைத்து ஜப்பானியர்களின் வயதைக் கண்டறிய முடியாது. முகத்திலும் பெரிய மாற்றமிருக்காது. முழுவதுமாகத் தலைநரைத்த ஜப்பானியர் ஒருவரைக்கூட நந்தகுமார் கண்டதில்லை. கொடைக்கானலுக்கு வரும் வெள்ளைக்காரர்களில் ஒரு சிலரே வசதியானவர்கள். மற்றவர்கள் அந்த நாடுகளில் நடுத்தர வருமானமுள்ள தொழிலாளர்களாகவோ, அலுவலகப் பணியாளர்களாகவோ இருப்பவர்கள். அபூர்வமாக ஒன்றிரண்டு இசைக்கலைஞர்கள், புகைப்படக்கலைஞர்கள் வருவதுண்டு. இதுவரை ஒரு சுமோ பயில்வான் கூடக் கொடைக்கானலுக்கு வந்து நந்தகுமார் கண்டதில்லை. சுமோ பயில்வான்களின் சண்டையைத் தொலைக்காட்சியில் ரசித்துப் பார்த்திருக்கிறான்.

எத்தனையோ ஜப்பானியர்கள் கொடைக்கானலுக்கு வந்து போயிருக்கிறார்கள். ஆனால் பொதுவெளியில் குடித்துப் போதை தலைக்கேறி கூச்சலிடும் ஒரு ஜப்பானியரை அவன் கண்டதில்லை. அவர்கள் சுய ஒழுக்கத்தை எப்போதும் பேணுகிறார்கள். நேரத்தைச் சரியாகக் கடைப்பிடிப்பதில் தீவிரமாகயிருக்கிறார்கள்.

மேபல் விடுதி அறையிலிருந்து ரத்னபிரபாகர் போன் செய்து அந்த ஜப்பானியர்கள் டக்ளஸ் பங்களாவைப் பார்க்க விரும்புவதாகச் சொன்னபோது வெளியாட்களுக்கு இப்போது அனுமதியில்லை. இரண்டு வருஷங்களாக அனுமதி நிறுத்தப்பட்டுவிட்டது என்றுதான் நந்தகுமார் சொன்னான்.

ஆனால் பிரபாகர் இவர்கள் டக்ளஸ் பங்களாவைக் காணுவதற்காக மட்டுமே ஜப்பானிலிருந்து வந்திருக்கிறார்கள். அரை மணிநேரம் போதும் என்கிறார்கள். சரியாகக் காலை ஏழு மணிக்கு வந்துவிடுவார்கள் என்று சொல்லி அவனைச் சம்மதிக்க வைத்தான்.

டக்ளஸ் பங்களா என்று அழைக்கப்படும் அந்த மாளிகை ஒரு வண்ணத்துப்பூச்சி ம்யூசியம். அப்படி ஒரு ம்யூசியம் இருப்பது கொடைக்கானலில் வசிக்கும் பலருக்கும் தெரியாது. ஆனால் ஆராய்ச்சியாளர்கள் மற்றும் வெளிநாட்டுப் பயணிகள் எப்போதாவது அதைப் பார்வையிட வருவதுண்டு. ம்யூசியத்தைச் சுற்றிப் பார்க்க நூறு ரூபாய் கட்டணம்.

வண்ணத்துப்பூச்சிகளை நம் ஆட்களில் எவர் காசு கொடுத்துப் பார்க்கப்போகிறார்கள். சாலையோரம் தென்படும் மஞ்சள். வெள்ளை நீல வண்ணத்துப்பூச்சிகளையே யாரும் கவனித்துப் பார்ப்பதில்லை. அதன் அழகை ரசிப்பதில்லை. இந்த நிலையில் பாடம் செய்து வைக்கப்பட்ட வண்ணத்துப்பூச்சிகளைக் காண யார் வரப்போகிறார்கள்?

பதினேழாயிரத்திற்கும் மேற்பட்ட வண்ணத்துப்பூச்சி ரகங்கள் உலகில் இருக்கின்றன என்கிறார்கள். இந்த ம்யூசியத்தில் நான்காயிரம் விதமான வண்ணத்துப்பூச்சிகள் பாடம் செய்து வைக்கப்பட்டிருந்தன. அத்தோடு வண்ணத்துப்பூச்சிகள் பற்றிய ஓவியங்களும், புத்தகங்களும் ஆராய்ச்சிக் குறிப்புகளும் அங்கிருந்தன.

ஜான் டக்ளஸ் தாம்சன் கண்டுபிடித்த வண்ணத்துப்பூச்சி ஒன்றுக்கு அவரது பெயரே வைத்திருக்கிறார்கள். அதையும் இந்த ம்யூசியத்தில் காணலாம்.

ஒரு மனிதனின் பெயரை எதற்காக வண்ணத்துப்பூச்சிக்கு வைக்கிறார்கள் என்று அவனுக்குப் புரியவில்லை.

பெயரில்லாத வண்ணத்துப்பூச்சிகள் என்ன செய்யும். வண்ணத்துப்பூச்சியை யார் பெயர் சொல்லி அழைப்பார்கள்.

அந்த ம்யூசியத்தின் பொறுப்பாளராக நந்தகுமாருக்கு வேலை கிடைத்தது தற்செயலானது. அவன் விலங்கியல் முதுகலை படித்துவிட்டு பெங்களூரிலுள்ள ஆய்வு நிறுவனம் ஒன்றில் தற்காலிகப் பணி செய்து கொண்டிருந்தபோது வண்ணத்துப்பூச்சிகள் பற்றி ஒரு கட்டுரை எழுதினான். அது மெக்சிகோ வண்ணத்துப்பூச்சி ரகம் ஒன்றினைப் பற்றியது.

அந்தக் கட்டுரை லண்டனிலுள்ள ஆய்விதழ் ஒன்றில் வெளியானது. அதைப் படித்துத்தான் லாரா அவனுடன் தொடர்பு கொண்டாள்.

லாரா தாம்சன்தான் தற்போது டக்ளஸ் பங்களாவை நிர்வாகம் செய்து வருபவர். அந்த மாளிகையின் ஒரு பகுதி மட்டுமே ம்யூசியமாக மாற்றப்பட்டிருந்தது. மற்ற பகுதி லாராவின் உபயோகத்திற்காகப் பயன்படுத்தபட்டது. ஆண்டில் ஒரு மாதம் லாரா இந்தியா வருவார். அப்போது அந்த அறையில் தங்கிக் கொள்வதுண்டு. லாரா ஜான் டக்ளஸிற்கு என்ன உறவு என்று தெரியவில்லை. ஆனால் உயிலில் அத்தனை சொத்துகளும் அவளது பெயரில்தான் எழுதப்பட்டிருந்தது.

அவள் யாராக இருந்தாலும் நமக்கென்ன என்றே நந்தகுமார் நினைத்தான். நல்ல சம்பளத்துடன் வேலை. ம்யூசியத்தை ஒட்டிய சிறு அறை ஒன்றிலே தங்கிக் கொள்ளலாம். நல்ல சீதோஷ்ண நிலை. இந்த மூன்றும் சேர்ந்து அவனைக் கொடைக்கானலில் வேலையை ஏற்றுக் கொள்ள வைத்தன.

வேலைக்குச் சேர்ந்த சில நாட்களில் ஒருவர்கூட ம்யூசியத்திற்கு வராதபோது எரிச்சலாக வந்தது. பேச்சுத் துணைக்குக்கூட ஆள் இல்லையே என்று ஏங்கினான். பாடம் செய்து வைக்கப்பட்ட வண்ணத்துப்பூச்சிகளைக் கண்டாலே வெறுப்பாக வந்தது.

பின்பு அவனாகத் தேவாலயத்தை ஒட்டி மெக்கானிக் ஷாப் வைத்துள்ள சாய் பிரசாத்துடன் நட்பு கொண்டான். அவன் வழியாகப் புதிய நண்பர்கள் உருவானார்கள். அவர்கள் மதியம் இரண்டு மணிக்கெல்லாம் ம்யூசியத்தை

மூடிவிட்டு சீட்டு விளையாட ஆரம்பித்துவிடுவார்கள். சில நாட்கள் ஏழு மணிவரை சீட்டு தொடர்வதுண்டு. இரவில் குடி. போதையுடன் உறக்கம். சில நாட்கள் ஜீப்பில் மதுரைக்குப் போய்ச் சுற்றித் திரும்பி வருவதும் உண்டு.

மழைக்காலத்தில் ஒற்றை ஆளாகத் தங்கியிருப்பது நந்தகுமாருக்குச் சங்கடமாக இருந்தது. மழை என்றால் பேய் மழை. மரங்கள் முறிந்து விழுந்து சாலையில் போக்குவரத்து நின்றுபோகுமளவு மழை. ஜன்னல், கதவுகளை மூடி கட்டிலில் படுத்துக் கிடந்தபோதும் காற்றின் வேகத்தில் கதவு பிய்த்து எறியப்படுமோ என்று பயமாக இருக்கும்.

குளிர்காலத்தில் மிகவும் ரம்மியாக இருக்கும். அவன் குளிரை மிகவும் ரசிப்பான். அதுவும் விடிகாலை நேரங்களில் அந்த மாளிகையை ஒட்டிய சாலையில் பனிப்புகையின் ஊடாக நடந்து செல்வது அத்தனை சுகமாகயிருக்கும். லாரா அவனது சம்பளத்தைத் தவறாமல் கொடுத்துவந்தாள். எப்போதாவது ஒரு முறை போனில் அவனுடன் பேசுவதுண்டு. எதற்காக இப்படி ஒரு ம்யூசியத்தை நடத்துகிறார்கள் என்று அவனுக்குப் புரியவில்லை.

இரண்டு ஆண்டுகளுக்கு முன்பு திடீரென ஒரு நாள் லாரா இனி பொதுமக்கள் யாரையும் ம்யூசியத்திற்குள் அனுமதிக்க வேண்டாம். ஆய்வாளர்களுக்கு மட்டும் பயன்படுத்தலாம் என்று சொன்னாள்.

பொதுமக்கள் யார் வரப்போகிறார்கள் என்று நினைத்துச் சிரித்துக் கொண்டபடியே அப்படியே செய்துவிடுகிறேன் என்று நந்தகுமார் ம்யூசியத்தின் வாசலில் ஒரு அறிவிப்புப் பலகையை எழுதி வைத்தான். அதை எவரும் திரும்பிக்கூடப் பார்க்கவில்லை.

ஜான் டக்ளஸ் தாம்சனுக்கு எப்படி வண்ணத்துப் பூச்சிகளின்மீது ஆர்வம் உருவானது என்று தெரியவில்லை. மனிதர்களின் விசித்திரம் அவர்கள் எதில் எப்போதும் தீவிரம் கொள்வார்கள் என்று யாருக்கும் தெரியாது என்பதே.

அந்த ம்யூசியத்தில் இருந்த ஜான் டக்ளஸ் டயரியில் அவரது பயணக் குறிப்புகளும் வரைபடங்களும் இருந்தன. தவிர அவரது சொந்த வாழ்க்கையைப் பற்றிய தகவல்கள் அதிகமில்லை.

கிழக்கிந்தியக் கம்பெனியில் டாக்டராகப் பணியாற்றியவர் ஜான் டக்ளஸ் தாம்சன். தன் இருபது வயது முதல் உலகெங்கும் சுற்றியலைந்திருக்கிறார். சில காலம் அவர் சீனாவிலும் ஜப்பானிலும் மருத்துவராகப் பணியாற்றியிருக்கிறார். அதன்பிறகு மருத்துவத் தொழிலை விட்டுவிட்டு சித்திர எழுத்துக் கலைஞராக மாறியிருக்கிறார். இரண்டு ஆண்டுகள் ஜாவாவில் உள்ள பௌத்த மடாலயம் ஒன்றில் துறவியாகக் கழித்திருக்கிறார்.

பின்பு அங்கிருந்து வெளியேறி இலங்கையிலுள்ள குதிரைப்பண்ணை ஒன்றினை நிர்வாகம் செய்திருக்கிறார். பின்பு லண்டன் சென்று திருமணம் செய்து கொண்டு இளம்மனைவியோடு இந்தியா திரும்பி. பதினேழு ஆண்டுகள் கிழக்கிந்தியக் கம்பெனி ஏற்றுமதி நிர்வாகத்தினைக் கவனித்துக் கொண்டிருந்தார். அவரது மனைவியின பெயரில் சொந்தக் கப்பல் ஒன்று இந்தியாவிற்கும் இங்கிலாந்திற்கும் இடையில் வணிகம் செய்தது. அதில் நிறையப் பொருள் ஈட்டினார். கொல்கத்தாவில் பெரிய வீடு ஒன்று கட்டி குடியிருந்தார்.

ஜான் டக்ளஸ் கொடைக்கானலுக்கு எப்படி வந்தார் என்று தெரியவில்லை. ஆனால் அவரது இறுதி ஆண்டுகள் முழுவதும் கொடைக்கானலில் கழிந்திருக்கின்றன. கையில் ஒரு வலையோடு அவர் வண்ணத்துப் பூச்சிகளைத் துரத்திப் போவதை உள்ளூர்வாசிகள் கண்டிருக்கிறார்கள். அவருக்குப் பூச்சி பிடிப்பவன் என்றுதான் பட்டப்பெயர்.

இந்த மாளிகையை அவர் கட்டி நூற்றுப்பத்து ஆண்டுகளுக்கும் மேலாகியிருந்தன. யாரெல்லாம் இதில் வசித்தார்கள் என்று தெரியவில்லை. குழந்தைகள் இருந்தது போன்ற அடையாளமேயில்லை.

ம்யூசியத்தின் நுழைவாயிலில் அவரது ஆள் உயர ஓவியம் ஒன்று இருக்கிறது. அந்த ஓவியத்தில் செம்பட்டை மயிர் கொண்ட நாயோடு அவர் நின்று கொண்டிருக்கிறார். நல்ல உயரம். கூர்மையான நாசி. சிறிய கண்கள். அவர் வைத்திருந்த தொப்பியில் ஒரு குயிலின் படம் வரையப்பட்டிருந்தது. ரசனையான மனிதராக இருந்திருக்கிறார் என்று நந்தகுமாருக்குத் தோன்றியது.

பார்வையாளர்கள் வராத நாட்களில் நந்தகுமார் ம்யூசியத்திலிருந்த பழைய இதழ்களைப் புரட்டிப் படித்துக் கொண்டிருப்பான். இன்னும் மனிதர்கள் கண்டறியாத வண்ணத்துப்பூச்சிகள் இருக்கின்றன. புதையல் தேடுவது போல அதைச் சிலர் தேடிக்கொண்டு தானிருக்கிறார்கள்.

நம்மைச் சுற்றி ஏராளமான உலகங்கள் தனித்தனியே இயங்கிக் கொண்டிருக்கின்றன. அதில் ஒன்று வண்ணத்துப் பூச்சிகளின் உலகம். அதை நோக்கி ஒருவன் திரும்பிவிட்டால் அந்த உலகம் அவனை இழுத்துக் கொண்டுவிடும். இப்படி ஓராயிரம் உலகங்கள் ஒரே நேரத்தில் இயங்கிக் கொண்டிருக்கின்றன. வேலை வீடு குழந்தைகள் சாப்பாடு தூக்கம் என்றிருக்கும் நமது உலகம் மட்டும் வாழ்க்கையில்லை. அதற்கு வெளியே அசாதாரணமாக நிறைய நடக்கவே செய்கின்றன.

ஒருமுறை அந்தமானிலிருந்து வந்திருந்த ஆய்வாளர் ம்யூசியத்திலிருந்த வண்ணத்துபூச்சிகளைப் புகைப்படம் எடுத்துக் கொண்டதோடு ஜான் டக்ளஸ் தாம்சன் இங்கிலாந்திற்குத் திரும்பிச் செல்லும்போது கடலில் நோயுற்று இறந்து போனார். அவரது உடலைக் கடலில் வீசிவிட்டார் என்ற தகவலைச் சொன்னார். பாவம். டக்ளஸ் தனது சொந்த ஊருக்குத் திரும்பாமலே இறந்து போயிருக்கிறார். கடலில் அவரது உடல் மிதப்பதைப் பற்றி நினைத்தபோது நந்தகுமாருக்கு வருத்தமாகவே இருந்தது.

...

சரியாகக் காலை ஏழுமணிக்கு அந்த இரண்டு ஜப்பானியர்களும் ம்யூசியத்தின் வாசலில் நின்றிருந்தார்கள். நந்தகுமார் அப்போதுதான் எழுந்திருந்தான். இன்னும் டீ கூடக் குடிக்கவில்லை. ஆனால் அழைப்பு மணி ஒலிக்கும் சப்தம் கேட்டு வெளியே வந்து பார்த்தான்.

இரண்டு ஜப்பானியர்களும் ஒன்று போலக் கறுப்பு நிற மேல்கோட்டு அணிந்திருந்தார்கள். உள்ளே வெள்ளை நிற சட்டை. சாம்பல் வண்ண பேண்ட். லெதர் பூட்ஸ். அவர்கள் அணிந்திருந்த கண்ணாடிகூட ஒன்றுபோலவே இருந்தது. ஒருவர் கையில் பெரிய லெதர் பை வைத்திருந்தார். மற்றவர் கோட்டில் தங்கத்தில் பறவை உருவம் பதித்த கிளிப் சொருகப்பட்டிருந்தது. அவர்களின் முகம் முழுமையான

புத்துணர்ச்சியோடு இருந்தது. நந்தகுமார் அவர்களை வரவேற்றுப் பதிவேட்டில் அவர்களின் பெயர் விபரங்களை எழுதும்படி ஆங்கிலத்தில் சொன்னான்.

நன்றி சொன்னபடியே இருவரில் தங்கப் பறவை கிளிப் சொருகியிருந்தவர் அழகான கையெழுத்தில் தன் பெயரை எழுதிவிட்டு “என் பெயர் டாக்டர் வாட்னபே” என்று அறிமுகம் செய்து கொண்டார்.

லெதர் பை வைத்திருந்தவர் அது போலவே கையெழுத்துப் போட்டுவிட்டு தன் பெயர் மசகோ டோகாவா என்று அறிமுகமானார்.

அவர்களிடம் ம்யூசியத்தைச் சுற்றிப் பார்ப்பதற்கான கட்டணத்தை வசூல் செய்துவிட்டு அவர்களின் பாஸ்போர்ட் நம்பரைப் பதிவு செய்தவற்காகக் கணிப்பொறியை நோக்கிச் சென்றான் நந்தகுமார்.

அவர்கள் ம்யூசியத்தினுள் செல்லாமல் ஓரமாக ஏதோ யோசனையுடன் நின்றிருந்தார்கள்.

“நீங்கள் உள்ளே போய் ம்யூசியத்தைச் சுற்றிப் பார்க்கலாம்” என்றான் நந்து.

“நாங்கள் வண்ணத்துப்பூச்சிகளைக் காண வரவில்லை” என்று டாக்டர் வாட்னபே தாழ்ந்த குரலில் சொன்னார்.

“வேறு என்ன வேண்டும்” என்று குழப்பத்துடன் கேட்டான் நந்தகுமார்.

“இங்கே ஜான் டக்ளஸ் தாம்சன் சேகரித்த கலைப்பொருட்கள் யாவும் இருக்கிறதா?”

“ஆமாம். உள் அறை ஒன்றில் பூட்டி வைத்திருக்கிறோம்.”

“அதை நாங்கள் பார்க்க முடியுமா?”

“அதற்கு நீங்கள் முன்அனுமதி பெற வேண்டும்.”

“பொதுமக்கள் பார்வைக்கு, அனுமதிக்கப்பட்டதாக அறிந்தே வந்தோம்.”

“யார் சொன்னது அப்படி?” என்று கேட்டான் நந்தகுமார்.

அவர்கள் ஒரு பழைய ஆங்கில வார இதழில் வெளியான கட்டுரையைக் காட்டினார்கள். அதில் அந்த

ம்யூசியத்தைப் பற்றிய விபரங்களுடன் ஜான் டக்ளஸ் தாம்சனின் கலைப்பொருட்கள் கொண்ட அலமாரிகளின் புகைப்படமும் வெளியாகியிருந்தது.

"2016இல் ஒரு திருட்டு நடந்துவிட்டது. அதன்பிறகு யாரும் அனுமதிக்கப்படுவதில்லை."

"நாங்கள் அந்தப் பொருட்களை ஒருமுறை கண்ணால் பார்த்தால்போதும்."

"என்னால் அனுமதிக்கமுடியாது. நீங்கள் இதன் உரிமையாளரைத்தான் தொடர்பு கொள்ள வேண்டும்."

"மூன்று முறை லாரா தாம்சனைத் தொடர்பு கொண்டோம். அவர் எங்களுக்குப் பதில் அளிக்கவில்லை."

"அப்படியானால் உங்களை அனுமதிக்கமுடியாது. நான் ம்யூசியத்திற்கு மட்டுமே நிர்வாகி."

"ஏழாயிரம் கிலோ மீட்டர் பயணித்து வந்திருக்கிறோம். ஒரேயொரு முறை பார்த்தால்போதும்."

"என்னால் அனுமதிக்க முடியாது. வண்ணத்துப் பூச்சிகளைப் பார்க்க விரும்பினால் சுற்றிப் பார்த்துவிட்டுக் கிளம்புங்கள்" என்று கறாராகச் சொன்னான் நந்தகுமார்.

"ஏன் கோபித்துக் கொள்கிறீர்கள். நீங்கள் மனது வைத்தால் எங்களுக்காக லாராவிடம் பேசி அனுமதி பெற முடியும்."

"நீங்கள் யார் என்றே எனக்குத் தெரியாதே."

"நாங்கள் டோக்கியோ பல்கலைக்கழகக் கலை வரலாற்றுத் துறை ஆய்வாளர்கள். நான் முப்பது ஆண்டுகளாகப் பேராசிரியராகப் பணியாற்றுகிறேன். இவர் ஓய்வு பெற்றுவிட்டார்" என்று சொன்னார் மசகோ டோகாவா.

அத்துடன் தனது லெதர் பையிலிருந்து நிறையப் புகைப்படங்கள், பேப்பர் கட்டிங் போன்றவற்றை எடுத்துக் காட்டினார்.

"லாரா லண்டனில் வசிக்கிறார். அவரை இப்போது தொடர்புகொள்ள இயலாது. பாரீன் கால் பேசும் வசதி இங்கேயில்லை."

"ஒரு மெயில் அனுப்பிப் பாருங்கள்" என்றார் டாக்டர் வாட்னபே.

"லாரா உடனே பதில் தரமாட்டார்."

"நாங்கள் காத்திருக்கிறோம்."

"அவர் உங்களை நிச்சயம் அனுமதிக்கமாட்டார். நீங்கள் கிளம்பலாம்."

"ஒருவேளை அனுமதித்தால் அது அதிர்ஷ்டம்தானே. காத்திருப்பது எங்களுக்குச் சிரமமான விஷயமில்லை."

"ஐம்பது ஆண்டுகளாகக் காத்துக் கொண்டிருக்கிறோம்" என்றார் டாக்டர் வாட்னபே.

"இதற்கு முன்பு எப்போதாவது இங்கே வந்திருக்கிறீர்களா?"

"1993இல் டாக்டர் இஷிகவா வந்திருக்கிறார். அவர் மிகப்பெரிய கலை ஆய்வாளர். இஷிகவா ஆண்டுக்கு ஒருமுறை இங்கே வருவது வழக்கம். 2015இல் இறந்துவிட்டார். அவரைக் கடைசிவரை கலைப்பொருட்களைப் பார்வையிட அனுமதிக்கவேயில்லை" என்று வருத்தமான குரலில் சொன்னார் டாக்டர் வாட்னபே.

"அது தெரிந்தும் நீங்கள் ஏன் அனுமதி பெறாமல் வந்திருக்கிறீர்கள்?"

"தண்ணீர் சொட்டுச் சொட்டாக விழுந்து கல் கரைந்திருக்கிறது என்று கேள்விப்பட்டதில்லையா!" என்று சொன்னார் மசகோ டோகாவா.

"வீண் நம்பிக்கை. இங்கே முறையான அனுமதி பெறாமல் எதையும் காணமுடியாது. ம்யூசியம் முழுவதும் கண்காணிப்புக் கேமிராக்கள் பொருத்தப்பட்டிருக்கின்றன. இங்கே வரும் அனைவரும் பதிவு செய்யப்படுகிறார்கள். என்னால் உங்களுக்கு உதவ முடியாது" என்று அழுத்தமா குரலில் சொன்னான் நந்தகுமார்.

"நாங்கள் ஆய்வாளர்கள். திருடர்களில்லை" என்று பணிவாகச் சொன்னார் டாக்டர் வாட்னபே.

"திருடர்கள் யாரும் பகலில் இப்படிக் கதவைத்தட்டி உள்ளே வருவதில்லை" என்றான் நந்தகுமார்.

“எங்களுக்காக இந்த உதவியை நீங்கள் செய்ய வேண்டும். ஒருவேளை லாரா அனுமதி தர மறுத்துவிட்டால் நாங்கள் புறப்பட்டு விடுகிறோம்.”

“சரி, உங்களுக்காக மெயில் அனுப்பிப் பார்க்கிறேன். பதில் கிடைத்தால் உங்களைத் தொடர்பு கொள்கிறேன்.”

“மேபல் ஹோட்டலுக்குத் தெரிவித்துவிடுங்கள். உடனே கிளம்பி வந்துவிடுகிறோம்” என்றார் மசகோ டோகாவா.

விருப்பமில்லாமல் தலையாட்டினான் நந்தகுமார்.

அவர்கள் நன்றி தெரிவித்தபடியே வாசலுக்கு வந்தார்கள். திடீரென ஏதோ மனதில் தோன்ற அவர்களிடம் “தேநீர் அருந்துகிறீர்களா?” என்று கேட்டான் நந்தகுமார்.

சரியெனத் தலையாட்டினார்கள்.

“உட்காருங்கள். கொண்டுவருகிறேன்” என்று அவன் தன் அறையை நோக்கி நடந்தான்.

அவர்கள் இருவரும் இரண்டு நிழல்கள் அமர்ந்திருப்பது போல இருக்கையில் சலனமின்றி அமர்ந்திருந்தார்கள்.

அவன் கொடுத்த தேநீரைக் கையில் வாங்கிக்கொண்டு மசகோ சொன்னார்:

“உங்கள் அன்புக்கு நன்றி.”

அது போலவே நன்றி தெரிவித்தபடியே டாக்டர் வாட்னபே தேநீரை வாங்கிக் கொண்டார். உதட்டு நுனியில் தேநீர் கோப்பையை வைத்துச் சப்தமில்லாமல் துளித்துளியாகத் தேநீரை அவர்கள் ருசித்துக் குடிப்பதை வியந்து பார்த்துக் கொண்டிருந்தான். இதில் கூடவா இத்தனை நேர்த்தி. கவனம்.

“நீங்கள் வந்த கார் எங்கே நிற்கிறது?” என்று கேட்டான் நந்தகுமார்.

“நாங்கள் விடுதியிலிருந்து நடந்தே வந்தோம். நாம் விரும்பும் விஷயம் நடக்க வேண்டும் என்றால் இப்படிப் பாதயாத்திரை செய்வது வழக்கம்தானே” என்றார் வாட்னபே.

மேபல் விடுதியிலிருந்து இந்த ம்யூசியம் எப்படியும் பத்து கிலோ மீட்டர் இருக்கும். அவ்வளவு தூரம் விடிகாலையில் நடந்துவந்திருக்கிறார்கள். அப்படி என்ன தேடுகிறார்கள். எதற்காக இந்த வேண்டுதல் என்று புரியவில்லை.

தாம்சனின் கலைப்பொருட்களைப் பார்க்காமல் போகிறோமே என்ற துளி வருத்தம்கூட அவர்கள் முகத்தில் இல்லை. பள்ளிவிட்டு வீடு திரும்பும் சிறுவர்களைப் போலவே உற்சாகத்துடன் அவர்கள் மேபல் விடுதியை நோக்கி நடந்தார்கள்.

அவர்கள் சென்றபிறகு ஜான் டக்ளஸ் தாம்சனின் கலைப்பொருட்கள் இருந்த உள் அறையின் கதவைத் திறந்து உள்ளே சென்று நந்தகுமார் பார்வையிட்டான். சீனவிசிறிகள். வெண்கலத்தால் செய்த புத்தர் சிலை, பறவை வடிவிலான உலக்கை,கிரேக்க காதலர் சிற்பம், அஸ்டக்குகளின் தலைக்கவசம், பாபிலோனிய வெண்கலக் கண்ணாடி, டிராகன் கிண்ணம், முகலாய மதுக்கோப்பைகள். வெண்கலப் பதுமைகள், பிரெஞ்சு கண்ணாடி சிற்பங்கள். ஐந்து தலை நாகச்சிலை, கப்பலில் பயன்படுத்தபடும் தொலைநோக்கிகள். பழைய சுவர்கடிகாரங்கள். தாந்த்ரீக பதுமைகள். பௌத்த பிரார்த்தனை மணி. தந்தத்தில் செய்த அலங்காரப்பெட்டி பழைய காலத் துப்பாக்கிகள். குறுங்கத்திகள். மணற்கடிகாரம். அரபு நாட்டுச் சதுரங்கப்பலகை. ஹவாய் இறகுத் தொப்பி என விநோதமான பொருட்கள் மூன்று அலமாரிகள் நிறைய இருந்தன.

இதில் சில பொருட்களை அவனால் அடையாளம் காணவே முடியவில்லை. இதில் எதைத் தேடி அந்த ஜப்பானியர்கள் வந்திருக்கிறார்கள் என்பதும் புரியவில்லை.

ஒரு ஆராய்ச்சிக்காக முப்பது ஆண்டுகள் தொடர்ச்சியாக ஜப்பானியர்கள் அலைந்து கொண்டிருப்பது அவர்கள் மீது பரிவை ஏற்படுத்தியது. அன்று மாலை லாராவிற்கு ஒரு மின்னஞ்சல் அனுப்பினான். அதில் டோக்கியோ பல்கலைக்கழக ஆராய்ச்சியாளர்களைப் பற்றி மிக உயர்வாக எழுதியிருந்தான்.

மறுநாள் காலை அதே ஏழு மணிக்கு அழைப்பு மணி அடிக்கும் சப்தம் கேட்டுப் படுக்கையிலிருந்து எழுந்து

வெளியே வந்து பார்த்தபோது புன்சிரிப்புடன் அதே இரண்டு ஜப்பானியர்கள் காலை வணக்கம் சொன்னார்கள்.

"லாராவிடமிருந்து பதில் வரவில்லை" என்று தூக்க கலக்கமாகச் சொன்னான் நந்தகுமார்.

"நல்லது. வளாகத்தின் நுழைவாயிலில் நிறையக் காய்ந்த சருகுகள் நிரம்பிக் கிடக்கின்றன. படிகளில்கூட ஒரே அழுக்கு. ஒரு துடைப்பானும் வாளியும் தரமுடியுமா" என்று கேட்டார் மசகோ.

"நீங்கள் ஒன்றும் செய்ய வேண்டாம். சுத்தம் செய்ய ஆள் இருக்கிறார்கள்" என்று மறுத்தான் நந்தகுமார்.

"எங்களால் முடிந்த உதவி" என்றபடியே அவர்கள் வெளியே இருந்த இரும்பு வாளி, துடைப்பான், பெருக்குமாறு ஆகியவற்றை எடுத்துக் கொண்டு நுழைவாயிலை நோக்கி நடந்தார்கள்.

நந்தகுமாரால் அவர்களைப் புரிந்துகொள்ளவே முடியவில்லை. ஒரு மணி நேரத்தின் பிறகு அவன் நுழைவாயில் அருகே சென்றபோது சுத்தமாகத் துடைக்கப்பட்டிருந்தது. தொட்டிச்செடிகளை வெயில்படும்படி சரியாக அடுக்கியிருந்தார்கள். தண்ணீர் குழாயின் அடியில் படிந்திருந்த பாசியைச் சுத்தமாக அகற்றியிருந்தார்கள். அவர்கள் இருவரும் பெரிய பேராசிரியர்கள் என்பது வியப்பாக இருந்தது.

அன்றும் அவர்கள் நந்தகுமாருடன் தேநீர் அருந்தினார்கள். டாக்டர் வாட்னபே தயக்கத்துடன் கேட்டார்:

"உங்களைச் சிரமப்படுத்துகிறோம். இன்னொரு முறை லாராவிற்கு மெயில் அனுப்ப முடியுமா?"

"நேற்று அனுப்பிய மெயிலுக்குப் பதில் இல்லை. மறுபடியும் அனுப்பினால் கோபித்துக் கொள்வார்."

"அதுவும் சரிதான். நாங்கள் காத்திருக்கிறோம்."

என்றபடி அவர்கள் மேபல் விடுதியை நோக்கி நடக்க ஆரம்பித்தார்கள். ஐந்து நாட்கள் இப்படி அவர்கள் காலை மாலை என்று ஏதாவது ஒரு நேரம் அவனைத் தேடி வந்து நின்றார்கள். ஒரு நாள் எங்கிருந்தோ ஒரு புதிய மலர்ச்செடி ஒன்றைக் கொண்டுவந்து தோட்டத்தில் நட்டுவைத்தார்கள்.

ஐந்து வருட மௌனம் ⦿ 349

இன்னொரு நாள் சாலையில் ஏற்பட்டிருந்த பள்ளத்தை மண் அள்ளிப் போட்டுச் சரிசெய்தார்கள். இன்னொரு நாள் ஒரு கட்டு ஊதுபத்தி வாங்கி வந்து ம்யூசியத்தில் ஏற்றி வைத்து நறுமணம் கமழச் செய்தார்கள். அவர்களிடம் ஏமாற்றத்தின் அடையாளமேயில்லை. காத்திருப்பின் வலியை அவர்கள் கடந்து சென்றுவிட்டார்கள். சந்தோஷமாக அதை எதிர்கொண்டார்கள்.

ஆறாம் நாளில் காலை அவர்கள் வந்தபோது நந்தகுமார் சொன்னான்:

"லாரா உங்களை அனுமதிக்க மறுத்துவிட்டார். காலையில்தான் மெயில் வந்தது. இதற்கு மேல் நீங்கள் அலைவது வீண்."

"நன்றி. நீங்கள் காட்டிய அன்பிற்கு நன்றி. அடுத்த ஆண்டு நிச்சயம் அனுமதியோடு வருவோம்."

"இதில் வருத்தமேயில்லையா?"

"நாம் விரும்பும்போது மழை பெய்யுமா. அல்லது முழுநிலவு தோன்றுமா. அது நடக்கும்போதுதான் நடக்கும். காத்திருக்க வேண்டியது நமது கடமை."

"உங்களை ஏமாற்றத்துடன் அனுப்ப மனம் வரவில்லை."

"இதில் ஏமாற்றம் ஒன்றுமில்லை. இன்னும் சில காலம் கூடுதலாகக் காத்திருக்கப்போகிறோம். அவ்வளவுதான்."

"நீங்கள் புகைப்படம் எதுவும் எடுக்கமாட்டீர்கள் என்றால் நான் ஒரு யோசனை சொல்வேன்."

"கேமிரா எதையும் நாங்கள் கொண்டுவரவில்லை."

"நான் உங்களை ஜான் டக்ளஸின் கலைப்பொருட்கள் உள்ள அறைக்கு அழைத்துப் போகிறேன். நீங்கள் ஒருமுறை பார்த்துக் கொள்ளலாம்."

அதைக்கேட்டவுடன் அவர்கள் கண்கள் விரிந்தன. உடலைக் குனிந்து வணங்கி நன்றி சொன்னார்கள்.

நந்தகுமார் கண்காணிப்பு கேமிராவின் இணைப்பை தற்காலிமாகத் துண்டித்துவிட்டான். பின்பு அவர்களை உள் அறைக்குள் கூட்டிச் சென்றான். அவர்கள் நிதானமாகக் கண்ணாடி அலமாரியினுள் இருந்த

பொருட்கள் ஒவ்வொன்றாகக் கவனமாகப் பார்த்துக் கொண்டிருந்தார்கள். பிறந்த குழந்தையைக் காணும் தந்தையைப் போலிருந்தது அவர்களின் செய்கை.

மூன்றாவது அலமாரியைப் பார்த்தபோது அவர்கள் முகம் மலர்ந்தது.

டாக்டர் வாட்னபே மகிழ்ச்சியோடு சொன்னார்:

"இதோ இருக்கிறது."

மசகோ அதை வியப்புடன் பார்த்தபடியே "ஆஹா. அற்புதம்" என்று வியப்பில் ஆழ்ந்து போனார். அவரது கண்கள் எவ்வளவு விரிய முடியுமோ அவ்வளவு அகன்று விரிந்தன.

அப்படி என்ன வியந்து பார்க்கிறார்கள் என்று நந்தகுமாரும் எட்டிப்பார்த்தான்.

அது ஒரு பூக்குவளை. அடர்நீல வண்ணப்பூக்குவளை. அரையடி உயரத்திலிருந்தது. இதில் என்ன இருக்கிறது என்று இப்படி வியந்து பார்க்கிறார்கள் என்று அவனுக்குப் புரியவில்லை.

மசகோ தயக்கமான குரலில் கேட்டார்:

"அந்தப் பூக்குவளையை வெளியே எடுத்து காட்ட முடியுமா?"

நந்தகுமார் பூக்குவளையை வெளியே எடுத்து அவர்களின் கைகளில் கொடுத்தான். தெய்வ விக்ரகம் ஒன்றை வாங்கிக் கொள்வது போலப் பரவசத்துடன் அதைக் கையில் வாங்கிக் கொண்டார்கள்.

டாக்டர் வாட்னபே தனது கோட் பாக்கெட்டில் இருந்து ஒரு லென்ஸை எடுத்து அந்தப் பூக்குவளையை ஆராய்ந்து பார்த்தார்.

"கொக்கு முத்திரையிருக்கிறது. இது தாஷிமாவின் பூக்குவளையேதான்."

மறுநிமிஷம் அவர்கள் இருவரும் அந்தப் பூக்குவளையைத் தரையில் வைத்து அதன் முன்னால் விழுந்து வணங்கினார்கள். அவர்கள் கண்கள் கலங்கியிருந்தன. மூன்று முறை அவனுக்கு நன்றி சொன்னார்கள். பின்பு அந்தப் பூக்குவளையைக்

கையில் எடுத்துச் சுற்றிச் சுற்றி நுட்பமாகப் பார்த்தபடியே இருந்தார்கள்.

"விலை மதிப்புமிக்க குவளையா?" என்று நந்தகுமார் கேட்டான்.

"இதற்கெல்லாம் விலையே கிடையாது. உலகில் இது போன்ற பூக்குவளை இன்னொன்று கிடையாது."

"என்ன சொல்கிறீர்கள்?"

"இது உராசாகி தாஷிமா என்ற ஏழாம் நூற்றாண்டில் வாழ்ந்த சிற்பக்கலைஞர் செய்த பூக்குவளை. இது போல மூன்றே மூன்று பூக்குவளைகளைத்தான் செய்திருக்கிறார். அதில் இரண்டு மன்னருக்குப் பரிசாக அளிக்கப்பட்டன. அது மன்னரின் படுக்கை அறையில் வைக்கப்பட்டிருந்தது. மலர்கள் வெறும் அலங்காரத்திற்கானவையில்லை. அவை முழுமையின் அடையாளம். ஒவ்வொரு மலரும் ஒரு ரகசியம். மலரென்பது அசாத்தியத்தின் அழகு. ஒன்பதாம் நூற்றாண்டில் ஆட்சி மாற்றம் ஏற்பட்டபோது அந்தப் பூக்குவளைகள் உள்ளிட்ட விலை மதிக்கமுடியாத பொருட்கள் கொள்ளையடிக்கப்பட்டு விட்டன. தாஷிமா செய்த மூன்றாவது பூக்குவளையை அவரது மகள் அயகாவிற்குப் பரிசாக அளித்திருக்கிறார். அவள் பதிமூன்று வயதில் நோயுற்று இறந்து போகவே இந்தக் குவளையும் அவளுடன் புதைக்கப்பட்டுவிட்டது. சில காலத்தின் பின்பு அந்தப் புதைமேட்டிலிருந்து பூக்குவளையை யாரோ திருடி விற்றுவிட்டார்கள் என்று படித்திருக்கிறோம். அதன்பிறகு தாஷிமாவின் பூக்குவளையைக் கண்டறிய முடியவில்லை. இந்தத் தேடல் பல ஆண்டுகளாகத் தொடர்ந்து வருகிறது. எவர் கண்ணிலும் படவில்லை. நாங்கள் அதிர்ஷ்டசாலிகள். இதைக் கண்ணால் பார்த்துவிட்டோம்."

"அப்படி என்ன இந்தப் பூக்குவளையில் அதிசயம்?" என்று கேட்டான் நந்தகுமார்.

"இந்தப் பூக்குவளையில் வைக்கப்படும் மலர்கள் வாடவே வாடாது. அத்தோடு மலர்கள் ஒளிரும் என்பார்கள்."

"நிஜமா?" என்று வியப்புடன் கேட்டான்.

“அதுதான் தாஷிமாவின் சிறப்பு. கலையின் உச்சத்தில் அது மாயத்தை உருவாக்கவே செய்யும். நீங்கள் விரும்பினால் பரிசோதனை செய்து பார்க்கலாம்.”

“இதுதான் தாஷிமாவின் பூக்குவளை என்று எப்படிச் சொல்கிறீர்கள்?”

“இந்தப் பறவையைப் பாருங்கள். அதன் கண்களுக்குள் ஒரு எழுத்து இருக்கிறது. அது தாஷிமாவின் மகள் பெயரைக் குறிக்கும் அடையாளம்.”

பறவையின் கண்ணே மிகச்சிறியதாக இருந்தது. அதற்குள் ஒரு கோடு போல ஏதோ கிறுக்கலாகத் தெரிந்தது. வாட்னபே தனது லென்ஸை வைத்து அந்தப் பறவையின் கண்ணில் தெரியும் எழுத்தைக் காட்டினார். எழுத்தையே சித்திரமாக்கியிருந்தார்கள். எவ்வளவு மகத்தான கலைநுட்பம்.

வாட்னபே மேலும் சொன்னார்:

“இந்த மலர்களைப் பாருங்கள். அதில் மூன்றாவது மலரில் ஒரு இதழ் குறைவாக இருக்கும். அதுவும் தாஷிமாவின் சிறப்பு. அவரது மூன்றாவது வயதில் அவரது அம்மா இறந்து போனாள். அந்த நினைவாக அவர் உருவாக்கிய கலைப்பொருட்களில் எப்போதும் மூன்றாவது மலர் முழுமையாக இருக்காது.”

“ஆச்சரியம்” என்றான் நந்தகுமார்.

“இந்தப் பூக்குவளை எப்படி ஜான் டக்ளஸ் தாம்சனுக்குக் கிடைத்தது என்று தெரியவில்லை. ஆனால் இதன் மதிப்பை உணராமல் அவர் ஒரு மூலையில் போட்டு வைத்திருக்கிறார்” என்றார் மசகோ டோகாவா.

“அது உண்மை. தாம்சனுக்கு இந்தப் பூக்குவளையினைப் பற்றித் தெரிந்திருந்தால் அது இந்நேரம் இங்கிலாந்து போயிருக்கும். ஒருவேளை ஏதாவது ம்யூசியம் விலைக்கு வாங்கியிருக்கவும்கூடும்.”

“தாஷிமாவின் பூக்குவளை இங்கேயிருக்கிறது என்று உங்களுக்கு எப்படித் தெரிய வந்தது.”

“வாரப் பத்திரிகையில் வந்த டக்ளஸ் ம்யூசியம் பற்றிய புகைப்படத்தில் இந்தப் பூக்குவளையை அடையாளம் கண்டு

கொண்டவர் டாக்டர் இஷிகவா. அவரால் நேரில் பார்த்து உறுதி செய்யாமல் இதை உலகிற்கு அறிவிக்க முடியவில்லை. ஆகவே ஒருமுறையாவது நேரில் பார்த்துவிட வேண்டும் என்பதற்காக அவர் ஆண்டுதோறும் கொடைக்கானலுக்கு வருகை தந்தார். அவரது வாழ்வின் இறுதிவரை அவரால் இதைக் காண முடியவில்லை. அவரது மாணவர்கள் என்ற முறையில் நாங்கள் அதைத் தேடிக் கொண்டிருந்தோம். புத்தரின் கருணை இன்று அதைச் சாத்தியமாக்கியது."

நந்தகுமாருக்கு அவர்கள் இவ்வளவு உணர்ச்சிவசப்படும் அளவிற்கு அந்தப் பூக்குவளையில் என்ன இருக்கிறது என்றே தோன்றியது. அது ஆயிரம் ஆண்டுகளுக்கு முந்தைய பொருளாக இருந்தால் என்ன. அதற்காகக் கண்ணீர் விடுவார்களா? இப்படி ஆண்டுக்கணக்கில் பணத்தைச் செலவு செய்து தேடிக் கொண்டிருப்பார்களா. என்ன முட்டாள்தனமிது.

"இதன் மதிப்பு எவ்வளவு லட்சமிருக்கும்?" என்று மறுபடியும் கேட்டான் நந்தகுமார்.

"இதைப் பணத்தால் மதிப்பிட நாங்கள் விரும்பவில்லை. உங்கள் குழந்தை எவ்வளவு பணம் பெறும் என்று நீங்கள் மதிப்பீடு செய்வீர்களா?" என்று கேட்டார் டாக்டர் வாட்னபே.

இது என்ன அசட்டுத்தனம். குழந்தையும் பூக்குவளையும் ஒன்றாகிவிடுமா என்ன. நந்தகுமார் அவர்களிடமிருந்த பூக்குவளையைத் தன்னுடைய கையில் வைத்துப் பார்த்தான். சாதாரணப் பழைய கலைப்பொருள். அவ்வளவுதான். அதற்கு மேல் ஒன்றுமில்லை. பாடம் செய்துவைக்கபட்ட வண்ணத்துப்பூச்சி போலத்தான் இதுவும்.

அவர்கள் மிகுந்த பணிவுடன் அவனுக்கு மறுபடியும் நன்றி சொன்னார்கள். டாக்டர் வாட்னபே அவனது கைகளைப் பற்றிக் கொண்டு சொன்னார்:

"இனி நாங்கள் மகிழ்ச்சியோடு ஊர் திரும்புவோம்."

"இந்தப் பூக்குவளையைப் பார்த்த விஷயத்தை யாரிடம் சொல்ல வேண்டாம். என் வேலை பறிபோய்விடும்" என்றான் நந்தகுமார்.

“நிச்சயம் தெரிவிக்கமாட்டோம்” என்று இருவரும் சொன்னார்கள்.

மறுபடியும் அந்தக் குவளையை அவர்கள் வணங்கினார்கள்.

அறைக்கதவை மூடிவிட்டு நந்தகுமார் வாசலுக்கு வந்தபோது அவர்கள் சந்தோஷத்தைக் கட்டுப்படுத்த முடியாமல் கைகளைக் காற்றில் வீசி நடனமாடுவது போல நடந்து போவதைக் கண்டான். அதை அவனால் புரிந்துகொள்ளவே முடியவில்லை.

•••

அன்றிரவு அவன் மறுபடியும் அந்த அறைக்குள் போய் தாஷிமாவின் பூக்குவளையைத் தன்னுடைய அறைக்கே எடுத்துக் கொண்டு வந்தான். டிவி மீது அந்தப் பூக்குவளையை வைத்துவிட்டு வெளியே சென்று ஒரு கொத்து மலர்களைப் பறித்து வந்தான். அதைப் பூக்குவளையில் வைத்துவிட்டு டிவி பார்க்க ஆரம்பித்தான். இரவு உறங்கப்போவதற்காக விளக்கை அணைத்தபோது பூக்குவளையில் இருந்த மலர்கள் ஒளிர்ந்து கொண்டிருப்பதைக் கண்டான். என்ன ஆச்சரியமிது என்றபடியே அருகில் சென்று பார்த்தான். மின்மினிப்பூச்சி ஒளிர்வது போல மலர்கள் ஒளிர்ந்து கொண்டிருந்தன. அவர்கள் சொன்னது நிஜம். இது தாஷிமாவின் பூக்குவளையேதான்.

அன்றிரவு முழுவதும் அவன் அந்தப் பூக்குவளையைப் பார்த்தபடியே இருந்தான். மனதில் சொல்லமுடியாத சந்தோஷம் நிரம்பத் துவங்கியது.

மறுநாள் லாரா தாம்சன் போனில் அழைத்துக் கேட்டபோது அந்த ஜப்பானியர்கள் அதன்பிறகு திரும்பி வரவேயில்லை, ஊருக்குப் போய்விட்டார்கள் என்று பொய் சொன்னான்.

அந்த ஜப்பானியர்கள் எப்போது ஊருக்குப் போனார்கள் என்று அவனுக்குத் தெரியவில்லை. ஆனால் அதன் பிந்திய தினங்களில் அவனுக்குள் பால்ய நினைவுகள் கொந்தளிக்கத் துவங்கின. உடனே சொந்த ஊருக்குப் போய் வரவேண்டும் என்ற ஆசை தீவிரமாகியது. மூன்று நாட்கள் விடுமுறை எடுத்துக் கொண்டு சொந்த ஊருக்குப்

போய்ப் பழைய நண்பர்களைப் பார்த்துவிட்டுத் திரும்பி வந்த நாளில் அறைக்கதவைத் திறந்தபோது தாஷிமாவின் பூக்குவளையில் அப்போதுதான் மலர்ந்தது போலப் பூக்கள் புதிதாக இருந்தன. அந்த மலர்களைக் காணும்போது ஜப்பானியர்களின் சிரித்த முகமே நினைவில் வந்து போனது.

விசித்திரமான கலைப்பொருட்களை விடவும் விந்தையானவர்கள் மனிதர்களே என்று நந்தகுமாருக்குத் தோன்றியது.

தாஷிமாவின் பூக்குவளையை இருந்த இடத்தில் வைப்பதற்காகக் கையிலெடுத்துக் கொண்டு நடந்தான். மலரைப் போலவே அந்தப் பூக்குவளையும் எடையற்று இருப்பதாக அவனுக்குத் தோன்றியது.

□

28
கோடைகாலப் பறவை.

ரங்கநாத் கையில் செம்மஞ்சள் நிறத்தில் கறுப்பு புள்ளிகளிட்ட சிறகொன்றை வைத்திருந்தான். நீளமான அச்சிறகு வசீகரமாகயிருந்தது.

"அது என்ன பறவையின் சிறகு" என்று கேட்டாள் லூசி.

"பெயர் தெரியவில்லை. ஆனால் இப்படியான சிறகை இப்போதுதான் முதன்முறையாகப் பார்க்கிறேன்" என்றான் ரங்கநாத்.

கோத்தகிரியிலுள்ள உறைவிடப் பள்ளி ஒன்றின் முதல்வராகப் பணியாற்றினாள் லூசி. தங்கபிரேம் போட்ட மூக்குக் கண்ணாடி அணிந்திருந்தாள். கூர்மையான நாசி, ஐந்தரை அடிக்கும் மேலான உயரம். ஒடிசலான உடல்வாகு. அரக்கு வண்ண காட்டன் புடவை கட்டியிருந்தாள். அதற்கு மேல் பச்சை நிறத்தில் ஒரு ஸ்வெட்டர். காலில் ரப்பர் செருப்புகள்.

அவளது வீட்டின் பின்புறமிருந்த தோட்டத்தில் நிறைய மரங்கள் இருந்தன. அதனடியில்தான் இந்தச் சிறகு கிடந்திருக்கிறது.

லூசி பள்ளி வளாகத்திற்குள்ளாகவே இருபது வருஷமாக வசித்து வந்தாள். சொந்த ஊரை மறந்து பல காலமாகிவிட்டது. கோடைவிடுமுறையில் மாணவர்கள்

எல்லோரும் போய்விட்ட பிறகும் அவள் பள்ளி வளாகத்தில் தானிருப்பாள். அவளது உலகம் அந்தப் பள்ளி மட்டும்தான்.

அவளது அக்கா ஜெசிந்தாவின் வீடு தூத்துக்குடியை ஒட்டிய கடற்கரை கிராமம். பத்து ஆண்டுகளுக்கு முன்பு அக்கா அவசரத் தேவை என்று ஒரு லட்ச ரூபாய் வாங்கிக் கொண்டு போனாள். அதைத் திருப்பிக் கொடுக்கவேயில்லை. அவளும் கேட்கவில்லை. ஆனால் அக்கா வீட்டிற்குப் போனால் அக் குற்றவுணர்வு அக்காவிடம் பீறிடும் என்பதால் ஊருக்குப் போவதைத் தவிர்த்து வந்தாள். அக்காவின் கணவர் உப்பளத்தில் வேலை செய்து வந்தார். மூன்று குழந்தைகள். சொற்ப வருமானத்தில் அக்காவால் குடும்பத்தை ஓட்ட முடியவில்லை. அவளும் உப்பளத்தில் வேலை செய்தாள்.

அக்காதான் ஆசிரியராக விரும்பியவள். ஆனால் அப்பா இறந்தவுடன் அவளது படிப்பைப் பாதியிலே மாமா நிறுத்திவிட்டார். உறவிலே அவளைத் திருமணம் செய்து கொடுத்துவிட்டார்கள். பாவம் அக்கா, உழைத்துச் சலித்து ஆளே உருச்சிதைந்து போயிருந்தாள்.

தன்னிடம் அக்காவின் போட்டோ ஒன்றுகூடக் கிடையாது என ஏனோ இந்தக் காலையில் லூசிக்குத் தோன்றியது.

லூசிக்கு இப்போது நாற்பத்தியாறு வயது நடந்து கொண்டிருந்தது. மாணவர்களோடு பழகுவதால் எப்போதும் இளமையாக இருப்பது போலவே தோன்றும். இனி எத்தனை வயதானால் என்ன, யார் கவலைப்பட இருக்கிறார்கள். தனிமையில் வாழும் பெண்ணிற்கு உலகம் மிகச் சிறியதுதானே.

நூறு வருஷப் பழமையான பள்ளியது. இங்கிலாந்திலிருந்து வந்த ரெனீஸ் பாதிரி துவங்கியிருக்கிறார். ஒரு காலத்தில் அங்கே வேலை பார்த்த ஆசிரியர்கள் அத்தனை பேரும் வெள்ளைக்காரர்கள். பணக்காரப் பிள்ளைகள் மட்டுமே அங்கே தங்கிப் படித்தார்கள். கால மாற்றத்தில் அந்தப் பள்ளி நிர்வாகம் மாறிவிட்டது. புதிய கட்டிடங்கள், வசதிகள் உருவாகியிருந்தன. நடுத்தரவர்க்கப் பிள்ளைகளே இப்போது அதிகம் படித்தார்கள்.

அந்தப் பள்ளியின் இசைக்குழு மிகவும் புகழ்பெற்றது. ஆண்டுக்கு ஒருமுறை பெரிய இசை நிகழ்ச்சியை மாணவர்களே நடத்துவார்கள். அந்தப் பள்ளி வளாகத்தினுள் பெரிய மலர் வனமே இருந்தது. பள்ளி மாணவர்களுக்கென்றே நடத்தப்படும் பேக்கரி ஒன்றும் செயல்பட்டது. பள்ளிக்குச் சொந்தமாக ஆறு குதிரைகள் இருந்தன. துப்பாக்கி சுடுவதற்குக்கூடப் பயிற்சி கொடுத்தார்கள்.

அந்தக் கேம்பஸில் அவளுக்கு ஒதுக்கப்பட்டிருந்த வீட்டின் பெயர் லிட்டில் ஹெவன். அப்படி ஒரு பெயரை வைத்தவர் ரெனீஸ் பாதிரி என்பார்கள். அந்த வீடு இங்கிலாந்தின் பண்ணை வீடு போல அமைந்திருந்தது. கோடையிலும் உள்ளே முழுமையான வெளிச்சம் வராது. கணப்பு அடுப்பும் நிலவறையும் கொண்ட வீடது. பெரிய வரவேற்பறை. நான்கு படுக்கை அறைகள். சுற்றிலும் தோட்டம். அதில் நிறையப் பூச்செடிகள், பழமரங்கள்.

அவளது வீட்டைத் தாண்டி வலது பக்கம் திரும்பினால் ஆசிரியர்களுக்கான குடியிருப்பு. நாற்பது ஆசிரியர்கள் குடும்பத்துடன் அங்கே தங்கியிருந்தார்கள். அவர்களும் கோடை விடுமுறைக்கு ஊருக்குப் போய்விட்டதால் அந்த வீடுகள் பூட்டிக்கிடந்தன. தற்போது அவளைத் தவிர நான்கு காவலாளிகளும் இரண்டு தோட்டக்காரர்களும், அன்றாடம் வந்து செல்லும் சில பணியாளர்களும் மட்டுமே அந்த வளாகத்தினுள் இருந்தார்கள்.

கோடைக்கென்றே விசேசமான காற்றிருக்கிறது. சருகுகளில் யாரோ நடப்பது போன்ற காற்றின் ஓசை நாள் முழுவதும் கேட்டபடியே இருக்கும். சில நேரம் முயலோ, காட்டுக்கோழிகளோ ஓடுவதைக் கண்டிருக்கிறாள். கோடை விடுமுறையில் பள்ளியின் இயல்பு முற்றிலும் மாறிவிடுகிறது. ஏதோ ஒரு மடாலயத்திலிருப்பது போலவே அவள் உணர்ந்தாள்.

நிறையத் தைலமரங்கள் அடர்ந்த வளாகமது. சிவப்பு நிறக் கட்டிடங்கள். அழகான படிக்கட்டுகள். பெரிய தூண்கள் கொண்ட பிரம்மாண்டமான நூலகம். இரண்டு விளையாட்டு மைதானங்கள். நீச்சல் குளம், நான்கு விடுதிகள். ஐநூறு பேர் அமர்ந்து சாப்பிடும் உணவுக்கூடம், பிரார்த்தனைக் கூடம் என்று நூற்றுமுப்பது ஏக்கருக்கும் மேலிருந்தது அந்தப் பள்ளி.

தபால்காரரைத் தவிர வெளியாட்கள் எவரும் இப்போது வருவதில்லை. லூசிக்கு இப்படி முழுத்தனிமையில் இருப்பது பிடித்தேயிருந்தது.

அவளது கணவர் மார்டின் அதே பள்ளியில்தான் வேலை செய்தார். சிறுநீரகக் கோளாறு காரணமாக உடல்நிலை மோசமாகி மூன்று ஆண்டுகளுக்கு முன்பு இறந்து போனார். அதன்பிறகு அவள் ஒருத்தியாகவே அந்த வீட்டில் வாழ்ந்தாள்.

இசைத்தட்டுகள்தான் அவளது ஒரே துணை. வீட்டிலிருக்கும் நேரங்களில் அவள் இசைகேட்டபடியே இருப்பாள். அதுவும் பழைய ஆங்கிலப் பாடல்களின் இசைத்தட்டுகளை ரிக்கார்ட் பிளேயரில் சுழலவிட்டுக் கேட்பது அவளுக்குப் பிடிக்கும். இசைத்தட்டிலிருந்து வரும் கம்பீரமான குரலின் வழியே அந்தப் பாடகர் அறைக்குள் நடனமாடுவது போலவே தோன்றும்.

அவளுக்குப் பால் ராப்சனின் பாடல்களை மிகவும் பிடிக்கும். வசீகரமான குரலது. சில பாடல்களைத் திரும்பத் திரும்பக் கேட்பாள். ஜாஸ் இசைக் கலைஞர்களின் சங்கீதத்தைக் கேட்பது அவளுக்கு விருப்பமானது. நிறைய இசைத்தட்டுகளைச் சேகரித்து வைத்திருக்கிறாள். அதில் பாதிக்கும் மேலாகப் பார்க்கர் மாஸ்டர் கொடுத்தது.

அவர் திருமணமே செய்து கொள்ளாதவர். இசைதான் அவரது காதலி என்று சொல்லுவார். அவர்தான் பால் ராப்சனை அறிமுகம் செய்து வைத்தார். ஜாஸ் சங்கீதத்தை எப்படிக் கேட்பது என்று கற்றுத்தந்தார். தொடர்ந்து இசை கேட்கும்போது கடவுள் எவ்வளவோ இனிமைகளை மனிதனுக்காகத் தந்திருக்கிறார் என்று அவளுக்குத் தோன்றும். அதை நினைத்து கர்த்தருக்கு நன்றி சொல்லிக் கொள்வாள்.

அவளது வீட்டில் ஒரு மீன் தொட்டியிருந்தது. அதில் மூன்று தங்கமீன்கள் இருந்தன. அந்த மீன்கள்கூட இசைகேட்டுப் பழகி அதற்கு ஏற்ப நடனமாடின. உலகமே ஒரு பெரிய இசைக்கூடம்தானே.

•••

ரங்கநாத் அந்தப் பறவையின் சிறகை அவளிடமே கொடுத்துச் சொன்னான்:

"நம்ம தோட்டத்துக்கு அந்தப் பறவை திரும்பவும் வரும் மேடம்."

"அதிர்ஷ்டமிருந்தால் அதை நான் காண்பேன்" என்றாள் லூசி.

"புகைப்படம் எடுக்க முடிந்தால் எடுத்துவிடுங்கள். பள்ளி ஆல்பத்தில் ஒட்டி வைக்கலாம்" என்றான் ரங்கநாத்.

"அதுவும் நல்ல யோசனைதான். முயன்று பார்க்கிறேன்" என்று தலையாட்டினாள்.

அவர்கள் பள்ளி வளாகத்தினுள் காணப்படும் பறவைகளைப் புகைப்படம் எடுத்து ஆல்பம் ஒன்றை மாணவர்களே உருவாக்கியிருந்தார்கள். ஆகவே புதிதாகப் பறவைகளைக் கண்டால் அதைப் புகைப்படம் எடுத்துக் கொள்வது வழக்கம்.

ரங்கநாத் படியில் இறங்கியபடியே அவளிடம் கேட்டான்.

"மல்லிகாவை அழைத்துக் கொண்டு டவுனுக்குப் போய்வர இருக்கிறேன். ஏதாவது வேணும் என்றால் வாங்கி வருவேன்."

"ஸ்வீட் பிரெட்டும், சால்ட் பிஸ்கட்டுகளும் வேண்டும். கூடவே ஒரு பாட்டில் தேன்."

ரங்கநாத் தன் சைக்கிளை எடுத்துக் கொண்டு தனது குடியிருப்பினை நோக்கிச் செல்ல ஆரம்பித்தான். மரங்களுக்கு இடையே வெயில் சரிந்து கொண்டிருந்தது.

•••

ரங்கநாத் அந்தப் பள்ளியின் காவலாளிகளில் ஒருவன். அவனும் அந்த வளாகத்தில்தான் தங்கியிருந்தாள். அவனது மனைவி மல்லிகாதான் லூசியின் வீட்டினைத் தூய்மை செய்வது, துணி துவைத்துத் தருவது, பாத்திரம் கழுவி வைப்பது போன்ற வேலைகளைச் செய்து வந்தாள். அவளது சம்பளத்தையும் ரங்கநாத்தே வாங்கிக் கொள்வான்.

மல்லிகா கிராமத்துப் பெண். அதுவும் மைசூர் பக்கமுள்ள சிறிய கிராமம். தமிழ் பேசும் குடும்பம்தான். அவளது தாத்தா

காலத்தில் அந்த ஊருக்குப் போய்த் தங்கிவிட்டார்கள். மல்லிகாவின் அப்பா அங்கேதான் பிறந்தார். பத்தாம் வகுப்புவரை அவள் படித்திருக்கிறாள். மாணவர்களுக்குத் திறந்தவெளியில் சினிமா திரையிடும் அன்று மல்லிகா ஆசையாக முன்வரிசையில் போய் உட்கார்ந்து கொள்வாள். டிவியில் போடும் திரைப்படங்கள் ஒன்றை விட மாட்டாள்.

லூசி வீட்டில் டிவி இருந்தது. ஆனால் அணைத்தே வைக்கப்பட்டிருக்கும். சில நாட்கள் அதைத் துடைக்கும்போது மல்லிகா கேட்பாள்:

"நீங்க சினிமாவே பார்க்க மாட்டீர்களா?"

"சினிமா பிடிக்காது."

"சின்ன வயசிலகூடச் சினிமா பார்த்தது இல்லையா?"

"சினிமா பார்க்க யாரு காசு தருவா. இதுவரைக்கும் மொத்தமே நாலு படம் பார்த்திருப்பேன். அதுவும் ஏசுநாதரைப் பற்றிய படம்."

"எனக்கெல்லாம் தினம் சினிமா பாக்கணும். சோறு இல்லாட்டிகூடக் கவலைப்பட மாட்டேன்" என்று மெலிதாகச் சிரித்தாள்.

"சினிமாவில அப்படி என்ன இருக்கு."

"அது ஒரு கனவும்மா. பாக்க பாக்க சொகமாக இருக்கும். அதைச் சொன்னாப்புரியுதும்மா" என்று சொல்லி சிரித்தாள் மல்லிகா.

லூசிக்கு அது புரிந்தேயிருந்தது. அவள் நியூஸ் பேப்பரைப் படித்தபடியே மல்லிகாவிடம் கேட்டாள்:

"லீவுக்கு ஊருக்குப் போகலையா?"

"போகணும். ஆனா அவரு வேலை இருக்குனு சொல்லிட்டே இருக்கார்."

"நீங்களும் போயிட்டா நான் தனியா இருக்கணும்."

"உங்களுக்குத்தான் பயமே கிடையாதே. இந்த ஸ்கூல்ல உங்களைப் பார்த்துத்தான் எல்லோரும் பயப்படுகிறார்கள்."

"அதெல்லாம் வெறும் நடிப்பு. உண்மையில் என்னை யாருக்கும் பிடிக்காது. அதைப்பற்றி எனக்குக் கவலையில்லை."

மல்லிகா கழுவி வைத்த டீக்கோப்பைகளைக் கிச்சன் அலமாரியினுள் அடுக்கி வைத்துவிட்டுக் கிளம்பும்போது சொன்னாள்:

"குழந்தைகள் இருந்திருந்தால் உங்களுக்கும் ஊருக்குப் போகத் தோணியிருக்கும்."

அவள் சொன்னது உண்மை. அதைக் கேட்காதவள் போலவே லூசி நின்றிருந்தாள். மல்லிகா சேலையால் முகத்தைத் துடைத்துக்கொண்டு சிறிய பிளாஸ்டிக் கூடையினைக் கையில் எடுத்தபடியே வெளியேறிப் போனாள்.

•••

குழந்தைகள் இல்லாமல் போனது வருத்தமானதே. ஒருவேளை அவள் சொன்னது போலப் பையனோ, பெண்ணோ இருந்திருந்தால் வாழ்க்கை வேறுவிதமாகியிருக்கும். அந்த வேதனையை மறப்பதற்காக மீண்டும் ஒரு இசைத்தட்டினைச் சுழலவிட்டாள். சாக்சபோன் இசை மனதை ஆற்றுப்படுத்துவதாக இருந்தது.

•••

பள்ளி வளாகத்திற்குள் சிறிய ஏரி ஒன்றிருந்தது. அதை ஒட்டிய காட்டிற்குள் காலை நேரம் நடைப்பயிற்சி செய்வது லூசிக்குப் பிடித்தமானது. குன்று போல உயர்ந்த பாறையின்மீது நின்றபடியே சில நாட்கள் மேகங்களைக் கடந்து போவதைப் பார்த்துக் கொண்டிருப்பாள். எவ்வளவு நேரம் பார்த்தாலும் மேகங்கள் சலிப்பதேயில்லை.

அந்தப் பள்ளியின் முன்வாசல் முன்பு வடக்கு நோக்கி இருந்தது. அதைத் தற்போது மூடியிருந்தார்கள். அந்த வாசலில் அமைக்கப்பட்ட காவல் கோபுரம் சிதைந்த நிலையில் நின்றிருந்தது. சில நாட்கள் அதையும் தேடிப்போய்ப் பார்த்து வருவாள்.

காலத்தில் பழசாகிப்போன எல்லாப் பொருட்களும் கதைகள் கொண்டதாகி விடுகின்றன. இந்தக் கோபுரத்திற்கும் நிறையப் பேய்க் கதைகள் இருப்பதை அறிவாள். கோபுரம் பற்றி மட்டுமில்லை, அந்தப் பள்ளியில் இறந்துபோன மாணவி ஒருத்தி பற்றியும் கதைகள் உலவுகின்றன.

இருக்கட்டும் கதைகள்தானே ஒருவர் வாழ்ந்த வாழ்க்கையின் சாட்சியம்.

...

ஒவ்வொரு நாளும் முதல்வர் அறைக்குள் நுழைந்தவுடன் லூசியின் முகம் இறுக்கமாகிவிடும். அது ஒரு பழக்கம். கோபத்தில் அவள் குரல் உயரும்போது எதிரே நிற்பவர்கள் பயந்து போய்விடுவார்கள். அவளிடம் தயவோ, கருணையோ எதிர்பார்க்க முடியாது. அவள் மிகவும் கண்டிப்பானவள். பொய் சொல்கிறவர்களின் குரலை வைத்தே அவளால் கண்டுபிடித்துவிட முடியும். குரலில் பொய் கலந்தவுடன் அது மாறிவிடுகிறது. போலியான பணிவு இரக்கம் வெளிப்படுகிறது.

உண்மையில் அந்தக் கோபம் அவளுக்குக் கவசம் போலப் பயன்பட்டது. தேவையற்ற கவனத்தை, ஈர்ப்பை உருவாக்காமல் அவளைப் பாதுகாத்தது. வராந்தாவில் நடக்கும்போது வேண்டுமென்றே அவள் வேகமாக நடப்பாள். ஆசிரியர்களிடம் பேசும்போது அவர்கள் கண்களைப் பார்த்தே பேசுவாள். அவளது நுனி நாக்கு ஆங்கிலம் எவரையும் மயக்கக்கூடியது.

யோசித்துப் பார்த்தால் தன் வாழ்க்கை ஒரு நடிப்பு. அந்த நாடகத்தைப் பல ஆண்டுகளாகச் சிறப்பாக நடித்து வருகிறோம் என்றே லூசிக்குத் தோன்றும். இதை மாற்றிக் கொள்ள முடியாது.

அந்தப் பள்ளியில் நண்பர் என்று சொல்லிக் கொள்ள அவளுக்கு இருந்த ஒரே நபர் பார்க்கர் மாஸ்டர். பள்ளியின் பியானோ ஆசிரியர். மிகச்சிறந்த இசைக் கலைஞர். அவரது இசைத்திறமையை உலகம் அறியவேயில்லை.

அவர் ஞாயிறுதோறும் அவள் வீட்டிற்கு வருவார். இருவரும் ஒன்றாக இசை கேட்பார்கள். மதியம் அவளுடன் சாப்பிடுவார். பின்பு ஆளுக்கு ஒரு புத்தகம் கையில் எடுத்துக் கொண்டு சாய்வு நாற்காலியில் சாய்ந்தபடியே படிப்பார்கள். மாலை மீண்டும் கையில் காபியுடன் இசை கேட்பார்கள்.

அவருக்குச் சூடாகக் காபி குடிப்பது பிடிக்கும். ஆவி பறக்கும் காபியைக் கையில் வைத்தபடியே அவர் இசைத்தட்டிலிருந்து எழும் பால் ராப்சனை ரசித்துக்

கொண்டிருப்பார். சில நேரம் அவரது முகத்தில் வெளிப்படும் சந்தோஷம் அபூர்வமானது.

அவர் ஒருவர்தான் அவளைப் பெயர் சொல்லி அழைப்பார். அவளை விடவும் வயதில் மூத்தவர் என்பதோடு நல்ல நண்பர் என்பதும் ஒரு காரணம்.

அவர் விடைபெற்றுப் போகும்போது மறக்காமல் ஒரு ஆரஞ்சு பழத்தைக் கொடுத்துவிடுவாள். எவ்வளவு நல்ல மனிதர். எதையும் அவளிடம் எதிர்பார்க்கவில்லை. சொல்லாமலே அவள் மனத்துயரை அவர் புரிந்து கொண்டிருந்தார். பார்க்கர் மாஸ்டர் திடீரென இறந்து போனது அவளது துரதிர்ஷ்டம். இப்போது சில இசைத்தட்டுகளைக் கேட்கும்போது அவர் நினைவு மேலிடக் கண்ணீர் கசிய நேரிடுகிறது.

• • •

ரங்கநாத் கொடுத்த பறவையின் இறகை தன் மேஜையில் கொண்டுவந்து போட்டபடி லூசி படிப்பதற்காக ஏதாவது ஒரு புத்தகத்தை எடுக்கத் தேடினாள். அவளுக்கு மேரி ஆலிவரின் கவிதைகளைப் பிடிக்கும். சில நேரம் அந்தக் கவிதைகளை மனப்பாடம் செய்து கொள்வதும் உண்டு. மேரி ஆலிவர் எவ்வளவு நன்றாக எழுதுகிறாள். நாமும் இப்படிக் கவிஞராகியிருக்கலாம் என்று நினைத்துக் கொள்வாள்.

கவிதைப் புத்தகத்தை எடுத்துப் புரட்டியபோது மனதில் புதிதாக வந்த பறவை எப்படியிருக்கும் என்ற எண்ணமே மேலோங்க ஆரம்பித்தது.

பறவைகளுக்குப் புதிய இடம் பற்றிய பயம் கிடையாது. இவ்வளவு பெரிய வளாகத்தில் அது ஏன் தன் வீட்டுத் தோட்டத்தைத் தேடி வந்திருக்கிறது. உலகம் பெரியது என்பதை அந்தப் பறவையின் வருகை நினைவூட்டுகிறதா?

அதைப்பற்றி நினைக்க நினைக்க மறுநாள் அந்தப் பறவையை எப்படியாவது பார்த்துவிட வேண்டும் என்ற ஆசை அவளுக்குள் உருவானது.

அலமாரியிலிருந்த கேமிராவை எடுத்துத் துடைத்துச் சரி செய்து வைத்துக் கொண்டாள். ஏதாவது ஒரு விருப்பமான

விஷயத்தை இப்படி மனதில் போட்டுக் கொண்டால் மனது உற்சாகமாகிவிடுகிறது. இல்லாவிட்டால் சலிப்புதான். என்ன செய்தாலும் சில நாட்களில் சலிப்பைப் போக்கிக் கொள்ள முடியாது.

...

லூசி தந்தையை அறியாதவள். அவளுக்கு இரண்டு வயதாகும்போது அவளது தந்தை இறந்துவிட்டார். அம்மாதான் அவளையும் அக்காவையும் வளர்த்தாள். அவர்கள் மாமா வீட்டில் வசித்தார்கள். அக்காவின் படிப்பை நிறுத்திய மாமாதான் அவளைப் பள்ளியில் சேர்த்துப் படிக்க வைத்தார்.

மாமா வீட்டில் நேரத்திற்குச் சாப்பாடு கிடைக்காது. அம்மா ஒரு வேலைக்காரி போலப் பகலிரவாக வீட்டு வேலைகள் செய்து வந்தாள். மாமா இல்லாத நேரத்தில் அத்தை அம்மாவைக் கண்டபடி திட்டுவாள். அவளது கோபம் லூசியின்மீதும் திரும்பும். லூசிக்கு மாமா வீட்டில் இருக்கப் பிடிக்கவேயில்லை.

ஒரு நாள் அம்மா லூசியிடம் சொன்னாள்:

"உன்னைச் சிஸ்டர் மேரியோடு அனுப்பி வைக்கப் போகிறேன். இனிமேல் அவள் உன்னை படிப்பைக் கவனித்துக் கொள்வாள். படிப்பைத் தவிர உனக்கு வேறு நினைப்பே இருக்கக் கூடாது."

அம்மா சொன்னது போலவே திருநெல்வேலியில் சிஸ்டர் மேரி உதவியால் படித்தாள். விடுமுறை நாட்களில் அவள் மட்டுமே ஹாஸ்டலில் இருப்பாள். அம்மா அவள் படிப்பு முடியும்வரை அவளைத் தேடி வந்ததேயில்லை. கல்லூரி படிக்கப் பெங்களூர் போவதற்கு முன்பு அம்மாவைத் தேடிப் போய்ப் பார்த்து வந்தாள். அம்மா அவளை ஆசீர்வாதம் செய்தபடியே சொன்னாள்:

"லூசி உன் எதிர்காலம் உன் கையில் தானிருக்கிறது."

எதற்காக அப்படிச் சொன்னாள் என்று தெரியவில்லை. ஆனால் அவள் கல்லூரிப் படிப்பு முடிவதற்குள் அம்மாவும் இறந்து போனாள்.

இருபது வயதிற்குள் வாழ்க்கையில் தனக்கு யாருமேயில்லை என்று அவள் நன்றாக உணர்ந்திருந்தாள். வேலைக்குப் போய்ச் சம்பாதிக்க ஆரம்பித்தபோது அந்த ஏக்கம் ஆழமாக அவளை வாட்டியது. அப்போதுதான் இமானுவேலைச் சந்தித்துப் பழகி அவரையே திருமணம் செய்து கொண்டாள். இருவருமாகத்தான் அந்த உறைவிடப் பள்ளிக்கு விண்ணப்பித்தார்கள். இருவருக்கும் வேலை கிடைத்தது.

...

ஏன் இதை எல்லாம் இந்த இரவில் நினைத்துக் கொண்டிருக்கிறோம் என்று நினைத்தபடியே அவள் இரவு விளக்கின் வெளிச்சத்தைப் பார்த்துக் கொண்டிருந்தாள். மீண்டும் பெயரறியாத பறவையின் நினைவு வந்து போனது.

காலையில் அவள் தோட்டத்தில் தேடியபோதும் அந்தப் பறவையைக் காண முடியவில்லை. ஏரிவரை நடந்து போய்த் தேடிவந்தாள். அந்தப் பறவையைக் காணமுடியவில்லை.

அன்று மாலை ரங்கநாத்தின் மனைவி அந்தப் பறவையைத் தன் வீட்டில் முன்னுள்ள மரத்தில் பார்த்ததாகச் சொன்னாள்.

"எது மாதிரி இருந்துச்சி அந்தப் பறவை?"

"வால் நீண்ட குருவி மாதிரி. ஆனா குருவியில்லை."

"நிறம்."

"சரியா சொல்லத்தெரியலை. ஆனால் மஞ்சளும் சிவப்பும்னு நினைக்கிறேன்."

"அதோட குரல் எப்படியிருந்தது?"

"சின்னப் பிள்ளைங்க குரல் மாதிரி இருந்துச்சி."

"நிஜமாவா!" எனக்கேட்டாள்.

"ஆமா. அந்தக் குரலைக் கேட்டால் ஏதோ சொல்ல வர்றது மாதிரியே இருந்துச்சிம்மா."

"எனக்கு அதைப் பாக்கணும்னு ஆசையா இருக்கு."

"நாம ஆசைப்பட்டா பறவை வராது. அதுவா வரணும்."

"அந்தப் பறவை எந்தப்பக்கம் போனது?"

"கிழக்கே போனது. நாளைக்குத் திரும்ப வரும்னு நினைக்கிறேன்."

"அது வந்தா என்னைக் கூப்பிடு" என்றாள் லூசி.

"போட்டோ எடுக்கப் போறீங்களா?" எனக்கேட்டாள் மல்லிகா.

"எடுக்கணும்" என்றாள் லூசி.

மல்லிகா ஆசையோடு கேட்டாள்:

"என்னையும் ஒரு போட்டோ எடுத்து தருவீங்களா."

"உனக்கு எதுக்குப் போட்டோ."

"ஊர்ல எங்க அப்பாவுக்குக் குடுக்க" எனச் சந்தோஷத்துடன் சொன்னாள்.

ஆசைப்படும் தன் கண்ணில் படாமல் ஏன் அந்தப் பறவை ஒளிந்து விளையாட்டுக் காட்டுகிறது என லூசிக்கு எரிச்சலாக வந்தது.

அவளுக்கு அப்பறவையை உடனே காண வேண்டும் என்ற ஆசை அதிகமானது. கிழக்கு நோக்கி நடந்து போக ஆரம்பித்தாள். இருட்டும்வரை ஒவ்வொரு மரமாகத் தேடியலைந்தாள். வேறு சில பறவைகளைக் கண்டாள். ஆனால் தேடும் பறவையைக் காண முடியவில்லை.

அன்றிரவு வீடு திரும்பியபோது மனதில் காரணமில்லாமல் வருத்தமும் வெறுமையும் கூடியது போலிருந்தது. பறவையைப் பார்க்கமுடியாமல் போனால் என்ன. அதற்காக இப்படி வருத்தப்பட வேண்டுமா. பறவை தானே, அதற்கு எதற்காகக் கவலைப்பட வேண்டும்.

திடீரென அது வெறும் பறவையில்லை. அவள் விரும்பிய சிறு விஷயம்கூட அவளுக்குக் கிடைக்கவில்லை என்பதன் அடையாளம் போலத் தோன்றியது. அப்படி நினைப்பு வந்தவுடன் கடந்தகாலத்தின் துயர நாட்கள் மனதை அழுத்தத் துவங்கின. அம்மா கண்ணீர் விடும் காட்சி மனதில் வந்து போனது. ஹாஸ்டல் அறையில் அழுதபடியே இருந்த நினைவுகள் பீறிட்டன. அதிலிருந்து

விடுபடுவதற்காக அவளாக ஒரு காகிதத்தில் பறவை ஒன்றை வரைய ஆரம்பித்தாள்.

மேஜையில் கிடந்த சிறகை வைத்துக்கொண்டு பறவை இப்படித்தானிருக்கும் என அவள் கற்பனையில் ஒரு பறவையை வரைந்தாள். அது சரியாக வரவில்லை. ஏன் இவ்வளவு பதற்றம் அடைகிறோம் என்று தன்னைத் தானே திட்டிக் கொண்டாள்.

மறுநாள் ரங்கநாத் அவளைத் தேடி வந்தபோது சொன்னான்:

"ஒரு பறவையில்லை மேடம். ஜோடியா வந்துருக்கு. பார்த்தா வெளிநாட்டுப் பறவை மாதிரி தெரியுது. கடல் கடந்து வந்துருக்கு."

"என் கண்ணிலே படவேயில்லை."

"எவ்வளவு அழகான ஜோடி. ஒரே காதல் விளையாட்டுதான். மனுசங்க போலப் பறவைகளைப் பார்த்தவுடனே வயசைக் கண்டுபிடிக்க முடியாதுல்ல."

அவன் அப்படிக் கேட்டது அவளுக்குப் பிடித்திருந்தது.

"நீ எங்கே பார்த்தே" என்று கேட்டாள்.

"சைக்கிள் ஸ்டாண்டை ஒட்டின மரத்தில்."

"இப்போ போனா இருக்குமா?"

"நான் காலையில் பார்த்தேன். எங்க போகப்போகுது. நம்ம தோட்டத்துக்கு வரத்தான் செய்யும்."

அவன் அப்படிச் சொன்னபோதும் அவளால் சமாதானம் செய்து கொள்ளமுடியவில்லை. ஆசையை அடக்க முடியாமல் கேட்டாள்:

"எப்படியும் நம்ம ஸ்கூல் கேம்பஸ்க்குள்ளே தானே இருக்கும். வா. தேடிப் பார்த்துட்டு வருவோம்."

"போகலாம் மேடம்."

ரங்கநாத்துடன் பள்ளி வளாகத்தை முழுமையாகச் சுற்றி வந்தபோதும் அந்தப் பறவைகள் அவள் கண்ணில் படவில்லை. அவள் சலித்துப் போனவளாகச் சொன்னாள்:

“எங்கேயாவது போய்த் தொலையட்டும். இனி அந்தப் பறவையை நான் பார்க்கவே மாட்டேன்.”

ரங்கநாத் அவளது கோபத்தைக் கண்டு சிரித்தான்.

வீடு திரும்பி லூசி அந்தப் பறவையை மறக்க முயன்றாள். ஆனால் மனதில் அது சிறகடித்துப் பறப்பது போலவே இருந்தது. இசைத்தட்டுகளைச் சுழலவிட்டபோதும் மனது அந்த ஏமாற்றத்தையே சுற்றிவந்தது.

பலருக்கும் எளிதாக நடந்துவிடுகிற சிறிய விஷயங்கள் கூடத் தனக்குக் கிடைப்பதில்லை என்ற வருத்தம் அவளை ஆழமாகப் பாதித்தது. அன்றிரவு அவள் பிரார்த்தனை செய்யும்போது ஏனோ கண்ணீர் விட்டாள்.

மறுநாள் காலை அவள் தோட்டத்தில் பறவையின் விநோதமான குரல் கேட்டது. அதே பறவைகள்தான். தான் தேடிக் கொண்டிருந்த வெளிநாட்டுப் பறவைகள் தன் தோட்டத்திற்கே வந்து நிற்கிறது.

அவளுக்கு வெளியே போய் அதைக் காண ஆசையிருந்த போதும் அதை அடக்கிக்கொண்டு வீட்டின் கண்ணாடி ஜன்னல்களைச் சாத்தி வைத்தாள். ஒருமுறை பறவையை நேரில் பார்த்தால் என்னவென்று தோன்றியது. ஆனால் அதை அனுமதிக்க மறுத்தவள் போல வேண்டுமென்றே தன் அறைக்குள் போய்க் கதவைத் தாழிட்டுக் கொண்டாள்.

மதியம் ரங்கநாத் வந்து வாசற்கதவைத் தட்டியபோதுதான் வெளியே வந்தாள்.

“தோட்டத்துல பறவைகள் இருதுச்சே. பாத்தீங்களா?”

“தூங்கிட்டேன். வெளியே எதையும் கவனிக்கவேயில்லை” என்றாள்.

அவள் சொல்வது பொய் என்பதை ரங்கநாத் அறிந்து கொண்டவன் போல அவளையே பார்த்துக் கொண்டிருந்தான்.

“மழை வரும்போல ஒரே மேகமா இருக்கு” என்றாள் லூசி.

பேச்சை மாற்றுகிறாள் என்பதைப் புரிந்து கொண்டவனாகச் சொன்னான்.

"மேடம். நாளைக்கு மல்லிகாவைக் கூட்டிட்டு ஊருக்குப் போறேன். வர்றதுக்கு ஒரு வாரம் ஆகும்மா."

"உன் வேலைய யாரு பாக்குறது" எனக் கோபமாகக் கேட்டாள்.

"கிட்ணன் தம்பி வந்துருக்கான். அவனைப் பாக்கச் சொல்லியிருக்கிறேன்."

"போயிட்டு வா. நானும் ஊருக்குப் போகப்போகிறேன். திரும்பி வர ஒரு வாரமாகும்" என்றாள். ஏன் அப்படிச் சொன்னாள் என்று அவளுக்கே புரியவில்லை.

அவள் சொன்னதை நம்பமுடியாமல் திகைத்தபடியே ரங்கநாத் படியிறங்கி நடந்தவன் கிழக்கே தெரிந்த மேகங்களைப் பார்த்தபடிய சொன்னான்:

"மேடம், மழை வருது. அங்கே பாருங்க."

அவன் சொல்லிமுடிப்பதற்குள் மழையின் முதல் துளி தரையில் இறங்கியிருந்தது.

□

29
சாலைமனிதன்

சாலையில் செல்லும் கார்கள், பைக்கை நோக்கித் தனது கைவிரல்களை உயர்த்திக் காட்டியபடியே அந்த ஆள் நின்றிருந்தார். ஐம்பது வயதிருக்கும். அழுக்கான வேஷ்டி சட்டைக் கையில் ஒரு துணிப்பை வைத்திருந்தார். ஒருவரும் அவருக்கு லிப்ட் கொடுக்கவில்லை. வெயிலைப் பற்றிக் கவலையின்றி அவர் கையை ஆட்டி போகிறவர்களிடம் லிப்ட் கேட்டுக் கொண்டிருந்தார். நூற்றுக்கணக்கில் கார்களும் பைக்கும் அவரைக் கடந்து சென்றன. ஒருவருக்கும் அவர் பொருட்டாகவேயில்லை. அதே சாலையில் பல நாட்கள் அவரைப் பார்த்தும் நான் காரை நிறுத்தாமல் போயிருக்கிறேன் இன்று ஏனோ காரை நிறுத்தி அவரை ஏற்றிக் கொண்டேன். முன்சீட்டில் ஏறி உட்கார்ந்து கொண்டு கத்திபாரா சிக்னல்கிட்ட இறங்கிகிடுறேன் என்றார்.

"தினம் ஆபீஸ் போறப்போ உங்களை பாத்து இருக்கேன். இத்தனை ஷேர் ஆட்டோ ஓடுதே. அதுல போக வேண்டியதுதானே. ஏன் இப்படி லிப்ட் கேட்டு நின்னுகிட்டே இருக்கீங்க?"

“சொன்னா ஆச்சரியமா இருக்கும். இது வரைக்கும் நான் போக்குவரத்துக்கு ஐந்து பைசா செலவு செய்தது கிடையாது. எல்லாம் ஓசிதான். யாராவது உங்களை மாதிரி ஏற்றிக்கிடுவா.”

“இது தப்பில்லையா?” எனக் கேட்டேன்.

“தப்பு ஒண்ணும் இல்லை சார். கையில காசே இல்லாமல் நான் இந்த ஊர்ல முப்பத்தைந்து வருஷமா வாழ்ந்துகிட்டு இருக்கேன். ஆச்சரியமா இருக்கா. அதான் உண்மை. தெரிஞ்சவங்க வீடு, ரூம், இல்லாட்டி பிளாட்பாரம், சப்வேனு எங்கேயாவது தங்கிக்கிடுவேன். அப்புறம் காலை சாப்பாடு, சில ஹோட்டல்காரங்க, மெஸ் நடத்துறவங்க தருவாங்க. பசிக்கிற நேரத்துல சாப்பாடு கிடைக்காது. ஆனால் காலை பத்துமணிக்கு மேலே டிபன் கிடைச்சிரும். மீதமாகிற இட்லிதானே. குடுத்துருவாங்க. அப்புறம் மதியம் தள்ளுவண்டிக்காரங்க ஓசியில சோறு கொடுத்துருவாங்க. நைட் பழவண்டிக்காரன் ஏதாவது பழம் கொடுப்பான். அவ்வளவுதான் நம்ம சாப்பாடு. பழைய டிரஸ் குடுக்கிறதுக்கு ஆள் இருக்கு. ஒரு ஆள் பழைய குடைகூட கொடுத்து இருக்கார்.”

“ஏன் வேலை செய்து சம்பாதிக்க வேண்டியதுதானே.”

“வேலை செய்வேன். ஆனால் அதுக்குக் காசு வாங்க மாட்டேன். யாராவது செத்துப் போயிட்டா கடைசி காரியம் முடியுறவரை கூடவே நிற்பேன். அதுதான் என் வேலை. தினம் ஒரு இடம், ஒரு ஆளை மேலே அனுப்பி வைக்கிறதுதான் என் வேலை.” .

“குடும்பம் உறவு எதுவும் கிடையாதா?”

“நான் தனியாள். பதினைந்து வயசுல வீட்டை விட்டு ஓடிவந்தேன். அதுல இருந்து எனக்கு இந்த வாழ்க்கைதான். உடம்புக்கு முடியாமல் போனால் கவர்மெண்ட் ஹாஸ்பிடல் இருக்கு. படிக்க லைப்ரரி இருக்கு. கோவில் பார்க் பீச் எதுக்கும் காசு தேவையில்லை. ரேடியோவில் பாட்டு போடுறான் ஆனந்தமா கேட்கலாம். வேற எதுக்கு காசு வேணும் சொல்லுங்க. இதுவரைக்கும் யார்கிட்டேயும் ஐந்து ரூபா காசைக்கூட கைநீட்டி வாங்குனது இல்லே. நான் ஓசியில வேலை செய்றேன். அதனாலே ஓசியில வாழுறேன்.”

“பயமா இல்லையா?” என்று கேட்டேன்.

"காசு இல்லாமல் வாழப்பழகிட்டா நமக்கும் நாய், பூனை அணில் பறவைகளுக்கும் வேற வித்தியாசமே கிடையாது. நாங்க எல்லாம் ஒண்ணுதான்" என்று சிரித்தார்.

கத்திப்பாரா வந்தபோதுபோதும் என்று காரை ஓரமாக நிறுத்தச் சொன்னார். இறங்கி எனக்கு நன்றி சொல்லிவிட்டு வெயிலோடு நடந்து போக ஆரம்பித்தார். அந்த நடை பார்க்க கம்பீரமாகவே இருந்தது.

□

30
நிகழாத சந்திப்பு

அவன் லேடி மெக்பெத்தை எலக்ட்ரிக் டிரெய்னில் வைத்துச் சந்தித்தான்.

அவள் லேடி மெக்பெத்தானா.

ஏனோ அவளைப் பார்த்த மாத்திரம் அவள்தான் மெக்பெத்தின் மனைவி. அரசனைக் கொலை செய்யத் தூண்டிய பெண் என்று தோன்றியது.

ஷேக்ஸ்பியரின் மெக்பெத் நாடகத்தை அவன் பலமுறை படித்திருக்கிறான். லேடி மெக்பெத்தின் உண்மையான பெயர் என்னவென்று யாருக்கும் தெரியாது. ஏன் ஷேக்ஸ்பியர் அவளுக்குப் பெயர் வைக்கவில்லை?

லேடி மெக்பெத் எதிர்காலத்தைப் பற்றிக் கனவு காணுகிறவள். ஒரு கடிகாரத்திற்குச் சாவி கொடுப்பது போலவே அவள் மெக்பெத்தை இயக்குகிறாள். அதுவும் டங்கனைக் கொல்வதற்கு அவனைத் தயார் செய்வது ஒரு கிளிக்கு பேசக் கற்றுக் கொடுப்பது போன்று இனிமையான செயலாக அவளுக்குத் தோன்றுகிறது.

சாவி கொடுக்கப்பட்ட பொம்மை போலத்தான் மெக்பெத் நடந்து கொள்கிறான். அவள் எதற்காகக்

கொலைவாளை வாங்குகிறாள். ஏன் அந்தக் கொலைக்குப் பிறகு உறக்கமற்றுப் போகிறாள். தூக்கத்திலே நடக்கிறாள்.

தூக்கத்தைப் பறிகொடுத்த பெண்கள் எல்லோரும் லேடி மெக்பெத்தானா.

மின்சார ரயிலில் எதிரில் நிற்கும் பெண்ணும் குற்றவுணர்வின் ஆழத்தில் உறைந்தவள் போலிருந்தாள். கலையாத தூக்கம் கொண்ட முகம். அவளது கண்கள் லேசாகத் திறந்து கொள்ளும்போது வெளியுலகைக் காண விருப்பமேயில்லை. அந்தப் பெண்ணின் கைகளில் சிறியதொரு கைப்பை. அதற்குள்ளிருந்து வெளியே நீட்டிக் கொண்டிருக்கும் ஒரு கைப்பிடி.

அது கத்தியின் கைப்பிடிதானா. இல்லை, உடைந்த கரண்டியா.

லேடி மெக்பெத்தை இப்படி ரயிலில் சந்திப்பான் என அவன் ஒருபோதும் நினைத்ததில்லை.

சில பெண்கள் குடும்ப வாழ்க்கையினால் லேடி மெக்பெத்தாக உருமாறி விடுகிறார்கள்.

உண்மையில் சிறுமியாக இருந்தபோது லேடி மெக்பெத் இவ்வளவு கள்ளமும் வெறுப்பும் இல்லாமல்தானே வளர்ந்திருப்பாள்.

காலை நேரத்து மின்சார ரயிலில் வழக்கத்தைவிடக் கூட்டம் இரண்டு மடங்கு இருப்பது வழக்கம்.

அவசரமாக வேலைக்குச் செல்லும் முகங்கள். அதில் தெரியும் பதற்றம். நேற்றைய கோபங்கள். எரிச்சல்கள். இன்றைய ஆசைகள். அபூர்வமாக ஏதோ ஒரு பெண் அன்றைய நாளை அழகாக்குவது போல நேற்றின் சுவடே இல்லாமல் மலர்ச்சியாக வந்து சேருவாள். நறுமணம் போல அவளது வருகை அந்த ரயில் பெட்டியை சந்தோஷப்படுத்தும்.

இன்று அப்படி எவரையும் காண முடியவில்லை.

லேடி மெக்பெத் கறுப்பு நிற சல்வார் கமீஸ் அணிந்திருந்தாள். முப்பது வயதைக் கடந்திருக்கும்.

ஷேக்ஸ்பியர் காலத்தில் முப்பது வயது என்பது இளமையின் கடைசிப்படிக்கட்டு. பனிரெண்டு வயதிலே ஒரு பெண்ணின் கனவுகள் மலரத் துவங்கிவிடும். பதினாறு வயதுதான் அவளது இளமையின் அடையாளம். அந்த வயதில் திருமணமாகிவிடும். லேடி மெக்பெத்தும் பதின்வயதிலே திருமணம் செய்து கொண்டிருப்பாள்.

மணவாழ்வில் வெறுமை உச்சமடையும்போது அது ஒரு ஆயுதமாகிவிடுகிறது. மெக்பெத்தின் கொலைவாள் என்பது அவள் மனைவியின் வெறுமையின் வடிவம் தானே.

மின்சார ரயிலில் நின்றிருந்த அந்தப் பெண் சோம்பல் முறித்துக் கொண்டாள். சுற்றிலும் பார்வையை ஓட்டினாள். இறுக்கமான முகத்துடன் இந்த உலகம் தனக்கானதில்லை என்பது போல வெறித்தபடியே நின்றிருந்தாள்.

இரக்கத்தையும் அன்பையும் வேண்டாம் என்று உதறிச் சென்றதுதான் லேடி மெக்பெத் செய்த தவறா.

அதுதான் அவளது கொடுங்கனவாக உருமாறிவிட்டதா.

அவள் தன் கைகளையே பார்த்துக் கொண்டிருந்தாள்.

'All the perfumes of Arabia will not sweeten this little hand'.

அவள் தனக்கும் ஏதாவது உத்தரவு தருவாள் என்பது போல அவளைப் பார்த்துக் கொண்டிருந்தான். அதை அவள் கவனித்தவள் போல ஏறிட்டாள். சப்தமில்லாமல் அவள் உதடுகள் எதையே சொன்னது போலிருந்தது.

என்ன உத்தரவு அது.

தந்தையைப் போல நேசிக்கும் ஒருவரை ஏன் மெக்பெத் கொன்றான். அது மனைவியின் ஆசையை நிறைவேற்ற மட்டும்தானா. டங்கனின் மனைவி உயிரோடு இருந்து உடன் வந்திருந்தால் இந்தக் கொலை நடந்திருக்குமா?

எதிரே நிற்கும் கறுப்பு உடை அணிந்த பெண் வசீகரமாகவும் பயமாகவும் இருந்தாள்.

அவன் மெக்பெத் இல்லை. ஆனால் அவள் லேடி மெக்பெத்.

அவன் சற்றே பயத்துடன் மின்சார ரயிலின் வேகத்தில் துண்டிக்கப்படும் புறக்காட்சிகளை வெறித்துப் பார்த்தபடியே இருந்தான்.

அடுத்த ஸ்டேஷனில் ரயில் நின்றபோது லேடி மெக்பெத் தூக்கத்தில் நடப்பவள் போலவே இறங்கி நடந்து போனாள்.

ரயில் புறப்பட்ட பிறகு கவனித்தான். அவள் நின்றிருந்த இடத்தில் ஒரு கத்தி விழுந்து கிடந்தது. அது அவள் கைப்பையிலிருந்ததுதானா.

அவன் கொல்ல வேண்டிய டங்கன் யார்?

மனதிற்குள்ளாக அவரைத் தேடத்துவங்கினான்.

□

31
இரண்டு கிழவர்கள்

டெல்லிக்கு விமானத்தில்தான் போக வேண்டும் என்று நினைத்தார். பின்பு காந்தி ஒருமுறைகூட விமானத்தில் போனதில்லையே. நாம் ஏன் காந்தி சமாதியைக் காண விமானத்தில் போக வேண்டும் என்று தோன்றியது. உடனே டெல்லி ரயிலில் டிக்கெட் போட்டார்.

காந்தி சமாதியைப் பார்க்க வேண்டும் என்பதற்காக டெல்லி போகிறேன் என்று மகனிடம் சொன்னால் ஒத்துக் கொள்ளமாட்டான். இந்த வயதான காலத்தில் எதற்காகக் காந்தி சமாதியைப் பார்க்க வேண்டும். பல முறை போய் வந்த இடம்தானே என்று கோபித்துக் கொள்ளுவான். ஆனால் அனுமதி கேட்டுப் போய் வருவதற்குத்தான் என்ன பள்ளிப்பையனா. எழுபத்திமூன்று வயதாகிவிட்டதே என்றும் பட்டாபிராமனுக்குத் தோன்றியது.

அவர் சென்னையில் தனியே வசித்துவந்தார். மகள் அமெரிக்காவில், மகன் மும்பையில். பட்டாபிராமனுக்கு உதவி செய்ய விசாலம் என்ற சமையற்காரப் பெண் இருந்தார். அவர் வீட்டுவேலைகளைப் பார்த்துக் கொண்டார்.

ஒருவேளை மனைவி இருந்திருந்தால் நிச்சயம் அவளுக்குத் தனது ஆசைகள் புரிந்திருக்கும். ஆனால் அவள் இறந்து ஆறு ஆண்டுகள் ஆகிவிட்டது. பட்டாபிராமனின் கனவுகளில்

அடிக்கடி காந்தி வரத்துவங்கியும் அதே ஆண்டுகள்தான் ஆகின்றன.

உண்மையைச் சொல்வதென்றால் ஒரே கனவுதான். திரும்பத் திரும்ப வருகிறது. காந்தியின் முன்னால் பட்டாபிராமன் அமர்ந்திருக்கிறார். காந்தி அவரிடம் ஒரு மலரைக் கொடுத்து அது வாடிவிடாமல் பார்த்துக் கொள்ளச் சொல்கிறார். கையில் அந்த மலரை ஏந்தியதும் அது கனமான பொருளைப் போலத் தோன்றுகிறது. சிறிய மலர்தானே எப்படி இவ்வளவு எடை இருக்கிறது என வியப்போடு பார்க்கிறார்.

காந்தி சிரித்தபடியே எல்லா மலர்களும் எடையற்று இருப்பதில்லை என்கிறார்.

அந்த மலரைக் கையில் ஏந்தியபடியே அமர்ந்திருக்கும்போது கவனம் முழுவதும் மலர்மீதே இருக்கிறது. காந்தி அந்த அறையை விட்டு எழுந்து போய்விடுகிறார். நேரம் செல்லச் செல்ல மலர் மெல்ல வாடத்துவங்குகிறது. அதைத் தன்னால் வாடாமல் காப்பாற்ற முடியாது என்பதை உணர்ந்துகொண்டு பட்டாபிராமன் சப்தம் எழுப்பும்போது கனவு கலைந்துவிடுகிறது. காந்தி மறைந்து விடுகிறார்.

இது என்ன கனவு. ஏன் ஒருவனை காந்தி மலரைச் சுமக்கச் சொல்கிறார். பட்டாபிராமனுக்குப் புரியவேயில்லை.

பட்டாபிராமன் காந்தியைப் போலவே லண்டனில் சட்டம் படித்தார். ஆனால் வழக்கறிஞராகப் பணியாற்றவில்லை. பத்திரிகையாளராகத் தன் வாழ்க்கையைத் துவங்கி பின்பு ஆங்கில நாளிதழ் ஒன்றின் ஆசிரியராகப் பணியாற்றினார். நாலைந்து பத்திரிகைகள், அதே பதவி. பின்பு மூன்று ஆண்டுகள் அமெரிக்காவின் பெரிய பதிப்பகம் ஒன்றிலும் தலைமை ஆசிரியராகப் பணியாற்றியிருக்கிறார். அந்த நாட்களில் அவருக்குப் புகழ்பெறுவதும் பணத்தைத் துரத்துவதும்தான் வாழ்க்கை.

அது எப்போது கலைந்தது என்று அவரால் கண்டறிய முடியவில்லை. ஆனால் திடீரென ஒரு நாள் அவர் பத்திரிகை ஆசிரியர் பணியை விட்டு விலகி முசோரியிலுள்ள பள்ளி ஒன்றில் ஆங்கில ஆசிரியராகப் பணியாற்ற ஆரம்பித்தார். அந்த முடிவை அவரது மனைவி புரிந்து கொண்டதுடன்

இதுதான் உங்களுக்குப் பொருத்தமான வேலை என்று மகிழ்ச்சியோடு சொன்னாள்.

அவர்கள் வீடு மாறி முசோரியில் ஐந்து ஆண்டுகள் வசித்தார்கள். அழகான வாழ்க்கை. பள்ளிக்கூடம், மாணவர்கள், இயற்கையான சூழல். மாலை நேரம் நீண்ட தூரம் நடப்பது, இசைகேட்பது என மறக்கமுடியாத நாட்கள். ஆனால் எழுதிப் பழகிய கையால் சும்மா இருக்க முடியாது. திடீரென ஒருநாள் மும்பையில் இருந்து புதிய பத்திரிகை ஒன்றின் ஆசிரியராகப் பணியாற்ற அழைப்பு வந்தது. மறுபடியும் பத்திரிகை துறைக்கே போய்விட்டார்.

இந்த முறை அரசியல்வாதிகளுடன் நெருங்கிப் பழகவும் அவர்களுக்குத் தேவையான விஷயங்களைச் செய்து தரவும் துவங்கினார். மும்பையில் வசதியான வாழ்க்கை. இரண்டு கார்கள். மேல்மட்டத்து உறவுகள். பார்ட்டி என வாழ்க்கை பொன்னிறக் கனவில் மிதப்பது போலிருந்தது.

ஆனால் இரண்டாயிரத்துப் பதிமூன்றில் நாசிக் செல்லும்போது ஏற்பட்ட சாலை விபத்து அவரது வாழ்க்கையை முடக்கியது. அந்த விபத்தில் அவர் மட்டும்தான் உயிர்பிழைத்தார். உடன் வந்தவர்கள் அந்த இடத்திலே மரணம். ஓட்டுனர் பலத்த காயத்துடன் மருத்துவமனையில் இறந்து போனார். ஆனால் பட்டாபிராமனுக்குக் கழுத்து எலும்பு மிகவும் பாதிக்கப்பட்டது. தலை நிற்கவில்லை. தொடர் சிகிச்சைகளுக்குப் பிறகு எழுந்து நடமாடுவதற்கு ஒரு ஆண்டு ஆனது. நீண்ட நேரம் ஒரே இருக்கையில் அமர்ந்திருக்க முடியாது என்ற நிலை வந்தபோது மகனும் மகளும் அவர் வேலைக்குப் போவதைத் தடுத்துவிட்டார்கள்.

அப்போதுதான் சென்னையில் இருந்த மனைவியின் பூர்வீக வீட்டிற்கு இடம் மாறினார்கள். அதன் இரண்டு ஆண்டுகளில் மனைவியும் இறந்து போனதால் அவர் தனது வீட்டிலிருந்தபடியே ஏதாவது இதழ்களுக்குக் கட்டுரைகள் எழுதி வந்தார். எப்போதாவது இளம்பத்திரிகையாளர்கள் அவரைத் தேடி வருவார்கள். ஆலோசனை கேட்பார்கள்.

தனிமை வாழ்க்கை பழகிப்போன சூழலில்தான் திடீரென ஒரு நாள் கனவில் காந்தி தோன்ற ஆரம்பித்தார். காந்தி அவரைப் பார்த்துப் பரிகசிப்பது போலவே பட்டாபி உணர்ந்தார். அதன்பின்பு அவருக்குள் தனது கடந்த கால

வாழ்க்கை குறித்த கேள்விகளும் குழப்பங்களும் அதிகமாக ஆரம்பித்தது.

என்ன மலர் அது. எதற்காக அதைக் காந்தி தன் கையில் கொடுத்து வாடிப்போகாமல் இருக்கச் சொன்னார். அது தன்னைச் சோதிக்கவா? அல்லது பொறுப்புணர்வை உணர்த்தவா? அவருக்குப் புரியவில்லை.

காந்தி இப்படித்தான். யாரை எப்படிச் சோதனைகள் செய்வார் என்று யாருக்குத் தெரியும். சொந்த மனைவி பிள்ளைகளிடம்கூட இப்படித்தானே நடந்திருக்கிறார்.

பட்டாபிராமன் விழித்து எழுந்து கொண்டபிறகு நீண்ட நேரம் அந்த மலரைப் பற்றியே நினைத்துக் கொண்டிருப்பார். ஒருவேளை தனது எழுத்துப் பணிதான் அந்த மலரா? அல்லது சத்தியம்தான் ஒரு மலராக உருக் கொண்டுள்ளதா?

மலர்களை வாடிவிடாமல் ஒருவன் எப்படிக் காப்பாற்ற முடியும். காந்தியாலும் முடியாதே. பின் ஏன் அப்படி ஒரு பொறுப்பைத் தன்னிடம் கொடுத்தார்.

அந்த மலர் ஏன் கைகளில் ஏந்தியதும் கனமாகிவிட்டது. இதைப்பற்றி காந்தி ஏன் பேச மறுக்கிறார். சாய்வு நாற்காலியில் சாய்ந்தபடியே பகலில் இதைப்பற்றியே நினைத்துக் கொணடிருப்பார்.

முதுமையைத் தைரியமாக, உற்சாகமாகச் சந்தித்த மனிதர் காந்தி ஒருவர்தான். முதுமையில் தனது மகத்தான செயல்களைச் செய்து காட்டினார். ஒருவேளை அதைத்தான் அந்த மலர் குறிக்கிறதா?

எழுபத்தியேழு வயதில் எப்படி அந்த மனிதரால் மதக்கலவரம் நடந்த நவகாளி முழுவதும் சுற்றி அலைய முடிந்தது. வயதுதான் அந்த மலரா. அதைக் காந்தி ஒருவரால்தான் கடந்து செல்ல முடிந்ததா?

தீரக்கமுடியாத ஒரு புதிரைக் கையில் கொடுத்துப் போனது போல அதைப்பற்றியே பட்டாபிராமன் நினைத்துக் கொண்டிருப்பார்.

இருபது வயதுகளில் ஊர்ஊராகச் சுற்றுவது பிடித்திருந்தது. ஆனால் இந்த எழுபத்திரெண்டு வயதில் எவ்வளவு

வேகமாக உறங்கப் போகிறோமோ அவ்வளவு நல்லது என மனது ஏங்க ஆரம்பித்திருந்தது.

பட்டாபிராமனுக்குச் சில நாட்களாகவே இடது கண்ணில் வலியிருந்தது. ஆனாலும் அதைப் பொருட்படுத்தாமல் பின்னிரவில் எழுந்து உட்கார்ந்து எழுதினார் ஒன்றிரண்டு பக்கங்களுக்கு மேல் எழுத இயலவில்லை.

யாருக்காக எழுதுகிறோம் என்ற கேள்வி அவரைத் துன்புறுத்தியது. சுயநலத்தில் ஊறித் திளைத்துப்போன சமூகத்திடம் உண்மையை எப்படிப் பேசுவது. தன்னைச் சுற்றி நடக்கும் அநீதிகள், வன்முறைகள், மோசடி செயல்களை அவரால் ஏற்றுக் கொள்ளமுடியவில்லை. மனதில் கோபம் கொப்பளிக்கிறது. அதை அடக்கிக் கொண்டேயிருந்தால் ரத்த அழுத்தம் கூடிவிடுகிறது. அப்படியான மனநிலைக்கு எழுதுவது மட்டுமே ஆறுதல்.

அவரது மகன் அவருக்கு நேர் எதிரான விருப்பங்கள் கொண்டிருந்தான். காந்தியின் பிள்ளைகளும் அப்படித்தானே இருந்தார்கள். நிதி நிர்வாகம் பற்றிய படிப்பை லண்டனில் படித்து அந்தத் துறையில் பெரிய வேலையை அவனே உருவாக்கிக் கொண்டான். பணம், ஷேர் மார்க்கெட், சர்வதேச சந்தை இதுதான் அவனது உலகம்.

அவர் பத்திரிகையில் வேலை செய்து சம்பாதித்த பணம் போலப் பத்து மடங்கு அவன் ஒரு வருஷத்தில் சம்பாதித்தான். பஞ்சாபி பெண்ணைக் காதலித்துத் திருமணம் செய்து கொண்டான். அவள் மும்பையில் வேலை செய்கிறாள் என்பதால்தான் அவனும் மும்பையில் இருக்கிறான். இல்லாவிட்டால் எப்போதோ ஐரோப்பிய நாடுகளுக்குப் போயிருப்பான். எப்படியும் அது நடக்கத்தான் போகிறது.

ஏன் பிள்ளைகள் தன்னைப் புரிந்துகொள்ளவில்லை என்று பட்டாபிராமனுக்குக் குழப்பமாக இருந்தது. சில நேரங்களில் சொந்தவாழ்க்கையில்தான் ஒரு தோற்றுப்போன மனிதன் என்றே உணருவார். .

அவர்களின் ஒரே மகள் அகிலாவுக்கு படிப்பைவிட விளையாட்டில் ஆர்வம். அதுவும் டென்னிஸ் பைத்தியம். அமெரிக்காவிற்குப் படிக்க அனுப்பியபோது அவள் சொன்னாள்:

ஐந்து வருட மௌனம் ௰ 383

"டாடி, அடுத்த பத்து வருஷங்களுக்கு என்னைத் தேடாதீர்கள். உங்களிடம் சொல்லிக்கொண்டே காணாமல் போக விரும்புகிறேன். என்னை நானே கண்டறிய வேண்டியிருக்கிறது. வீட்டிற்குள் அலையும் எறும்பைப் போல வாழ விருப்பமில்லை. முடிந்தவரை தனியே சுற்றியலையப் போகிறேன். விரும்பும்போது நானே உங்களைத் தேடி வருவேன்."

இப்படிச் சொல்லுமளவு பெண்ணை வளர்த்திருக்கிறோம் என்பது அவருக்குச் சந்தோஷமாக இருந்தது. அவர் மெல்லிய புன்னகையோடு சொன்னார்:

"பாவம் உன் மம்மி. அவளுக்குத் திட்டுவதற்கு நீ ஒருத்திதானே இருக்கிறாய், நீயும் போய்விட்டால் அவள் யாரோடு சண்டை போடுவாள், யாரிடம் கோபித்துக் கொள்வாள். யாருக்காகக் குளோப்ஜாமுன் தயாரிப்பாள்?"

அதைக் கேட்டு சிரித்த கீதா சொன்னாள்:

"நான் சண்டைபோடவும் ஜாமுன் தயாரித்துக் கொடுக்கவும் என் கணவர் இருக்கிறார். நீ உன் இஷ்டம் போலக் கெட்டுத் திரி. ஆனால் எங்கள் பெயரைக் கெடுப்பதைப் போல நடந்து கொள்ளாதே. அதுபோதும்."

"உங்கள் பெயர்கள் அவ்வளவு பலவீனமானதா? நான் மோசமாக நடந்தவுடன் கெட்டுப் போய்விடுவதற்கு. அட்வைஸ் பண்ணாத அம்மா இந்த உலகில் ஒருவர்கூடக் கிடையாது. எனக்கு அது புரியும்" என ஆங்கிலத்தில் சொன்னாள்.

அன்றிரவு கீதாவிடம் கேட்டார்:

"அகிலா கெட்டுப் போய்விடுவாள் என நினைக்கிறாயா."

"அமெரிக்காவில் கேள்விகேட்பார் இல்லாமல் சுற்றினால் கெட்டுப்போகாமல் எப்படியிருப்பாள்?"

பட்டாபிராமன் உற்சாகமாகச் சொன்னார்:

"கெட்டுப்போவதற்கு அமெரிக்கா போகவேண்டும் என அவசியமில்லை. சென்னையிலே நிறைய வழிகள் இருக்கிறது. அத்தனையும் அவளுக்குத் தெரியும்."

"அவள் விருப்பத்தை நான் தடுக்கவில்லை. ஆனால் அவளைப் பற்றிக் கவலைப்பட நாம் இரண்டு பேர் இருக்கிறோம் என்பதை அவள் மறந்துவிடுகிறாள்" என்றாள் கீதா.

பட்டாபிராமன். சிரித்தபடி சொன்னார்?

"நன்றாகக் கவலைப்படுவோம் ஆனால் நம் கவலைகளை அவளுக்குப் பார்சல் மட்டும் பண்ணிவிடவேண்டாம்."

கீதா கோபித்துக் கொண்டாள். பட்டாபிராமன் அவள் கோபத்தை ரசித்தார். என்னதான் சண்டையிட்டுக் கொண்டாலும் தாயும் மகளும் எதிரிகளில்லை. அவர்களுக்குள் ரகசிய ஒட்டுதல் இருந்தது. திடீரென மிக நெருக்கமாகி விடுவார்கள்.

சொன்னது போலவே அகிலா அமெரிக்கா போய்விட்டாள். அவ்வப்போது மெயில் அனுப்பிவைப்பாள். சில நேரம் புகைப்படங்களும் வந்து சேரும். கடல்கடந்த பறவை இனி கூட்டிற்குத் திரும்பி வருமா எனத்தெரியாது. பறக்கட்டும். வானம் பெரியது தானே. சுதந்திரமாகப் பறக்கட்டும்.

எப்போதாவது ஷாப்பிங் மாலுக்குப் போகும்போது அகிலா போன்ற ஜாடையில் உள்ள பெண்களைக் காணும்போது கீதா சற்று உணர்ச்சிவசப்பட்டுப் போவாள். அவரோ ஒவ்வொரு நாளும் காலையில் இன்றைக்கு அவளிடமிருந்து போனோ, மெயிலோ வரக்கூடும் என நினைத்துக் கொள்வார். வராதபோது அந்த வருத்தத்தை வெளிக்காட்டிக் கொள்ள மாட்டார்.

ஆச்சரியமாக அன்றிரவு அவர் டெல்லி ரயிலில் ஏறி உட்கார்ந்தபோது அகிலா போனில் அழைத்தாள். அமெரிக்காவில் இப்போது மணி எவ்வளவு என யோசித்தார். அகிலா தனது மெக்சிக பயணத்தைப் பற்றிச் சொல்லிக் கொண்டிருந்தாள். அவளது குரல் மாறியிருந்தது. பாதிப் பேச்சிலே தொலைபேசி இணைப்புத் துண்டிக்கப்பட்டது. திரும்பக் கூப்பிடுவாள் என நினைத்தார். ஆனால் அழைக்கவில்லை. மனதிற்குள் அவளது குரலைத் திரும்ப ஒலிக்கவிட்டவாறே ரயிலில் உட்கார்ந்து சாய்ந்து உட்கார்ந்து கொண்டார்.

ரயிலில் படுத்து உறங்கும்போது காந்தி கனவு வருமா எனத் தெரியவில்லை. இந்த ரயிலில்தான் ஒருவன் மட்டுமே காந்தியை காணச் செல்பவன். உலகம் காந்தியை வெறும் பிம்பமாக மட்டும் மாற்றிவிட்டது.

•••.

ரயிலில் எதிர் இருக்கையில் அமர்ந்திருந்த இளைஞன் செல்போனை சார்ஜரில் போட்டுவிட்டு அவரைப் பார்த்துப் புன்னகை செய்தான். பட்டாபிராமன் அதை ஏற்றுக் கொண்டது போலப் பதிலுக்கு லேசாகச் சிரித்தார்.

டெல்லியில குளிர் ஜாஸ்தியா இருக்காம். நேத்து ஒன்பது டிகிரி என்றான் அந்த இளைஞன்.

பட்டாபிராமன் தலையாட்டிக் கொண்டார்.

“டெல்லியில எங்க போறீங்க?” என்று அந்த இளைஞன் கேட்டான்.

“பழைய பிரண்டு ஒருத்தைரைப் பார்க்கப் போறேன்.”

“எங்க இருக்கிறார் உங்க பிரண்ட.”

“ராஜ்காட்ல.”

“அங்கேதான் காந்தி சமாதி இருக்கு...”

“அங்கேதான் போறன்.”

“காந்தி சமாதிக்கா” என்று சந்தேகமாகக் கேட்டான் அந்த இளைஞன்.

“ஆமாம்...”

“டெல்லியிலதான் ஆறு வருஷமா இருக்கேன். ஆனால் போக நேரம் கிடைக்கலை. காந்தியவா உங்க பிரண்டுனு சொன்னீங்க?”

“ஆமா. அவர் என்னோட பழைய பிரண்ட். என்னைப் போலவே அவரும் ஒரு கிழவர்தானே.”

“எதுக்காகக் காந்தி சமாதிக்குப் போறீங்க?”

“காரணம் ஒண்ணுமில்லை. அங்கே போகணும்னு மனசுல தோணிக்கிட்டே இருந்தது, அதான் கிளம்பிட்டேன்.”

“அங்கே பாக்குறதுக்கு என்ன இருக்கு?”

"காந்திதான் இருக்கிறார்" என்று மெலிதாகச் சிரித்தார் பட்டாபிராமன்.

அதை அந்த இளைஞன் ரசிக்கவில்லை என்பது அவனது முகத்தில் தெரிந்தது.

"உலகம் மாறிக்கிட்டு இருக்கு சார். உங்களை மாதிரி ஆட்கள்தான் மாறவேயில்லை" என்றான்.

ஏன் அப்படிச் சொன்னான் என்று புரியவில்லை. காந்தியைத் தேடிச் செல்வது அவ்வளவு கேலிக்குரிய விஷயமா என்ன. ஏன் அந்த இளைஞனுக்குக் காந்தி தேவையற்றவராகத் தோன்றுகிறார்.

"காந்தியோட புத்தகம் ஏதாவது படிச்சிருக்கீங்களா…" என்று அவனிடம் கேட்டார் பட்டாபிராமன்.

"எனக்குப் பாலிடிக்ஸ்ல இன்ட்ரஸ்ட் கிடையாது சார். அவர் காங்கிரஸ்தானே" என்றான்.

காந்தியை அரசியல்வாதி என்று சொல்வதை அவரால் ஏற்க முடியவில்லை. அவரை எப்படி அடையாளப்படுத்துவது. அவனுடன் எப்படிப் பேச்சைத் தொடர்வது என்று புரியவில்லை.

தனது செல்போனை எடுத்துக் கொண்டு அவன் எழுந்து கதவை நோக்கி நடந்து போனான். அவனுக்குத் தன்னோடு பேச எதுவுமில்லை. யாரோ ஒரு பைத்தியக்காரக் கிழவன் என்று நினைத்திருப்பான். நினைக்கட்டுமே. உலகம் முதியவர்களைத்தான் அதிகம் கேலி செய்கிறது. அதில்தான் மட்டும் விதிவிலக்கா என்ன.

அந்த இளைஞன் கேட்ட கேள்வி போல ஏன் காந்தியைத் தேடிச் செல்கிறோம்? கனவிற்கு விடைகாணவா அல்லது தன் வாழ்க்கைக்கு அர்த்தம் தேடியா… எதற்காக டெல்லி போகிறோம். கடந்து செல்லும் வெளிச்சத்தைப் பார்த்தபடியே அமர்ந்திருந்தார். பிறகு படுத்துக் கொண்டபோது காந்தி ரயிலிலும் கடிதங்கள் எழுதினார். ராட்டை நூற்றார். தியானம் செய்தார் என்பது போலப் பல விஷயங்கள் மனதில் ஓட ஆரம்பித்தன.

ரயில் பயணத்தில் அவருக்கு உறக்கம் பிடிக்கவில்லை. தனது செல்போனில் இருந்த காந்தியின் சொற்பொழிவு

ஐந்து வருட மௌனம் ♦ 387

ஒன்றைக் கேட்க ஆரம்பித்தார். மெல்லிய குரல். ஆனால் அழுத்தமாகப் பேசுகிறார். இத்தனை மென்மையான குரலை வைத்துக் கொண்டு எப்படி இத்தனை லட்சம் மக்களை ஒன்று திரட்டினார். குரலின் வசீகரம் என்பது அதன் கம்பீரத்தில் இல்லையோ.

பின்பனிக்காலத்தின் இரவு என்பதால் குளிரில் விளக்குக் கம்பங்கள்கூட நடுங்கிக் கொண்டிருந்தன இருளை துளைத்துக் கொண்டு ரயில் விரைந்து கொண்டிருந்தது. திறந்து வைத்துவிட்ட வாசனை திரவியப் புட்டியிலிருந்து மணம் கசிந்து கொண்டேயிருப்பது போலக் குளிர்கால இரவிற்கேயுரிய விநோத வாசனை காற்றில் கலந்திருந்தது. இரண்டாம் வகுப்புக் குளிர்சாதனப் பெட்டியில் அவரது படுக்கை லோயர்பெர்த் என்பதால் யாரையும் தொந்தரவு செய்யவேண்டிய தேவையில்லை. இருளில் யாரோ எழுந்து கழிப்பறையை நோக்கிப் போனார்கள். சக்கரை நோயாளியாக இருக்கக் கூடும். நடை தளர்ந்து போயிருந்தது. அப்பர்பெர்த் ஒன்றில் ஒரு ஆள் சாய்ந்து உட்கார்ந்து தனது மடிக் கணினியில் எதையோ படித்துக் கொண்டிருந்தார். எங்கோ இருட்டில் யாரோ சப்பாத்தி சாப்பிட்டுக் கொண்டிருக்கும் மணம் வந்தது. இந்த இரவில் யாருக்குப் பசிக்கிறதோ.

ரயிலில் உறங்க முடியாதவர்கள் நிறைய இருக்கிறார்கள் என்பது அவருக்கு ஆறுதல் அளித்தது. எவரது செல்போனோ அந்த இரவில் அடித்தது. லதா மங்கேஷ்கரின் மீரா பஜன் ‘நந்த நந்தனு தித்துப் படியா’ என்ற பாடலைப் பாடியது. ரசனையுள்ள ரிங்டோன். ஆணா, பெண்ணா, யாருடைய போன் அது.

குளிர்கால இரவில் லதா மங்கேஷ்கரின் குரலைக் கேட்பது மயக்கமூட்டுவதாகவே இருந்தது. பாவம், பேதை மீரா காதலனை நினைத்து உருகி உருகி அழிந்து போய்விட்டாள். அந்தப் போன் அடித்துக் கொண்டேயிருந்தது. ஒருவேளை செல்போன் வைத்திருப்பவர் உறங்கியிருக்கக் கூடும்.

பின்னிரவில் யார் அழைக்கிறார்கள். என்ன அவசரம் அல்லது தன்னைப் போல வெறுமையைக் கடக்கமுடியாமல் போன் செய்கிறார்களோ என்னவோ. குளிரில் கைப்பிடி

இரும்புக் கம்பிகள்கூட ஜில்லிட்டுப் போயிருந்தன. கம்பளியை இழுத்துப் போர்த்திக் கொண்டு படுத்துக்கொண்டார்.

கண்ணை மூடிக் கொண்டபோது திடீரெனத் தனது சொந்த ஊரான மதுரையின் வைகை ஆற்றுப் பாலத்தின்மீது ரயில் போவதுபோலத் தோன்றியது. மனம் விசித்திரமானது. எங்கோ இருந்தபடியே எதை நினைத்துக் கொள்கிறது என யோசித்தபடியே புரண்டு படுத்துக் கொண்டார். ரயில் வேகமெடுத்துப் போய்க் கொண்டிருந்தது.

நீண்ட பயணத்தின் பிறகு டெல்லி போய் இறங்கும்போது வெயில் அதிமாகவே இருந்தது. டெல்லி நகரில் வாகன நெரிசல் அதிகமாகிவிட்டது. அவரை அழைத்துச் செல்வதற்காகப் பழைய நண்பர் ரிஸ்வி வந்திருந்தார். அந்தக் காரில் ஏறிக் கொண்டதும் உடல்வலி அதிகமாக இருப்பது போல உணர்ந்தார்.

ரிஸ்வி காரை மெதுவாகவே ஓட்டிக் கொண்டு சென்றார். சாந்திவிகாரில் இருந்த அவரது வீட்டிற்குச் சென்று வெந்நீரில் குளித்தபோது மிகுந்த களைப்பும் அசதியும் ஏற்பட்டது. பேசாமல் படுத்து உறங்கிவிடலாம் என நினைத்தார். மனதோ காந்தி சமாதிக்குபோய் விட்டு திரும்பி வந்துவிடலாம் என்று குரலிட்டது.

ரிஸ்வியின் மகள் ஸ்வப்னாதான் அவரைக் காந்தி சமாதிக்கு அழைத்துக் கொண்டு போனாள். பெண்கள் காந்தியை நன்றாகப் புரிந்துகொண்டிருக்கிறார்கள். அவள் வழியில் தேநீர் குடிக்க ஒரு கடையில் நிறுததினாள். தனது தந்தையை அழைத்துப் போவது போலவே கையைப் பிடித்து அவரை அழைத்துக் கொண்டு போனாள். அந்த நெருக்கம் அவருக்குப் பிடித்திருந்தது.

'ராஜ்காட் செல்லும் சாலையைப் பிடிப்பதற்குள் நிறைய இடங்களில் போக்குவரத்துத் திசைதிருப்பி விடப்பட்டிருந்தது. டெல்லியில் எந்தச் சாலையை எப்போது மூடுவார்கள் என யாருக்கும் தெரியாது.

அவரது காரின் அருகில் நின்றிருந்த ஜாகுவார் காரை ஓட்டி வந்த பையனுக்கு இருபது வயதிருக்கக் கூடும். வெளிநாட்டுகாரை ஓட்டிக் கொண்டு போகிறான். யாராவது மந்திரியின் மகனாக இருக்ககூடும். ஒருவேளை

மூத்த ஐஏஎஸ் அதிகாரி வீட்டுபிள்ளையாகவும் இருக்ககூடும். யாரிடம்தான் பணம் இல்லை.

அந்தப் பையன் வயதில் இப்படிக் கார் ஓட்டிக் கொண்டு ஜாலியாக ஊர் சுற்ற வேண்டும் என பட்டாபிராமன் ஆசைப்படவேயில்லை. மாறாக சதா எதையாவது படித்துக் கொண்டு, காரசாரமாக விவாதித்துக் கொண்டு காலத்தைக் கழித்திருந்தார். பைத்தியக்காரத்தனம். உண்மையில் அந்தப் பைத்தியம் இன்னமும் விடவில்லைதான். எங்கே புத்தகங்களைக் கண்டாலும் கை பரபரக்கத் தானே செய்கிறது. அச்சில் உள்ளதை வாசிப்பதில் அப்படி என்னதான் ஆனந்தமோ.

அந்தப் பையன் சிக்னல் விழுந்தவுடன் காரை அநாயாசமாக ஓட்டிக்கடந்தான். பட்டாபிராமன். கார் ரிங்ரோட்டைப் பிடித்தபோது மேற்குவானம் வெளிறிப்போயிருப்பது தெரிந்தது. மேகங்களேயில்லை. டெல்லியில் சில நாட்கள் அபூர்வமான நிறத்தில் மேகங்கள் திரண்டிருக்கும். தங்க பாளம் போலவும் வெண்புகையில் செய்த குதிரைகள் போலவும் தெரியும். ஆனால் அன்றைக்கு உலர்ந்த வானமாகயிருந்தது. ராஜ்காட்டில் நிறையச் சுற்றுலா பயணிகள் வருவதால் பார்க்கிங்கைத் தொலைவாக வைத்திருந்தார்கள். அங்கே காரை நிறுத்திவிட்டு இறங்கி வரும்போது ஒரு பீகாரி குடும்பம் தரையில் உட்கார்ந்து அலுமினியத் தட்டில் ரொட்டியை வைத்து சாப்பிட்டுக் கொண்டிருந்தார்கள்.

ராஜ்காட் எங்கும் நினைவிடங்கள். ஆனாலும் காந்திக்குக் கிடைக்கும் முக்கியத்துவம் சரண்சிங்கிற்குக் கிடைக்கவில்லை. அவரது சமாதி அருகிலே தானிருக்கிறது. பொதுமக்கள் ஏன் சரண்சிங் சமாதி பக்கம் திரும்புவதேயில்லை.

காந்தி இறந்து போய்ப் பல ஆண்டுகள் ஆகிவிட்டன. ஆனால் அந்தத் துக்கம் மறையவேயில்லை. இப்போதும் யாரோ ஒருவர் அந்தச் சமாதியில் கண்ணீர்விட்டு அழுகிறார். கண்ணீரின் வழியே காந்தியைத் தொட்டுவிட முடியாதா எனத் துடிக்கிறார். காந்தியின் மரணம் இந்திய வரலாற்றின் திருப்புமுனை. நம்பிக்கையின்மீது விழுந்த பலமான அடி. இன்னமும் இந்தியா அதிலிருந்து விடுபடவில்லை.

பட்டாபிராமன் மெதுவாக காந்தி சமாதியை நோக்கி நடந்தார். அவர் முன்னே சுற்றுலாப் பயணிகளின் கூட்டம் போய்க் கொண்டிருந்தது. முக்காடு போட்ட ராஜஸ்தானியப் பெண்கள். தலைப்பாகை சுற்றிய உயரமான ஆண்கள் வேகமாக நடந்து போய்க் கொண்டிருந்தார்கள். பட்டாபிராமன் மெதுவாக நடந்து போனார்.

காந்தி சமாதியிலிருந்து திரும்பிய இரண்டு கிழவர்கள் தங்கள் கதர் தொப்பியைக் கையில் வைத்திருந்தார்கள். கதர் தொப்பி அணிந்தவர்களைக் காணுவது இப்போது அரிதாகிவிட்டது. வட மாநில அரசியல்வாதிகளில் சிலர்தான் கதர் தொப்பி அணிகிறார்கள். சாமானியர்களில் எத்தனை பேர் கதர் குல்லாவோடு காணப்படுகிறார்கள். அது வெறும் தொப்பியில்லை. ஒரு அடையாளம்.

செருப்பைக் கழட்டிப் போட்டுவிட்டு சலவைக்கல்லால் ஆன காந்தி சமாதியை நோக்கி பட்டாபிராமன் நடக்கத் துவங்கியபோது கண்ணாடிப்பெட்டிக்குள் எரியும் தீபம் கண்ணில் பட்டது. மஞ்சளும் சிவப்பும் வெள்ளையுமான பூக்களைக் கொண்டு சமாதியை அலங்காரம் செய்திருந்தார்கள். வைஷ்ணவ ஜனதோ பாடல் ஒலிபரப்பாகிக் கொண்டிருந்தது.

காந்தி சமாதியின் சுடரைக் கண்டதும் மனதிற்குள் சொல்லிக் கொண்டார்.

“நான் காந்தியோடு கைகுலுக்கப் போகிறேன். அந்தக் கிழவரின் கைகள் எனக்குத் தேவையாக இருக்கின்றன. அதன் தொடுதல் வழியாக என் துயரங்களைக் கடந்து போக விரும்புகிறேன்.”

பட்டாபிராமனை இடித்துக் கொண்டு முன்னால் போன ஒரு குடும்பம் காந்தி சமாதியைப் பார்த்து கையெடுத்துக் கும்பிட்டது. அவர்களுக்குக் காந்தியும் ஒரு தெய்வம். வேறு எப்படிக் காந்தியைப் புரிந்துகொள்வது.

பட்டாபிராமன் அமைதியாக அந்தச் சமாதியை வெறித்துப் பார்த்துக் கொண்டிருந்தார்கள். இந்தப் பூ அலங்காரங்கள், சலவைக்கற்கள் எதையும் காந்தி தன் வாழ்நாளில் வேண்டியதில்லை. ஒருவேளை அவரது ஆசான் டால்ஸ்டாயைப் போலத் தனது புதைமேடும்

எளிமையாகப் புல்முளைத்த இடமாக இருக்க வேண்டும் எனக் காந்தியும் விரும்பியிருப்பாரோ என்னவோ.

காந்தி கொல்லப்படுவார் என இந்தியர்கள் ஒருநாளும் நம்பியதில்லை.

காந்தி ஏன் சுடப்பட்டார். இந்திய அரசியல் வரலாற்றில் அதன்முன்பு எந்தத் தலைவரும் துப்பாக்கிக் குண்டிற்கு இரையானதில்லையே. அதிகாரம் சிலரை தூக்கிலிட்டிருக்கிறது. சிலரைச் சிறையில் தள்ளி சாகடித்திருக்கிறது. ஆனால் சாமானிய மனிதன் ஒருவன் கையில் துப்பாக்கி ஏந்தி நேர்நின்று ஒரு மகத்தான மனிதரைக் கொல்வது இதுதான் முதல்முறை. எப்படி இந்தச் சம்பவம் சாத்தியமானது.

காந்தியின் மரணத்துடன் சாமானிய மனிதர்களின் மீதான நம்பிக்கையும் புதையுண்டு போய்விட்டதா என்ன.

பட்டாபிராமன் அந்த நெருப்பைப் பார்த்துக் கொண்டேயிருந்தார்.

காந்தியின் கையசைவைப் போலவே மெதுவாக அந்தத் தீபம் அசைந்து கொண்டிருந்தது.

நிதானம்.

மிக நிதானம்.

அதுதான் காந்தியின் இயல்பு. ஏன் அவர் இவ்வளவு நிதானமாக எதையும் அணுகுகிறார். பரபரப்பும் உணர்ச்சி வேகமும்தானே அரசியல். அதை ஏன் இப்படிக் கனிவுடன் அமைதியுடன் அணுகினார்.

அந்த நெருப்பை உற்றுப் பார்த்துக் கொண்டிருந்தபோது காந்தியின் குரல் அடிமனதிலிருந்து ஒலித்தது.

“பட்டாபிராமன். இந்தியர்கள் ஒவ்வொருவருக்கும் ஒரு சமூகப்பொறுப்பு இருக்கிறது. அதை நான் நினைவுபடுத்துவது உனக்குச் சங்கடமாக இருந்தாலும் உன் பொறுப்புகளை நீ சரியாகச் செய்திருக்கிறாயா என உன்னிடமே கேட்டுக் கொள். பட்டாபி. நான் இன்னும் பத்தாண்டுகள் இருந்திருந்தால் பிரிந்த இந்தியாவை ஒன்று சேர்த்திருப்பேன். இப்போது நீ செய்ய வேண்டிய வேலையும் அதுதான்.”

பட்டாபிராமன் கண்களை மூடியபடியே. மனதிற் குள்ளாகவே காந்தியோடு பேசிக் கொண்டிருந்தார்.

யாரோ பின்னாலிருந்து இடித்து விலகிப் போகும்படி சொன்னார்கள். மனதில் பீறிட்ட சொற்கள் நீருக்குள் மறைந்துபோகும் மீன்களெனச் சட்டென மறைந்து போயின.

ராஜ்காட்டை விட்டுக் காரில் வெளியே வந்தபோது கழுகுகள் யமுனை ஆற்றின் கரையை வட்டமிட்டுக் கொண்டிருப்பதைக் கண்டார். கழுகுகள் எப்போதும் டெல்லியைச் சுற்றிக் கொண்டுதானிருக்கின்றன.

பாவமன்னிப்பு கேட்டு திரும்பும் மனிதனைப் போலப் பட்டாபிராமன் உணர்ந்தார். அவரது மனதில் இப்போது சுமை இறங்கியிருந்தது.

காலார நடந்து புத்தகக்கடையைத் தேடினார். உணவகங்கள், ஐஸ்க்ரீம் கடைகள், துணிக்கடைகள், செருப்புக்கடைகள் இருந்தன. புத்தகக் கடை எதையும் காணமுடியவில்லை.

கடைசியாகச் சிறிய புத்தகக் கடை கண்ணில்பட்டது. அதனுள் ஒரு வயதானவர் முக்காலி ஒன்றில் உட்கார்ந்து ஏதோ புத்தகம் படித்துக் கொண்டிருந்தார். பட்டாபிராமனை கண்டவுடன் "என்ன புத்தகம் வேண்டும்" எனக்கேட்டார்.

"சும்மா பார்க்கிறேன" என்றார் பட்டாபிராமன்.

கடையாள் திரும்பவும் முக்காலியில் உட்கார்ந்து கொண்டார். கடையில் பெருமளவு துப்பறியும் நாவல்கள், பொழுதுபோக்குப் புத்தகங்களே இருந்தன. அதற்கிடையில் கபீரின் கவிதைகள் தொகுப்பு ஒன்று கண்ணில்பட்டது. கபீர் தாசைப் படிக்க வேண்டியதுதான் என அதை விலை கொடுத்து வாங்கிக் கொண்டார்.

கார் வரை நடந்து போய்க் காரில் உட்கார்ந்து லைட்டைப் போட்டுப்புத்தகத்தைப் புரட்டினார்.

"சிவுன்டி சாவல் லே சலி, பிச் மே மில் கயி தால்.

கஹை கபீர் தோ ந மிலை, இக்லே தூஜி டால்."

அரிசி தூக்கிச் செல்லும் எறும்பு வழியில் காணும் பருப்புக்கு ஆசைப்பட்டால் இரண்டும் இல்லாமல் போகும் அபாயம் உண்டு எனக் கபீர் எச்சரிக்கிறார்.

அந்த எறும்பைப் போலதான் தானும் இருக்கிறேனா, எறும்பாவது கண்ணில்பட்ட இரண்டைத் தூக்கி செல்லப்பார்க்கிறது.தான் இருபதைத் தூக்கிக் கொண்டு போக முயற்சித்துத் தோற்றிருக்கிறேன். என்று உணர்ந்தார்.

அந்த எண்ணம் வந்தவுடன் மனது தண்ணீரில் ஊறிக்கிடந்த கம்பளி போலக் கனமாகியது. கார் பார்க்கிங் ஏரியாவை நோக்கி மெதுவாக நடந்தார்.

காந்தி சமாதியை நோக்கி ஒரு பேருந்து வந்து கொண்டிருந்தது. அதிலிருந்த மாணவர்கள் உற்சாகமாக சப்தமிட்டார்கள். அவர்களைக் கண்ட பட்டாபி ஏதோவொரு உணர்ச்சிவேகத்தில் தானும் சந்தோஷக் குரல் எழுப்பினார். சாலையில் நின்றிருந்த கான்ஸ்டபிள் வியப்போடு பட்டாபியை வெறித்துப் பார்த்துக் கொண்டிருந்தான்.

□

32

குற்றத்தின் பாதை

தாத்தாவைக் கைது செய்வதற்காக இரண்டு போலீஸ்காரர்கள் எங்கள் வீட்டிற்கு வந்த ஏப்ரல் மாதத்தின் புதன்கிழமை முற்பகலில் வெயில் மிகவும் உக்கிரமாக இருந்தது. அப்போது எனது வயது பனிரெண்டு. தாதன்குளத்தில் படித்துக் கொண்டிருந்தேன்.

அப்பாவின் வேலை காரணமாக அம்மாவும் தம்பிகளும் கேரளாவின் புனலூரில் வசித்தார்கள். என்னை மட்டும் தாத்தா வீட்டில் கொண்டு விட்டிருந்தார்கள். நான் உள்ளூர் பள்ளிக்கூடத்தில் படித்துக் கொண்டிருந்தேன்.

தாத்தாவிற்கு ராஜாவூர் கண்மாய்க் கரையை ஒட்டி வயலும் நாலு ஏக்கர் நிலமும் இருந்தது. பெரிய கிணறு. நிறையப் படிகள். கிணற்றுள் ஒரு ஆமையிருந்தது. அது எப்போதாவது நீர்மட்டத்திற்கு வநது தலையை வெளியே நீட்டும்.

கிணற்றை ஒட்டிய சிறிய அறையினுள் மோட்டார் பம்ப். அதன் வெளியே குளிப்பதற்கான சிமெண்ட் தொட்டி. கிணற்றை ஒட்டியது போல வளர்ந்து நிற்கும் வேப்பமரம். தாத்தா கயிற்றுக்கட்டிலைப் போட்டு அந்த மரத்தடியில்தான் இரவில் உறங்குவார். சில நாட்கள் நானும் அந்த மரத்தடியில் உறங்கியிருக்கிறேன்.

தாத்தா எப்போதும் எதையோ யோசித்தபடியே இருப்பார். ஏதாவது கேட்டால் உடனே பதில் சொல்லிவிட மாட்டார். சில நேரம் சிகரெட் புகையை வெறித்துப் பார்த்தபடியே தனக்குத்தானே ஏதோ சொல்லிக் கொள்வார். பாட்டிக்கும் அவருக்கும் சண்டை வராத நாளே கிடையாது. வீட்டை விடவும் நிலத்தில் இருப்பதுதான் அவருக்குப் பிடித்திருந்தது.

போலீஸ்காரர்கள் வந்தபோது தாத்தா மடத்தில் சின்னராசுவோடு விளையாடிக் கொண்டிருந்தார். அவர்கள் மடத்தைக் கடந்துதான் வந்திருக்க வேண்டும். ஆனால் தாத்தாவை அடையாளம் தெரியவில்லை.

தாத்தாவை நினைத்துக் கொண்டாலே அவர் காதில் சொருகியிருக்கும் சிகரெட்தான் நினைவிற்கு வரும். தாதன்குளத்தில் அப்படிக் காதில் சிகரெட் சொருகியவர்கள் எவரும் கிடையாது. தாத்தா இந்தப் பழக்கத்தை எங்கே கற்றுக் கொண்டார் என்று தெரியவில்லை. அது பாசிங்ஷோ சிகரெட். தெருமுனையில் இருந்த பெட்டிக்கடையில் வாங்கியது.

தாத்தா ஒல்லியான உடல்வாகு கொண்டிருந்தார். ஆறடி உயரம். கழுத்து மட்டும் சற்றே வளைந்தது போலிருக்கும். உடல் முழுவதும் மயிர் அடர்ந்திருக்கும். கைகளைக் காணும்போது வயதான குரங்கின் கைகள் போலத் தோன்றும். ஒடுங்கிய முகம். பெரிய பற்கள். கல்யாண வீடுகளுக்குப் போகும் நாளைத் தவிர மற்ற தினங்களில் மேல்சட்டை அணிந்தது கிடையாது. அழுக்கடைந்த வேஷ்டி. வெளிறிப்போன துண்டு. முழுவதும் நரைத்துப்போன தலை. மூக்கிற்குள்ளும்கூட மயிர் நரைத்துப் போயிருந்தது.

வீட்டில் இல்லாத நேரங்களில் தாத்தா மடத்தில் ஆடுபுலி ஆட்டம் ஆடிக் கொண்டிருப்பார் அல்லது பொட்டல்பட்டிக்குப் போய்விடுவார். அங்கே யார் இருக்கிறார்கள் என்று தெரியாது. ஆனால் வீட்டில் சண்டை வரும்போது பொட்டில்பட்டிக்காரி என்று பாட்டி திட்டுவாள். யார் அந்தப் பெண் என்று எனக்குத் தெரியாது. தாத்தாவிடம் கேட்டதும் இல்லை.

...

தாத்தாவைக் கூட்டிக் கொண்டு வரும்படி என்னைப் பாட்டி அனுப்பி வைத்தாள். நான் மடத்தை நோக்கி நடந்து போனபோது தெருவில் இரண்டு சிறுவர்கள் பம்பரம் விளையாடிக் கொண்டிருந்தார்கள்.

ஒருவன் நானும் விளையாட வருகிறேனா என்று கேட்டான்.

"எங்க வீட்டுக்குப் போலீஸ் வந்துருக்கு" என்றேன்.

"போலீஸ் துப்பாக்கி வச்சிருந்தாங்களா?" என ஒரு பையன் கேட்டான்.

நான் அதைக் கவனிக்கவில்லை. இரண்டு போலீஸ்காரர்களில் ஒருவர் பெரிய தொப்பையுடன் குள்ளமாக இருந்தார். இன்னொருவர் இளைஞன். நாலு ரோட்டில் இறங்கி நடந்து வந்திருக்கக் கூடும். அதுவரைதான் டவுன்பஸ் வரும்.

இருவரும் வியர்த்து வழியும் முகத்துடன் இருந்தார்கள். பாட்டி அவர்களுக்கு லாடஞ்சொம்பில் தண்ணீர் கொடுத்தபோது ஒருவனே முழுசொம்புத் தண்ணீரையும் குடித்துவிட்டான். இன்னொருவர் தொப்பியால் விசிறிக் கொண்டே ஒரு வெல்லம் இருந்தா சேர்த்துக் குடுங்க என்றார்.

பாட்டி மண்டைவெல்லத்தில் சிறு துண்டும் இன்னொரு சொம்புத் தண்ணீரும் கொடுத்து அனுப்பினாள். நான்தான் இந்தப் போலீஸ்காரரிடம் கொடுத்தேன். அவர் வெல்லத்துண்டை கறுக்முறுக் என்று கடித்து மென்றார். பிறகு சொம்பினை அண்ணாந்து குடித்தார். தண்ணீர் கழுத்து வழியாக வழிந்தோடியது. அதை அவர் துடைத்துக் கொள்ளவில்லை.

எங்கள் ஊரின் பகல்பொழுது வெயில் அனலாக கொதிக்கக் கூடியது. மரங்களில் கிளைகள்கூட அசையாது. கல் உரலில் வெயில் நிரம்பியிருக்கும் கூரைவீடுகள் பெருமூச்சு விடுவது போலச் சப்தமிடும். வெயில் தாங்க முடியாமல் ஓலைக்கொட்டான்கள் தானே தீப்பற்றிக் கொள்வதும் உண்டு.

ஐந்து வருட மௌனம் ௫ 397

ஊரைச் சுற்றிலும் கரிசல் நிலம். நிறைய உடை மரங்கள். ஊரின் கிழக்கே ஒரு ஆலமரமிருந்தது. அதன் நிழலில் கிறங்கிக் கிடக்கும் விவசாயிகள். ஆலமரத்தையொட்டி கண்மாய். அதில் மழைக்காலத்தில் மட்டுமே தண்ணீர் நிரம்பியிருக்கும். கோடையிவல் பாளம் பாளமாக வெடித்துப் போய்விடும்.

•••

நாலு ரோட்டிலிருந்து நடந்து வந்த எரிச்சல் போலீஸ்காரர்கள் முகத்தில் படர்ந்திருந்தது.

“தங்கச்சாமி இல்லையா” என்று பருத்த தொப்பை கொண்ட போலீஸ்காரர் கேட்டார்.

தாத்தாவை அப்படிப் பெயர் சொல்லி யாரும் கூப்பிடுவது கிடையாது. பாட்டி அந்தப் போலீஸ்காரரை முறைத்தபடியே சொன்னாள்.

“வீட்ல இல்லே.”

“அவரை அரெஸ்ட் பண்ண வந்துருக்கோம்” என்றான் இளைஞன்.

பாட்டி அது ஒன்றும் பெரியவிஷயமில்லை என்பது போல அவர்களை முறைத்தபடியே சொன்னாள்.

“மடத்துல இருக்காரானு பார்த்துட்டு வரச்சொல்றேன்.”

அதன்பிறகுதான் நான் மடத்தை நோக்கி கிளம்பினேன்.

சிவப்பு வண்ணம் அடித்த பம்பரம் வைத்திருந்தவன் கீழே கிடந்த பம்பரத்தின்மீது ஓங்கி ஆக்கர் வைத்தான்.

நான் மடத்தை நோக்கி நடந்தபோது ஒரு பூனை சாவகாசமாக இடிந்த மதில் சுவரின்மீது நடந்து போய்க் கொண்டிருந்தது. வேண்டுமென்றே அதை நோக்கி கையை வீசிப் பயமுறுத்தினேன். பூனை கண்டுகொள்ளவேயில்லை. ஊர் பூனைகளுக்குப் பயம் போய்விட்டிருக்கிறது.

மடத்தில் தாத்தா ஆடுபுலி ஆட்டம் ஆடிக் கொண்டிருந்தார். அவர் எப்போதும் புலிதான். அவரை எந்த ஆட்டாலும் அடைக்க முடிந்ததில்லை. நான் தாத்தா ஆடுவதைப் பார்த்தபடியே நின்றிருந்தேன்.

வழிமறித்த ஒரு ஆட்டினை வெட்டிய கையோடு என்னைப் பார்த்து "காசு வேணுமா?" என்று கேட்டார்.

"வீட்டுக்கு ரெண்டு போலீஸ்காரங்க வந்துருக்காங்க. பாட்டி கூட்டியாரச் சொல்லுச்சி." என்றேன்.

"அவிங்களை இங்க வரச்சொல்லு" என்றபடியே தாத்தா விளையாட்டினைத் தொடர்ந்தார்.

அவரை அழைத்துக் கொண்டு போகாமல் வீடு திரும்பினால் பாட்டி திட்டுவாள் என்பதால் தாத்தாவிடம் மறுபடியும் சொன்னேன்.

"உங்களைக் கைது பண்ணப் போறாங்களாம்..."

"எவன் சொன்னது?"

"போலீஸ்காரங்க."

அதைக் கேட்ட சின்னராசு ஆட்டத்தை நிறுத்திவிட்டு சொன்னார்.

"வீட்டுக்கு போயி என்னானு பாத்துட்டு வந்திருங்க. ஆட்டத்தைப் பிறகு வச்சிக்கிடுவோம்."

தாத்தா தன் காதில் சொருகியிருந்த சிகரெட்டை எடுத்து உதட்டில் வைத்துக் கல்லில் தீக்குச்சியை உரசிப் பற்ற வைத்து, ஊத ஆரம்பித்தார். என்ன யோசனை என்று தெரியவில்லை. புகையை ஊதியபடியே மடத்தின் தூண்களைப் பார்த்துக் கொண்டிருந்தார். பிறகு எழுந்து மடத்தை விட்டுப் படி இறங்கினார்.

சிகரெட்டைப் புகைத்தபடியே மெதுவாக வீட்டை நோக்கி நடந்தார்.

போலீஸ்காரர்களில் இளையவன் வாசலில் கட்டியிருந்த ஆட்டுக்குட்டியை வேடிக்கை பார்த்துக் கொண்டிருந்தான். வீட்டிற்குள் ஒரு சேவல் சுதந்திரமாக நடந்து திரிந்தது. பாட்டி அடுப்பில் சுரைக்காயை வேகவைத்துக் கொண்டிருந்தாள்.

தாத்தாவைக் கண்டதும் இரண்டு போலீஸ்கார்ரகளும் விறைப்பானவர்கள் போல உடலை இறுக்கமாக்கிக் கொண்டு நின்றார்கள். பருத்த தொப்பை கொண்டவர் ஒரு காகிதத்தைத் தாத்தாவிடம் நீட்டினார். தாத்தா அதை வாங்கிக் கொள்ளவில்லை.

"உங்க பேரு?" என்று அந்தப் போலீஸ்காரரை நோக்கி கேட்டார் தாத்தா.

"சிவசாமி. இவன் ரவி" என்றார் அந்தப் போலீஸ்காரர்.

"திடுதிப்புனு வந்து நின்னா என்ன அர்த்தம்?" என்று சற்றே கோபமாகக் கேட்டார் தாத்தா.

"உங்களை அரெஸ்ட் பண்ணிக் கூட்டிக்கிட்டு வரச்சொல்லி இன்ஸ்பெக்டர் உத்தரவு. கிளம்புங்க" என்றான் ரவி.

அவனை முறைத்தபடியே தாத்தா வீட்டிற்குள் போனார். பகலிலும் வீட்டிற்குள் வெளிச்சமில்லை. மங்கலான இருட்டுப் படர்ந்திருந்தது. நடந்துபோன வேகத்தில் தாத்தா மிளகாய் வற்றல் வைத்திருந்த சொளகினை மிதித்துத் தள்ளிவிட்டுப் போனார். பாட்டி அவரைக் கோபத்தில் திட்டுவது கேட்டது.

தாத்தா ஒரு முக்காலியை எடுத்துக் கொண்டு வந்து வாசலை ஒட்டிப் போட்டு உட்கார்ந்தபடியே என்னிடம் "முக்குக்கடையில் ரெண்டு பாசிங்ஷோ சிகரெட் வாங்கிட்டு வா" என்றார்.

வரும்போது அந்தக் கடையைத் தாண்டி தானே வந்தோம். அப்போதே வாங்கியிருக்கலாமே என்று தோன்றியது. ஆனால் தாத்தாவின் முறைப்பைக் கண்டதும் நான் காசை வாங்கிக் கொண்டு நடக்க ஆரம்பித்தேன்.

"இன்னைக்கு எனக்கு வேற ஜோலி கிடக்கு. ரெண்டு நாள் கழிச்சு வாங்க" என்று தாத்தா போலீஸ்காரர்களைப் பார்த்து மிரட்டுவது போலச் சொன்னார்.

"ஆளைக் கையோட கூட்டிட்டு வரச் சொல்லி ஆர்டர்" என்றான் ரவி.

"அதுக்கு வெறும்வயிற்றோட வரச்சொல்றயா?" என்றபடியே அவனை முறைத்தார் தாத்தா.

"அருப்புக்கோட்டையில போயி சாப்பிட்டுக்கிடலாம்" என்றார் சிவசாமி.

"கிளப் கடையில் போடுற சோற்றை வாயில வைக்க முடியாது. வீட்ல சோறு ஆக்கிட்டு இருக்கா. சாப்பிட்டுப்

போவோம்” என்றபடியே அவர் வீட்டிற்குள் சுற்றும் சேவலை நோக்கி தண்ணீர் செம்பை வீசி எறிந்தார். சேவலின்மீது அடிபடவில்லை. ஆனால் செம்பு மரப்பெஞ்சின் அடியில் போய் உருண்டது.

“வேலம்மா. அந்த சொம்ப எடு” என்று உத்தரவிட்டார்.

பாட்டி ஆத்திரத்தில் திட்டியபடியே அவர் வீசி எறிந்த சொம்பை எடுத்து அடுப்படிக்குள் வீசினாள்.

பாட்டியின் கோபத்தை ரசித்தவர் போல சிவசாமி அவர்களைப் பார்த்துக் கொண்டிருந்தார்.

நான் வாங்கி வந்த சிகரெட்டினைத் தாத்தாவிடம் நீட்டியபோது அவர் ஒன்றைக் காதில் சொருகிக் கொண்டபடியே மற்ற சிகரெட்டினைப் பற்றவைத்துக் கொண்டு போலீஸ்காரர்களிடம் கேட்டார்.

“வீட்ல சாப்பிடலாம்லே.”

“சொன்னா புரியாதா. நாம கிளம்பணும்” என்று ரவி கோபமாகச் சொன்னான்.

அவனை நோக்கி புகையை ஊதியபடியே தாத்தா சொன்னார்.

“நான் வரமுடியாதுன்னா என்ன செய்வீங்க?”

“அடிச்சி இழுத்துட்டு போவோம்” என்றான் ரவி.

“அம்புட்டுத் தைரியம் இருக்கா” என்றபடியே புகையை ஊதினார் தாத்தா.

எனக்குத் தாத்தாவைப் பார்க்க வியப்பாக இருந்தது. அவர் போலீஸ்காரர்களைப் பார்த்துப் பயப்படவேயில்லை. அவர்களை மிரட்டுகிறார். உறுதியான குரலில் பேசுகிறார்.

கான்ஸ்டபிள் சிவசாமி ரகசியமான குரலில் எதையோ ரவியிடம் சொல்வது கேட்டது. ரவி தலையாட்டினான்.

தாத்தா அதைக் கவனித்தவர் போலச் சொன்னார்.

“இப்படிதான் அந்தச் சர்வேயர் கிறுக்கன் ஏறுக்குமாறா பேசிக்கிட்டு இருந்தான். அதான் அவன் மண்டையில கடப்பாரையாலே போட்டேன். தலைமுறையா ரோட்டடி நிலம் எங்களுது. பட்டா இருக்கு. வரி கட்டியிருக்கோம்.

அதைப் போயி கவர்மெண்ட் புறம்போக்குனு அந்தக் கிறுக்கன் சொல்றான். ஒரு நியாயம் வேணாம். நானும் கிளிப்பிள்ளைக்குச் சொல்ற மாதிரி படிச்சிப் படிச்சி சொன்னேன். அவன் கேட்கலை. நிலத்தை அளந்து கல்லு நடப்போறேன்னு போனான். அதான் கடப்பாரை கம்பியாலே மண்டைல போட்டேன்."

"கவர்மெண்ட் ஆபீசர் மேல கையை வச்சா என்ன நடக்கும்னு தெரியலை. எப்படியும் ஏழு வருஷம் ஜெயில்தான்" என்றார் சிவசாமி.

"கவர்மெண்ட்னுனா அதுக்கு ஒரு நியாயம் வேணாமா. எவனோ. எச்சிக்கலைப்பய கொடுத்த காசை வாங்கிட்டு என் நிலத்தைப் புடுங்க வந்தா பாத்துட்டு சும்மா இருக்க முடியுமா?"

"உம்ம நிலம்னா. கோர்ட்டுக்கு போக வேண்டியது தானே."

"வக்கீலுக்கு யார் தண்டச் செலவு செய்றது. எனக்குத் தெரிஞ்சது எல்லாம் ஒரே நியாயம்தான்."

"கதையடிச்சது போதும் கிளம்புங்க" என்றான் ரவி.

தாத்தா சிகரெட்டினை அணைத்து எறிந்தபடியே சொன்னார்.

"வரமுடியாது. உன்னாலே ஆனதைப் பாரு."

இதை அவர்கள் எதிர்பார்க்கவில்லை. சிவசாமி ஏதோ சொல்ல முயன்றார். அதற்குள் தாத்தா எழுந்து வீதியில் நடக்க ஆரம்பித்தார். சிவசாமியும் ரவியும் அவர் பின்னாடியே வேகமாக நடந்தார்கள். அதைப் பார்க்க வேடிக்கையாக இருந்தது. நான் அவர்கள் பின்னாடியே போனேன்.

வெயிலோடிக் கிடந்த வீதியில் தாத்தா வேகமாக நடந்து கொண்டிருந்தார். தெருநாய் ஒன்று புதிதாகத் தெரிந்த போலீஸ்காரர்களைக் கண்டு குலைத்தது. தாத்தா மடத்திற்குப் போனபோது அங்கே யாருமில்லை. தாத்தா மடத்தினுள் ஏறி தூணை ஒட்டி உட்கார்ந்து கொண்டார்.

சிவசாமி மட்டும் மடத்துப் படியில் நின்றபடியே சொன்னார்.

"உச்சிக்குக்குள்ளே போயிரலாம்னு நினைச்சேன். நாலு ரோட்டில ஒரு மணி பஸ்ஸை விட்டா திரும்ப மூணு மணிக்குத் தானே. பஸ் வரும்."

"மூணு மணிக்குப் போவோம்."

சரியென அவர்கள் தலையாட்டியபடியே மடத்து நிழலில் உட்கார்ந்து கொண்டார்கள்.

"ஒரு ஆட்டம் போடுவமா?" என்று சிவசாமியிடம் கேட்டார் தாத்தா.

சிவசாமியும் தலையாட்டினார்.

இருவரும் ஆடுபுலி ஆட்டம் ஆட ஆரம்பித்தார்கள். தாத்தா உற்சாகமாகத் தனது புலிகளை எடுத்துக் கொண்டார். ரவி ஒரு தூணில் சாய்ந்தபடியே அவர்கள் விளையாட்டினைப் பார்த்துக் கொண்டிருந்தான். ஆடுகளை வைத்து புலியை அடைக்கப் போராடிக் கொண்டிருந்தார் சிவசாமி.

நான் அவர்களை வியப்போடு பார்த்தபடியே இருந்தேன் தாத்தா முகம் உற்சாகத்தில் மினுங்கிக் கொண்டிருந்தது.

"கலர் குடிக்குறீங்களா?" என்று விளையாடியபடியே தாத்தா கேட்டார்.

சிவசாமி தலையாட்டினார்.

தாத்தா என்னை நோக்கித் திரும்பி "மூணு பவண்டோ வாங்கிட்டு வா."

"காசு" என்று தாத்தாவை நோக்கிக் கேட்டேன்.

"நான் சொன்னேன்னு பாண்டிகிட்ட சொல்லு. குடுப்பான்."

நான் மூன்று பவண்டோ பாட்டில்களை வாங்கிக் கொண்டு வந்தபோது தாத்தா ஜெயித்திருந்தார். தாத்தா தன் கைகளால் கலர்பாட்டிலைத் திறந்து அவர்களைக் குடிக்க வைத்தார். பாதிப் பாட்டிலைதான் குடித்துவிட்டு மீதியை என்னிடம் நீட்டினார் தாத்தா. அதைச் சொட்டுச் சொட்டாக ருசித்துக் குடித்தேன்.

...

ஐந்து வருட மௌனம் ⌲ 403

அந்த இரண்டு போலீஸ்காரர்களும் தாத்தாவோடு ஒன்றாக அமர்ந்து சாப்பிட்டார்கள். வேணியக்கா வீட்டில் இருந்து இரண்டு சில்வர் தட்டுகளை இரவல் வாங்கி வந்தேன். தாத்தா பழைய தட்டில் சாப்பிட்டார். பாட்டி சோற்றை அள்ளி அள்ளி வைத்தாள்.

"தேங்காதுவையல் அரைச்சி வச்சிருக்கலாம்லே" என்றார் தாத்தா. அது அவருக்குப் பிடித்தமானது. சோற்றில் பிசைந்து சாப்பிடுவார்.

"ஜெயில்ல இருக்க மகராசிகிட்ட கேளு. ஆக்கிப் போடுவா." என்றாள் பாட்டி. அதன் பிறகு தாத்தா பேசவில்லை. சாப்பிட்டு முடித்துத் தண்ணீர் சொம்பை கையில் எடுக்கும்போது சொன்னார்.

"சுரைக்கா கூட்டு நல்லா இருந்துச்சி..."

இப்படிச் சாப்பாட்டினை அவர் ஒருபோதும் பாராட்டிச் சொன்னதேயில்லை. பாட்டி சேலையால் முகத்தைத் துடைத்தபடியே சொன்னாள்.

"இன்னைக்குத்தான் நாக்குல ருசி தெரியுதாக்கும்."

தாத்தா சிரித்துக் கொண்டபடியே எழுந்து கொண்டார்.

பின்பு கல்யாண வீட்டிற்குக் கிளம்புவது போல டிரங்கு பெட்டியில் மடித்து வைத்திருந்த மேல்சட்டையை எடுத்துப் போட்டுக் கொண்டார். துவைத்து வைத்திருந்த பழுப்பு நிற வேஷ்டி ஒன்றைக் கட்டிக் கொண்டார். சாமி படத்தின் முன்பாக நின்று திருநிறு பூசிக் கொண்டார். பிறகு பாட்டியிடம் அமைதியான குரலில் சொன்னார்.

"வேலம்மா. பெட்டிக்கடைக்கார பாண்டிக்கு மூணு ரூவா குடுக்கணும். அதை மறக்காம குடுத்துரு. சோமு மவன் நமக்கு இருபத்தைந்து ரூவா தரணும். அதை வாங்கிக்கோ. இந்த ஆடு ரெண்டையும் வித்துரு. தேவையில்லாமல் வக்கீலுக்குக் காசை கொடுத்து கோர்ட்டுக்கு அலைய வேண்டாம். எத்தனை வருஷம் ஜெயில்ல போடுறாங்களோ போடட்டும். இந்தப் பயல நல்லபடியா பாத்துக்கோ."

ஏதோ ஊருக்குக் கிளம்புகிறவர் போலக் கடகடவெனச் சொல்லிக் கொண்டிருந்தார்.

சிவசாமி அவரது கையில் விலங்கை மாட்டினான். சந்தைக்கு அழைத்துச் செல்லப்படும் ஆடு போவது போல தாத்தா மௌனமாக அவர்களுடன் நடந்து போக ஆரம்பித்தார்.

தெருவில் ஆள் நடமாட்டமில்லை. கையில் விலங்கிட்டு தாத்தா போவது மனதை உறுத்தியது.

வெயில் முற்றி பாகு போலாகியிருந்த வீதியில் அவர்கள் நடந்து போய்க் கொண்டிருந்தார்கள். நான் தாத்தாவின் பின்னாடியே நடந்து போனேன்.

மடத்தைக் கடந்து போகையில் ஏனோ அதைத் திரும்பிப் பார்த்துக் கொண்டார்.

ஊரை விலக்கிய மண்சாலையில் அவர்கள் நடந்து போனபோது தாத்தா திரும்பி பார்த்துச் சொன்னார்.

"நீ எதுக்குடா பின்னாடியே தொயங்கட்டிக்கிட்டு வர்றே. வீட்டுக்குப் போ."

"நாலு ரோடு வரைக்கும் வாரேன்."

"அதெல்லாம் ஒரு மசிரும் வேணாம்" என முறைத்தபடியே சொன்னார்.

நான் தயங்கியபடியே நின்று கொண்டேன்.

தாத்தாவும் அவர்களும் வெயிலோடு நடந்து கொண்டிருந்தார்கள்.

இனி எத்தனை ஆண்டுகளுக்குப் பிறகு தாத்தா திரும்பி வருவார். அவரை எப்போது காணமுடியும் என்ற நினைப்பு மனதை வேதனைப்படுத்தியது.

அவர்கள் பின்னாடியே ஓடினேன். இரட்டைப் பனைகளைத் தாண்டி அவர்கள் போகும்போது மூன்று நிழல்கள் நீண்டு சரிந்தன. நான் தொலைவில் நின்றபடியே 'தாத்தா' என்று பலமாகச் சப்தமிட்டேன்.

ஐந்து வருட மௌனம் ◆ 405

அது அவருக்குக் கேட்டிருக்கக் கூடும். ஆனால் அவர் என்னைத் திரும்பிப் பார்க்கவேயில்லை.

யாரோ தெரிந்தவருக்குப் பெண் பார்க்கப் போவது போல தாத்தா இயல்பாக நடந்து போய்க் கொண்டிருந்தார். அபூர்வமாகச் சிலரால்தான் இப்படி நடந்து போக இயலும்.

தாத்தாவின் இந்தக் கம்பீரத்தை அங்கீகரிப்பது போலக் குயில் ஒன்று எங்கிருந்தோ இனிமையாகச் சப்தமிட்டது. எனக்கோ அந்தச் சப்தம் வேதனையை அதிகப்படுத்துவதாக இருந்தது.

□

தேசாந்திரி பதிப்பகம்

உபபாண்டவம்	ரூ.375
நெடுங்குருதி	525
யாமம்	400
துயில்	525
சஞ்சாரம்	340
இடக்கை	375
பதின்	235
கடவுளின் நாக்கு	350
உலக இலக்கியப் பேருரைகள்	325
எழுத்தே வாழ்க்கை	175
பதினெட்டாம் நூற்றாண்டின் மழை	230
தாவரங்களின் உரையாடல்	150
வெயிலைக் கொண்டு வாருங்கள்	140
விழித்திருப்பவனின் இரவு	225
காற்றில் யாரோ நடக்கிறார்கள்	325
கோடுகள் இல்லாத வரைபடம்	75
மலைகள் சப்தமிடுவதில்லை	250
வாசகபர்வம்	210
காண் என்றது இயற்கை	115
செகாவின் மீது பனி பெய்கிறது	150
கூழாங்கற்கள் பாடுகின்றன	75
எனதருமை டால்ஸ்டாய்	100

ரயிலேறிய கிராமம்	150
உலகை வாசிப்போம்	200
நாவலெனும் சிம்பொனி	140
இலக்கற்ற பயணி	175
செகாவ் வாழ்கிறார்	150
தனிமையின் வீட்டிற்கு நூறு ஜன்னல்கள்	150
காட்சிகளுக்கு அப்பால்	75
கால் முளைத்த கதைகள்	100
எலியின் பாஸ்வேர்டு	35
சிரிக்கும் வகுப்பறை	110
விலங்குகள் பொய் சொல்வதில்லை	225
கதாவிலாசம்	380
தேசாந்திரி	275
துணையெழுத்து	350
எனது இந்தியா	650
மறைக்கபட்ட இந்தியா	375
நிமித்தம்	450
நம் காலத்து நாவல்கள்	350
எஸ்.ராமகிருஷ்ணன் நேர்காணல்கள்	250
நகுலன் வீட்டில் யாருமில்லை	150
புத்தனாவது சுலபம்	200
காந்தியோடு பேசுவேன்	175
உறுபசி	175
ஆதலினால்	175
சிறிது வெளிச்சம்	450
இந்தியவானம்	240
வீடில்லா புத்தகங்கள்	250
நூறு சிறந்த சிறுகதைகள்	1000